CHÂN DUNG VĂN HỌC
NGHỆ THUẬT & VĂN HÓA

NGÔ THẾ VINH

tuyển tập
CHÂN DUNG VĂN HỌC NGHỆ THUẬT & VĂN HÓA

VIỆT ECOLOGY PRESS 2017

CHÂN DUNG VĂN HỌC
NGHỆ THUẬT & VĂN HÓA

Tác giả: Ngô Thế Vinh
Bìa: Hoàng Ngọc Biên
Đọc bản thảo: TT Nguyệt Mai
Chỉnh hình và dàn trang: Lê Giang Trần
Kỹ thuật: Lê Hân, Tạ Quốc Quang
Nhà xuất bản: Việt Ecology Press

ISBN: 978-1978108042

Văn chương vô mệnh lụy phần dư
Nguyễn Du

Thi thư dù lửa bạo Tần có thiêu
Vũ Hoàng Chương

Tác phẩm Ngô Thế Vinh:

Tiếng Việt:

- *Mây Bão*; nxb sông mã 1963, nxb văn nghệ 1993
- *Bóng Đêm*; nxb khai trí 1964
- *Gió Mùa*; nxb sông mã 1965
- *Vòng Đai Xanh*; nxb thái độ 1971, nxb văn nghệ 1987
- *Mặt Trận Ở Sài Gòn*; nxb văn nghệ 1996
- *Cửu Long Cạn Dòng Biển Đông Dậy Sóng*; nxb văn nghệ 2000, 2001; nxb giấy vụn 2014
- *Mekong Dòng Sông Nghẽn Mạch*; nxb văn nghệ 3/2007, nxb văn nghệ mới 12/2007, nxb giấy vụn 2012
- *Audiobook Mekong Dòng Sông Nghẽn Mạch*; văn nghệ mới 12/2007, 7/2017, nxb viet ecology press, nhân ảnh
- *Chân Dung Văn Học Nghệ Thuật và Văn Hóa*, nxb viet ecology press, 2017

Tiếng Anh:

- *The Green Belt*; ivy house 2004
- *The Battle of Saigon*; xlibris 2005
- *Mekong - The Occluding River*; iUniverse 2010T
- *The Nine Dragons Drained Dry - East Sea In Turmoil*; viet ecology press, nxb người việt, nxb giấy vụn 2016

MỤC LỤC

CÁCH TRÌNH BÀY:

Các tác giả được sắp theo hai thể loại: văn học nghệ thuật (16) và văn hóa (2); trong mỗi thể loại được sắp theo thứ tự năm sinh.

THAY LỜI TỰA

Ngô Thế Vinh là người viết rất cẩn trọng, và tôi là người đọc ông rất trân trọng. Chữ của Ngô Thế Vinh không phải từ những giấc mơ hiện ra, nhưng là từ nỗi lo sâu sắc cho dân tộc và từ những bước chân đi xa nhiều ngàn cây số bên dòng Cửu Long để viết lên hai tác phẩm biên khảo *Cửu Long Cạn Dòng Biển Đông Dậy Sóng* và *Mekong Dòng Sông Nghẽn Mạch* — nơi giữa những dòng chữ, độc giả có thể ngửi thấy mùi bùn non đồng ruộng chen lẫn với mồ hôi, nước mắt của đồng bào.

Và bây giờ là tuyển tập Ngô Thế Vinh viết về 18 người mà ông trực tiếp có hoạt động nghệ thuật một thời với họ, hay từng là môn sinh. Nơi đây, chữ của ông kể lại nhiều thập niên từ quê nhà tới quê người, qua 18 người hoạt động văn học và văn hóa độc đáo, và họ là một phần những gì đẹp nhất của một thời VNCH. Trong đó, có những người đã lìa xa, nhưng không bao giờ trôi vào quá khứ — như Võ Phiến, như Thanh Tâm Tuyền, như Mai Thảo, và tất cả - vì tác phẩm của họ vẫn đang hiện ra trong các sắc màu bất tử của văn học dân tộc, chứ không chỉ riêng của miền Nam VN.

Tác phẩm *Chân Dung Văn Học Nghệ Thuật và Văn Hóa* của Ngô Thế Vinh viết về: Mặc Đỗ, Như Phong, Võ Phiến, Linh Bảo, Mai Thảo, Dương Nghiễm Mậu, Nhật Tiến, Nguyễn Đình Toàn, Thanh

Tâm Tuyền, Nguyễn-Xuân Hoàng, Hoàng Ngọc Biên, Đinh Cường, Nghiêu Đề, Nguyên Khai, Cao Xuân Huy, Phùng Nguyễn, Phạm Biểu Tâm, Phạm Hoàng Hộ. Trong đó, hai người cuối danh sách là hai nhà khoa học, từng là thầy của Ngô Thế Vinh trong Đại Học Y Khoa và Khoa Học.

Bạn có thể thắc mắc: danh sách các chân dung văn học nghệ thuật như thế là không đủ... Như vậy, còn thiếu Doãn Quốc Sỹ, Vũ Khắc Khoan, Tạ Ty, Cung Tiến, Nguyễn Mộng Giác, vân vân... Không phải đâu, họ vẫn bàng bạc hiện ra trong sách Ngô Thế Vinh. Bạn sẽ thấy tên của các nhà văn vừa nêu đó, và rất nhiều nhà văn khác hiện diện trong nhiều trang sách và cả hình ảnh. Như thế, *Chân Dung* có thể xem là một phần của văn học Miền Nam VN trước 1975, và một phần văn học hải ngoại.

Tôi là một trong vài người có cơ duyên được đọc sớm những gì Ngô Thế Vinh viết, mỗi khi ông gửi bài để phổ biến lên báo. Bài ông viết mang tính sử liệu cao, chữ của Ngô Thế Vinh đã khắc họa lên những chân dung của văn học, văn hóa... nơi đó, các tác giả sống trong đam mê sáng tạo, khát khao tìm cái mới và đẹp của nghệ thuật, và đồng thời chia sẻ những đau đớn với đồng bào trong cuộc chiến Nam-Bắc.

Ngô Thế Vinh có cơ duyên trưởng thành trong nhiều lĩnh vực. Ông viết văn, làm báo từ thời còn là sinh viên Đại học Y khoa Sài Gòn. Ngô Thế Vinh tự trình bày về cơ duyên xuất bản sách này:

"... Với 18 chân dung văn học nghệ thuật và văn hóa đã hoàn tất, tôi nhận được nhiều gợi ý nên cho xuất bản như một tuyển tập, nếu có một cuốn sách "tạo dựng (lại) diện mạo của các nhà văn, nhà thơ, nghệ sĩ" như vậy, thì đây sẽ là trang sách riêng để tặng cho Phùng Nguyễn."

Cảm giác của tôi là: nói là viết để tặng Phùng Nguyễn, một nhà văn thế hệ đi sau nhưng cũng chia sẻ những gian nan một thời chiến tranh VN, trong tận thâm tâm Ngô Thế Vinh đã viết để tặng cho đời sau. Mỗi bài viết của Ngô Thế Vinh là một mảng lịch sử về dân tộc mình. Bạn có thể đọc Ngô Thế Vinh như đọc những sử liệu có thể không tìm ra nơi đâu, những sử liệu của người trong cuộc kể lại. Văn của Ngô Thế Vinh không để giải trí. Nó có thể làm chúng ta mất ngủ, trằn trọc. Khi đọc sách Ngô Thế Vinh về dòng sông Mekong, chúng ta có thể cảm nhận trên trang giấy có bùn lầy Miền Tây, đang loang những trận mưa nước mắt của đồng bào. Và khi đọc về 18 chân dung văn học và văn hóa, bạn sẽ thấy hơn một nửa thế kỷ lịch sử hiện ra, nơi đó tác giả Ngô Thế Vinh kể lại từ góc nhìn của một nhà văn, và là một bác sĩ.

Không ai kể được chi tiết về bệnh của họa sĩ Đinh Cường như Ngô Thế Vinh, và cũng là người khéo chọn hai câu của họa sĩ để từ biệt trần gian:

"... Vĩnh biệt Đinh Cường. Tưởng nhớ cuộc đời tài hoa Đinh Cường qua hai câu thơ man mác của chính anh:

Ra đi mới biết lòng vô hạn
Sương có mờ thêm trên sông Hương."

Chúng ta cũng có thể nhận ra nét bút rất riêng của Ngô Thế Vinh mà không nhà biên khảo văn học nào có thể đạt tới, một nét bút mô tả như ảnh chụp về nhà văn Mai Thảo:

"… Chỉ có một bàn viết, chiếc giường đơn với nơi đầu giường là một chân đèn chụp rạn nứt và dưới gậm giường mấy chai rượu mạnh; trên vách là mấy tấm hình Mai Thảo; đặc biệt là tấm ảnh phóng lớn có lẽ chụp trước 1975, Mai Thảo cao gầy ngồi trên bậc thềm nhà cùng với nhà thơ Vũ Hoàng Chương mảnh mai trong áo dài the, phía dưới là một kệ sách…"

Ngô Thế Vinh cũng kể về những mâu thuẫn trong văn giới về cách biên khảo văn học, qua bài viết về Võ Phiến:

"... cho dù Võ Phiến đã phải lao động bền bỉ suốt 15 năm (1984-1999) để hoàn tất bộ sách Văn Học Miền Nam nhưng chính ông chưa hề tự coi đó là một công trình hoàn hảo nên vẫn ao ước việc đánh giá nền văn học 1954-75 cần được bắt đầu nghiêm chỉnh.

Cho dù bộ sách Văn Học Miền Nam của Võ Phiến có những hạn

chế đưa tới nhiều tranh cãi khá gay gắt. Người ta đã nặng lời trách ông về những phần thiếu sót trong bộ sách ấy: như khi ông đã gạt một số tên tuổi văn học của thời kỳ 1954-75 ra khỏi bộ Văn Học Miền Nam Tổng Quan, rồi cả cách ông phê bình các nhà văn, nhà thơ được ông chọn đưa vào sách cũng bị ông sử dụng cái sở trường văn phong tùy bút / nay thành sở đoản để châm biếm mỉa mai cá nhân với nhiều định kiến thiên lệch.

Nhà văn Mặc Đỗ nhóm Quan Điểm thì thật sự bất bình, Mai Thảo nhóm Sáng Tạo trong lần trò chuyện cuối cùng với Thụy Khuê 07/1997 cũng không kềm được cảm xúc nói tới "bọn vua Lê chúa Trịnh", và nói thẳng: "Võ Phiến cũng có chỗ được chỗ không được. Đại khái như phê bình văn học, đối với tôi thì không được. Văn Học Miền Nam tổng quan đó thì không được. Thơ dở. Tạp văn hay."..."

Trong bài viết về Nguyễn Đình Toàn, chúng ta sẽ nhận ra cách đọc văn của Ngô Thế Vinh, không chỉ đối chiếu với các diễn biến lịch sử quê nhà, mà cũng là phân tích về nỗ lực sáng tạo:

"Áo Mơ Phai là dự cảm về một thành phố Hà Nội sắp mất, Đồng Cỏ là một tác phẩm khác dự báo một Sài Gòn sắp mất. Nguyễn Đình Toàn mẫn cảm với thay đổi thời tiết cũng như với những biến chuyển của lịch sử. Dự cảm hay trực giác của nhà văn đi trước tấn thảm kịch, đi trước những đổ vỡ chia ly đã mang tính tiên tri…

… Nguyễn Đình Toàn với kỹ thuật viết mới, viết truyện mà không có truyện, những trang chữ là một chuỗi những hình ảnh tạo cảm xúc và là một trải dài độc thoại nội tâm. Nguyễn Đình Toàn thành công trong nỗ lực tự làm mới văn chương nhưng không vì thế mà bảo ông chịu ảnh hưởng và chạy theo phong trào tiểu thuyết mới của Pháp."

Trong bài viết về Thanh Tâm Tuyền, chúng ta cũng đọc được các lá thư trao đổi giữa nhà thơ và Ngô Thế Vinh – đó là các lá thư mang tính sử liệu, ghi lại những chặng đường sáng tác và suy tư của Thanh Tâm Tuyền.

Ngô Thế Vinh viết: *"... Những người bạn gần và hiểu TTT đều nghĩ rằng thái độ sống ẩn dật, từ chối những tiếp xúc và khép kín của anh có lý do của một TTT đang tự lột xác, lặng lẽ tích lũy, TTT vẫn đọc rất nhiều và không ngừng đi tìm cái mới, với "giấc mộng lớn" để rồi khi tái xuất hiện là một TTT hóa thân, đó sẽ là một TTT khác, một TTT phục sinh để anh có thể viết trở lại / réécrire. Nhưng rồi, như một định mệnh, TTT đã không còn thời gian."*

Vâng, Thanh Tâm Tuyền không còn thời gian. Nhưng các tác phẩm văn học của Thanh Tâm Tuyền đã trở thành một tượng đài, vương các lớp bụi thời gian và vẫn đứng sừng sững trước mắt chúng ta.

Hay như hình ảnh Nhật Tiến qua lời kể Ngô Thế Vinh – cả hai người đều là nhân chứng sống của một thời 1963. Lúc đó, nhà văn Nhất Linh trước khi tuẫn tiết đã chép một bản sao di chúc gửi cho chàng sinh viên y khoa Ngô Thế Vinh để ngừa mật vụ tịch thu và bóp méo sự kiện. Lúc đó, nhà văn Nhật Tiến đã can đảm đọc bài tiễn biệt Nhất Linh giữa vòng vây mật vụ. Ngô Thế Vinh kể lại:

"... Nhất Linh đã viết thêm một bản di chúc thứ hai giao cho nhóm sinh viên. Lúc đó tôi đang học năm thứ ba Y khoa. Vào những ngày đầu của tháng Bảy, 1963, Nguyễn Tường Quý chở anh là Nguyễn Tường Vũ (con của ông Nguyễn Tường Thụy, người anh cả của mấy Anh Em gia đình Nguyễn Tường) xuống Đại học xá Minh Mạng tìm tôi. Quý chờ xe ở ngoài, chỉ có Nguyễn Tường Vũ vào gặp. Không nói gì nhiều, Vũ trao tay cho tôi một phong thư mỏng, cho biết đó là một trong hai bản di chúc viết tay của Nhất Linh: "Nhờ Vinh giữ, khi cần Vinh đưa lại."

... Điếu văn của nhà văn trẻ Nhật Tiến lúc đó mới 27 tuổi, giữa vòng vây của mật vụ thời ấy, Nhật Tiến đã can đảm phát biểu với tính cách một nhà văn độc lập cho dù lúc đó Anh đang là Phó Chủ tịch Văn Bút. Nhật Tiến đã ràn rụa nước mắt với hết tâm can nói tới cái chết của nhà văn Nhất Linh: "Văn hào đã hình thành sứ mạng cao quý của người cầm bút. Văn hào đã nêu cao sĩ khí bất khuất của truyền thống những nhà văn chân chính." ..."

Những dòng kể lại tự thân đã trở thành một phần lịch sử.

Bên cạnh vai trò nhân chứng lịch sử, bản thân Ngô Thế Vinh cũng là một nhân chứng y khoa. Như trong bài Ngô Thế Vinh viết về Cao Xuân Huy: *"... Melanoma-mắt là loại ung thư hiếm, rất thầm lặng và khi phát hiện thường là trễ... Huy và tôi, qua cell vẫn liên lạc với nhau hàng tuần, thường là ngày thứ Năm sau ngày tái khám ở UCLA về. Thường là tôi phone cho Huy, nhưng lần này Huy gọi tôi báo tin cho biết CT scan mới phát hiện có bướu nhỏ trong gan. Nhiều phần có thể là do di căn từ ung thư mắt..."*

Chúng ta cũng sẽ gặp những tấm ảnh hiếm gặp, những khoảnh khắc của lịch sử ghi lại qua ống kính. Thí dụ, trong bài viết về Giáo sư Phạm Biểu Tâm, bên cạnh các tấm hình có từ thân nhân Giáo sư họ Phạm, chúng ta sẽ thấy một tấm hình có nguồn từ Life Magazine, với ghi chú của Ngô Thế Vinh:

"Gs Phạm Biểu Tâm nói chuyện với SVYK trong một giảng đường 28 Trần Quý Cáp Sàigòn sau vụ Thầy bị bắt trước biến cố 1963. (nguồn: Life Magazine)"

Cuối bài viết này, Ngô Thế Vinh mượn chính dòng thơ của Giáo sư Phạm Biểu Tâm, người được mô tả là "một vị danh sư đã để lại những dấu ấn lâu dài trong Ngành Y của Việt Nam từ thế kỷ trước" để như lời từ biệt của môn sinh gửi tới người thầy ngành y:

"Nhớ Thầy Phạm Biểu Tâm, đọc lại bài thơ thiền của Thầy, để tìm được nguồn an ủi:

Trăm năm trước thì ta chưa có
Trăm năm sau có cũng như không
Cuộc đời sắc sắc không không
Trăm năm còn lại tấm lòng từ bi…"

Vâng, câu hỏi trong đời của từng người chúng ta vẫn là: trăm năm còn lại chút gì? Câu trả lời là, ước mơ một nét văn hóa Việt nơi phương trời xa. Ngô Thế Vinh viết về họa sĩ Nguyên Khai, và ghi ước mơ này: *"Mong ước, rồi ra ngoài một Gallery Nguyên Khai trên không gian ảo www.nguyenkhaiart.com, căn nhà nhỏ mơ ước của Nguyên Khai - chữ của Trịnh Cung – nơi thị trấn Tustin, Orange County California và một số tranh tượng ấy sẽ được giữ lại như thêm một nét văn hóa Việt nơi thủ đô tỵ nạn của một thế hệ di dân thứ nhất."*

Hay như để hóa thân vào một nền văn học khác, như trường hợp Nguyễn-Xuân Hoàng, khi được một nhà nghiên cứu văn học Nhật Bản dịch sang tiếng Nhật. Ngô Thế Vinh viết:

"Tanaka Aki, tên cô gái Nhật Bản, Aki có nghĩa là "Mùa Thu", cô đã không có may mắn được gặp nhà văn Nguyễn-Xuân Hoàng mà cô rất ngưỡng mộ nhất là sau này khi được đọc tác phẩm Người Đi Trên Mây, Sa Mạc, Bụi và Rác. Aki đã bị cuốn hút ngay với tác phẩm Người Đi Trên Mây vì mối quan tâm của cô về môi trường, hoàn cảnh sinh hoạt của Sài Gòn trước 1975. Aki đã từng sống và làm việc ở Việt Nam hơn 13 năm nhưng là thời kỳ sau 1975. Và cô có ý muốn dịch Người Đi Trên Mây sang tiếng Nhật nhằm chia sẻ một tác phẩm hay với độc giả người Nhật."

Để nói ngắn gọn, thời gian đang cuốn trôi tất cả, nhưng tác phẩm *Chân Dung Văn Học Nghệ Thuật và Văn Hóa* của Ngô Thế Vinh sẽ vẫn ở mãi với văn học Việt Nam, vừa là sử liệu, vừa là chứng liệu, vừa là nhận định văn học từ chính một người cùng chia sẻ nỗ lực sáng tạo một thời. Nơi một góc thư viện, tác phẩm của Ngô Thế Vinh vẫn là độc đáo, và những dòng chữ đó – dù là viết về dòng sông Mekong hay về dòng sông Văn học – cũng là từ máu tim của ông.

NGUYÊN GIÁC PHAN TẤN HẢI

Little Saigon, tháng 8/2017

CON ĐƯỜNG MẶC ĐỖ
TỪ HÀ NỘI SÀI GÒN
TỚI TRƯA TRÊN ĐẢO SAN HÔ

Chân dung Mặc Đỗ
(photo by Trần Cao Lĩnh)

Mặc Đỗ nhà văn, nhà báo, dịch giả là một trong những tên tuổi của văn học Miền Nam trước 1975. Sau 1975, sang Mỹ tỵ nạn ở cái tuổi 58 còn tràn đầy sức sáng tạo nhưng anh đã chọn một cuộc sống quy ẩn, chữ của Mai Thảo. Mặc Đỗ gần như dứt khoát không xuất hiện hay có tham dự nào trong sinh hoạt cộng đồng văn chương ở hải ngoại - (biển ngoài, chữ của Mặc Đỗ), thái độ chọn lựa đó khiến tên tuổi anh hầu như rơi vào quên lãng.

TIỂU SỬ MẶC ĐỖ

Tên thật: Đỗ Quang Bình, sinh năm 1917 tại Hà Nội trong một gia đình Nho học nhưng hấp thụ một nền văn hóa Tây phương. Học Luật nhưng không hành nghề và chọn viết văn. Tên Mặc Đỗ được thân phụ đặt cho, có nghĩa là người họ Đỗ trầm lặng. Khởi đầu viết khá sớm các truyện ngắn, kịch và dịch sách đăng báo. Sau Hiệp định Genève 1954 di cư vào Nam, cùng với Nghiêm Xuân Hồng, Vũ Khắc Khoan thành lập nhóm Quan Điểm, chủ yếu xuất bản sách của các thành viên trong nhóm. Về sinh hoạt báo chí, Mặc Đỗ đã cùng với các nhà văn Vũ Khắc Khoan, Tam Lang Vũ Đình Chí, nhà thơ Đinh Hùng, Như Phong Lê Văn Tiến, Mặc Thu Lưu Đức Sinh sáng lập tờ nhật báo Tự Do đầu tiên ở Miền Nam. Sau 1975 Mặc Đỗ tỵ nạn sang Mỹ.

Tác Phẩm:

Bốn Mươi (1956), *Siu Cô Nương* (1958), *Tân Truyện I* (1967), *Tân Truyện II* (1973), *Trưa Trên Đảo San Hô* (2011), *Truyện Ngắn* (2014), chỉ trừ *Tân Truyện II* (1973) do Nxb Văn, sách Mặc Đỗ đều xuất bản với tên Nxb Quan Điểm.

Dịch Thuật:

Lão Ngư Ông và Biển Cả / Ernest Hemingway (Quan Điểm 1956); *Con Người Hào Hoa* / F. Scott Fitzgerald (Quan Điểm 1956); *Một Giấc Mơ* / Vicki Baum (Cảo Thơm 1966); *Người Vợ Cô Đơn* / François Mauriac (Cảo Thơm 1966); *Thời Nhỏ Trong Gia Đình Luvers* / Boris Pasternak (Văn 1967); *Tâm Cảnh* / André Maurois (Văn 1967); *Anh MÔN* / Alain-Fournier (Cảo Thơm 1968); *Vùng Đất Hoang Vu* / Leo Tolstoi (Đất Sống 1973); *Giờ Thứ 25* / Virgil Gheorghiu (Đất Sống 1973).

Trong *Mộng Một Đời*, rất sớm từ thuở niên thiếu, Đỗ Quang Bình - chưa có bút hiệu Mặc Đỗ, đã nuôi mộng trở thành nhà văn. Anh tự sự: *"Để luyện văn phong, người trai chọn phương pháp đúng nhất là dịch văn ngoại ra Việt văn. Kỹ thuật viết của những tác giả truyện đã dịch đã giúp khá nhiều cho việc hoàn thiện những cấu trúc*

Bìa tiểu thuyết *Bốn Mươi* của Mặc Đỗ *(Nxb Quan Điểm, Sài Gòn 1957, nguồn: internet)*

cho truyện dài dự định sẽ viết." Lựa chọn của Mặc Đỗ có tác dụng "đôi": một viên đá bắn 2 con chim / kill two birds with one stone, anh tạo được một văn phong rất Mặc Đỗ với ảnh hưởng nền văn học Tây phương, và thành quả tiếp theo là các tác phẩm dịch thuật của Mặc Đỗ từ hai ngôn ngữ Pháp và Anh sang tiếng Việt rất chuẩn mực và tài hoa, đã như một phần sự nghiệp thứ hai của anh bên cạnh sự nghiệp sáng tác. Các sách dịch của anh được liên tục tái bản những năm về sau này.

HƠN NỬA THẾ KỶ

Về tuổi tác Mặc Đỗ hơn tôi hơn một thế hệ. Rất sớm đọc văn anh từ tiểu thuyết *Bốn Mươi* (1957), *Siu Cô Nương* (1959) tới *Tân Truyện* (1967). Tôi có mối giao tình với anh từ thập niên 1960, cho đến nay cũng đã hơn nửa thế kỷ. Cảm tưởng khi mới gặp, anh có phong cách của một nhà văn.

Khi tôi chọn học Y khoa, làm báo Sinh Viên Tình Thương và bắt đầu viết báo viết văn. Báo Tình Thương Y khoa có gửi biếu anh.

Năm 1962, một bản thảo truyện dài được viết xong, tôi gửi tới hai anh Mai Xuyên Đỗ Thúc Vịnh *Bóng Tre Xanh*, và Mặc Đỗ *Bốn Mươi* đọc trước. Từ hai anh tôi đã nhận được những lời phê bình thẳng thắn.

Anh Đỗ Thúc Vịnh chú trọng tới sự trong sáng và văn phạm của tiếng Việt cùng với vốn sống của người viết, anh rất quan tâm tới thế hệ *Những Người Đang Tới*, cũng là tên một tác phẩm khác của anh sau này. Nhà văn Đỗ Thúc Vịnh thì nay đã mất (1920-1996), vậy mà cũng đã ngót 20 năm qua rồi.

Anh Mặc Đỗ có quan niệm, với người trẻ bắt đầu viết văn nên tập viết truyện ngắn trước và kỹ thuật là phần quan trọng. Tác phẩm đầu tay của tôi không phải là tập truyện ngắn mà là một cuốn tiểu thuyết. Về chọn lựa bước khởi đầu này, tôi đã không theo được lời khuyên của anh. Mây Bão xuất bản 1963 với nguyên vẹn nội dung và mẫu bìa là của người bạn tấm cám họa sĩ Nghiêu Đề.

Do gần nửa phần đời sau ở hải ngoại, từ 1975 cuộc sống nhà văn Mặc Đỗ gần như khép kín, thật khó để vẽ một chân dung toàn diện về anh. Chọn lựa và trích dẫn từ những bức thư anh gửi cho tôi, bớt đi những phần quá riêng tư có lẽ giúp bạn đọc biết được nhiều hơn về một nhà văn Mặc Đỗ quy ẩn.

Sang thế kỷ 21 kỷ nguyên của computer, Mai Thảo thì vẫn cứ ẩn nhẫn viết tay kể cả trên những phong thư hàng tháng gửi báo Văn tới từng độc giả dài hạn, riêng anh Mặc Đỗ vẫn thủy chung với chiếc máy chữ xách tay thuở nào. Các thư anh gửi cho tôi đều là thư đánh máy. Chỉ một bức thư hiếm hoi hoàn toàn viết tay của anh mà tôi có được là do một tai nạn, chiếc máy chữ yêu quý thiết thân của nhà văn Mặc Đỗ bị rơi và hư gẫy. Ít lâu sau đó, anh được một ông bạn ở Pháp tặng cho một máy đánh chữ khác như món quà Giáng sinh, từ đó tôi lại nhận được những lá thư đánh máy, chỉ với chữ ký là thủ bút của anh.

Cher Vinh,

Tôi lọng cọng đánh rơi cái máy chữ yêu quý, nhà thương Mỹ thích thay parts hơn là chữa, trong khi chờ một bàn tay Á đông đành nắn nót viết, tập trung vào mấy ngón tay mệt óc quá, cho nên chỉ có thể ngắn gọn, trang thư qua printer mất personality.

Bìa tạp chí Văn số 2, tháng 8, 1982: *Mỗi kỳ một Chân dung Văn chương: Mặc Đỗ Quy Ẩn - Mai Thảo (nguồn Da Màu)*

Bìa tiểu thuyết *Siu Cô Nương* của Mặc Đỗ, Nxb Quan Điểm 1959 *(tư liệu Nguyễn Quốc Thái)*

Cám ơn Vinh đã cho tôi thấy Vinh rõ hơn nữa. Nhúm lửa trong tôi, có trước ngày tôi nghe lời bạn chôn bản thảo "Đứng ngồi không yên" dưới ba lớp giấy gói và gác lên nóc tủ, nhúm lửa đó tôi thấy thấp thoáng đôi chỗ qua những lời đối thoại của Vinh. Sau ngày đó bút của tôi không tìm thấy AN nữa - chữ AN Phật dạy. Mừng thấy bút Vinh vẫn AN.

Kết luận, thấy Vinh hơi lạc quan. Nhìn thêm cái "nửa vời", ngắm con người chúng sinh. Yêu nước cũng là một thứ tham. Thân, (Mặc Đỗ, Feb 5 1996)

TỪ BỐN MƯƠI SIU CÔ NƯƠNG TỚI TÂN TRUYỆN

Bốn Mươi (1957) là một tiểu thuyết, Mặc Đỗ viết về giai tầng trí thức tiểu tư sản, ở cái tuổi không còn ngờ vực "tứ thập nhi bất hoặc";

họ xuất thân từ những gia đình giàu có, đi du học rồi tốt nghiệp, trở về nước và sống trong sự xa hoa của một xã hội thượng lưu. Họ là những chính khách salon, theo cái nghĩa rất thời thượng, tự đồng hóa với giai tầng sĩ phu trước kia, rất xa lạ với đời thường nhưng có ảnh hưởng trên chính trường, họ tin vào vai trò lãnh đạo của giai cấp trí thức tiểu tư sản trong cuộc chiến Quốc Cộng.

Siu Cô Nương (1959) là tiểu thuyết thứ hai của Mặc Đỗ, viết về ba người đàn ông và hai phụ nữ trong bối cảnh một Miền Bắc 1954, sau hiệp định Genève khi một Việt Nam sắp chia đôi. Ba người đàn ông ấy cũng thế hệ bốn mươi có lý tưởng, tin vào vai trò lãnh đạo giai tầng trí thức tiểu tư sản với chủ trương xây dựng một chế độ dân chủ kiểu Tây phương - không chấp nhận cộng sản. Và họ giã từ Hà Nội, di cư vào Miền Nam - tỵTần, hai chữ Mặc Đỗ viết liền, dùng sau này để chỉ những cuộc lánh nạn cộng sản. Không gian sinh hoạt của các nhân vật trong Siu Cô Nương trải rộng hơn Bốn Mươi nhưng vẫn là một thứ xã hội trên cao, với mấy mối tình ngang trái, tất cả chỉ cái cớ cho những tình huống lịch sử mà viễn kiến của nhà văn là cái nhìn tiên tri.

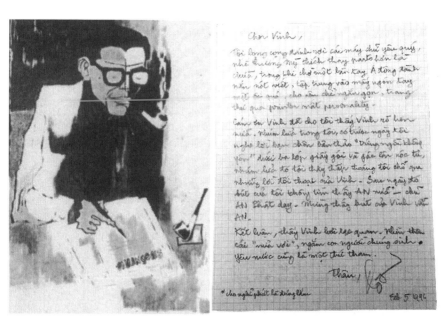

trái: Mặc Đỗ qua nét vẽ Tạ Ty *(nguồn: Gió O)* phải: Thủ bút Mặc Đỗ, thư riêng gửi Ngô Thế Vinh, Feb 5,1996

Cũng để nhận ra rằng: cái thème chính của tác phẩm *Bốn Mươi, Siu Cô Nương* là cuộc đấu tranh giai cấp, đưa tới cuộc nội chiến Nam Bắc kéo dài 20 năm sau đó. Với hậu quả là cuộc tyTần lần hai sau 1975 với hàng triệu người Việt Nam tung ra khắp thế giới.

Hãy để chính Mặc Đỗ nói về tác phẩm *Siu Cô Nương* của mình: *"Tôi nhớ trong đoạn kết Siu Cô Nương một nhân vật trên chuyến xe lửa ra đi ngó xuống những ruộng đồng hai bên đường với những nông dân đang cặm cụi đã thắc mắc, mai ngày những con người kia sẽ thành thù địch ư? Thắc mắc này trải dài trong 500 trang truyện tiếp SCN."* (Thư Mặc Đỗ, Sept 28, 1994)

Tân Truyện I (Quan Điểm 1967) và *Tân Truyện II* (Văn 1973) là hai tập truyện ngắn mà Mặc Đỗ gọi là tân truyện / nouvelle. Mỗi truyện như một viên ngọc của một chuỗi ngọc thể hiện quan niệm dựng truyện ngắn với nhiều vận dụng kỹ thuật của Mặc Đỗ và ngôn ngữ thì giàu hình ảnh nhưng cô đọng và trau chuốt. Mỗi tân truyện của Mặc Đỗ đều để lại cho người đọc một ấn tượng rất đặc biệt và khó quên.

Tưởng cũng nên ghi lại đây quan niệm viết của Mặc Đỗ: *"Từ khi bắt đầu viết tôi đã chọn một đường lối nhất định, không bao giờ đem đời tư của riêng một ai, quen hay không quen vào truyện. Tất cả đều là những nhân vật được cấu thành do những chi tiết, hình ảnh, ngôn từ, đã ghi được qua bao nhiêu dịp quan sát, nhận định; mỗi nhân vật là một hội tụ đúng chỗ của những tài liệu chọn lọc."* (Phụ lục: Truyện Không Thể Viết, Trưa Trên Đảo San Hô. Nxb Quan Điểm 2011)

Một số truyện ngắn trong Tân Truyện I & II được Mặc Đỗ chọn cho in lại trong hai tập truyện *Trưa Trên Đảo San Hô* (2011): 13 truyện và tuyển tập *Truyện Ngắn* (2014); 30 truyện, gồm cả 13 truyện đã in trong tập Trưa Trên Đảo San Hô. Và không có một truyện nào được ghi thời điểm sáng tác.

NHƯ MỘT GIÃ TỪ

Nói rằng nhà văn Mặc Đỗ hoàn toàn không viết gì khi ra hải ngoại thì không đúng. Anh có viết nhưng phải nói là rất ít. Anh đã góp bài cho ấn bản đầu tiên báo Lửa Việt với truyện *Cái Áo Len Màu Rêu,* anh cũng góp bài cho Tạp Chí Văn Học Nghệ Thuật của Võ Phiến gồm các bài nhận định văn học, truyện ngắn trong những số đầu tiên: số 1 (*Kế hoạch chống đàn bà*, truyện ngắn), số 2 (*Làm văn học nghệ thuật trong hoàn cảnh ty nạn*), số 4 (*Văn Nghệ Việt Nam ở hải ngoại*), số 7 (*Con người Nga trong khuôn đúc cộng sản*) VHNT bộ cũ (1978) (http://tapchivanhoc.org).

Trong một thư riêng anh viết: *"Một hai năm đầu khi mới đến đây tôi có viết đôi chút để tiếp tay vài bạn cũ ra báo trong khi còn hiếm bút, sau này làng ta trở nên phồn thịnh thì tôi yên tâm ngồi im, trừ một số nhỏ dịp phải trả nợ nhiều số báo được tặng không (Văn, Thời Tập) thì có đóng góp một chút."* (Mặc Đỗ 25/08/1991)

Và một năm sau, trong lá thư đánh dấu 17 năm tyTần, anh viết: *"Từ hôm qua tôi bắt đầu nhận được báo Xuân, sớm nhất là Văn (của nhà văn Mai Thảo, ghi chú của người viết). Vui thấy bạn còn nhớ cho báo đều đặn, đọc báo thì chẳng mấy vui. Rất hiếm đọc những bài viết cho thấy cái công phu của người trau chuốt nghệ thuật. Luôn luôn nổi rõ sự vội vàng sản xuất và vội vàng chấp nhận... Sự đời ở biển ngoài đã biết rồi, thưởng thức hiếm có dịp, thành ra chẳng thấy vui."* (Mặc Đỗ 11/01/1992)

Trong sáng tác, Mặc Đỗ có quan niệm khá nghiêm khắc, cả với chính anh. Anh luôn luôn nhắc tới kỹ thuật là quan trọng nhất trong việc viết truyện.

Anh kể lại: *"đã mất khá nhiều bạn trẻ đa cho tôi đọc bản thảo hay sách đã in vì tôi rất thẳng trong ý kiến đưa ra sau khi đọc, tôi cũng than chuyện đó với một vài anh bạn già (không viết) thì được trả lời ai bảo đụng tới nhược điểm của người ta! Tôi tiếp tục không nghe lời khuyên đó vì tôi thấy cần phải sòng phẳng với ai có bụng tin tôi và chính tôi nữa..."* (Mặc Đỗ 5/02/1994).

Khi viết về chính anh: *"Riêng phần tôi, sau từng trải và đánh giá mọi khả năng còn lại, tôi bây giờ rất sáng suốt mà bi quan và tiêu cực. Thái độ này tôi giữ từ sau khi tự tay đốt cuốn truyện 'Bong Bóng Bay' kết quả của cả chục năm hì hục."* (Mặc Đỗ 01/11/1995) Cuộc "phần thư" lần này trên đất Mỹ là do chính tay anh, chứ không phải do kẻ bạo Tần của thế kỷ 21.

Rồi ở cái tuổi đã ngoài 90, anh quyết định cho in tập truyện ngắn *Trưa Trên Đảo San Hô* (2011), mà anh gọi là "tác phẩm cuối đời" với một bìa lưng hoàn toàn trống trải chỉ với mấy câu thơ thật thanh thoát:

Tự nhiên thành núi băng
Lục địa lạnh một ngày tách biệt
Lênh đênh vào có không

Trưa Trên Đảo San Hô gồm 13 truyện ngắn, được sắp xếp theo ngược dòng thời gian: 7 truyện đầu được viết thời tỵ nạn (ty Tần chữ của Mặc Đỗ: anh ví chế độ Cộng sản Việt Nam với nhà Tần 221-206 BC được coi là triều đại tàn bạo nhất trong cổ sử Trung Hoa), 3 truyện tiếp theo được viết tại Sài Gòn trước 1975; 3 truyện cuối được viết tại Hà Nội khoảng 1946-52. Mặc Đỗ viết: *"Ba truyện cuối trong toàn bộ cũng là ba truyện đầu tiên tôi viết sau nhiều năm học, tập, và đến lúc tự xét thấy có thể bắt đầu viết."* Chỉ là một tập truyện ngắn nhưng đã ghi dấu ấn ba chặng đường và cũng là ba không gian sáng tác của Mặc Đỗ: Hà Nội, Sài Gòn Việt Nam và Hoa Kỳ.

Trong Lời Cuối, anh tâm sự: *"Thấy tương lai rất ngắn trước mặt (cũng như viễn tượng viết truyện ngắn/dài) tôi tự xuất bản tập truyện này sau một thời gian vắng bóng trong làng văn ở ngoài nước, coi như một giã từ."*

Nhưng rồi tiếp theo đó, ba năm sau "Đứng ngồi không yên" - tên một tác phẩm của anh bị thất lạc, anh lại cho in thêm một tuyển tập *Truyện Ngắn* (2014), gồm các tân truyện viết trước và sau 1975; cả hai tác phẩm tác giả tự xuất bản vẫn với tên Tủ Sách Quan Điểm.

TÁC PHẨM THẤT LẠC

Nhà của gia đình anh Mặc Đỗ ở Sài Gòn, không phải là ngôi biệt thự sang trọng như bối cảnh sinh hoạt của tiểu thuyết Bốn Mươi, chỉ là một căn phố lầu trên đường Trần Hưng Đạo nhưng rất ấm cúng bao năm, sau 30 tháng Tư, 1975 tôi có ghé thăm, trông thật lạnh lẽo, những chiếc ghế nệm bỏ trống, bức tranh lập thể sơn dầu của Tạ Ty rất đẹp cũng không còn treo trên tường nơi phòng khách, sau đó tôi mới được biết cả gia đình Mặc Đỗ đã âm thầm rời Sài Gòn đêm ngày 29 tháng Tư, chỉ một ngày trước đó. Dĩ nhiên, cũng như mọi người, anh chẳng mang được gì ngoài một chiếc túi nhỏ xách tay.

Trong một thư, sau này anh kể rõ hơn về số phận tập bản thảo "Đứng ngồi không yên" và sau đó đã thành tro than ra sao.

"Sau khi hoàn tất cuốn "Đứng ngồi không yên" tôi có đưa cho ba bốn người mà tôi kính trọng, (anh có kể tên nhà văn Nguyễn Đức Quỳnh) vì nhiều lẽ đọc. Tình cờ tất cả chung một nhận định: lắm động chạm đủ thứ! Nhận định đã khiến tôi suy nghĩ và gói kín trọn vẹn bản thảo và tư liệu trong chiếc hộp, cột dây và gắn si cẩn thận với mảnh giấy dán bên ngoài: Để dành cho thế hệ sau. "75 tôi đi rồi thì một thằng cháu chạy đến lục lọi, nó lấy đi cùng với những thứ khác cái hộp tưởng quý lắm. Về nhà nó mở ra rồi vừa tức vừa sợ nó vứt tất cả trong chiếc thùng sắt đổ dầu đốt cháy sạch. Bao tâm tư đốt cháy khói khét lẹt! Mãi sau này tôi được kể lại chi tiết đã tức cười nghĩ, Thế cũng đáng! Đáng đốt!

"Bên trên là nói chuyện với BS NTV, Biệt Cách Dù. Đây là nói chuyện với nhà văn NTV... Vào thu rồi, đang chuẩn bị nhận một flu shot nữa và nhớ lại lũ trẻ trung học Pháp thời trước/ sau TCII gọi những ông bà già là những PPH (Passera Pas cet Hiver/ sẽ không qua khỏi mùa đông này - ghi chú của người viết). Chúng tôi thì chắc chưa!" (Mặc Đỗ, 28/09/1994)

TÁC PHẨM LỚN KHÔNG THỂ VIẾT

Sau Lời Cuối trong tập truyện *Trưa Trên Đảo San Hô* còn có thêm một Phụ Lục *Truyện Không Thể Viết*, Mặc Đỗ tâm sự: *"Với một người viết đáng buồn nhất khi thấy cần thành thật với chính mình và quyết định không thể viết tác phẩm thèm viết... Theo dòng lịch sử đất nước, tôi không thấy thời cơ nào có thể so sánh với gần tròn một thế kỷ qua, với ba biến cố đặc biệt nối đuôi nhau, cùng hết sức giàu sinh động trong muôn vẻ chi tiết. Cảnh khổ ly tán được cụ thể hóa bằng một vụ phân ly giữa hai miền Nam Bắc. Kinh nghiệm độc lập người Việt ở hai miền cùng thâu góp, chất ngất, trong nước mắt. Biến cố thứ hai hào hùng thay! Nhưng đã hiện hình chẳng bao lâu sau, và kéo dài tới nay đã hơn ba mươi năm. (Những dòng chữ này có lẽ Mặc Đỗ viết*

trái: Ký họa chân dung Mặc Đỗ, phải: Bìa *Trưa Trên Đảo San Hô* (2011), tác phẩm giã từ của Mặc Đỗ

khoảng 2005, ghi chú của người viết). Hai biến cố đó xô tới biến cố lạ lùng, ngót hai triệu người Việt Nam thình lình tìm được tới, và bắt đầu mọc rễ trên những bến bờ lạ. Khơi lên từ cảnh đời một cô gái lai Mỹ, thiên truyện mọc lên trong đầu tôi khả dĩ ôm trọn ba biến cố vừa kể... Trong nhiều tháng sau tôi mê mải với đề tài Truyện, ra công sắp xếp cái sườn để gài lên những tình tiết... Ai sẽ viết? Cái vốn quan sát nhận định, rung cảm, chứa sẵn trong đầu, tôi có thể dùng cho phần đầu Truyện. Nhưng từ đêm 29 tháng Tư 1975 tôi đâu còn ở trong nước để quan sát, nhận định, rung cảm nữa... Tôi đã không thể viết... Tôi mong cho tôi, cũng mong cho đông đảo độc giả Việt Nam vì hiện chưa có một tác phẩm nào ghi lại liên tục giai đoạn lịch sử độc đáo vừa bi hùng vừa đáng cười ra nước mắt... Kho tàng đó đang chờ những người Việt Nam dám lãnh vinh dự và trách nhiệm là nhà văn." (TTĐSH, lược dẫn Phụ Lục tr.219-230)

Đó là nỗi buồn và cũng là cái giá rất đắt phải trả của một nhà văn lưu đầy. Không thể viết nhưng Mộng-ngày bao năm trước về một tác phẩm lớn vẫn cứ vất vưởng như một ám ảnh khôn nguôi đối với nhà văn Mặc Đỗ.

Vào đời tràn háo hức
Tiếp theo liền dằng dặc ưu tư
Nhắm mắt còn ưu tư

Bìa tuyển tập Truyện Ngắn (2014) *(tác phẩm giã từ 2 của Mặc Đỗ)*

TÌM CHỮ AN TRONG ĐẠO PHẬT

"Ngay từ thời đọc 'Cạn Dòng' tôi đã buồn thấm thía trước viễn tượng sớm muộn sẽ thành sự thật và nông nỗi bất khả kháng trong thời thế toàn cầu hiện nay. Vinh và các bạn đang theo đuổi một cố gắng đúng, rất nhiều người khác tại các nước khác cũng theo đuổi những cố gắng khác với chung một mục đích cứu vãn đời sống trên mặt đất, khổ một nỗi loài người bây giờ quá ham tranh chấp đạp lên mọi lẽ phải. Sinh thời nhà tôi chúng tôi thường nhìn nhau, thu gọn mối sầu mênh mông vào một vòng nhỏ với cảm nghĩ: Tội nghiệp lũ con, cháu, chắt... sinh sau! Cũng như tôi, bất cứ độc giả nào đọc 'Nghẽn Mạch' không thể không xúc động trước những sự thật đã hiển hiện sớm hơn cả viễn tượng lo lắng." (Mặc Đỗ 06/04/2007)

Dưới bức thư đánh máy, anh Mặc Đỗ có thêm một dòng tái bút viết tay: *"Vinh có nghĩ tới trận chiến lớn sẽ có thể xảy ra và Việt Nam sẽ hứng chịu?"* Với một Biển Đông hiện đang ầm ầm dậy sóng hình như sắp chứng nghiệm cho lời tiên tri của anh. Mặc Đỗ luôn luôn nói tới chữ AN (viết hoa) trong đạo Phật. Cũng vẫn chữ "AN" trong một thư từ Austin, Texas anh viết:

"Cher Vinh, Năm nay Xuân từ Đồng Bằng Cửu Long không đem 'AN' đến cho tôi. Đọc 'Tìm về' * trước Tết, cái arrière-goût dai dẳng

từ trước cho đến sau Tết, không dứt. Tôi còn nhớ hồi nhỏ ở nhà khi có đám giỗ lớn, họp đông họ hàng, hay có một vài vị lớn tuổi, không hiểu dòng dõi với tiền nhân như thế nào nhưng đã được nghe truyền lại, kể thành tích chiến công Nam Tiến với những chi tiết... Mỗi lần Me tôi thường khóc và nói rằng, oán thù bao giờ rũ cho sạch được! Tết năm nay tôi cứ bị ám ảnh bởi nhận định bi thương đó... Bây giờ sắp tới thời không còn giấu bụi dưới thảm, càng buồn hơn. Nén buồn xuống chỉ còn mơ ước: Con người VN hồi tỉnh và biết nắm tay nhau cùng đối phó, và đối thoại." (Mặc Đỗ, 18/02/2000)

* (Tìm Về là tên một chương sách Tìm Về Phương Đông, trong *Cửu Long Cạn Dòng Biển Đông Dậy Sóng*, Nxb Văn Nghệ 2000)

Ba nhà văn chủ lực trong nhóm Quan Điểm mà tôi được biết, phần cuối cuộc đời đều có khuynh hướng tìm về đạo Phật. Tuyết Ngưu Vũ Khắc Khoan của *Thành Cát Tư Hãn* nơi xứ Vạn Hồ miệt mài với Đọc Kinh và nghe Kinh, để rồi "lâng lâng trong mù sương nơi ngưỡng cửa pháp hội, một mình." (1917-1986), Tịnh Liên Nghiêm Xuân Hồng của *Cách Mạng và Hành Động* (1920-2000) sau 1975 tịnh tu, mang nặng suy tư từ những trang Kinh Lăng Nghiêm, viết sách Phật và giảng dạy Phật Pháp. Vũ Khắc Khoan và Nghiêm Xuân Hồng thì đã lần lượt ra đi trong sự thanh thoát và cả lặng lẽ tiếng kinh kệ. Mặc Đỗ thì sống quy ẩn từ bao năm như một hành giả không ngừng đi tìm một chữ AN trong đạo Phật.

XƯỚNG HỌA VÀ KHAI BÚT

"Hôm cuối năm, ông bạn già, anh Đoàn Thêm (nhóm Bách Khoa, tác giả Những Ngày Tháng Không Quên, ghi chú của người viết) làm bài thơ 'Than già' gửi cho bạn già đọc. Bài thơ có năm vần rồi-trôi-nòi-thôi-hồi. Một bạn già khác họa lại, rồi lác đác nhiều bạn già khác cũng họa. Thấy anh em vui tôi cũng nhảy vô, tuy trong đời đây là lần thứ hai tôi thử trò chơi nghĩ rằng chỉ dành cho các bậc túc nho. Nhảy vô thấy cũng thú giống như thú chơi mots croisés chẳng hạn... Tôi chép hai bài tặng Vinh đọc chơi làm quà cuối năm. Chơi trò xướng họa mới thấy cái thú vận dụng tiếng Việt, một vần có thể xoay chuyển qua nhiều nghĩa. Càng thú nữa là xướng họa không để đăng báo, thành danh. (Mặc Đỗ 11/01/1992)

DƯ SINH

Lời đẹp nghìn xưa đã dạy rồi
Đời người lãng đãng bóng mây trôi
Ý tham đeo đẳng không đành thoát
Muôn kiếp sinh sôi vẫn một nòi
Nợ nước tình nhà và sự nghiệp
Tuyết sương rồi cũng thế mà thôi
Sống thừa mới thấy thừa chi lắm
Lão giả chen nhau kiếm chỗ ngồi
(Mặc Đỗ)

NĂM MỚI

Đã đến thời thôi đếm tuổi rồi
Ngồi bên bờ cỏ để buông trôi
Cúi đầu cố học ngu không hết
Nghển cổ tầm sư lạc mất nòi
Tính sổ cuộc đời nhiều mực đỏ
Bài thua úp xuống xóa đi thôi
Cười xem thời vận mong Bùi Tín
Áo gấm về quê chẳng mấy hồi
(Mặc Đỗ)

Phải nói là ngạc nhiên đến thú vị khi thấy một người theo Tây học như Mặc Đỗ, mới bước vào trường thơ xướng họa mà về vần và niêm luật, nhất là bài thứ hai Dư Sinh anh đã đạt được tới mức độ gần hoàn chỉnh.

"Sáng mùng một tết Tây 2003, tỉnh dậy nằm suy ngẫm chợt nhớ tới những người Việt Nam lưu lạc khắp nơi", anh Mặc Đỗ gửi tặng tôi bài thơ mới làm.

KHAI BÚT

(Giao thừa lẻ hai vào lẻ ba)
Những khớp xương nghe đời phôi pha

Nhưng như xưa tấm lòng vẫn ấm
Tiễn đưa chào đón chén trà đậm
Cuộc tình trời đất dài thăm thẳm
Hai bàn tay khép mời nguyện ngắm
Theo nén nhang sợi khói bay cao
Những mối yêu nguyên vẹn thuở nào
Một mình bầu bạn không trăng sao
Tư bề không tiếng sóng dạt dào
Thời gian ngồi lại không chờ đợi
Buồn vui không cũ cũng không mới

(Mặc Đỗ)

CHUẨN BỊ MỘT CHUYẾN ĐI THANH THẢN

Sau ngày Chị Mặc Đỗ mất, là một chấn thương lớn đối với anh, cả về tinh thần và sức khỏe. Mối quan tâm lớn của anh là chuẩn bị cho riêng mình một chuyến đi thật nhẹ nhàng và thanh thản. Anh kể: *"Tôi có một ông bạn Pháp 14 năm nuôi vợ ở tình trạng living death."*

Năm 2006, anh đã tự tay viết một di chúc về sức khỏe / Advance Medical Directives of Binh DoQuang, anh chia sẻ điều đó với tôi như một witness / nhân chứng ở xa, do tình thân và cũng có thể do nghề nghiệp y khoa của tôi. *"Tôi viết directive bằng Pháp văn cho thật đúng ý nghĩ trước khi dịch ra Anh văn hợp với legalese."*

Anh viết về sự hiểu biết của anh đối với căn bệnh Alzheimer cùng những hậu quả do tiến trình căn bệnh trên người bệnh, gia đình và xã hội và với tất cả sáng suốt - như "một lão giả" chữ của Mặc Đỗ, anh đã thanh thản viết xuống giấy sự chọn lựa của anh:

"Si jamais j'attraperais ce mal Alzheimer, situation bien établie par mon docteur et d'autres spécialistes consultés, je demande que toute nourriture solide et liquide soit interrompue, nourriture ou d'autre substance donnée par quel moyen que ce soit. J'implore tous les membres de ma famille, toutes les autorités judiciares, administratives, religieuses, politiques, et autres, à ne pas s'opposer à ma décision et me laisser périr comme un vieil arbre paisiblement."

Chọn lựa của anh có thể là một tấm gương cho nhiều người, biết chấp nhận chu kỳ sinh diệt như lẽ tuần hoàn của trời đất, nó cũng cứu vãn cho một nền y tế Mỹ đang bị phá sản / bankrupt chỉ vì vẫn muốn duy trì lâu dài những cuộc sống thực vật / vegetative state hay living death, vẫn chữ của anh Mặc Đỗ.

Năm 2015, đã chín năm sau ngày anh viết di chúc sức khoẻ ấy, sáng nay từ nhà thương nơi tôi làm việc, rất vui mới được nói chuyện điện thoại khá lâu với anh (14/06/2015), vẫn là một nhà văn Mặc Đỗ giọng nói còn sang sảng và tinh thần thì rất ư là minh mẫn. Phải chăng một phần do gene, phần kia do một cuộc sống kỷ luật từ thời còn rất trẻ, sáng dậy sớm tập thể dục tắm nước lạnh và sống điều độ suốt những năm sau đó, có thời ở Sài Gòn anh đã chọn chế độ dinh dưỡng gạo lứt muối mè, có lẽ vậy mà anh dễ dàng sống tới trăm tuổi, vẫn tự sinh hoạt độc lập với nguyên vẹn phẩm chất của cuộc sống. Một ngày nào đó mong còn xa, sự ra đi của anh theo quan điểm y khoa sẽ được coi như một cái chết tự nhiên / natural death, như một cây cổ thụ khô và tự héo dần - vẫn chữ của nhà văn Mặc Đỗ.

DI BÚT MẶC ĐỖ: MỘNG MỘT ĐỜI

Ngô Thế Vinh quý mến,

Tôi gửi Vinh bài viết này để Vinh, người duy nhất đọc, sau đó cất giữ kỹ chờ tới khi thân xác tôi đã ra tro sẽ cho một báo nào Vinh xét nên để đăng. Nếu tình cờ khi đó có báo làm một số chủ đề về đời văn của tôi, bài này đứng chung với những bài khác, thì đẹp nhất.

Từ bao nhiêu năm nay tôi muốn viết ra nhưng thấy buồn quá, mãi tháng trước tôi nghĩ nên viết khi cái đầu còn thật tỉnh, viết rồi suy nghĩ biết Vinh thật tình với tôi và hiểu làng báo và những người làm báo nên trao tay Vinh. Vinh vui lòng nhận gửi gắm cuối đời của tôi...

Mặc Đỗ

Một chú bé lớn lên hai vai đeo hai thứ ngôn ngữ, ngôn ngữ mẹ dĩ nhiên và một ngoại ngữ tình cờ quen khá sớm. Đồng thời lọt tai cũng khá sớm là những tình tiết trong truyện Tàu, Quốc văn, Pháp văn cùng

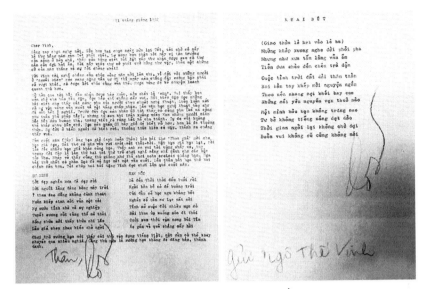

Mặc Đỗ xướng họa
(tư liệu Ngô Thế Vinh)

Khai bút đầu Xuân
(tư liệu Ngô Thế Vinh)

với Truyện in dấu sâu và đậm trong cuộc đời chú bé đó. Vì mê thích nghe đọc truyện từ khi chưa biết đọc cho nên bắt đầu đi học chú bé đã ham học để được đọc nhiều. Ngày một thêm quen đọc tự nhiên mọc trong đầu chú bé, tuần tự theo tuổi lớn, ước vọng rồi đây cũng sẽ viết.

Có hai sự việc xảy ra trong dịp Hè sửa soạn lên trung học, việc thường ngày dễ quên đi nhưng hầu như định đoạt tương lai chú bé. Thằng bạn thân con một gia đình Pháp ở gần nhà đi nghỉ mát, chú bé vắng bạn chơi, quanh quẩn ở nhà chả biết làm gì, trên mặt tủ có một cuốn sách mỏng khổ nhỏ, cầm sách ra vườn tới ngồi gốc cây đọc. Thấy nhan đề trên bìa sách chú bé đã toan đem trả lại trên mặt tủ nhưng tò mò thử đọc vài trang, rồi mê mải đọc hết hơn hai mươi trang chữ nhỏ kể nỗi khổ của một cô gái, bơ vơ về nhà chồng, trải qua bao nhiêu là xét nét, bắt bẻ của bà mẹ chồng và hai cô chị chồng. Cũng phải đợi một ngày sau chú bé mới có dịp hỏi Mẹ và được Mẹ cho biết về những cảnh làm dâu khá thông thường trong xã hội ta thời đó ở tỉnh hay quê. Không phải một lần bà mẹ nói hết, rất nhiều dịp sau đó hai Mẹ con ngồi gốc cây Mẹ kể con lắng tai.

Nhà văn Mặc Đỗ 95 tuổi, hình chụp tháng
10/2012 *(tư liệu Trần Huy Bích)*

Việc thứ hai xảy đến sau ngày chú bé vắng bạn và bắt được cuốn sách lạ. Thằng bạn trở về nhà, hai đứa lại thường gặp nhau. Một buổi trưa hai đứa ngồi đánh cờ ô-vuông trên lầu trong phòng bạn chợt chú bé nghe vọng từ dưới sân sau lên giọng hò Huế. Chú bé lắng tai câu được câu chăng nhưng cũng nghe rõ một câu: 'Chiều chiều ra đứng ngõ sau/Trông về quê mẹ ruột đau chín chìu.'

Câu hò rất buồn thức động trong tim chú bé những điểm đã được Mẹ kể cho nghe về cảnh làm dâu. Tiếng hò cứ như là sự thật hiển hiện từ miệng một nàng dâu bị tách biệt với gia đình mẹ.

Ngay sau khi từ nhà bạn trở về chú bé tìm Mẹ, nói chắc nịch với Mẹ: Lớn lên con sẽ viết truyện, viết về những cảnh làm dâu. Đáp lời Mẹ nhắc phải theo nếp nhà học hành đến nơi rồi mới chọn một nghề nào, chú bé hứa sẽ chăm học để có một căn bản kiến thức đã. Tuy nhiên giọng hò trưa đó đã đưa lời phong dao vút cao trong trí nhớ, ám ảnh mãi, song song với cố gắng học tại trường.

Trong khi chăm chỉ thâu thái kiến thức trong sách vở chú bé cũng tìm đọc truyện để gom góp hiểu biết về nghề viết qua nghệ thuật của những tác giả truyện. Cộng với lời giảng của thày ở trường qua những tác phẩm trong chương trình học, chú bé học được thêm do ham mê đọc nhiều truyện Pháp văn và Pháp dịch trên những kệ sách ở nhà. Đồng thời chú bé cũng ham đọc báo Việt ngữ và nhớ được khá nhiều chi tiết về đời sống trong những tin hằng ngày. Hồi chú bé mới lên trung học nhật báo nhà mua là tờ Trung-Bắc Tân-Văn. Cơ duyên đưa tới mắt chú bé một cơ hội học ảnh hưởng mãi tới đời văn sau này. Trong một thời gian dài chừng cả năm, mỗi sáng mở hai trang giữa của tờ báo bốn trang chú bé đều thấy một ô vuông giữa mấy cột tin ngắn trên trang 2, ô vuông quảng cáo cho cuốn sách tựa đề 'Mặt-Nạ Cộng-Sản.' Chú bé hỏi anh được chỉ rằng 'Cộng-Sản' dịch từ Pháp communisme, lớn lên sẽ hiểu rõ. Đã tò mò hỏi chú bé càng tò mò hơn bèn đến trường hỏi thày.

May mắn chú bé hỏi đúng một thày rất quan tâm tới communisme. Gần trọn một buổi sáng thứ năm trò đến tận nhà thăm thày để hỏi. Thày lấy từ trên kệ xuống một cuốn sách đưa tay chú bé và bảo cuốn sách được quảng cáo là bản Việt dịch của cuốn này, cuốn này lại là bản Pháp dịch của nguyên bản Đức văn, nhưng tác giả lại là một người Bỉ. Thày giảng rất kỹ về ý niệm cộng sản được đề ra từ xa xưa lắm lắm nhưng mới được đem ứng dụng từ đầu thế kỷ Hai Mươi với những áp dụng chẳng tốt đẹp còn quá xa với ý nghĩa ban đầu. Thày cho mượn sách đem về đọc và hẹn đọc xong sẽ trở lại thày nói chuyện nữa. Trò đem sách về đọc kỹ, sáng thứ năm tuần sau đến nhà thày trả sách cùng với thắc mắc: Nhan đề cuốn Pháp dịch không giống trên cuốn Việt dịch với tựa đề Le Masque du Communisme, phải chăng hai cuốn khác nhau. Thày cầm sách mở trang bìa chỉ một hàng chữ nhỏ: Tựa đề nguyên tác Đức ngữ Moskau Ohne Maske bản Pháp ngữ dịch sát Moscou Sans Voiles chỉ thay Maske bằng Voiles văn vẻ hơn, đúng điệu Pháp văn. Bản Việt dịch đổi hẳn ra Cộng Sản dễ hiểu hơn đối với độc giả Việt-Nam.

Tiếp theo thày bày cho trò hiểu dụng ý của tác giả: Thời âm mưu cướp quyền Nga hoàng những người sôviết Nga có tờ báo chui mang

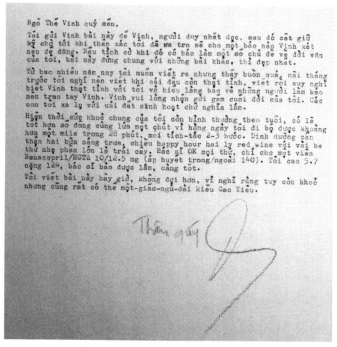

Di bút Mặc Đỗ gửi Ngô Thế Vinh, cùng di cảo "Mộng Một
Đời", sau này được biết "Mộng Một Đời" đã được nhà văn
Mặc Đỗ cho phổ biến trước đó, *(tư liệu Ngô Thế Vinh)*

tên Pravda (Sự thật) phơi trần tệ trạng của chính quyền. Lật đổ Nga
hoàng rồi Pravda trở thành cơ quan tuyên truyền chính thức. Tác giả
bóc mặt nạ che đậy những sự thật kể trong sách ngụ ý nói chế độ sôviết
cũng đầy những sự thật tương tự thời Nga hoàng. Sự thật bị Pravda đả
kích của thời xưa và sự thật sôviết của thời sau đều là sự thật. Chú bé
ra về ngẫm lời giảng của thày cứ lẩm nhẩm mãi: sự thật thật. Ý nghĩa
của ba chữ đó theo mãi bước đường trở thành nhà văn, trong trí nhớ từ
tuổi nhỏ cho tới khi thành người lớn. Sự thật nào cũng là sự thật, khi
viết ta cứ bày ra những mắt-thấy tai-nghe, mô tả rõ sự thật.

Chủ ý đi tìm sự thật để viết vào truyện đã khiến chú bé, cho tới
khi trở thành một người trai khôn lớn, dồn hết mỗi thời gian ngoài học
đường vào đi đây đi đó quan sát đời sống và cảnh trí trên một phần
lớn miền Bắc. Với chiếc xe đạp khá nhẹ-kí đạp tới những nơi gần, xa
hơn thì đưa lên mui xe-hàng hay toa hạng tư xe-lửa rồi đạp tới nơi gần

quanh, chú bé gặp người và ghi nhớ cảnh. Đây đó vùng đồng bằng, quá lên trung du và, cũng có mấy lần có thể ở lại lâu, leo lên mấy địa điểm Đông-Bắc như Móng-Cái, Lạng-Sơn, Tây-Bắc như Lào-Cai vào sâu tận Chapa. Đáng kể trong nhiều dịp đi đây đó có những cơ hội đến thẳng nhà quen hay được người quen giới thiệu và được nghe nhiều, biết nhiều chuyện, gặp chính những đương sự. Thu góp tài liệu không ghi nhớ trong mắt trong tai mà thôi, người trai tự bày phương pháp viết hết ra giấy trong những cuốn vở học trò 'Cent pages' rất phổ thông thời đó, những cuốn bìa xanh ghi về vùng tỉnh nhỏ và thôn quê, bìa đỏ dành ghi mắt tò mò và tai lắng nghe tại thành phố. Ghi chép hết sức chi tiết, chẳng hạn như có một cuốn riêng ghi tên chữ và tên tục của mỗi làng xóm đi qua. Trong nhiều ngày ở lâu một dịp nghỉ Hè tại Đồng-đăng, thị trấn gần Lạng-Sơn sát biên giới Trung-Hoa với ải Nam-Quan, người trai quen thân với một cô gái Thổ. Một chiều đứng bên góc mận chi chít quả cô gái hái quả mận chín cắn một nửa rồi đưa tới môi bạn và hát lên câu phong dao: 'Mác mận đây kin quá mác mòi' (Quả mận ăn ngon hơn quả mơ).

Lẽ tất nhiên bạn ăn nửa trái của mình, và nhớ mãi mùi vị của câu phong dao, cũng như những chi tiết khác trong những dịp đi thu góp tài liệu để dành viết. Hơn mười năm từ trung học lên hết đại học người trai tích tụ được một kho tài liệu ghi chép, và cất giữ như sách báo, tất cả chất đầy dưới gậm giường sắt cao cẳng mỗi đêm ngủ.

Vừa xong đại học người trai có một công việc thích hợp tại miền Nam. Nhận việc người trai có chỗ ở riêng, một villa nhỏ không mất tiền thuê, và hằng tháng trương mục ở Đông-dương Ngân-hàng lại khá no. Hơn thế nữa thời giờ ngoài việc còn rộng để trau giồi khả năng thành nhà văn, mục đích chính trong đời. Để có thể viết người trai cần tập cho có một văn phong riêng và một vốn chữ Việt dồi dào. Từ điển Hán-Việt Đào-Duy-Anh 605 trang được người trai hầu như học thuộc. Luyện văn phong người trai chọn phương pháp đúng nhất là dịch văn ngoại qua Việt văn. Mới đầu dịch từng đoạn ngắn sau chuyển qua cách khó hơn là dịch toàn truyện. Gọn gàng từng truyện Pháp hay Pháp dịch được chuyển qua Việt văn, chồng chất sau những năm học tập. Vụ tập này sau được thiên hạ coi như một thành công trong nghề viết của người trai. Mải mê học chữ và luyện văn người trai không quên những dự tính sẽ dùng kho tài liệu đã thu góp. Kỹ thuật viết của những tác giả truyện đã dịch giúp khá nhiều vào việc hoàn thiện trong đầu những cấu trúc cho năm truyện dài dự định sẽ viết.

Trở lại trước khi dời Hànội vào Nam nhận việc vấn đề lớn của người trai là thu gọn và cất giữ kho tài liệu dưới gầm giường ngủ. Người trai đến phố Hàng-Hòm tính mua một cái thùng gỗ lớn bắt gặp hai cái thùng bề ngoài cũ nhưng rất chắc chắn lại có khóa tốt với đủ hai chiếc chìa khóa của mỗi thùng. Nhà hàng cho biết đó là thứ hòm tư trang réglementaire của binh sĩ Pháp. Tuy cũ nhưng khá rẻ người trai mua liền hai cái hòm lính, đem về xếp vừa đầy chỗ cho mớ tài liệu. Hai chiếc hòm được gửi lại nhà cha mẹ. Bà Mẹ bấy lâu vẫn để mắt dõi theo công khó chuẩn bị viết truyện của cậu cưng, hai hòm tài liệu sẽ được Mẹ lo cất giữ cho.

Bao nhiêu là thay đổi lớn đã xảy ra trên đất nước từ sau ngày người trai dời Hànội. Khi người trai trở lại bộ mặt thành phố thân yêu cũng không thay đổi mấy ngoài sự hiện diện khác xa trước của đông binh lính Pháp, khá nhiều bộ mặt Phi-châu.

Về tới nhà bà Mẹ đã sẵn đợi. Con chưa kịp chào, mẹ chẳng nói, hai Mẹ con ôm nhau. Mẹ bỗng òa một tiếng khóc, bốn dòng nước mắt chan chứa nặng muối mặn vì chuyện mất mát do nửa ngôi nhà bị cố ý đốt cháy người con đã được cho biết từ trước. Đám cháy bạo tàn âm ỷ trong mấy ngày, khi bộ đội rút khỏi Hànội, đã thiêu rụi hai cái hòm tài liệu cùng với những đồ vật quý khác của gia đình. Mẹ từng quý báu lượng giá bao nhiêu năm công lao của con, trong khi con hiểu rõ chẳng còn cách chi viết ra được những ấp ủ, không riêng về thân phận những bà mẹ, những chị em gái khổ, nâng niu trong dự định viết. Sau nhiều kinh nghiệm đã học được, qua những tác phẩm đã đọc, người trai cần đề ra, với bao nhiêu chi tiết đã gom góp, những cảnh đời lớn trong đó thướt tha những bóng dáng nữ. Trong đầu hai mẹ con lúc đó chỉ còn thấy một rỗng không man mác đáng khóc hết nước mắt. Mộng một đời đã bay theo luồng khói đen trong đám cháy ác ôn.

Sau đó người trai lo mưu sinh theo khả năng nhưng không bỏ

ham mê từ khi chưa biết đọc và trải qua bao nhiêu năm học, tập. Mỗi khi in xong một tác phẩm người trai đều đem tới trình Mẹ. Mẹ cầm cuốn sách trên tay ngắm nghía mặt bìa trước rồi lật lại ngắm bìa sau, ngước lên nhìn con với tia mắt xót xa thốt ba tiếng buồn ơi là buồn: Thôi cũng được!

Cuối Thu Tân-Mão 2011, tập truyện ngắn thứ ba, tác phẩm cuối đời, được in xong, một bịch 20 cuốn mới ra khỏi nhà in Viên Linh gửi từ Cali qua. Tôi cầm một cuốn trên tay, lật qua lật lại ngắm bìa trước bìa sau, mường tượng nghe ba tiếng yêu thương buồn Mẹ nhiều lần nhắc: Thôi cũng được!

MẶC ĐỖ
(Di cảo Mặc Đỗ gửi Ngô Thế Vinh)

BÀI THƠ HAIKU CUỐI CÙNG

Bài viết "Con Đường Mặc Đỗ Từ Hà Nội - Sài Gòn Tới Trưa Trên Đảo San Hô" hoàn tất ngày 20.06.2015, biết nhà văn Mặc Đỗ không dùng internet, qua Priority Mail tôi đã gửi ngay tới Anh một bản in, tôi nghĩ Anh cũng đã nhận được và đọc bài viết ấy. Thỉnh thoảng tôi vẫn có dịp nói chuyện điện thoại với anh, vẫn một Mặc Đỗ giọng nói còn sang sảng và tinh thần thì rất ư là minh mẫn.

Riêng các con Anh Mặc Đỗ tất cả các chị trong gia đình thì đọc bài viết qua links cùng với email tôi gửi.

Diễn Đàn Thế Kỷ: http://www.diendantheky.net/2015/06/ngo-vinh-con-uong-mac-o-tu-ha-noi-sai.html#more

Anh Vinh,
Vì quá bận rộn nên đến hôm nay mới có thì giờ hồi âm thư anh. Tôi có được đọc một vài bài trong số bài anh gửi cho. Nay có được nguyên bộ để lưu lại, thật thích, cám ơn anh rất nhiều.

Thúy-Nhi
P.S. Tôi đã chuyển email anh đến tất cả các chị em trong gia đình.

Chị Thúy-Nhi, là con gái thứ của nhà văn Mặc Đỗ, cũng là người con gần gũi chung sống và chăm sóc thân phụ cho những năm tháng cuối đời.

Đúng 3 tháng sau 20.09.2015 thì được tin Anh Mặc Đỗ mất. Khi đã bước qua tuổi 98, Anh đã như một cây cổ thụ khô và tự héo dần. Sự ra đi của anh theo quan điểm y khoa truyền thống được coi như một cái chết tự nhiên/ natural death. Nhưng với nền y khoa Mỹ bao giờ cũng phải tìm cho ra một nguyên nhân "bệnh" để ghi trên Death Certificate của người đã khuất cho dù ở bất cứ ngưỡng tuổi nào.

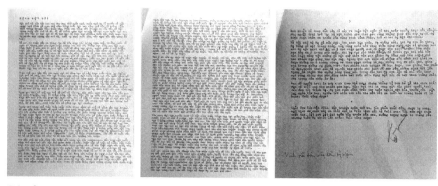

Di cảo *"Mộng Một Đời"* với 3 trang đánh máy và thủ bút Mặc Đỗ: *"Vinh giữ bản này làm kỷ niệm"* (tư liệu Ngô Thế Vinh)

Qua điện thoại, tôi gửi lời phân ưu tới chị Thúy-Nhi và toàn gia đình. Cũng được chị cho biết, theo ý nguyện của cụ, tang lễ sẽ chỉ được tổ chức rất đơn giản trong phạm vi gia đình, không có phần thăm viếng và phúng điếu. Chị cũng cho biết ông cụ đã ra đi rất thanh thản, trong sự đoàn tụ của toàn gia đình với các con và rất đông các cháu ở Mỹ và từ Pháp về. Chị Thúy-Nhi cho biết, nhà văn Mặc Đỗ có đọc cho các con ghi lại một bài thơ Haiku chỉ ít giờ trước khi Anh mất. Và sau đó thì tôi nhận được một email từ gia đình Anh Mặc Đỗ.

Anh Vinh,

Tôi xin gởi đến anh bài thơ Haiku cuối cùng Bố tôi sáng tác lúc 4 giờ 30 sáng ngày 19 tháng 9 năm 2015.

Nhớ sống muốn tìm thơ
Khi nào thơ đến bắt đầu sống

Sống cuộc đời như xưa
(Mặc Đỗ)

Các cháu (từ Mỹ từ Pháp) đã dịch thơ ông như sau:

Longing for life I seek poetry
With poetry life begins anew
Back to the life I knew

Nostalgie de vie, recherche de poésie
Avec la poésie recommence la vie
La vie tout comme avant

Tang lễ đã cử hành...
Thuy-Nhi D. Morel
Attorney-at-Law
Austin, Texas 78731

Bài thơ thể Haiku (俳句) của Nhật Bản được nhà văn Mặc Đỗ thanh thản đọc cho các con Anh ghi lại chỉ ít giờ trước khi Anh nhắm mắt lâm chung. Thật cảm động và thanh thoát. Chỉ vỏn vẹn có 17 âm tiết cô đọng trong 3 dòng thơ, với 5 âm tiết cho dòng thứ nhất và thứ ba, và 7 âm tiết cho dòng thứ hai. Không thừa, không thiếu, lão giả Mặc Đỗ đã diễn tả được cảm nghĩ về điểm chấm dứt và cũng chính là điểm khởi đầu, hay đúng hơn là cảm nhận được "cái vô thủy vô chung" trong dòng chảy miên viễn của sự sống. Kẻ hành giả Mặc Đỗ không chết nhưng là đang bước vào một cảnh sống khác. Mặc Đỗ sống quy ẩn từ bao năm như một hành giả không ngừng đi tìm một chữ AN trong đạo Phật và nay thì bậc lão giả ấy đã tìm được chữ AN khi bước qua ngưỡng cửa của tử sinh.

Buổi chiều cùng ngày, tôi phone tới chị Thúy-Nhi, và ngỏ ý muốn được phổ biến bài thơ ấy. Một ngày sau tôi nhận được một eMail thứ hai cũng từ chị Thúy-Nhi.

Anh Vinh,
Đây là đoạn cuối thơ đang viết cho anh. Lễ hỏa táng cụ cử hành

Một bức hình rất quý hiếm chụp từ 36 năm trước (10.04.1980) tại Houston, Texas; từ phải: Mặc Đỗ, Bs Trần Văn Tính, Hoàng Ngọc Ẩn, Võ Phiến, Trần Ngọc Bích, Huy Lực *(tư liệu Võ Phiến)*

lúc 1 giờ trưa hôm nay. Tôi đã bàn chuyện với gia đình về đề nghị viết bài của anh và mọi người đều tán thành. Tôi nghĩ Bố tôi sẽ hài lòng việc phổ biến bài thơ Haiku cuối cùng của cụ,

> *Chào anh.*
> *Thúy-Nhi*

Tin Buồn Trong Làng Báo Làng Văn

Nhà văn, nhà báo, dịch giả Mặc Đỗ (Đỗ Quang Bình) đã thanh thản quy tiên vào ngày 20-09-2015 tại Austin, Texas (USA), hưởng đại thọ 98 tuổi. Theo ý nguyện của anh, tang lễ chỉ được tổ chức trong phạm vi gia đình, và miễn phần thăm viếng hoặc phúng điếu.

Đây là một bài viết muộn màng một năm sau, thay cho một nén nhang tưởng nhớ nhà văn Mặc Đỗ nhân ngày giỗ đầu tiên của Anh (20.09.2015 - 20.09.2016)

Long Beach, 2015 - 2017

CHÂN DUNG VĂN HỌC
NHƯ PHONG LÊ VĂN TIẾN
TỪ TỰ DO ĐẾN KHÓI SÓNG

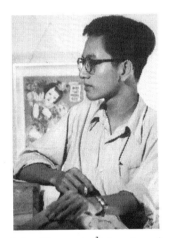

Như Phong tuổi thanh xuân
(tư liệu Đinh Quang Anh Thái)

Ngô Thế Vinh quen biết anh Như Phong từ trước 1963, gần gũi với anh hơn khi làm báo sinh viên Y khoa Tình Thương, và vẫn giữ mối liên lạc ấy từ trong nước ra tới hải ngoại cho tới ngày anh Như Phong mất.

Bài viết Chân Dung Văn Học Như Phong nói nhiều tới mối liên hệ thân thiết ấy.

Như Phong 1990 chụp trước bức danh họa "Vườn Xuân Trung Nam Bắc" của Nguyễn Gia Trí (*tư liệu Nguyễn Tường Giang*)

TIỂU SỬ NHƯ PHONG

Như Phong Lê Văn Tiến, không rõ ngày sinh thật nhưng trên căn cước ghi sinh ngày 1 tháng 2 năm 1923 tại Bắc Việt. Tên thật ít ai biết là Nguyễn Tân Tiến, sau do nhu cầu hoạt động cách mạng, đổi tên là Lê Văn Tiến. Từ 1945, Như Phong làm tuần báo Ngày Nay Bộ Mới ở Hà Nội, sau đó làm biên tập cho sở Thông Tin Bắc Việt. Năm 1954, di cư vào Nam, ban đầu làm cho Việt Tấn Xã, sau đó từ 1955 sang làm nhật báo Tự Do xuyên suốt cả hai thời kỳ cho tới 1963 khi Tự Do bị đóng cửa. Ngoài báo chí Việt ngữ, Như Phong còn là cộng tác viên của The China Quarterly, London (1964-1972); các bài viết của ông về giới Trí Thức Miền Bắc, về Phong trào Nhân văn Giai phẩm đã tạo nên tên tuổi ông trên diễn đàn báo chí quốc tế. GS Patrick J. Honey, Giám đốc Ban Việt ngữ BBC luôn là bạn đồng hành của Như Phong trong nhiều thập niên và cũng là người dịch sang tiếng Anh các bài viết của Như Phong. Sang tới Mỹ, Như Phong còn tham gia viết bài cho The Asian Wall Street Journal, Hong Kong (1994-1996).

Từ 1997 Như Phong là cố vấn biên tập cho Đài Á Châu Tự Do/ Radio Free Asia.

Sau nhiều năm tù đày cuối cùng Như Phong cũng tới được Hoa Kỳ định cư vào năm 1994, ông mất ngày 18 tháng 12 năm 2001 tại Virginia Hoa Kỳ, thọ 78 tuổi.

NHƯ PHONG VÀ NHẬT BÁO TỰ DO

Ngay sau Hiệp định Genève 1954, với vĩ tuyến 17 chia đôi Việt Nam, dẫn tới một cuộc di cư lịch sử của hơn một triệu người từ Bắc vào Nam lánh nạn Cộng sản và đã được báo chí Tây phương mệnh danh là cuộc Hành Trình Tới Tự Do / Journey to Freedom.

Hội nhập vào cuộc sống thanh bình và trù phú của Miền Nam lúc đó, có thể nói đã có một nền văn nghệ báo chí di cư "trăm hoa đua nở" ở trên vùng đất lành chim đậu, hòa mình vào sinh hoạt báo chí đã có truyền thống lâu đời trong Nam như nhật báo Thần Chung với Nam Đình, Đuốc Nhà Nam với Trần Tấn Quốc, Sài Gòn Mới với Bút Trà Nguyễn Đức Nhuận.

Năm 1955, một năm sau Hiệp định Genève, nhật báo Tự Do ra đời tại Sài Gòn với một ban biên tập gồm toàn những cây bút Bắc kỳ di cư. Nhóm chủ trương báo Tự Do, đều có những trải nghiệm với cộng sản từ miền Bắc. Tòa soạn ban đầu gồm có: Tam Lang Vũ Đình Chí, Mặc Đỗ Đỗ Quang Bình, Đinh Hùng bút hiệu Thần Đăng, Như Phong Lê Văn Tiến và Mặc Thu Lưu Đức Sinh. Tam Lang đứng tên chủ nhiệm, Mặc Thu làm quản lý và Như Phong, trẻ tuổi nhất làm thư ký tòa soạn. Vũ Khắc Khoan viết cho Tự Do nhưng không chính thức đứng tên. Sau đó nhóm Tự Do mở rộng, có thêm ba người: Nguyễn Hoạt bút hiệu Hiếu Chân, Hi Di Bùi Xuân Uyên và họa sĩ Phạm Tăng.

Theo Như Phong, nhật báo Tự Do giai đoạn đầu khá ngắn ngủi bị đình bản không phải vì lủng củng nội bộ mà vì lý do chính trị. Bên Phủ Tổng Thống nhận thấy tờ báo rất có ảnh hưởng được dân Bắc di cư nhiệt tình ủng hộ, lại có những bài chỉ trích chính quyền và thêm yếu tố khá nhạy cảm là trong nhóm chủ trương báo Tự Do không ai có đạo Thiên Chúa, cũng không có người gốc miền Trung.

Chỉ ít lâu sau đó báo Tự Do được tục bản nhưng với chủ nhiệm mới Phạm Việt Tuyền và quản lý mới là Kiều Văn Lân. Cả hai đều có

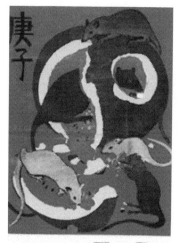

Trái: Bìa báo Xuân Tự Do Canh Tý 1960 của Nguyễn Gia Trí *(tư liệu Phạm Phú Minh). Phải:* Họa sĩ Nguyễn Gia Trí và Như Phong, sau 1975 *(tư liệu Nguyễn Tường Giang)*

gốc là nhân viên Phủ Tổng Thống và có đạo Thiên Chúa. Trước đó, từ 1955 Phạm Việt Tuyền đã từng là chủ biên của tờ tuần báo Tân Kỷ Nguyên với ban biên tập gồm Lê Xuân Khoa, Lê Thành Trị, Trần Việt Châu và Hồ Nam.

Bước sang giai đoạn nhật báo Tự Do bộ mới, Như Phong vẫn làm thư ký tòa soạn, Hiếu Chân Nguyễn Hoạt vẫn phụ trách chuyên mục "Chuyện Hàng Ngày," sau đó đổi tên là "Nói Hay Đừng" rất ăn khách vì lối viết châm biếm sắc bén. Cùng với Hiếu Chân còn hai người nữa cũng thay phiên viết cho mục này, là Mai Nguyệt tức nhà văn Tchya Đái Đức Tuấn, và Phạm Xuân Ninh tức Hà Thượng Nhân, còn thêm bút hiệu Tiểu Nhã. Phải kể tới sự tham dự của cây bút chính luận Mai Xuyên Đỗ Thúc Vịnh, Trần Việt Sơn và họa sĩ Nguyễn Gia Trí.

Có một sự kiện liên quan tới tự do báo chí thời Đệ Nhất Cộng Hòa, nay đã thuộc về lịch sử, tưởng cũng nên nhắc lại ở đây, đó là vụ bìa báo Xuân Tự Do Canh Tý 1960. Vì là năm Tý, theo tập tục bìa báo năm đó có vẽ hình chuột, họa sĩ Nguyễn Gia Trí đã vẽ hình 5 con chuột đang ăn quả dưa hấu đỏ. Do có người ức đoán và diễn dịch là bức tranh ám chỉ năm anh em nhà họ Ngô đang đục khoét đất nước Việt Nam, lời đồn đãi lan truyền tuy không có bằng cớ nhưng số báo vẫn bị tịch thu và gần như cả tòa soạn bị bắt, trừ Như Phong và Phạm Việt Tuyền. Và rồi Phạm Việt Tuyền cũng bị mất chức chủ nhiệm, báo Tự Do bị đóng cửa khoảng tháng 8 năm 1963, chỉ 3 tháng trước cuộc binh biến 01-11-1963, với cái chết bi thảm của hai ông Diệm Nhu, chấm dứt nền Đệ Nhất Cộng Hòa kéo dài được 9 năm.

Nhắc đến nhật báo Tự Do, ở cả hai thời kỳ từ 1955 tới 1963, người ta không thể quên cái "dấu ấn" Như Phong Lê Văn Tiến. Là một thư ký tòa soạn, Như Phong hết lòng tận tụy lo cho tờ báo, ngoài ra Như Phong còn viết truyện dài feuilleton hàng ngày với bút hiệu Lý Thắng. "Khói Sóng" là một trường thiên tiểu thuyết, đọc rất hấp dẫn, viết về thời kỳ trai trẻ khi Như Phong đi theo chân các bậc đàn anh Hoàng Đạo Nguyễn Tường Long, Nhất Linh Nguyễn Tường Tam làm cách mạng, chống cộng ở các chiến khu Vĩnh Yên, Việt Trì. Cho tới những ngày cuối đời, Như Phong vẫn nhắc tới tác phẩm "Khói Sóng" với ước mong tìm lại được. Nhưng cũng được biết chính tay Như Phong đã đốt tập bản thảo "Khói Sóng" sau 1975 trước khi anh bị bắt.

Thư viện Cornell và thư viện Hawaii có thể còn lưu trữ trọn bộ báo Tự Do, trong đó có "Khói Sóng." Cũng đã hơn 14 năm từ ngày Như Phong mất, khi gặp lại Ánh Chân, lại một lần nữa con gái nuôi của anh nhắc tới ước nguyện đó của bố.

Sau khi cuốn sách Tưởng Niệm Nhà báo Như Phong Lê Văn Tiến xuất bản 2016, qua chị Phạm Lệ Hương, một Quản thủ Thư viện kỳ cựu hiện sống ở Mỹ, được chị cho biết bộ báo Tự Do hiện còn lưu trữ trong Thư viện Sài Gòn [tức Thư viện Quốc gia trước kia], và tác phẩm trường thiên Khói Sóng đăng từng kỳ trên Tự Do suốt 5 năm [từ 1959 tới 1963], đang được các bạn chị với rất nhiều kiên nhẫn và công sức cho đánh máy lại từ mỗi số báo và đến nay bản thảo Khói Sóng coi như được hồi phục tuy không toàn vẹn, nhưng đó là một tin rất vui. Bao giờ tác phẩm Khói Sóng được xuất bản thành sách ở hải ngoại là giai đoạn 2, hy vọng trong một tương lai không xa.

NHƯ PHONG MỘT MƯU SĨ

Sự nghiệp Như Phong là báo chí, Đỗ Quý Toàn đã quý trọng gọi ông là "nhà báo của các nhà báo" nhưng Như Phong còn được nhắc tới như một mưu sĩ, hơn thế nữa như một tay khuynh đảo. Nhà báo Mỹ kỳ cựu Sol Sanders, US News & World Report, người bạn của Như Phong từ hơn nửa thế kỷ 1950-2001, từ Hà Nội vào tới Sài Gòn khi viết bài tưởng niệm về Như Phong đã mệnh danh Như Phong là: My "Coup Broker" Friend / Người Bạn "Khuynh Đảo".

Như Phong rất thân cận với Bác sĩ Phan Huy Quát nhưng đã không nhận một chức vụ nào khi Phan Huy Quát lên làm thủ tướng. Như Phong quen biết đủ thành phần chính giới kể cả đối lập, các tướng lãnh, các giáo phái như Cao Đài và Hòa Hảo.

Giai thoại về một Như Phong sau hậu trường sắp xếp các thành phần của Nội Các Chiến Tranh của Thiếu Tướng Nguyễn Cao Kỳ, nhưng đứng ngoài không nhận chức Bộ trưởng Phủ Thủ Tướng. Rồi năm 1966, để hỗ trợ cho Tướng Kỳ, Như Phong lại đóng vai đạo diễn ba Liên danh Cây Dừa kết hợp các thành phần chuyên viên, tôn giáo và đảng phái vẫn không có tên Như Phong trong đó, nhưng rồi cả ba liên danh đều thất cử.

Lúc nào cũng chỉ là mưu sĩ, "kẻ đứng bên lề", không bao giờ trực tiếp dấn thân tham chánh. Không thể nói tới sự thành bại trong chính trị khi mà bản chất Như Phong chưa bao giờ thực sự là một con người chính trị / homo politicus.

NHỮNG NGÀY THÁNG 5 NĂM 1975

Chỉ sau cụ Hoàng Văn Chí, tác giả hai tác phẩm kinh điển: *Từ Thực Dân tới Cộng Sản* và *Trăm Hoa Đua Nở Trên Đất Bắc*, người hiểu rõ cộng sản sau này không ai hơn nhà báo Như Phong Lê Văn Tiến. Cô Thần cũng là bút hiệu khác của Như Phong trên nhật báo Tự Do, một chuyên mục viết về cộng sản miền Bắc.

Các nhà báo ngoại quốc đánh giá cao về sự hiểu biết thấu đáo của Như Phong đối với thế giới cộng sản. Anh có thể nói ngay với từng chi tiết về các tên trùm cộng sản khi được hỏi, đến nỗi Sol Sanders một nhà báo Mỹ kỳ cựu của US News & World Report với nhiều năm làm việc ở Việt Nam đã phải thốt lên: *"Tiến là một cuốn tự điển tiểu sử di động / Tiến was a walking biographical dictionary."*

Hiểu cộng sản đến như vậy, với biết trước những tháng năm dài đằng tù đày, vậy mà Như Phong vẫn chọn ở lại. Các ký giả ngoại quốc quen biết bấy lâu sẵn sàng giúp Như Phong thoát khỏi Sài Gòn trước ngày 30 tháng 4, 1975, bên Hải Quân bên Không Quân cũng có chỗ cho anh đi nhưng anh thì vẫn cứ bướng bỉnh chọn ở lại.

Như Phong và một số bạn văn nay cũng đã mất: Như Phong và Võ Phiến. Dưới từ trái: Như Phong và Đỗ Thúc Vịnh, Lê Ngộ Châu và Như Phong. *(tư liệu Ngô Thế Vinh)*

Cuộc chia tay cảm động của Như Phong với gia đình anh Đỗ Thúc Vịnh trên đường Tự Đức, đã được chị Vịnh ghi lại:

"Một buổi trưa cuối tháng 4, có lẽ vào khoảng ngày 24 hay 25, anh Như Phong đến nhà chúng tôi và bảo: 'Anh chị phải tìm cách đi ngay đi! Đi đâu cũng được, miễn là ra khỏi đất nước này. Chúng sắp vào đến đây rồi.' Chồng tôi nắm lấy tay anh và hỏi: 'Tiến thì sao? Tiến có đi không?' 'Không, anh chị cần phải đi vì tương lai của các cháu. Còn tôi, tôi sẽ về miền Tây, tìm cách chống lại bọn chúng. Rồi ta sẽ gặp lại nhau.' Nói xong anh chạy ra xe đi thật nhanh. Chúng tôi nhìn nhau, bàng hoàng về quyết định can trường của anh. Trong lúc mọi người đều cảm thấy bất lực và lo bỏ chạy, kể cả những viên tướng oai vệ nhất, thì anh, với lòng dũng cảm, với ý chí bất khuất, đã quyết theo gót tiền nhân, không chịu khuất phục trước kẻ thù: Anh đã quyết ở lại chỗ chết để tìm đường sống." [Lòng Thành Tưởng Niệm]

Đến trưa ngày 30 tháng 4, ngay sau khi lệnh đầu hàng được phát đi, có thể thấy từ mấy tầng lầu cao là một cơn mưa confetti, chỉ một màu trắng của những mảnh vụn giấy tờ tùy thân của quân cán chính cần được xé hủy trước khi cộng quân hoàn toàn kiểm soát Sài Gòn. Không kể những giày nón quân phục được cởi bỏ vội vàng vứt tả tơi trên đường phố.

Và rồi vang lên tiếng xích sắt nghiến trên mặt nhựa đường Trần Hưng Đạo, nhìn qua khung cửa là những chiếc tăng T54 treo cờ giải phóng hối hả chạy về phía trung tâm Sài Gòn.

Mấy ngày sau đó tôi gặp lại anh Như Phong tại nhà Luật sư Mai Văn Lễ, trước bệnh viện Sùng Chính trên đường Trần Hưng Đạo. Anh Mai Văn Lễ có một thời làm Khoa trưởng Luật khoa Huế thời Phật giáo Tranh đấu, bây giờ chỉ còn lại mình anh, chị và hai con thì đã đi trước đó một tuần lễ.

Là người đi trước thời cuộc, anh Như Phong tiên đoán đúng những gì sắp diễn ra: chiến dịch đánh tư sản, kế hoạch đổi tiền cho mỗi hộ khẩu và rồi những cuộn giấy bạc sau đó trở thành rác và rồi sẽ là quần đảo ngục tù / Gulag Archipelago. Dư tiền cũ thiên hạ đổ xô đi mua vàng, đôla chợ đen không dễ gì có trong thời điểm này. Anh

Như Phong thì chỉ gợi ý mua những cuộn len quý nhồi trong các bộ nệm xa-lông giống như ngoài Bắc, sau này khi cần có thể gỡ dần ra bán để kiếm sống. Chỉ nói vậy thôi chứ thái độ của cả mấy anh em vẫn là "chờ xem".

Để rồi sau đó, Như Phong hai lần bị cộng sản bắt, tổng cộng thời gian tù đày ngót 14 năm. Lần thứ nhất từ 1976 tới 1988. Lần thứ hai từ 1990 tới 1992. Sĩ khí của một Như Phong sắt thép trong tù với từng ấy năm bị đày đọa, biệt giam, thiếu ăn và cả quyết định tuyệt thực nhiều ngày không để phản đối điều gì mà chỉ để "Cầu Quốc Thái Dân An", với hậu quả đưa tới một thể xác suy kiệt nhưng trí tuệ anh vẫn cứ luôn minh mẫn. Như Phong không chỉ khiến các bạn tù mà chính những kẻ bắt giam ông cũng phải kính nể. Trong bài "Thương Nhớ Cậu Tiến" của người tù trẻ tuổi Đinh Quang Anh Thái đã viết khá đầy đủ với sự kính trọng và ngưỡng mộ người tù khí phách Như Phong khi cả hai cùng bị giam trong nhà tù Chí Hòa. Như Phong sống sót cũng là một ngạc nhiên cho rất nhiều người nếu biết rằng ông đã từng là một bệnh nhân bị lao phổi những năm trước đó.

Khi ra tù anh Như Phong chọn cuộc sống ẩn dật. Qua quen biết của nhà văn Doãn Quốc Sỹ, anh được vợ chồng người chủ trại bạn anh Sỹ sang nhượng cho được một khoảng đất nhỏ trong khu trại ruộng rộng 7 mẫu ở Hóc Môn, trên đó Như Phong dựng một căn nhà với mái lợp lá dừa nước có nền gạch, quanh nhà anh trồng mấy cụm hoa hồng nhưng chủ yếu là những giò phong lan đủ loại. Như Phong rất mê trồng phong lan giống như nhà văn Nhất Linh khi sống bên suối Đa Mê ở Đà Lạt.

Phan Nhật Nam cũng trải qua 14 năm tù kể cả biệt giam, khi ra tù Nam về sống trong một căn nhà bên kia sông và thường xuyên sang thăm anh Như Phong. Đôi lần anh chị Doãn Quốc Sỹ lên trại chơi bao giờ cũng ghé thăm Như Phong, rồi vợ chồng Đằng Giao, cả Tô Thùy Yên, tác giả *Trường Sa Hành*, bạn văn bạn tù của Như Phong cũng là khách thường tới thăm. Một sự kiện khó quên do Phan Nhật Nam kể lại: Nam đã vô tình phá hại cả vườn lan của Ông Gió / Như Phong khi giúp ông tưới lan nhưng lại bằng nước phèn lấy từ dưới một con rạch. Rồi Phan Nhật Nam đi Mỹ năm 1993, trước Như Phong một năm.

NHƯ PHONG ĐẾN VỚI NHÓM BẠN CỬU LONG 1995

Năm 1993, khi ấy Như Phong còn ở Việt Nam, tổ chức Human Rights Watch/Asia đã ra thông cáo trao tặng nhà báo Như Phong giải thưởng Tự Do Phát Biểu Tư Tưởng / Free Expression Award là một giải thưởng danh giá về báo chí và Như Phong đã được ca ngợi là ông đã dùng ngòi bút bênh vực Quyền Con Người. Sự thực khi một tên tuổi Như Phong được chọn, chính cuộc sống của Như Phong đã làm danh giá thêm cho giải thưởng nhân quyền này.

Cho dù đã có những vận động từ rất nhiều phía, nhưng rồi cuối cùng tới năm 1994, với rất nhiều toan tính, Cộng sản đã thả cho người tù chính trị 14 năm Như Phong ra đi, nhưng ông tới Mỹ không phải như một tù nhân chính trị mà lại theo "diện đoàn tụ gia đình / ODP" do bảo lãnh của người em cùng cha khác mẹ là Nguyễn Ngọc Ấn, cũng trong giới truyền thông / TV Cameraman ở Sacramento và của cả gia đình người bạn Đỗ Hoàng / Đường Thiện Đồng lúc đó đang sống ở Irvine.

Như Phong có biết bao nhiêu là bạn trong cuộc đời hoạt động sôi nổi của anh, nhưng sau này trên đất Mỹ anh vẫn có thêm nhiều bạn mới, với đặc điểm là họ rất trẻ, tuổi tác thì cách anh khoảng hai ba thế hệ. Họ trân quý và mau chóng thân thiết với anh. Như Phong đã cấy

Như Phong ra tù, về sống ẩn dật, ở trong một ngôi nhà mái lá dừa nước ở Hóc Môn. (*tư liệu Đinh Quang Anh Thái*)

Như Phong đang tưới những giò phong lan *(tư liệu Đinh Quang Anh Thái)*

những giấc mơ vào đầu óc họ, anh bao giờ cũng là "người gieo mộng". Riêng tôi thì đã quen anh Như Phong từ những năm trước 1975 với những chặng đường sinh hoạt.

Gặp lại anh ở Nam California, vẫn một Như Phong sắc bén và ý nhị của ngày nào. Ở tuổi 71, sau ngót 14 năm tù đày, trông anh vẫn rắn rỏi và khỏe mạnh, nhưng anh vẫn không bỏ được tật hút thuốc lá. Điều ấy khiến tôi quan tâm và có nhắc anh. Như Phong mang hình ảnh của một *Cây Tùng Trước Bão*, như tên một cuốn sách của Hoàng Khởi Phong. Anh còn có đức tính của một trí tuệ rộng mở / open-minded, sẵn sàng đón nhận và học hỏi điều mới: sử dụng computer, email, máy fax. Được các bạn trẻ tặng một laptop, anh bắt đầu viết các bài báo, gửi bài qua email và chiếc laptop như vật bất ly thân của anh về sau này.

Năm 1995 tôi đã có kỷ niệm về một ngày rất khó quên với anh Như Phong nơi thủ đô tỵ nạn Little Saigon. Đó vào sáng thứ Bảy của một ngày tiết Thu nắng đẹp miền Nam California. Anh Như Phong hôm ấy rủ tôi tới gặp mấy người bạn trẻ thuộc Nhóm Bạn Cửu Long mà tôi chưa hề quen biết nhân có buổi mạn đàm đầu tiên tại Phòng Sinh Hoạt báo Người Việt. Trên bàn thuyết trình hôm đó có kỹ sư Phạm Phan Long, tiến sĩ Phạm Văn Hải và nhà báo Đỗ Quý Toàn. Kỹ sư Phạm Phan Long là người đầu tiên lên tiếng báo động về những

Các bạn đón anh Như Phong tới Mỹ, từ phải: Như Phong, Đường Thiện Đồng, Trần Huy Bích, Võ Phiến, Ngô Thế Vinh. *(tại nhà Ngô Thế Vinh, tháng 4-1994)*

hiểm họa sắp xảy đến cho dòng Sông Mekong khi Trung Quốc có kế hoạch xây một chuỗi những con đập Bậc thềm Vân Nam. Lúc đó chỉ mới có một con đập dòng chính đầu tiên trên sông Lancang-Mekong Manwan / Mạn Loan 1500 MW vừa được xây xong (1993).

Ngày hôm ấy với tôi quả thật là mối "duyên khởi" bởi vì đây cũng là lần đầu tiên tôi tiếp cận với một vấn nạn mới mẻ của đất nước: đó là những bước phát triển "không bền vững / non-sustainable development" của con sông Mekong. Cũng từ đó tôi được làm quen với những người bạn mới như KS Phạm Phan Long, KS Ngô Minh Triết, KS Nguyễn Hữu Chung và rồi thêm những người bạn khác của Mekong Forum, tiền thân của Viet Ecology Foundation về sau này.

Rồi phải kể tới một bài báo đăng trên Tuổi Trẻ Chủ Nhật (03-11-1996): Khai thác sông Mekong: nhìn từ góc độ Việt Nam tuy đứng tên kỹ sư Phạm Phan Long nhưng do 4 người viết, họ đều là những chuyên gia từ hải ngoại: tiến sĩ Phạm Văn Hải (Mỹ), kỹ sư Nguyễn Hữu Chung (Canada), tiến sĩ Bình An Sơn (Úc). Nội dung bài viết ấy cho tới nay vẫn còn nguyên tính thời sự.

Năm 1999, một Hội nghị Mekong mở rộng do Mekong Forum và Vietnamese American Science & Technology Society đồng tổ chức tại Nam California với chủ đề: "Hội thảo về Sông Mekong trước Nguy cơ, Ảnh hưởng Phát triển trên Dòng sông, Đồng Bằng Sông Cửu Long và Cư dân" với sự tham dự của liên hội Tiền Giang và Hậu Giang, Tiến sĩ Sin Meng Srun Hội người Cambodia tại Mỹ, và Aviva Imhof thuộc tổ chức Mạng lưới Sông ngòi Quốc tế / International Rivers Network. Kết thúc hội nghị là một bản Tuyên Cáo "The 1999 Mekong River Declaration" được gửi tới MRC / Mekong River Commission và nhiều tổ chức liên hệ khác.

Tưởng cũng nên nhắc lại ở đây, chính anh Như Phong đã chấp bút giúp Mekong Forum viết "Bản Tuyên ngôn Sông Mekong 1999" tiếng Việt, mà kỹ sư Phạm Phan Long còn ghi lại cảm tưởng: *"Bản tiếng Việt ông viết khác hẳn bản dịch khô khan của chúng tôi, ông mang hồn dân tộc vào để nói lên nỗi thống khổ của đồng bào miền châu thổ trước vấn nạn thượng nguồn sắp giáng xuống họ."*

Như Phong, cho đến ngày anh mất, vẫn cùng chúng tôi tham gia sinh hoạt của Nhóm Bạn Cửu Long với tầm nhìn "địa dư chính trị / geopolitics" rộng mở trước những nan đề của Sông Mekong gắn liền với vận mệnh của đất nước.

Và cho tới nay 1995-2016, cũng đã 21 trôi năm qua, tôi vẫn là người bạn đồng hành bền bỉ với Nhóm Bạn Cửu Long, vẫn cứ là một con chim "báo bão" từ những đám mây đen độc hại ngày càng dầy đặc hơn không ngừng đổ xuống từ Phương Bắc.

GIẤC MỘNG LỚN NHƯ PHONG

Mới tới Mỹ, anh Như Phong đã có sẵn trong đầu bao nhiêu là dự án, có lẽ được anh phác thảo từ những năm dài bị giam cầm. Trong đó phải kể tới một dự án Truyền Thông Báo Chí cho Việt Nam mang tầm vóc toàn cầu, anh Như Phong không chỉ nói tới mà còn say sưa viết về dự án ấy. Anh Như Phong quan niệm: phải chuẩn bị từ bây giờ cho một thời kỳ hậu cộng sản. Anh mơ ước sẽ trở thành một "mogul / tài phiệt" trong ngành truyền thông tại Việt Nam với trong tay một hệ thống báo chí, truyền thanh, truyền hình... rộng khắp lãnh thổ.

Anh nói trước 1975, nếu đã có con tàu Hope ghé cảng Sài Gòn như một bệnh viện nổi, thì nay tại sao không thể một con tàu Truyền Thông, của cộng đồng Việt Nam hải ngoại sẵn sàng cập bến thả neo trên bến cảng Sài Gòn, như một tòa báo nổi với cả đài phát thanh và truyền hình. Trong đời làm báo, chưa bao giờ anh thấy hào hứng đến như vậy, theo anh dự án Truyền Thông ấy sẽ như một đáp ứng kịp thời cho một Việt Nam đổi mới sau Cộng sản. Trên con tàu ấy, có tòa soạn nhà in để có thể ra báo, có hệ thống đài phát thanh và truyền hình phủ sóng trên toàn lãnh thổ, tạo một mạng lưới kết nối local-global-connect với trong nước và những cộng đồng di dân Việt Nam trên khắp thế giới.

Giấc mộng lớn của một Như Phong rất đơn độc, trên vùng đất mới, với không tiền bạc và cả rất giới hạn quỹ thời gian vì anh cũng đã bước qua ngưỡng tuổi cổ lai hy. Những bạn trẻ rất trân trọng và quý anh Như Phong, nhưng họ nhìn anh như một "người đi trên mây" - chữ của nhà văn Nguyễn-Xuân Hoàng. Anh là hình ảnh lãng mạn của một Don Quichotte thời hiện đại, phải chăng cũng vì thế mà anh Như Phong cứ luôn mãi trẻ trung. Rồi tôi chợt nhớ tới dòng chữ đầy cảm khái trong bức thư tay của Dương Nghiễm Mậu do Nguyên Khai mang qua: *"Ngựa đã mỏi, đường còn xa, biết tính sao đây."*

Khai thác sông Mekong: nhìn từ góc độ Việt Nam, bài báo đăng trên Tuổi Trẻ Chủ Nhật 03-11-1996.

Từ trái: Bùi Diễm, Trương Trọng Trác, Đỗ Văn, Như Phong, Nguyễn Tường Giang, Phạm Dương Hiển. *(tư liệu Nguyễn Tường Giang)*

Và bảy năm sau ngày đặt chân trên đất Mỹ, Như Phong đã quỵ ngã trên giấc mộng lớn của mình ở tuổi mới 78 vì bệnh ung thư phổi.

CHÂN DUNG VĂN HỌC NHƯ PHONG

Không cần hư cấu, Như Phong đã là một nhân vật tiểu thuyết. Nhà báo Mỹ Sol Sanders, một "cố tri" của Như Phong của hơn nửa thế kỷ, đã viết: *"Tiến đã sống sót sau ngót 14 năm trong trại cải tạo cộng sản. Bảo rằng tôi ngạc nhiên thì chưa đúng mức: Tiến là hiện thân của một chân dung văn học, một người đàn ông mảnh mai với cặp kính cận dày. Không ai có thể tưởng tượng anh đã sống sót qua vài tuần hay ít hơn vài năm trong những điều kiện đã giết chết bao nhiêu tù nhân khác / Tien had survived some 14 years in the Communist "re-education camps" and that he had been released. To say that I was surprised would be a great understatement: Tien was a personification of the literary figure, a slight man, with his big spectacles. One coud not imagine him having survived a few weeks, much less years under conditions which killed so many of his fellow prisoners."* [My "Coup Broker" Friend]

Với tôi, anh Như Phong đã nhập vai ông Khắc nhà báo, trong cuốn tiểu thuyết dữ kiện "Cửu Long Cạn Dòng, Biển Đông Dậy Sóng" xuất bản năm 2000, một năm trước khi Như Phong mất. Trích dẫn từ CLCD BĐDS:

"Người đàn ông mái tóc điểm sương với cặp kính cận thật dầy bước đi nhẹ và thanh thoát dọc theo hai bên hàng cây Jacaranda hoa tím nở đầy, báo hiệu những ngày thật nắng ấm của miền Nam Cali. Ông có dáng của một cây tùng trước bão đứng vững qua bao nhiêu thăng trầm của thời thế cho dù ông mang đủ thứ bệnh do những năm tháng dài tù đày. Với bệnh phổi đang thời gian điều trị thì khí hậu ở đây cũng là lý do khiến ông không chọn Miền Đông với Trái Táo Lớn Nữu Ước như một vùng đất lành. Với ông cũng như các nghệ sĩ lưu vong chọn cuộc hành trình tới Mỹ Quốc thì Nữu Ước vẫn có sức mạnh hấp dẫn của một thứ lò luyện kim, để hoặc chỉ còn là tro than hoặc trở thành chất thép tinh ròng. Đã có một khoảng thời gian dài không biết đã mấy năm rồi, hàng ngày ông bước xuống những toa xe điện ngầm, chạy rầm rập như mắc cửi dưới lòng đất dưới cả lòng sông, như một thành phố mênh mông dưới một thành phố khác. Làm sao sức người có thể làm nên chuyện kỳ vĩ ấy khi chưa bước vào giai đoạn kỹ thuật cao. Lúc đó với ông Nữu Ước mới thực sự là nước Mỹ của những bước khai phá với các thế hệ tiên phong. Nhưng rồi phải sống giữa cảnh bon chen tranh giật nhỏ nhen của Nữu Ước sau này, ông tự hỏi phải chăng đã qua rồi những thế hệ di dân lớn lao lẫm liệt, khi mà họ đã phải băng qua những sóng gió đại dương đặt chân tới tân lục địa này.

Hôm ấy từ Nữu Ước trước khi bay về Cali, ông Khắc ghé qua Hoa Thịnh Đốn đúng vào mùa anh đào. Chưa thấy niềm vui hoa nở, ông đã khựng lại trước Bức Tường Thương Tiếc. Nhìn sang ngay phía bên kia công viên là tòa Nhà Trắng với Clinton đã trải qua hai nhiệm kỳ trong đó. Clinton thì ai cũng biết về một quá khứ trốn quân dịch. Ông ấy cũng không kém nổi tiếng về thành tích hút cần sa mà không hít vào phổi trong sân trường Đại Học Oxford giữa giai đoạn nóng nhất của cuộc Chiến Tranh Việt Nam khi mà Hà Nội đang có những nỗ lực cao nhất để nâng cao con số những thanh niên Mỹ thơ ngây can đảm và vô tội đi vào trong những nấm mồ. Ông Khắc lúc ấy là phóng viên chiến tranh lại đang gian lao cùng với những người lính của Miền Nam lặn lội trong những cuộc hành quân trên đồng lầy hay rừng rú cao nguyên. Để rồi hai mươi lăm năm sau, lần thứ hai trở lại Mỹ đứng bên bức tường đá đen, với ông đâu phải chỉ sáu mươi ngàn tên thanh niên Mỹ mà chồng chất lên đó là hàng hàng lớp lớp xác chết của hàng triệu những người Việt Nam vô danh phải chăng đã chết vô ích do nỗi mê lầm của con người...

Bao giờ cũng vậy mỗi lần tới đây ông đã không cầm được xúc cảm. Một nhà báo Mỹ bạn ông đã phát biểu rằng cho dù trong quá khứ anh chọn cuộc chiến đấu chống Cộng sản trên đồng lầy ở Việt Nam hay đã chống lại cuộc chiến tranh ấy ngay trên các đường phố ở Mỹ Quốc, thì sự hiện diện của bức tường ấy vẫn khiến anh đau xé lòng. Huống chi chính ông đã có những người bạn trong số sáu chục ngàn tên tuổi ấy trước khi chết vẫn còn vật vã với ý nghĩa của cuộc chiến tranh và chưa hề bao giờ được thực sự an nghỉ. Bỗng chốc ông Khắc có cái cảm giác mang mang giữa một thực tại thì như là hư ảo - virtual reality, trong khi quá khứ thì có thật. Đến bao giờ ông mới nhận ra được rằng chính quá khứ ấy mới là hư ảo, lẽ ra ông phải sớm biết mà thoát ra để rũ đi những gánh nặng cho bước chân thênh thang đi tới...

Sau những tháng dài đơn độc làm việc trong một thư viện miền Nam nước Pháp Aix-en-Provence, ông Khắc có dịp trở lại Little Saigon lại đúng vào dịp 30 tháng 4 nhưng đã ở một phần tư thế kỷ sau. Giữa một rừng cờ ấy, vẫn là những khẩu hiệu kêu đòi và ép buộc. Như từ bao giờ, chiến thắng thì lúc nào cũng có vô số những cha mẹ trong khi thất bại thì luôn luôn là con những bà Phước - nghĩa là mồ côi. Nhưng rồi ông Khắc tự hỏi người Việt bên này hay bên kia đã học được gì sau cuộc chiến tranh cốt nhục tương tàn ấy. Vẫn có đó một 'nhân cách lịch sử - historic dignity' cho phe chiến bại, tại sao không?" [*Cửu Long Cạn Dòng, Biển Đông Dậy Sóng*, Chương XXIII, Nxb Văn Nghệ 2000]

Cuốn sách ấy anh Như Phong cũng đã đọc, anh có viết một bài điểm sách nhưng cho đến nay chưa tìm lại được. Trong bản tiếng Anh "The Nine Dragons Drained Dry, The East Sea in Turmoil", Viet Ecology Press xuất bản 2016, tên nhân vật ông Khắc nay là nhà báo Như Phong.

Thăm Vietnam Veterans Memorial, Washington D.C.
Từ trái: Nguyễn Tường Giang, Như Phong, Ngô Thế
Vinh *(photo by Phạm Bội Hoàn)*

VĨNH BIỆT NHƯ PHONG

Nhà báo Như Phong mất ngày 18 tháng 12, 2001 lúc 9:40 tối tại thành phố Fairfax, Virginia, thọ 78 tuổi với một tang lễ đơn giản, và ước nguyện của Như Phong là tro than của ông một ngày nào đó sẽ được rải xuống trên mảnh đất quê nhà.

Ước mong rồi ra có những bạn trẻ thuộc thế hệ thứ hai sẽ chọn Như Phong cho một đề tài luận án Tiến sĩ, đó cũng chính là luận án về lịch sử báo chí Việt Nam của hậu bán thế kỷ 20 mà Như Phong là sợi chỉ đỏ nối kết những giai đoạn của một thời kỳ giông bão nhất của đất nước.

Cuối cùng, cũng ước mong rằng tiếp sau thời điểm ra mắt sách Tưởng Niệm Như Phong, nhân ngày giỗ thứ 15 của anh, các bạn anh sẽ có một dự án phục hồi bộ trường thiên tiểu thuyết "Khói Sóng" là ước nguyện cuối đời của nhà văn Như Phong.

Little Saigon, 10.07.2016

BỐN MƯƠI NĂM VÕ PHIẾN
NHÀ VĂN LƯU ĐÀY

Chân dung nhà văn Võ Phiến 2015
(tư liệu Viễn Phố)

Trước và sau thời 1954-75 ở Miền Nam, không thấy ở nơi nào khác trên đất nước ta, văn học được phát triển trong tinh thần tự do và cởi mở như vậy. (Võ Phiến nói chuyện với Đặng Tiến 28-10-1998)

Có thể nói Võ Phiến là một trong số các tác giả được viết và nhắc tới nhiều nhất. Trước khi quen biết nhà văn Võ Phiến, tôi đã rất thân quen với những nhân vật tiểu thuyết của ông như anh Ba Thê đồng thời, anh Bốn thôi, ông Năm tản, ông tú Từ Lâm, chị Bốn chìa vôi từ các tác phẩm *Giã Từ, Lại Thư Nhà, Một Mình*...

Những ngày ở Sài Gòn thập niên 70, từ phải: Bình Nguyên Lộc, Võ Phiến, Lê Tất Điều *(tư liệu Viễn Phố)*

Rồi qua người bạn tấm cám Nghiêu Đề, qua tòa soạn Bách Khoa, tôi quen ông từ những năm trước 1960 cho tới khi ra hải ngoại về sau này.

VÕ PHIẾN BẮT TRẺ ĐỒNG XANH

Võ Phiến viết *Bắt Trẻ Đồng Xanh*, đăng trên Bách Khoa tháng 10 năm 1968, tựa đề từ cuốn sách dịch của Phùng Khánh – Phùng Thăng *The Catcher in the Rye* của nhà văn Mỹ J.D. Salinger, nhưng nội dung bài viết thì lại nói về kế hoạch cộng sản miền Bắc đưa trẻ em từ trong Nam ra Bắc huấn luyện rồi sau đó đưa trở về miền Nam. Cộng sản cũng đã làm như vậy sau khi ký Hiệp định Genève 1954. Võ Phiến viết:

"…trong giai đoạn ác liệt sau cùng của chiến cuộc tại miền Nam này, nếu không vì lý do quan trọng, đảng và nhà nước cộng sản nhất định không bao giờ khổ công gom góp thiếu nhi ở đây đưa ra Bắc, trải qua bao nhiêu gian nan khó nhọc… họ đang ra sức thực hiện một kế hoạch bắt trẻ qui mô trên một phạm vi hết sức rộng lớn: đồng loạt người ta phát giác ra trẻ em bị bắt ở khắp nơi từ Quảng Trị, Thừa Thiên, Pleiku, Kontum, đến Mỹ Tho, Cà Mau, người ta gặp

*những toán trẻ em chuyển ra Bắc Việt bằng phi cơ từ Cam Bốt, hoặc
bị dẫn đi lũ lượt trên đường mòn Hồ Chí Minh..."*

*"Hỡi các em bé của đồng bằng Nam Việt xanh ngát bị bắt đưa
đi, từng hàng từng lớp nối nhau dìu nhau ra núi rừng Việt Bắc! Riêng
về phần mình, các em đã chịu côi cút ngay từ lúc này; còn đất nước
thì sẽ vì những chuyến ra đi của các em mà lâm vào cảnh đau thương
bất tận. Tai họa xẩy đến cho các em cũng là tai họa về sau cho xứ sở."*
(Võ Phiến, *Bắt Trẻ Đồng Xanh*, Bách Khoa 10/1968)

   Bắt Trẻ Đồng Xanh hoàn toàn không phải là tùy bút hay truyện
ngắn mà là một bài chính luận, một bạch thư tố cáo dã tâm của người
cộng sản Việt Nam, chưa bao giờ thực sự muốn có hòa bình, nếu có
hòa đàm thì đó chỉ là bước hoãn binh chiến lược, họ vẫn chuẩn bị cho
một cuộc chiến tranh khác. Bài viết như một tiên tri, một báo động đã
thực sự gây chấn động dư luận bên trong cũng như ngoài nước, với cái
giá Võ Phiến phải trả là bị Việt Cộng lên án, và cả hăm dọa tính mạng
tiếp sau cái chết của ký giả Từ Chung tổng thư ký báo Chính Luận,
do bị đặc công CSVN ám sát. Theo Lê Tất Điều, đã có lúc Võ Phiến
nghĩ tới tạm lánh xuống vùng Hòa Hảo, một khu được coi là miễn
nhiễm với mọi xâm nhập của cộng sản. Đó cũng là lý do tại sao, Võ
Phiến có thời gian làm giáo sư văn chương trường Đại học Hòa Hảo,
Long Xuyên. Trong nghịch cảnh cũng có cái may, nơi đây anh quen
một đồng nghiệp trẻ Đỗ Văn Gia, lúc đó cũng đang dạy bộ môn Triết
học Đông phương. Sau này ra hải ngoại, chính anh Đỗ Văn Gia trong
thời gian làm giảng viên văn học và ngôn ngữ Việt Nam tại Đại học
Cornell từ 1982, đã giúp nhà văn Võ Phiến rất nhiều tư liệu ban đầu
để có thể hoàn tất bộ Văn Học Miền Nam.

BÁNH TRÁNG XỨ NẪU TRÊN ĐẤT MỸ

   Từ thập niên 1980, lúc đó hai anh chị Võ Phiến đều là công chức
quận hạt Los Angeles, ngôi nhà số 5621 Baltimore St., Highland Park
là nơi Võ Phiến đã sống quãng thời gian 23 năm. Nhà có vườn rộng
đủ loại cây trái chanh cam bưởi, nhiều nhất là những cây hồng giòn sai
trái nặng trĩu cành, có cả bức tượng bán thân của Võ Phiến, tác phẩm
điêu khắc của Ưu Đàm, con trai của họa sĩ Rừng. Trong nhà, ngoài

Lê Ngộ Châu, chủ nhiệm báo Bách Khoa gặp lại Võ Phiến
trên đất Mỹ *(tư liệu Viễn Phố)*

những kệ sách, không có tượng Phật hay tượng Chúa, chỉ có đơn giản
một bàn thờ nhỏ cúng gia tiên. Cũng nơi đây, Võ Phiến đã viết một số
những tác phẩm tại hải ngoại: bộ *Văn Học Miền Nam, Thư Gửi Bạn,
Nguyên Vẹn, Truyện Thật Ngắn, Đối Thoại...*

Những lần tới thăm anh Võ Phiến, thường là thứ Bảy cuối tuần
vì khách cũng như chủ nhà còn ở tuổi lao động đi làm. Khách thăm
thường đi theo nhóm. Khi thì với Nguyễn Mộng Giác và anh Từ Mẫn
Võ Thắng Tiết, khi thì với Tạ Chí Đại Trường, Thạch Hãn Lê Thọ
Giáo; khi thì với anh chị Trần Huy Bích, chị Bích thì rất thân thiết với
chị Võ Phiến.

Trùng Dương từng gọi chị Võ Phiến là "người đàn bà đằng sau
bộ Văn Học Miền Nam 1954-75." Nhưng tưởng cũng nên ghi nhận
thêm ở đây, một số khuôn mặt bằng hữu khác đã cung cấp các bộ
sách tiếng Việt giai đoạn 1954-75 từ các thư viện Đại học Pháp, Mỹ
giúp anh Võ Phiến tư liệu để có thể hoàn tất bộ Văn Học Miền Nam.
Như Đặng Tiến từ Âu châu, Trần Huy Bích qua liên thư viện Đại học
UCLA, Đỗ Văn Gia từ Đại học Cornell, họa sĩ Võ Đình và trước đó
từ 1983, học giả Huỳnh Sanh Thông từ Đại học Yale (dịch giả *The
Tale of Kiều*), là người giới thiệu Võ Phiến xin được grant / trợ cấp
từ Chương Trình Nghiên Cứu Đông Dương thuộc Ủy Ban Nghiên
Cứu Khoa Học Xã Hội Hoa Kỳ (Indochina Studies Program, Social
Science Research Council).

Từ trái: Huỳnh Sanh Thông (1926-2008), Đỗ Văn Gia (1946-1992), Từ Mai Trần Huy Bích *(tư liệu gia đình Võ Phiến)*

Và khách tới thăm thường ở lại ăn trưa với anh chị Võ Phiến. Bữa ăn gia đình do chị Võ Phiến chăm sóc, đôi khi có thêm một hai món khách đem tới. Cho đến nay, có một món chị Võ Phiến cho ăn không thể nào quên, đó là bánh tráng thuần túy Bình Định nhúng nước, chấm với nước mắm chanh ớt. Chanh thì có sẵn trên cây, chén nước mắm nhỉ đỏ au những lát ớt cũng hái từ vườn nhà. Món ăn giản dị và lạ miệng như vậy mà ai cũng lấy làm ngon, và khách cảm thấy ngon hơn nữa khi chủ nhà dí dỏm liên hệ món bánh tráng xứ Nẫu tới chiến thắng của vua Quang Trung, bánh tráng đã được dùng như lương khô trong cuộc hành quân thần tốc từ Nghệ An tiến ra Thăng Long dẹp tan 20 vạn quân Thanh.

NÓI CHUYỆN VỚI ĐẶNG TIẾN 1998

Ngày 11-04-98 anh Võ Phiến đã gửi cho tôi bản photocopy 3 trang viết tay bài nói chuyện với Đặng Tiến kèm theo ít dòng ghi chú: *"Thưa anh, đây là bản soạn, không phải nguyên văn lời nói. Khi nói có lời Đặng Tiến xen vào đôi chỗ. Theo lẽ thì phát thanh vào 28-10-1998. Không biết rồi có đúng vậy không."* Thân, Võ Phiến.

Đặng Tiến bút hiệu Nam Chi, cây bút phê bình văn học từ cuối thập niên 1950, là "bạn cựu" của nhà văn Võ Phiến (bạn cựu là chữ của Võ Phiến để chỉ những cố tri), Đặng Tiến với Võ Phiến như Bá Nha Tử Kỳ, Đặng Tiến liên tục theo dõi và rất tâm đắc với những

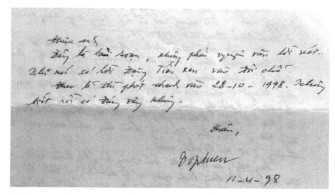

Thủ bút, thư Võ Phiến gửi Ngô Thế Vinh 11.04.1998
(tư liệu Ngô Thế Vinh)

thành tựu văn học của Võ Phiến rất sớm từ 1954 tới mãi về sau này, và cũng đã có rất nhiều bài phê bình điểm sách của Võ Phiến.

Riêng tôi, không được nghe buổi phát thanh ấy, nhưng nếu có thì nội dung chắc sẽ không khác với bản gốc viết tay của anh Võ Phiến. Qua anh Phạm Phú Minh, eMail liên lạc với Đặng Tiến hiện ở Pháp, anh trả lời là hoàn toàn không nhớ. Tôi không ngạc nhiên vì cũng đã 17 năm qua rồi. Tiếp đó tôi gửi phóng ảnh 3 trang viết tay của Võ Phiến buổi nói chuyện với Đặng Tiến, với hy vọng anh ấy có thể sẽ nhớ ra và cho tôi biết thêm chi tiết. Nhưng rồi ba ngày sau cũng vẫn Đặng Tiến trả lời: *"Gửi NTV: Tôi không nhớ ra, sẽ moi trí nhớ trả lời anh sau. Giữ liên lạc. ĐT."*

Với anh Võ Phiến, câu chuyện 17 năm trước thì không hy vọng gì anh còn nhớ, tôi vẫn ghi lại đây nội dung buổi nói chuyện rất ngắn ấy, với 3 trang viết tay (chỉ có 938 chữ) như một chút tư liệu văn học, có giá trị như một Tổng Quan về Văn học Miền Nam giai đoạn 1954-75.

"Thưa anh (Đặng Tiến),

Cuối thời tiền chiến, ông Vũ Ngọc Phan kiểm điểm một thời kỳ văn học 30 năm của Việt Nam. Trong mọi bộ môn sáng tác bằng văn xuôi ông chỉ đếm được ba người ở Nam phần và Trung phần (VP ghi chú thêm bằng bút chì bên lề: Hồ Biểu Chánh, Thanh Tịnh, Nguyễn Vỹ). Tất cả đều viết truyện. Về bộ môn kịch, ký, tùy bút... không có ai cả.

Từ trái: Võ Phiến năm 70 tuổi *(photo by Nguyễn Bá Khanh)* và Đặng Tiến *(tư liệu Viễn Phố)*

Cuối thời 1954-75, ông Cao Huy Khanh kiểm điểm riêng về bộ môn tiểu thuyết trong 20 năm ở Miền Nam. Ông bảo số người viết truyện xấp xỉ 200; trong số ấy trên dưới 60 người có giá trị. Giả sử có ai ngờ vực Cao Huy Khanh quá nặng tình bè bạn, và ai đó hạ số ước lượng xuống còn một nửa – tức 30 tiểu thuyết gia thì 20 năm này cũng gấp 10 lần 30 năm trước. Ấy là chưa kể đến những tùy bút gia, kịch tác gia của thời kỳ sau.

Về mặt khác, hồi tiền chiến ở Trung phần – từ Phú Yên vào đến Bình Thuận – chưa có nhà văn nhà thơ nổi tiếng; và ở khắp các tỉnh Nam phần – ngoài ông bà Đông Hồ ra – cũng chưa thấy vị nào tiếng tăm rộng rãi trên văn đàn. Nói vậy là căn cứ theo ông Vũ Ngọc Phan và Hoài Thanh.

Thế rồi trong khoảng 20 năm sau 1954 lần lượt xuất hiện những văn thi sĩ tên tuổi ở Phú Yên (VP ghi chú thêm: Võ Hồng), ở Ninh Thuận Bình Thuận (VP ghi: Nguyễn Bắc Sơn, Nguyễn Đức Sơn), ở Cà Mau (VP ghi: Sơn Nam), Long Xuyên (VP ghi: Nguyễn Hiến Lê), ở Gia Định (VP ghi: Tô Thùy Yên), Vĩnh Long (VP ghi: Nguyễn Thị Thụy Vũ), Sóc Trăng (VP ghi: Vương Hồng Sển)... Số văn nhân thi sĩ tăng cao chừng ấy, địa bàn văn học nghệ thuật mở rộng đến chừng ấy, như vậy là một đóng góp.

Một đóng góp khác là cái tinh thần tự do, phóng khoáng của thời kỳ văn học này. Thiên hạ nói nhiều về sự đàn áp tinh thần trong những thời ngoại thuộc: hoặc thuộc Tàu, hoặc thuộc Tây. Thực ra, không cứ những thời ấy, ngay lúc nước nhà độc lập, các chế độ quân chủ phong kiến hay chế độ dân chủ cộng hòa ở ta cũng không dung thứ thái độ khích bác nhà cầm quyền. Ngay khi độc lập dân chủ, vẫn thường chỉ có một cái tự do được ban phát rộng rãi, là tự do ca ngợi bề trên.

Ở Miền Nam Việt Nam thời 1954-75, giữa hoàn cảnh chiến tranh, đã phát triển một nền văn nghệ khác hẳn. Trên sách báo tha hồ nở rộ những nụ cười sảng khoái, công kích điều sai chuyện quấy, đùa riễu những phần tử xấu xa. Phần tử ấy không thuộc hạng Lý Toét Xã Xệ. Không hề có nhân vật nào thấp bé như thế bị bêu riếu trong thời kỳ này. Nạn nhân là từ hạng những tay cầm đầu một tỉnh cho đến các vị cầm đầu cả nước. Tiếng cười cợt ngang nhiên, hể hả, râm ran khắp cùng trên mặt sách báo...

Mặt khác, mọi quan niệm nhân sinh, mọi tín ngưỡng, hay có dở có, cao thâm có mà ngông cuồng gàn dở cũng có nữa, tha hồ được tìm hiểu, trình bày, quảng bá.

Trước và sau thời 1954-75 ở Miền Nam, không thấy ở nơi nào khác trên đất nước ta, văn học được phát triển trong tinh thần tự do và cởi mở như vậy.

Sau tính cởi mở tự do, chúng ta có thể chú ý đến một đóng góp nữa. Tôi muốn nói về hiện tượng suy tưởng triết lý ở miền Nam trong thời kỳ 1954-75. Đến cuối thời tiền chiến, tiểu thuyết ở ta đã có trên dưới mười loại, trong đó có những loại tâm lý, loại luân lý, nhưng khuynh hướng triết lý thì bấy giờ chưa có trong tiểu thuyết. Qua thời kỳ 1954-75 ở miền Nam Việt Nam các băn khoăn triết lý xuất hiện đồng loạt trên nhiều địa hạt sáng tác: trong tiểu thuyết, trong thi ca, trong kịch bản, trong tùy bút. Có lúc triết lý tràn lan như một món thời thượng; và nó bị chế giễu.

Tuy vậy nó đã đến đúng lúc, hợp hoàn cảnh. Dân tộc đang chết hàng triệu người vì sự bất đồng ý thức hệ, bất đồng quan niệm sống. Vào lúc ấy sao có thể không suy nghĩ về lẽ sống, sao có thể điềm nhiên

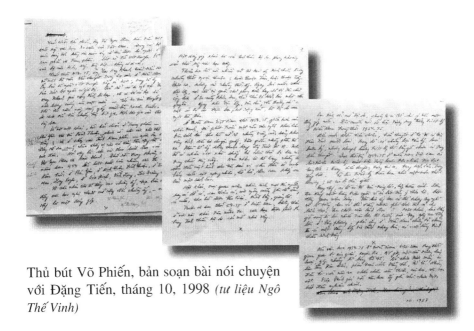

Thủ bút Võ Phiến, bản soạn bài nói chuyện
với Đặng Tiến, tháng 10, 1998 *(tư liệu Ngô
Thế Vinh)*

*phó thác tất cả cho lãnh đạo? Mặt khác, lúc bấy giờ cũng là lúc nhiều
trào lưu tư tưởng mới đang gây xáo động lớn ở Tây Phương, phản ứng
ở Miền Nam chứng tỏ chúng ta có một tầng lớp trí thức nhạy bén, có
cuộc sống tinh thần sinh động.*

*Nền văn học 1954-75 ở Miền Nam Việt Nam trong thời gian qua
bị ém giấu, xuyên tạc. Nó gặp một chủ trương hủy hoại, gặp những bỉ
báng hồ đồ. Nó chưa được mấy ai lưu tâm tìm hiểu, phán đoán cách
đứng đắn, tử tế. Những điều tôi vừa nêu ra chắc chắn còn thiếu, còn
sai, còn cạn cợt. Việc đánh giá nền văn học ấy gần như chưa được bắt
đầu nghiêm chỉnh.*

*(Xin chào anh Đặng Tiến. Xin chào quí vị thính giả.) Võ Phiến,
10-1998"*

BỘ VĂN HỌC MIỀN NAM 1954-75

Khi Võ Phiến nói chuyện với Đặng Tiến là vào thời điểm tháng
10 năm 1998, chỉ một năm trước khi Võ Phiến hoàn tất toàn tập bộ
Văn Học Miền Nam (với tập I là *Văn Học Miền Nam Tổng Quan* xuất

Từ trái: Trần Dạ Từ, Phạm Duy, anh chị Võ Phiến nơi căn nhà Los Angeles *(tư liệu Viễn Phố)*

bản 1986 và tập cuối cùng là *Bút Ký Kịch Miền Nam*, xuất bản 1999). Tưởng cũng cần lưu ý câu phát biểu cuối của nhà văn Võ Phiến: *"Việc đánh giá nền văn học ấy gần như chưa được bắt đầu nghiêm chỉnh."*

Như vậy có thể nói, cho dù Võ Phiến đã phải lao động bền bỉ suốt 15 năm (1984-1999) để hoàn tất bộ sách Văn Học Miền Nam nhưng chính ông chưa hề tự coi đó là một công trình hoàn hảo nên vẫn ao ước việc đánh giá nền văn học 1954-75 cần được bắt đầu nghiêm chỉnh.

Cho dù bộ sách Văn Học Miền Nam của Võ Phiến có những hạn chế đưa tới nhiều tranh cãi khá gay gắt. Người ta đã nặng lời trách ông về những phần thiếu sót trong bộ sách ấy: như khi ông đã gạt một số tên tuổi văn học của thời kỳ 1954-75 ra khỏi bộ Văn Học Miền Nam Tổng Quan, rồi cả cách ông phê bình các nhà văn, nhà thơ được ông chọn đưa vào sách cũng bị ông sử dụng cái sở trường văn phong tùy bút / nay thành sở đoản để châm biếm mỉa mai cá nhân với nhiều định kiến thiên lệch.

Nhà văn Mặc Đỗ nhóm Quan Điểm thì thật sự bất bình, Mai Thảo nhóm Sáng Tạo trong lần trò chuyện cuối cùng với Thụy Khuê 07/1997 cũng không kềm được cảm xúc nói tới "bọn vua Lê chúa Trịnh", và nói thẳng: *"Võ Phiến cũng có chỗ được chỗ không được.*

Đại khái như phê bình văn học, đối với tôi thì không được. Văn Học Miền Nam tổng quan đó thì không được. Thơ dở. Tạp văn hay." (2)

Nhưng khách quan mà nói, ngòi bút Võ Phiến cũng không thiếu phần tự trào, và cả châm biếm bản thân mình. Khi trả lời phỏng vấn Lê Quỳnh Mai trong chương trình Văn học Nghệ thuật đài TNVN Montréal 29-10-2000, nhà văn Võ Phiến đã không ngại khi ví mình như một Xuân Tóc Đỏ của Vũ Trọng Phụng: *"Nói tới sự may mắn, chắc chị còn nhớ tới Số Đỏ của Vũ Trọng Phụng, nếu tôi có được một số độc giả chú ý, chẳng qua cũng như anh chàng Xuân Tóc Đỏ trong truyện ấy thôi."* (4)

Bản thân Võ Phiến cũng đã biết rất rõ phản ứng của giới cầm bút về bộ sách Văn Học Miền Nam. Trong thư nhà văn Võ Phiến gửi Lê Thị Huệ Gió-O ngày 16/02/2001:

"Anh chị em cầm bút thời 1954-75 ở Miền Nam, nhiều người phiền trách tôi về bộ sách này lắm. Tôi chịu trận thôi. Viết mà cốt cho ai cũng… thương (!) thì thành ra cái quái gì." (3)

Nếu độc giả bình tâm đọc lại Lời Nói Đầu của cuốn Văn Học Miền Nam Tổng Quan, Võ Phiến đã bàn qua về "lý do biên soạn cuốn sách đầy những lôi thôi thiếu sót này." (sic)

Ông đã giải thích rất rõ:

"Trước hết mình không phải là một nhà phê bình nhà biên khảo gì ráo mà tự dưng xông ra làm công việc biên khảo phê bình là chuyện không nên. Hơn nữa hoàn cảnh thật là khó: xung quanh không có tài liệu mà mình thì không có điều kiện để đi tìm tài liệu, lấy gì tham khảo?"

Ông cũng tiên đoán được cả những hệ lụy như: *"viết cái gì có liên quan đến kẻ khác, có chê khen người nọ người kia mà viết qua quýt thì bị mắng mỏ xỉa xói tưng bừng là cái chắc."*

Cân nhắc như vậy, nhưng ông vẫn viết tiếp: *"Ấy vậy mà nghĩ đi nghĩ lại chán chê rồi tôi lại quyết định cứ viết cuốn sách này. Trước hết là vì chỗ nặng tình với một thời kỳ văn học kém may mắn. Thật vậy, thời kỳ 1954-75 gặp cái rủi ro hiếm thấy, là trong suốt hai mươi năm trời không có được lấy một nhà phê bình chuyên nghiệp. Nhưng trước khi có sự công bình, sự sáng suốt, hãy chỉ mong được chút lưu tâm...*

Thời kỳ 1954-75: câu chuyện hủy diệt văn hóa phẩm Miền Nam từ 1975 đến nay không ai là không biết. Ta đã không thể ngăn chận được việc phá hủy, không thể bảo tồn được cái thành tích văn học nọ, thì ngay lúc này cũng nên có một tổng kết, một kiểm điểm sơ lược, để về sau những ai lưu tâm còn có chút căn cứ sưu khảo. Không thế, sao đành?"

Vì chỗ "nặng tình với một thời kỳ văn học kém may mắn... rốt cuộc đành miễn cưỡng viết cuốn sách này trong những điều kiện rất không nên viết. Viết như là một sơ thảo, một bản nháp, một gợi ý, nhắc nhở, một cách nêu vấn đề, để sau này những người có đầy đủ tư cách và điều kiện sẽ viết lại một cuốn xứng đáng." (1)

Biết thiếu sót, biết trước có những hạn chế nhưng chính Võ Phiến, trái với bản chất thâm trầm và thận trọng cố hữu, vẫn liều lĩnh – như một "risk taker", ẩn nhẫn làm một công việc tốn rất nhiều công sức và cả nhiều rủi ro như thế. Tưởng cũng nên ghi nhận ở đây, trong suốt hơn 15 năm từng bước hoàn thành công trình Văn Học Miền Nam

Chiến dịch lùng và diệt tàn dư văn hóa Mỹ Ngụy đưa tới những vụ "đốt sách" tại Miền Nam sau 30-04-1975 *(nguồn: internet)*

Trái; Bìa *Văn Học Miền Nam Tổng Quan* của Võ Phiến, Nxb Văn Nghệ, California 1986. Phải; *Võ Phiến Tuyển Tập*, bao gồm tùy bút, truyện, thơ, tạp luận, phê bình; Văn Mới Los Angeles xuất bản lần đầu 2001, Nxb Người Việt California bổ sung phần tiểu thuyết, đàm thoại; tái bản 2006.

với hơn ba ngàn trang sách ấy, Võ Phiến vẫn đang là một công chức sở Hưu bổng làm việc full-time cho quận hạt Los Angeles, như vậy là ông đã phải làm việc ngoài giờ và những ngày cuối tuần. Võ Phiến về hưu tháng 7 năm 1994, ông tiếp tục viết thêm 5 năm nữa để hoàn tất toàn bộ Văn Học Miền Nam 1999. Nếu không có hùng tâm, với công sức của một cá nhân khó có thể làm được như vậy.

Nhưng để rồi khi viết xong, chính Võ Phiến không khỏi ngẩn ngơ tự hỏi: *"Cái đã viết ra đó là cái gì vậy? Là lịch sử hai mươi năm văn học Miền Nam chăng? Là kiểm điểm phê bình nền văn học Miền Nam chăng? 3/4 rõ ràng nó không xứng đáng là lịch sử, là phê bình gì cả. Nó không có cái tầm tổng hợp rộng rãi, nó thiếu công phu suy tìm và phân tích đến nơi đến chốn về bất cứ môn loại nào khuynh hướng nào. Chẳng qua chỉ có những nhận xét rất khái lược, liên quan đến nền văn học và các văn gia một thời mà thôi."* (1)

Từ phải: Ngô Thế Vinh, Trúc Chi Tôn Thất Kỳ, anh chị
Võ Phiến, Đỗ Anh Tài *(tư liệu Viễn Phố)*

Bao nhiêu phê phán từ trong và ngoài giới văn học đối với công
trình Văn Học Miền Nam 1954-75 của Võ Phiến, thực ra cũng không
có nghiêm khắc hơn phần "tự kiểm" của chính Võ Phiến trong Lời
Nói Đầu, Văn Học Miền Nam Tổng Quan tập 1.

Công trình nghiên cứu của Võ Phiến cần được đánh giá đúng
vào giai đoạn thập niên đầu ngay sau 1975 với hoàn cảnh ra đời của
nó: khi mà trong nước có cả một sách lược hủy diệt toàn diện, xóa sổ
nền văn học Miền Nam 20 năm ấy, công trình của Võ Phiến như một
nỗ lực sưu tập và cứu vãn/ rescue mission, nên xem như một khởi đầu
đáng được trân trọng.

Ai cũng hiểu bộ sách Văn Học Miền Nam "không chuyên
nghiệp" của Võ Phiến sẽ không bao giờ là bộ sách phê bình văn học
duy nhất hay cuối cùng, nhưng đó là một bước tạo thuận / facilitation
khởi đầu, một roadmap dẫn tới cả một khối tài liệu đồ sộ để tham
khảo, nó như một dàn phóng cho những công trình hoàn chỉnh kế tiếp.
Đây chính là phần trách nhiệm và nghiệp vụ của giới phê bình chuyên
nghiệp, họ cần có hùng tâm để "bắt đầu nghiêm chỉnh" việc đánh giá
nền văn học 1954-75 bằng những tác phẩm xứng đáng thay vì cứ mãi
xoáy nhìn vào "nửa phần vơi" của bộ sách Võ Phiến.

Một câu hỏi được đặt ra: ai trong chúng ta có thể "bắt đầu nghiêm chỉnh" một công trình nghiên cứu như vậy? Một câu hỏi tiếp theo: ai sẽ thừa kế kho tư liệu phong phú mà anh Võ Phiến có được trước khi rơi vào quên lãng?

LÊ NGỘ CHÂU HÒA GIẢI

Năm 1994, anh Lê Ngộ Châu và con gái sang Mỹ. Với 18 năm điều hành tờ Bách Khoa, anh có nhiều thân hữu: Võ Phiến có lẽ là người anh thân thiết nhất. Trong chỗ rất riêng tư, khi biết giữa anh Võ Phiến và Nguyễn Mộng Giác có "vấn đề" trong sự chuyển tiếp từ tờ Văn Học Nghệ Thuật sang tờ Văn Học.

Nguyễn Mộng Giác với Võ Phiến vốn là người cùng tỉnh. Võ Phiến tâm sự: "Gặp một tác giả đồng tỉnh là một niềm vui mừng, lại phát giác ra ở tâm hồn tác giả nọ một số đặc điểm địa phương đã làm nên cái đẹp của tác phẩm thì lý thú biết bao! Làm sao cầm lòng được? Phải nói về Bình Định chứ chị!" (4)

Nhưng rồi cái tình đồng hương ấy cũng không tránh được trục trặc trong vấn đề điều hành tờ Văn Học, chọn bài vở khi mà Võ Phiến còn đứng tên chủ nhiệm và Nguyễn Mộng Giác là chủ bút. Rất bén nhạy, Lê Ngộ Châu cảm thấy ngay được sự "nghẽn mạch" giữa hai người. Anh Lê Ngộ Châu sốt sắng đóng vai "hòa giải" - vẫn chữ của Lê Ngộ Châu.

Như một cái cớ, tôi tổ chức buổi họp mặt tiếp đón anh Lê Ngộ Châu tại một clubhouse trên đường Bellflower, Long Beach, nơi tôi cư ngụ. Dĩ nhiên có anh Võ Phiến, Nguyễn Mộng Giác; riêng Lê Tất Điều đưa anh Võ Phiến tới nhưng bận nên không tham dự; và có khoảng hai chục thân hữu quen biết anh Lê Ngộ Châu và tạp chí Văn Học có mặt hôm đó: các anh Từ Mẫn Võ Thắng Tiết, Từ Mai Trần Huy Bích, Trúc Chi, Thạch Hãn Lê Thọ Giáo, Khánh Trường, Hoàng Khởi Phong, Cao Xuân Huy... Chỉ riêng cái tình "tha hương ngộ cố tri" ấy, qua những trao đổi, như từ bao giờ anh Lê Ngộ Châu vẫn lối nói chuyện vui dí dỏm và duyên dáng, anh đã như một chất xi-măng nối kết mọi người. Và cũng để hiểu tại sao, trong suốt 18 năm tới

Anh Lê Ngộ Châu trong chuyến thăm California 1994. Từ trái: Đỗ Hải Minh / Dohamide, Lê Ngộ Châu, Ngô Thế Vinh, Võ Phiến *(tư liệu Ngô Thế Vinh)*

Buổi họp mặt tiếp đón anh Lê Ngộ Châu (30.10.1994) tổ chức tại clubhouse trên đường Bellflower Long Beach, từ trái: Nghiêu Đề, Võ Phiến, Bùi Vĩnh Phúc, Hoàng Khởi Phong, Hà Thúc Sinh, Nguyễn Mộng Giác, Trúc Chi Tôn Thất Kỳ, Như Phong Lê Văn Tiến, Lê Ngộ Châu, Lưu Trung Khảo, Từ Mai Trần Huy Bích *(photo by Ngô Thế Vinh)*

Từ phải: Từ Mẫn Võ Thắng Tiết, Lê Ngộ Châu, Võ Phiến, Nguyễn Mộng Giác, Lê Tất Điều *(tư liệu Ngô Thế Vinh, California 1994)*

1975, anh Lê Ngộ Châu đã điều hợp được tờ Bách Khoa vốn là một vùng xôi đậu phức tạp như vậy.

Đó là lần thăm Mỹ duy nhất 1994 của anh Lê Ngộ Châu, cũng như ông giám đốc Nhà sách Khai Trí, cả hai đều chọn trở về sống ở Sài Gòn. Năm 2006, trong dịp đi thăm Đồng Bằng Sông Cửu Long, tôi gặp lại anh Lê Ngộ Châu nơi tòa soạn Bách Khoa, 160 Phan Đình Phùng ngày nào, anh vẫn nhớ và nhắc tới buổi gặp gỡ hôm đó. Khi hỏi anh về cuốn hồi ký 18 năm tờ báo Bách Khoa, anh Lê Ngộ Châu cười dí dỏm trả lời:

"Anh Vinh hỏi Võ Phiến có cho tôi viết không?" Anh Châu muốn nói tới những chuyện ngoài văn học diễn ra ở tòa soạn Bách Khoa trong suốt thời kỳ ấy. Khi trở lại Mỹ, chỉ ít lâu sau được tin anh Châu mất ngày 24-9-2006, thọ 84 tuổi.

VÕ PHIẾN 75 TUỔI, QUÁ MỨC ƯỚC AO

Tháng 12 cuối năm 1998, tôi nhận được thiệp chúc xuân của nhà văn Võ Phiến, anh viết:

Một năm nữa lại sắp qua, vậy mà lão đẽo mình cũng lần mò tới tuổi 75: quá mức ước ao! Anh sắp tới lục tuần chứ ít sao, lục tuần là tuổi tung hoành múa bút khỏe lắm. Xin chúc anh chị sang năm mới được mọi sự an lành. Riêng anh nên có sách mới xuất bản. Thân mến, Võ Phiến

Thực sự anh Võ Phiến lúc đó mới 73 tuổi, anh sinh năm 1925, tuổi Ất Sửu. Cả ba bạn văn: nhà văn Doãn Quốc Sỹ, nhà báo Như

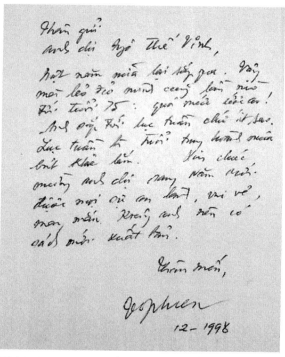

Thủ bút, thư Võ Phiến gửi Ngô Thế Vinh 12.1998
(tư liệu Ngô Thế Vinh)

Phong và anh Lê Ngộ Châu cùng tuổi Quý Hợi (1923), hơn Võ Phiến hai tuổi. Doãn Quốc Sỹ vẫn gọi đùa Lê Ngộ Châu là Lê Quý Hợi và anh ấy là Doãn Quý Hợi. Ba ông Quý Hợi thì nay chỉ còn một Doãn Quốc Sỹ. Nhà báo Như Phong mất 2001 tại Virginia, chủ nhiệm Lê Ngộ Châu mất 2006 tại Sài Gòn.

Cũng vẫn thư nhà văn Doãn Quốc Sỹ gửi anh Lê Ngộ Châu (29/08/1996) có nhắc tới Võ Phiến mà anh gọi đùa là cụ Võ Bình

Định: "Được xem bức ảnh cụ Võ Bình Định mặc màu áo sơ-mi rất trẻ, nhìn ảnh cụ cười mà tưởng như nghe thấy cả tiếng cười hóm hỉnh của cụ điểm xuyết trong câu chuyện tại tòa soạn Bách Khoa ngày nào."

Trước ngưỡng tuổi cổ lai hy, Võ Phiến đã trải qua hai cuộc mổ tim lớn / Coronary Artery Bypass Surgery; lần thứ nhất 1985 khi Võ Phiến mới 60 tuổi, anh bắt đầu bị ám ảnh về cái chết:

Ra đi tuổi chẵn năm mươi,
Năm mươi tuổi nữa nào nơi ta về?
Ngàn năm mây trắng lê thê...
(1986)

Bảy năm sau, 1992, Võ Phiến 67 tuổi lại phải bước vào cuộc mổ tim lần thứ hai khó khăn và phức tạp hơn. Anh bi quan và bị ám ảnh nhiều hơn về cái chết.

Anh đã đặt bút viết về Cái Sống Hững Hờ: "*Bản thân tôi trước đây có lần phải vào bệnh viện chịu mổ xẻ, tôi ngậm ngùi viết những lá thư gửi lại bạn bè, nhờ một văn hữu thân tình trao giúp cho, sau khi mình... ra đi. Hóa ra rồi sau cuộc giải phẫu tôi tiếp tục sống nhăn. Sống và ngượng ngập vu vơ.*

Năm tháng trôi qua. Quá bát tuần, tôi lén lút hưởng một chút tưởng tượng về cái kết thúc của đời mình. Chắc là gần thôi. Liếc mắt phớt qua tí ti, sợ gì? Liếc qua xong rồi liếc lại, tôi ngạc nhiên không nhận thấy một xúc động bất thường nào xảy ra cả. Cuộc sống đang tiếp diễn vẫn tiếp diễn đều đều...

Tạo Hóa có lòng lành, nhón tay khe khẽ điều chỉnh lòng người. Tuổi người càng cao, lòng người càng bớt sôi nổi, bớt tha thiết. Rốt cuộc còn lại một sự hững hờ: 'Chết? Ai mà khỏi? Việc gì phải sợ?' Tôi âm thầm nghĩ ngợi và ngờ rằng đây là lúc xuất lộ cái từ tâm của Hóa Công. Chúng ta không nên mè nheo đòi hỏi cho được vừa huýt sáo mồm vừa chết. Chỉ mong những bước chân đến ngôi mộ* của chính mình sẽ là những bước thong thả, hững hờ. Đại khái thế thôi."

Mặc dầu, trước đó nhiều năm anh chị Võ Phiến đã mua sẵn hai lô đất cho phần hậu sự, nhưng khi mất anh Võ Phiến đã không bước

Tác phẩm *Cuối Cùng* của Võ Phiến do Thế Kỷ 21, California xuất bản 2009, dòng ký tặng sách và chữ ký Võ Phiến ở giai đoạn 5.10.2015 đã rất khó khăn và phải có sự giúp sức của chị Viễn Phố *(tư liệu Ngô Thế Vinh)*

Thủ bút Võ Phiến, "Thân gửi anh Ngô Thế Vinh, Xin cảm ơn anh đã có cảm tình với bài này. Khi in vào sách, tôi sẽ đề tặng anh. Hôm nào thuận tiện, xin mời anh chị ghé chúng tôi chơi, trong mùa nắng này. Thân mến, Võ Phiến V - 2000 *(tư liệu Ngô Thế Vinh)*

chân đến ngôi mộ của chính mình mà được hỏa thiêu, sau đó tro cốt và bài vị được đưa về chùa Điều Ngự, nơi có vị sư trụ trì cùng quê Bình Định, và rất trân quý anh từ buổi sinh thời. (Ghi chú của người viết.)

Khi chị Võ Phiến cũng nghỉ hưu, không còn nhu cầu ở gần sở làm nữa, năm 2003 anh chị dọn về vùng gần Little Saigon. Ngôi nhà mới xinh xắn hai tầng trong một cư xá yên tĩnh cuối đường Fifth / Số 5 thành phố Santa Ana, cũng có một khoảnh vườn rất nhỏ với những cây hoa hồng ở bờ giậu, và một ít cây trái; vừa sức để chị Võ Phiến bước qua tuổi 70 vẫn còn có thể vui thú điền viên và chăm sóc. Ngoài những sách tái bản như *Võ Phiến Toàn Tập, Cuối Cùng* được coi là tác phẩm sau cùng của Võ Phiến hoàn thành nơi ngôi nhà mới, viết xong 2007, Nxb Thế Kỷ 21 cho in năm 2009.

VÕ PHIẾN BƯỚC VÀO TUỔI 90

Sinh ngày 20 tháng 10, 1925, sáu tháng nữa, 2015 Võ Phiến vừa tròn 90 tuổi. Có lẽ anh là một trong số ba nhà văn Miền Nam ở hải ngoại sống thọ nhất, chỉ sau nhà văn Mặc Đỗ 98 tuổi (sinh năm 1917) sống ở Austin Texas, nhà văn Doãn Quốc Sỹ 92 tuổi (sinh năm 1923) hiện sống ở Nam California.

Lại vẫn dùng một câu viết 17 năm trước trong một thiệp xuân của Võ Phiến 1998: *"Một năm nữa lại sắp qua, vậy mà lão đẽo mình cũng lần mò tới tuổi 90: quá mức ước ao!"*

Và cuộc sống của Võ Phiến *"vẫn cứ tiếp diễn đều đều."* Chị Viễn Phố, vợ anh, vẫn che dù cho anh đi bộ mỗi ngày với walker có bánh xe lăn. Nhìn chung theo khía cạnh y khoa, ở nhóm tuổi 90 ấy, thể lực của anh Võ Phiến được xem là khá tốt cho dù trí tuệ anh đã có nhiều phần lãng đãng, cái lãng của người cao tuổi / senile dementia. Anh không nhớ hết những khuôn mặt thân quen nhưng với vài người "bạn cựu" – vẫn chữ của Võ Phiến – thân thiết lâu năm như Hoàng Ngọc Biên, Đặng Tiến, Lê Tất Điều... anh vẫn giữ được một trí nhớ

Nắng thu ngoài vườn căn nhà anh chị Võ Phiến trên đường Baltimore, Los Angeles 09.2001, từ phải anh chị Võ Phiến, Tạ Chí Đại Trường, Nguyễn Huệ Chi, Nguyễn Mộng Giác; phía sau là tượng Võ Phiến của Ưu Đàm *(tư liệu Viễn Phố)*

Bên trong nhà anh chị Võ Phiến trên đường Baltimore, Los Angeles 04.1992, từ trái: Gs Trần Ngọc Ninh, nhà văn Võ Phiến, Ngô Thế Vinh *(tư liệu Ngô Thế Vinh)*

Hình này ở vườn sau nhà 20 năm sau khi Võ Phiến bị mổ tim lần 2 với cô y tá đứng sau *(tư liệu và ghi chú của Viễn Phố)*

xa / remote memory qua các cuộc nói chuyện điện thoại gần đây và cả ở những lần gặp mặt.

Vậy mà đã 40 năm, với hai lần Võ Phiến khóc khi di tản khỏi Việt Nam: một lần ở tòa soạn báo Bách Khoa trên đường Phan Đình Phùng, lần thứ hai trên con tàu Challenger khi rời đảo Phú Quốc. (5) Bốn mươi năm ấy 1975-2015, với bao nhiêu nước chảy qua cầu, như một nhà văn lưu đầy Võ Phiến vẫn sống làm việc trong sự cô đơn buồn bã. (6)

Bài viết tháng Tư này, gửi tới nhà văn Võ Phiến khi anh bước vào tuổi thượng thọ 90, ngưỡng tuổi 90 xưa nay là hiếm. Cũng gửi tới hai anh chị Võ Phiến và Viễn Phố lời chúc "cây đời thì vẫn cứ mãi xanh tươi" (7) .

BÀI THƠ VÕ PHIẾN NĂM 2000

Sau khi anh Võ Phiến mất, tìm lại được một bài thơ anh viết đề tặng tháng 5 năm 2000.

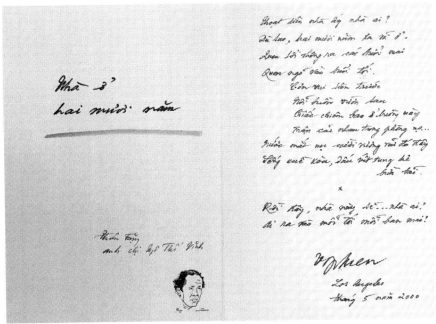

Thủ bút Võ Phiến, bài thơ "Nhà ở hai mươi năm" (*tư liệu Ngô Thế Vinh*)

NHÀ Ở HAI MƯƠI NĂM

Thân tặng
anh chị Ngô Thế Vinh

Thoạt tiên nhà ấy nhà ai?
Dù sao, hai mươi năm ta đã ở
Quen lối thông ra các buổi mai
Quen ngõ vào buổi tối
Cơn vui sân trước
Nỗi buồn vườn sau
Giấc chiêm bao ở buồng này
Trận cãi nhau trong phòng nọ...
Nước mắt nụ cười vương vãi đó đây
Sống xuề xòa, dấu vết tung hê bừa bãi
Rồi đây, nhà này sẽ... nhà ai?
Ai ra vào mỗi tối mỗi ban mai?

VÕ PHIẾN
Los Angeles, tháng 5 năm 2000

Long Beach, 04/2015

ĐẾN VỚI LINH BẢO
TỪ GIÓ BẤC TỚI MÂY TẦN

Hồn quê theo ngọn mây Tần xa xa.
Nguyễn Du

Nhà văn Linh Bảo, thời gian ở Hương Cảng
(tư liệu Linh Bảo)

Sau các nhà văn nữ tiền chiến như Thụy An, Mộng Sơn của thập niên 1940s, Linh Bảo và Nguyễn Thị Vinh là hai nhà văn đi trước thế hệ đông đảo các nhà văn nữ của thập niên 1960s về sau này như Nhã Ca, Nguyễn Thị Hoàng, Túy Hồng, Nguyễn Thị Thụy Vũ, Trùng Dương, Trần Thị NgH.

Linh Bảo là một tên tuổi văn học của Miền Nam từ những năm 1950s. Các tác phẩm của Linh Bảo được lần lượt xuất bản tại Miền Nam từ 1953 tới 1975. Chỉ có *Mây Tần* là tuyển tập đoản văn duy nhất được xuất bản ở hải ngoại (1981). Sau 1975, không có một tác phẩm nào của Linh Bảo được in ở trong nước.

TIỂU SỬ

Nhà văn Linh Bảo, tên Võ Thị Diệu Viên, sinh 14-4-1926 trong một gia đình quan lại triều đình Huế: cha Võ Chuẩn nguyên tổng đốc Quảng Nam, mẹ gốc hoàng tộc Tôn Nữ Thị Lịch. Từ thời rất trẻ, Linh Bảo đã nuôi tham vọng được đi du học, rời xa gia đình sớm, sống lưu lạc qua nhiều quốc gia ngoài Việt Nam: Trung Hoa (Nam Kinh, Quảng Châu), Hương Cảng, Anh, Pháp, và Mỹ. Linh Bảo còn có hai tên khác: Lại Cẩm Hoa là tên trên chiếc vé xuống tàu vượt biển sang Hương Cảng, Vũ Trung Thư / Mo Chung Shu là tên ghi danh đi học ở Nam Kinh và Quảng Châu. Các bức thư nhà văn Nhất Linh gửi Linh Bảo khi còn ở Hương Cảng đều gửi với tên Lại Cẩm Hoa.

Mới xong năm thứ hai (1947-1949) Đại học Tôn Trung Sơn (do tôn kính người Hoa không gọi tên Tôn Dật Tiên / Sun Yat Sen University), thì Hồng quân của Mao Trạch Đông chiếm toàn Hoa Lục 1950, Linh Bảo một lần nữa từ Quảng Châu chạy tỵ nạn sang Hương Cảng. Tại đây, cô đã làm mọi việc để kiếm sống: từ phụ tá nha sĩ / dental tech tới lồng âm tiếng Việt cho các bộ phim Tàu đang thịnh hành thời bấy giờ.

Năm 1951, Linh Bảo lập gia đình với một người Hoa mang quốc tịch Anh, và trở thành công dân Anh do cuộc hôn nhân này. Bút hiệu Linh Bảo, có nguồn gốc rất đơn giản, đó chỉ là tên người chồng Trần Linh Bảo / Ling Po Chan và bút hiệu ấy gắn mãi với văn nghiệp của chị trong văn học sử Việt Nam.

Đến 1954, khi Lãnh Sự Quán Việt Nam Cộng Hòa mới được thành lập, Linh Bảo là người Việt Nam hiếm hoi lúc đó biết tiếng Quảng Đông, tiếng Quan Thoại, tiếng Anh và dĩ nhiên cả tiếng Việt, cô được tuyển làm nhân viên của tòa Lãnh Sự Việt Nam tại Hương

Nữ sinh viên Vũ Trung Thư (Linh Bảo) tại Đại Học Tôn Trung Sơn, Quảng Châu, Trung Quốc. *(tư liệu Linh Bảo)*

Cảng. Làm việc tới 1957, trở về nước và chỉ sau 2 năm, 1959 Linh Bảo lại chọn một cuộc sống xa quê nhà.

Từ Hương Cảng, qua Pháp rồi qua Anh một thời gian, cuối cùng Linh Bảo chọn định cư ở Mỹ sau khi được tuyển dụng vào giảng dạy môn Việt ngữ 14 năm (1962-1976) tại trường Sinh ngữ Quân đội Mỹ / Defense Language Institute, Monterey, California cho đến khi ngôi trường bị giải thể sau Chiến tranh Việt Nam. Linh Bảo hiện sống tại Nam California.

Tác phẩm:

- *Gió Bấc*, truyện dài, Nxb Phượng Giang 1953
- *Tàu Ngựa Cũ*, tập truyện ngắn, Nxb Đời Nay 1961
- *Những Đêm Mưa*, truyện dài, Nxb Đời Nay 1961
- *Những Cánh Diều*, tập truyện ngắn, Nxb Trí Đăng 1971
- *Mây Tần*, tuyển tập đoản văn, Nxb Việt Nam Hải Ngoại 1981

Sách nhi đồng:

- *Chiếc Áo Nhung Lam*, Sách Hồng, Nxb Đời Nay 1953

- *Con Chồn Tinh Quái*, truyện Nhi đồng, Nxb Ngày Mới 1967

Tác phẩm *Tàu Ngựa Cũ* được trao Giải thưởng Văn Chương Toàn Quốc 1961. Trừ truyện dài *Gió Bắc* và truyện nhi đồng *Chiếc Áo Nhung Lam* được in từ 1953, các tác phẩm chính của Linh Bảo đều được xuất bản trong thời kỳ 1954-1975.

Một trang báo ở Sài Gòn thập niên 50; trong thời gian ở Hương Cảng, mặc dầu công việc mệt nhọc ban ngày, viết nhật ký là thú vui của Linh Bảo, tối nào cô cũng dành thì giờ để ghi lại cảm tưởng về cuộc sống sinh động ở đất nước người. *(tư liệu Linh Bảo)*

TỪ GIÓ BẮC TỚI GIÓ BẮC

Tại Hương Cảng, Linh Bảo được dịp làm quen với hai nhà văn Nguyễn Thị Vinh và Trương Bảo Sơn. Bản thảo Gió Bắc (chưa phải là Gió Bắc) như một tự truyện viết theo ngôi thứ nhất kể lại cuộc sống

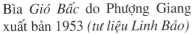
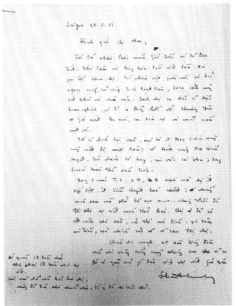

Bìa *Gió Bấc* do Phượng Giang   Thư nhà văn Nhất Linh gửi Linh Bảo
xuất bản 1953 *(tư liệu Linh Bảo)*   *(tư liệu Linh Bảo)*

lưu lạc của cô sinh viên Linh Bảo, được trao cho chị Nguyễn Thị Vinh
và sau đó tới tay nhà văn Nhất Linh.

Sau khi đọc bản thảo *Gió Bấc*, thấy được "cốt cách nhà văn" -
chữ của Nhất Linh của tác giả, Nhất Linh đã viết thư khuyến khích
Linh Bảo với hai gợi ý: viết lại cuốn tự truyện theo ngôi thứ ba và sửa
nhan đề cuốn sách là *Gió Bấc* thay vì Gió Bắc. Linh Bảo đã làm theo
lời khuyên của nhà văn Nhất Linh.

Từ Sài Gòn, ngày 29 tháng 5 năm 1953 nhà văn Nhất Linh đã
viết thư cho Linh Bảo lúc đó vẫn đang còn ở Hương Cảng, với tên Lại
Cẩm Hoa:

Kính gửi chị Hoa,

*Tôi đã nhận được cuốn Gió Bấc và đã đọc hết. Khá lắm và hay
hơn lần viết đầu. Xin gửi lời khen chị. Các nhân vật quốc nội và hải
ngoại cũng rõ ràng linh hoạt hơn, đoạn kết cũng rất khéo và vừa vặn.*

Sách chị ra chắc sẽ được hoan nghênh, có lẽ ra đồng thời với Thương Yêu và Gió Mát (của Nguyễn Thị Vinh và Tường Hùng, ghi chú của người viết). Ba cuốn, ba tâm sự và mỗi cuốn một vẻ.

Tôi sẽ chữa lại văn, xóa bỏ ít đoạn (việc này cũng mất độ mười hôm) rồi đánh máy đưa kiểm duyệt. Cái chính là hay, còn văn là phụ; song hoàn toàn thì vẫn hơn.

Trong 3 cuốn Thương Yêu, Gió Mát, Gió Bấc cuốn của chị ít sắp đặt, ít tiểu thuyết hóa nhất; những cuốn sau cần phải bố cục... nhưng thôi để khi chị viết cuốn thứ hai. Chị đã có cốt cách nhà văn, cứ thế mà tiến, yên tâm mà tiến, còn nhiều rực rỡ về sau đợi chị.

Chúc chị mạnh và nếu tiếng đàn vẫn còn văng vẳng (chỉ cơn hen suyễn của Linh Bảo, trong một thư khác Nhất Linh còn gọi đó là tiếng đàn violon, ghi chú của người viết) cũng không sao vì cái đó có ngăn cản gì đâu việc chị viết Gió Bấc.

Nhất Linh

Chẳng thể ngờ rằng chỉ 10 năm sau khi viết bức thư này, nhà văn Nhất Linh đã tuẫn tiết ở tuổi 57 (1906-1963).

Gió Bấc là tác phẩm đầu tay của Linh Bảo được Phượng Giang xuất bản năm 1953. Có thể coi đây như bước khởi đầu vững vàng trên con đường văn nghiệp của Linh Bảo. Vừa mới thành danh với Gió Bấc, vì một lý do tâm cảnh, Linh Bảo muốn đổi bút hiệu, nhưng được nhà văn Nhất Linh khuyên can và cô đã nghe theo.

TỪ GIÓ BẤC TỚI NHỮNG ĐÊM MƯA

Gió Bấc là truyện một cô gái tên Trang sinh ra và lớn lên ở Huế, thể chất yếu đuối do từ nhỏ đã mắc phải căn bệnh suyễn kinh niên, và trở nặng theo mùa và mỗi lần gió bấc thổi về thì cơn hen suyễn lại nổi lên thê thảm; tuy vậy tinh thần cô gái thì mạnh mẽ. Do quan niệm xưa cũ, mẹ Trang không khuyến khích sự học của con gái nhưng Trang thì vẫn nuôi mơ ước được đi du học. Chiến tranh ly tán, Trang xa gia đình rất sớm, lưu lạc vào Sài Gòn, bị bắt và cả tù đày và rồi cơ hội tới, cô kiếm được một vé xuống tàu với một tên Trung Hoa và qua được Hương Cảng, rồi Nam Kinh, Thượng Hải và Quảng Châu. Cô gái mảnh mai ấy đã sống sót qua những biến cố lịch sử: cách mạng ở Việt Nam, cách mạng ở Trung Hoa, trải qua những ngày tháng đầy chiến tranh loạn lạc. Ở đâu thì cô cũng phải làm việc cật lực để mưu sinh. Rồi cô cũng vào được Đại học Tôn Trung Sơn Quảng Châu, chưa được bao lâu thì Hồng quân của Mao Trạch Đông toàn chiếm Hoa lục, một lần nữa lại phải tỵ nạn sang Hương Cảng. Tại đây cô đã phải làm đủ nghề để kiếm sống cho đến khi gặp được một người đàn ông Hương Cảng gốc Hoa không tham vọng hiền lành tên Bình, tìm tới muốn chia sẻ cuộc sống với Trang.

Trang cuối của *Gió Bấc*: "*Và Bình bỗng nắm chặt tay Trang: Trang, Trang cho phép tôi... được săn sóc Trang ... suốt đời nhé?*" Nàng đã không chống cự và xiêu lòng. *Gió Bấc* viết xong tại Hương Cảng 1952 khi ấy Linh Bảo vừa mới 26 tuổi.

Những Đêm Mưa có thể coi như tiếp nối "Gió Bấc", vẫn cô gái tên Trang. Trang và Bình cưới nhau, cuộc sống lứa đôi ngay sau đó đã chẳng thơ mộng hay hạnh phúc như người con gái từng hy vọng; nhiều xung khắc trái nghịch xảy ra nhất là khi nàng sinh đứa con gái đầu tiên trong cảnh gia đình thiếu hụt đưa tới sự bế tắc. Không thể tiếp tục sống với một người đàn ông mà nàng cho là tầm thường, Trang lại thu xếp hành trang đem theo đứa con gái nhỏ và cái bụng đang mang thai trở về Huế sống với cha mẹ trong một thời gian không hạn định.

Đã thất vọng với cuộc hôn nhân nhưng khi về tới quê nhà, Trang lại phải chứng kiến những tấn bi kịch khác của gia đình: người cha đã bỏ mẹ nàng trong nỗi đau buồn tủi vì mê say sống với mấy người vợ bé trẻ trung hơn mẹ. Chính Trang cũng bị người cha ruột ruồng rẫy. Rồi người cha ngã bệnh chết, bà mẹ quá chán chường tìm chốn nương thân nơi cửa Phật. Người phụ nữ tên Trang ấy, ở đâu cũng thấy cô đơn, chẳng còn trông cậy vào một ai khác, và Trang lần này lại ra đi, chưa biết đi đâu nhưng không có dự tính trở lại với người chồng cũ ở bên Hương Cảng.

Trang cuối của *Những Đêm Mưa*: "*Trang không cần đọc cũng biết nội dung trong thư có những gì (những bức thư của Bình, người chồng cũ). Trong những năm tháng xa nhau, Bình đã viết đều đều cho Trang mỗi tuần lễ hai bức thư như thế... văn tài của anh dù "yên sĩ" có lên độ cuối cùng cũng không bao giờ đủ hứng để viết thành một cái truyện ngắn truyện dài nào... Trang nhìn theo con như cố tìm can đảm để phấn đấu, để chịu đựng những thử thách của một cuộc phiêu lưu sắp tới ngày mai..."*

Những Đêm Mưa cũng viết xong tại Hương Cảng 1957, năm năm sau *Gió Bấc* khi ấy Linh Bảo 31 tuổi.

Cả hai cuốn tiểu thuyết đều bao gồm rất nhiều kinh nghiệm sống của Linh Bảo. Không phải là do câu chuyện mà nghệ thuật viết đã làm nên giá trị độc đáo của tác phẩm Linh Bảo. Ngòi bút của Linh Bảo thông minh sắc sảo, giễu cợt lật ra những mặt trái của cuộc sống, một cách tàn nhẫn với giọng nghịch ngợm tinh quái bất cần đời nhưng cũng thật là chua chát. Người phụ nữ trong tác phẩm Linh Bảo tuy cứng cỏi, chịu đựng nhưng vẫn luôn luôn là nạn nhân đáng thương của những hoàn cảnh.

Nhìn xa hơn nữa, có thể nói qua các tác phẩm Linh Bảo rất sớm là ngòi bút đấu tranh cho nữ quyền.

LINH BẢO NHỮNG NGÀY SÀI GÒN

Dù ở trong nước hay ở hải ngoại, Linh Bảo viết khá đều tay trong khoảng hai thập niên 1950s và 1970s. Cùng với Nguyễn Thị Vinh, Linh Bảo là một trong hai cây viết nữ chủ lực của tạp chí Văn Hóa Ngày Nay của Nhất Linh, báo Tân Phong của Nguyễn Thị Vinh - Trương Bảo Sơn, và tạp chí Bách Khoa của Lê Ngộ Châu và một số báo khác.

Sau *Gió Bấc*, tên tuổi Linh Bảo một thời sáng chói với các truyện ngắn truyện dài xuất hiện sau đó. *Những Đêm Mưa* và *Tàu Ngựa Cũ* là hai tác phẩm văn học giá trị của nhà văn Linh Bảo.

Tưởng cũng nên ghi lại đây nhận xét của nhà văn Bình Nguyên Lộc, một cây viết thuần Nam Bộ viết về Linh Bảo qua một thư riêng.

Tòa soạn **VĂN HÓA NGÀY NAY** 1958   *(từ trái qua)* :

Hàng ngồi : **Linh Bảo - Quỳ Hương- Nguyễn thị Vinh**
Hàng sau : **Bình Nguyên Lộc - Duy Lam - Đỗ Đức Thu - Nhất Linh**
Tường Hùng - Nguyễn Thành Vinh - Trương Bảo Sơn

Sài Gòn 21/9/1958

Chị Linh Bảo,

Hôm nọ tôi có đến thăm chị nhưng chị đi vắng...

Một điều sau đây tôi được biết, nói ra sợ chị không tin nhưng không thể không nói được: là rất nhiều bạn văn, bên phe không cộng, nói với tôi rằng các tiểu thuyết đăng ở Văn Hóa Ngày Nay chỉ có tiểu thuyết của Linh Bảo là hay. Họ không nói là hay hơn hết mà chỉ nói là hay thôi. Thế nghĩa là còn hơn là hay hơn hết nữa kia.

Riêng tôi, tôi thấy chị hay hơn Gió Bấc nhiều lắm (Bình Nguyên Lộc muốn nói tới tiểu thuyết Những Đêm Mưa, đang đăng định kỳ trên Văn Hóa Ngày Nay, ghi chú của người viết) và giọng văn của chị đã rõ nét ra, một giọng văn mà ba mươi năm nữa chưa chắc đã có người làm theo được...

Tôi ngạc nhiên lắm. Bề ngoài chị rất là đờn bà, nhưng sao văn chị như văn đờn ông thế. Đọc xong bốn kỳ Những Đêm Mưa, tôi ngán sợ chị ghê lắm, sợ cái tài quan sát nội tâm và ngoại cuộc của chị rất là bất ngờ, mà nhất là sợ cái cười bình thản của chị vô cùng. Sợ đây không phải là phục. Đành là phục rồi, khỏi phải nói, mà sợ bị chị quan sát và cười, mặc dầu chỉ cười thầm thôi...

> *Bình Nguyên Lộc*

> *T.B. Xin mời chị có đi đâu ngoài nầy, ghé qua nhà tôi một bận. Tôi ở phố Võ Tánh, gần chợ Thái Bình. Buổi chiều tôi luôn luôn có nhà, trừ chiều thứ bảy và chiều chúa nhựt.*

Nhà văn Bình Nguyên Lộc đã mất năm ông 73 tuổi (1914-1987).

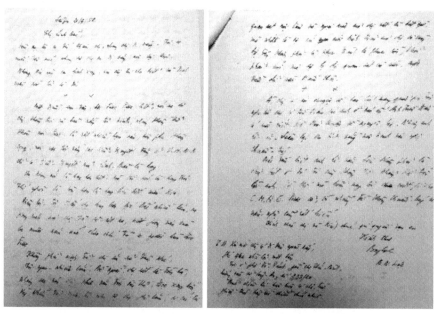

Thư nhà văn Bình Nguyên Lộc gửi Linh Bảo *(tư liệu Linh Bảo)*

Sau Nhất Linh và Bình Nguyên Lộc, Võ Phiến cũng đã viết về Linh Bảo trên tạp chí Bách Khoa (số 161, năm 1962) như sau: *"Trong số những người đàn bà viết văn ở ta hiện nay, có lẽ Linh Bảo có tài nhất: có tài quan sát, lại có tài diễn tả một cách thông minh những điều mình quan sát. Quan sát và phân tích tâm lý, Linh Bảo đã trình bầy được mỗi nhân vật với một hình dạng, một cá tính rõ ràng, một lối sinh sống và ăn nói riêng biệt... Linh Bảo thường hay tìm ra cơ hội để làm người đọc mỉm cười, dù là trong những trường hợp buồn thảm:*

Bìa tiểu thuyết *Những Đêm Mưa (tư liệu Linh Bảo)*

Bìa *Tàu Ngựa Cũ* của Linh Bảo *(tư liệu Linh Bảo)*

nhà ngập lụt, vợ chồng giận nhau. Giữ được nét mặt tươi tắn cả trong khi buồn, đó là một lối làm đẹp rất khéo của đàn bà, nhất là đàn bà 'lịch sự': vì vậy mà cái cười do Linh Bảo gợi lên lắm lúc có chua chát, người đọc vẫn dễ có cảm tình với giọng văn của tác giả."

Rất tình cờ từ ba địa phương, cả ba tác giả Bắc Nam Trung đều có chung một nhận định: Linh Bảo là một cây bút có văn tài. Linh Bảo viết không nhiều, nhưng tác phẩm nào cũng đặc sắc. Chỉ có tiếc là từ hơn bốn chục năm qua, Linh Bảo hầu như không còn quan tâm tới chuyện viết lách và sáng tác thêm nữa.

TÀU NGỰA CŨ GIẢI VĂN CHƯƠNG 1961

Tàu Ngựa Cũ được trao giải văn chương 1961. Năm đó có ba giải văn học, nhà xuất bản Ngày Nay chiếm hai giải: cuốn *Thềm Hoang* giải nhất truyện dài của Nhật Tiến, *Tàu Ngựa Cũ* tuyển tập truyện ngắn của Linh Bảo, *Gìn Vàng Giữ Ngọc* của Doãn Quốc Sỹ do Sáng Tạo xuất bản.

Giải thưởng Văn chương 1961 *(tư liệu Linh Bảo)*

Tàu Ngựa Cũ là tuyển tập chín truyện ngắn của Linh Bảo đã đăng tải trên tạp chí Văn Hóa Ngày Nay của Nhất Linh và Tân Phong của Nguyễn Thị Vinh – Trương Bảo Sơn. *Tàu Ngựa Cũ* được trao giải thưởng Văn chương 1961. Học giả Nghiêm Xuân Việt, Văn Bút Việt Nam "với thiện chí trao đổi văn hóa với ngoại quốc" đã chọn hai truyện *Người Quân Tử* và *Áo Mới* trong *Tàu Ngựa Cũ* dịch ra Anh ngữ với tên truyện *The Noble Man* và *Our Brand New Robes* và gửi đi dự cuộc thi truyện ngắn do International PEN tổ chức 1961. Thành phần ban giám khảo gồm những tên tuổi như: Storm Jameson (Anh), André Maurois (Pháp), và Whit Burnett (Mỹ).

Kết quả là cả hai truyện ngắn này được tuyển chọn vào chung kết trong số 26 truyện ngắn quốc tế hay nhất năm đó. Cũng thời gian đó Linh Bảo đang sống ở Luân Đôn. Hình như sau đó, hai truyện ngắn này được PEN Vietnam Centre dịch sang tiếng Pháp: *L' Homme Noble*, và *Robes Nouvelles* để in trong tuyển tập truyện ngắn của Văn Bút Việt Nam.

Tàu Ngựa Cũ là một truyện ngắn được lấy tên cho toàn tập truyện. Đó là truyện tình nhẹ nhàng cảm động. Trong một chuyến tàu đi suốt từ Huế vào Sài Gòn, Kỳ ao ước có một người bạn đồng hành để có thể truyện trò. Rất tình cờ từ một ga xép, một thiếu nữ lên tàu ngồi bên cạnh Kỳ. Với nốt ruồi đỏ như son trên cổ tay thiếu nữ, Kỳ bỗng nhận ra Thơ người bạn gái xa cách từ lâu, thuở hai người rất yêu nhau. Họ nhận ra nhau và hạnh phúc được ngồi bên nhau trong những kỷ niệm hồi tưởng. Nhưng khi con tàu ghé Nha Trang thì người vợ của Kỳ xuất hiện. Cô gái lặng lẽ bước xuống tàu, không nói một lời chia tay. Tất cả thoáng diễn ra như một giấc mơ. Kỳ trở lại cuộc sống thực tế với một người đàn bà ngồi bên cạnh là vợ chàng. Kỳ có cảm giác mình như một con ngựa đã thuần hóa và từ nay chỉ có một con đường trở về như con ngựa trở về tàu ngựa cũ.

Người Quân Tử là câu chuyện của một cô gái trẻ đẹp tên Dung, đang làm cho một hãng hàng không, sống độc lập bỗng dưng rơi vào nghịch cảnh trong vòng kiểm tỏa của một người đàn ông đã có vợ nhưng nhiều thủ đoạn, nham hiểm và cả bạo hành; hắn đã biến Dung thành cô "thư ký vạn năng" cùng lúc đóng nhiều vai người tình, người vợ không bao giờ cưới vẫn phải để con lấy họ mẹ, Dung được người đàn ông ấy đối xử như người đầy tớ gái nhưng vẫn nhồi sọ Dung rằng chính hắn mới là kẻ gia ơn và bao bọc, hắn là người quân tử đến mức chính Dung cũng tin là như vậy và khuất phục cam chịu.

Áo Mới với bối cảnh một gia đình của một thời vang bóng nơi kinh đô Huế cổ xưa của một triều đại phong kiến đang suy tàn. Truyện kể về sự tích một chiếc áo do mẹ vua ban mà bà mẹ đem về cho các con. Do gốc tích cao sang chiếc áo được giữ gìn chuyền qua tay những đứa con từ lớn xuống bé và chỉ được dùng trong những dịp giỗ tết nhưng khi đến phiên Hoa đứa con gái nhỏ nhất vì qua thời gian chiếc áo ấy đã bị mục nát. Hoa đã khóc trong ngày Tết năm đó vì không được mặc chiếc áo mơ ước, để rồi sau này lớn lên cô gái đi làm có tiền có thể mua sắm bao nhiêu chiếc áo mới nhưng lúc đó đã mất mẹ nên cô gái chẳng còn thấy đâu niềm vui để khoác lên những chiếc áo mới ấy.

Gió Bấc (1953) là truyện dài đầu tay của Linh Bảo, nhưng *Những Đêm Mưa* (1961) và *Tàu Ngựa Cũ* (1961) là hai tác phẩm biểu lộ hết tài năng của Linh Bảo.

Tài năng và cơ hội, Linh Bảo đã có cả hai. Sau này Linh Bảo tâm sự là nếu không có buổi gặp gỡ với nhà văn Nguyễn Thị Vinh thì

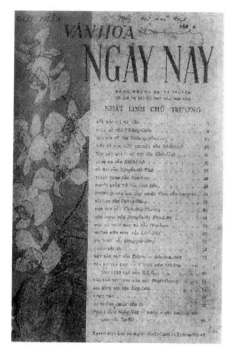

Giai phẩm Văn Hóa Ngày Nay do Nhất Linh chủ trương, Tập 6 có đăng truyện ngắn *Người Quân Tử* của Linh Bảo, là một trong hai truyện ngắn được Văn Bút Thế Giới tuyển chọn vào chung kết trong số 26 truyện ngắn quốc tế hay nhất năm 1961 *(tư liệu Linh Bảo)*

bản thảo *Gió Bấc* sẽ chẳng thể đến tay nhà văn Nhất Linh và không chắc đã có một Linh Bảo sau này. Chính Nhất Linh đã khám phá ra tài năng của tác giả *Gió Bấc* và đồng thời tạo cơ hội cho Linh Bảo đi những bước tiếp theo vững vàng trên con đường văn nghiệp.

NHỮNG NGÀY MONTEREY

Năm 1972, tôi đi tu nghiệp ở Mỹ về ngành Y khoa Phục hồi / Rehabilitation Medicine tại quân y viện Letterman General Hospital, Presidio San Francisco. Trước khi đi, anh Lê Ngộ Châu đã dặn dò: "Anh Vinh sang đó phải tới thăm cho được chị Linh Bảo" cùng với một bức thư tay như một cái cớ để tôi có nhiệm vụ trao lại cho chị.

Một buổi sáng thứ Bảy cuối tuần, do có hẹn trước qua phone, chị Linh Bảo lái xe đến đón tôi tại một trạm xe bus Greyhound. Đã gặp chị ở Sài Gòn, nên không có chút gì ngỡ ngàng khi gặp lại nhưng lần này là trên đất Mỹ. Chị Linh Bảo lúc đó đang ở tuổi 46 có lẽ là thời gian đẹp nhất của chị. Linh Bảo có nét cứng cỏi khỏe mạnh của một phụ nữ

Tây phương nhưng vẫn giữ được nét đẹp hiền dịu Đông phương. Sáng hôm đó, cùng với chị đi thăm biển Monterey một ngày nắng đẹp, trời trong xanh, bãi biển với những thảm hoa đỏ rực, thấp thoáng nóc mấy nhà thờ cổ theo lối kiến trúc Tây Ban Nha. Đến buổi trưa mới về đến nhà, nhà chị trên một lưng đồi, tại đây tôi được gặp "ông Linh Bảo", là giáo sư Đại học Berkeley về sinh thái học/ ecology, cũng là lãnh vực mà tôi quan tâm. Được biết anh chị cũng vừa đi dự một hội nghị của American Institute of Biological Sciences ở Đại học Vermont từ miền Đông về. Ông ấy rất yêu thiên nhiên và quan tâm bảo vệ sự nguyên vẹn của các hệ sinh thái trên hành tinh này. Vẫn mơ một giấc mơ không thể được / impossible dream, ông được Linh Bảo gọi đùa là mad scientist; nhưng với tôi, ông mang tất cả vẻ đẹp trí tuệ của giới trí thức đại học Mỹ. Cao nguyên Tây Tạng luôn luôn được ông nhắc tới, là vùng ông quan tâm và chuẩn bị một field trip tới đó nghiên cứu (đó là một xứ tuyết Tây Tạng của năm 1972 cách đây 43 năm, chưa bị Trung Quốc tàn phá đến tan hoang như bây giờ, ghi chú của người viết).

Về tới nhà, chị Linh Bảo quấn ngay tấm tablier vào bếp chăm sóc bữa ăn trưa cho ba người. Trong bận rộn nhưng không có vẻ gì tất bật, chị vẫn tươi cười ra vào hiện diện. Bữa ăn dọn ra đơn giản như một thứ fusion-cuisine nửa Việt nửa Mỹ, có món thịt nhưng không thiếu phần rau đậu, rất ngon miệng và giữa chủ và khách đã có ngay được mối thân tình.

Hai người đàn ông vẫn đắm mình trong những câu chuyện môi sinh mà chị Linh Bảo thì rất ít tham gia; sau bữa ăn bên ly cà phê, nghĩ rằng cũng đủ thân để chia sẻ chút riêng tư, với một chút hài hước "ông Linh Bảo" chuyển sang một câu chuyện khác, ông nói về kinh nghiệm khi cưới một người vợ Á Đông, khởi từ ý niệm về một phụ nữ hiền thục và tuân phục, rồi ông dí dỏm đưa ra nhận xét: "nhưng khi lấy Linh Bảo rồi, thì mới thấy họ là những người đàn bà có bàn tay sắt bọc nhung / an iron hand in a velvet glove." Cả ba chúng tôi đều bật cười, nhưng cảm tưởng của khách viếng thăm là "ông Linh Bảo" đang sống những ngày rất hạnh phúc trong bàn tay sắt kìm kẹp ấy.

Buổi chiều, cả ba chúng tôi cùng đi thăm trường Defense Language Institute, Monterey, California, rất lớn nơi đây giảng dậy

Ngô Thế Vinh tới thăm nhà văn Linh Bảo Monterey,
California 1972 *(photo by Adams, L.)*

hơn ba chục ngôn ngữ trong đó có Việt ngữ, cho những người Mỹ
trước khi tung họ đi các quốc gia trên khắp thế giới. Tới thăm một
khu chăm sóc trẻ thương tật là nơi chị Linh Bảo tới làm thiện nguyện/
volunteer những ngày cuối tuần. Sau đó đi thăm một vòng bên trong
thành phố Monterey, cho mãi tới sẩm chiều trước khi anh chị đưa tôi
ra trạm Greyhound về lại San Francisco.

Mây Tần, Tuyển tập đoản văn của Linh Bảo, do Nxb Việt Nam Hải Ngoại California xuất bản 1981 *(tư liệu Ngô Thế Vinh)*

Trở về Việt Nam, ít lâu sau đó tôi nhận được thư chị Linh Bảo viết ngày 23-01-1973 gửi qua tòa soạn Bách Khoa, chị viết: "Được thư và sách của anh, tôi mừng quá vì cứ tưởng anh đã bị ai bỏ bùa ngải quyến rũ đi Canada mất rồi. Anh có cách gì để tôi có thể mua số sách của anh cho sinh viên của tôi đọc được không? Đọc *Vòng Đai Xanh* tôi thích lắm vì đúng loại sách tôi đang muốn đọc để hiểu. Tại sao anh không nói chuyện về cô Như Nguyện của anh cho tôi nghe? Cô ấy chắc là tu nhiều kiếp rồi phải không? (Như Nguyện là nhân vật nữ trong *Vòng Đai Xanh*, ghi chú của người viết). Tôi muốn về thăm nhà một chuyến... Monterey vừa rồi có tuyết, đó là chuyện mấy chục năm chưa từng có..." Linh Bảo.

LINH BẢO LITTLE SAIGON 1991

Sau những năm đèn sách "cải tạo" từ New York trở về California, tôi mới có dịp gặp lại chị Linh Bảo. Lần này qua một người bạn chung là chị Công Huyền Tôn Nữ Nha Trang, một Ph.D. của Đại học Berkeley, có thời gian ở với chị Linh Bảo để hoàn tất tác phẩm Women's Writers of South Vietnam 1954-1975. Chị Nha Trang và chồng William L. Pensinger là hai dịch giả cuốn *Vòng Đai Xanh* của tôi về sau này. (*The Green Belt*, Ivy House 2004).

Từ trái: Linh Bảo và chị Võ Phiến, những ngày
hai gia đình sống trên vùng Los Angeles *(tư liệu
Viễn Phố)*

Sau 1975, Linh Bảo hầu như hoàn toàn không viết và chị cũng
chẳng mấy quan tâm tới những tác phẩm đã tạo nên văn nghiệp của
mình. Linh Bảo thì lúc nào cũng vẫn như Một Cánh Diều sống lưu lạc
ngoài Việt Nam, nhưng lòng thì vẫn khắc khoải hướng về quê nhà.

Linh Bảo đã ví thân phận những người Việt tha hương như những
cánh diều, chỉ vì một cơn cuồng phong, cơn bão thời đại đã thổi bạt họ
đi khắp mọi nơi trên thế giới:

*"Trời đang xanh biếc, những đám mây nhẹ như tơ, trắng như
tuyết, đang theo làn gió bay lang thang, vương vấn làm quen với bọn
diều thì bỗng dưng có một trận gió lạ cuồn cuộn thổi đến. Bọn diều
băng băng vượt mây lên thật cao: một số lớn bị đứt dây, và một số
khác bị tuột. Cánh diều ngũ sắc không còn bị kiềm chế, tự do bay
vùn vụt. Chúng như những chấm nhỏ li ti in trên nền trời xanh biếc.
Gió thổi chúng lên núi, ra bể, đến thành thị, về thôn quê, gió thổi bạt
chúng đi khắp mọi nơi...*

*Những cánh diều là những bọn người tha hương, một số đã bị
đứt dây, đã thành mồ côi, đã mất liên lạc với quê hương, đã không còn
một ai thân mến nữa... Một số bất đắc dĩ, hay tự nguyện làm cho mất
gốc. Cảnh mất gốc này có người đau khổ mà chịu, có người tự tạo ra,*

Nhà văn Linh Bảo đang nặn tượng Mẹ trong xưởng tranh tượng của một đại học Nam California *(tư liệu Linh Bảo)*

cũng có người lấy làm hãnh diện về sự mất gốc của mình và cố tranh đấu để xóa tan những tàn tích còn vương lại. Có người còn liên lạc với gia đình, với quê hương, nhưng liệu tình yêu gia đình và quê hương có mạnh hơn lòng tham thụ hưởng những sung sướng vật chất và an nhàn nơi xứ người...

Lạy trời thổi ngọn gió hiền, ngày mai đưa những cánh diều tha hương trở về đất mẹ!" (Những Cánh Diều, tr.5-7, Nxb Trí Đăng Saigon 1971)

Nhưng chừng nào mà Đất Mẹ vẫn còn một chế độ "Nhốt Gió" - tên một tác phẩm của nhà văn Bình Nguyên Lộc, ngăn chặn những ngọn gió hiền Dân Chủ thổi về, thì vẫn còn hơn ba triệu cánh diều tha hương vẫn cứ khắc khoải với "Hồn quê theo ngọn mây Tần xa xa" như câu thơ của văn hào Nguyễn Du từ hơn 200 năm cũ.

TÌM LẠI THỜI GIAN ĐÃ MẤT 2015

Không còn cảm hứng viết văn, Linh Bảo có thêm nhiều thú vui mới khác: theo học các lớp vẽ tranh nặn tượng, làm đồ men sứ, học in hình trên đĩa, làm vườn, tập Yoga và cả luyện võ. Điều ít ai biết, nhà

Chủ nhiệm Bách Khoa Lê Ngộ Châu thăm nhà văn Linh
Bảo (1995) từ phải: Ngô Thế Vinh, Linh Bảo, Lê Ngộ
Châu, Võ Phiến *(tư liệu Ngô Thế Vinh)*

văn nữ Linh Bảo giỏi võ nghệ đã có huyền đai từ một võ đường của
Bảo Truyền.

Linh Bảo hiện sống trong một ngôi nhà nhỏ nơi Thị trấn Giữa
đường / Midway City, có vườn cây trái phía sau, một hồ cá Koi. Cùng
sống trong ngôi nhà ấy là ba thế hệ cũng là ba thế giới: Linh Bảo, con
gái và một cháu ngoại nay cũng tới cái tuổi tam thập nhi lập.

Nhà văn Linh Bảo sắp bước vào tuổi 90 (chị sinh sau nhà văn
Nguyễn Thị Vinh hai năm, chỉ sau nhà văn Võ Phiến có 6 tháng - 20
tháng 10, 1925), chị còn minh mẫn, vẫn với giọng nói của Linh Bảo
ngày nào, đọc sách không cần kính, lưng vẫn thẳng, dáng đi vững
vàng, chị còn sinh hoạt độc lập.

Bài viết với cả chút riêng tư, như món quà sinh nhật sớm gửi
tặng nhà văn Linh Bảo trước khi chị bước vào ngưỡng tuổi 90 xưa nay
là hiếm.

California, 4th of July 2015 - 2017

HÀNH TRÌNH ĐẾN TỰ DO
NHÀ VĂN THUYỀN NHÂN MAI THẢO

Mai Thảo và ký họa của Tạ Ty
(*nguồn: E.E / Emprunt Empreinte*)

"*Có lẽ một ngày nào đó Việt Nam sẽ tự do và tôi có thể trở về. Tôi đang hạnh phúc ở đây nhưng nội tâm thì rất buồn bã. Buồn cho dân tộc tôi. Tôi không biết liệu chúng tôi có còn một tương lai. Xa rời quê hương, thật khó mà duy trì truyền thống của chúng tôi. Chúng tôi cảm thấy như bị đánh mất phần hồn.*" *(1)*

Đã 36 năm kể từ ngày Mai Thảo trả lời cuộc phỏng vấn của Jane Katz ngày 10 tháng 7 năm 1980, hai năm sau ngày anh đặt chân tới Mỹ và cũng đã 18 năm kể từ ngày anh mất: Việt Nam vẫn chưa có

tự do và thân xác anh thì nay đã vùi nông trên một lục địa mới rất xa
với một nơi được gọi là quê nhà.

BÀN VIẾT LỮ THỨ MAI THẢO

Khó có thể tưởng tượng cảnh sống đạm bạc của nhà văn Mai
Thảo trên đất nước Mỹ. Chỉ là một căn phòng 209 rất nhỏ trên lầu 2
của một chung cư dành cho người cao niên ngay phía sau hẻm nhà
hàng Song Long. Chỉ có một bàn viết, chiếc giường đơn với nơi đầu
giường là một chân đèn chụp rạn nứt và dưới gậm giường mấy chai
rượu mạnh; trên vách là mấy tấm hình Mai Thảo; đặc biệt là tấm ảnh
phóng lớn có lẽ chụp trước 1975, Mai Thảo cao gầy ngồi trên bậc
thềm nhà cùng với nhà thơ Vũ Hoàng Chương mảnh mai trong áo dài
the, phía dưới là một kệ sách. Mai Thảo có nhiều bạn nhưng đây có lẽ
là tấm hình "đôi bạn" mà anh rất thích. Về tuổi tác, Vũ Hoàng Chương
hơn Mai Thảo một con giáp, cũng vì vậy mà Nguyễn-Xuân Hoàng rất
đỗi ngạc nhiên khi thấy Mai Thảo gọi Vũ Hoàng Chương là "mày".

Qua lời thuật của Nguyễn Hưng Quốc, hãy nghe Mai Thảo nói
về Vũ Hoàng Chương bạn mình ra sao: *"Con người anh ấy lạ lắm.*
Đúng là một thi sĩ. Mặt mũi lúc nào cũng ngơ ngơ ngác ngác như trẻ
con. Mà nói chuyện về thơ thì hay vô cùng. Ai cũng là thằng hết. Lý
Bạch là thằng. Nguyễn Du là thằng. Một người yêu thơ, thuộc thơ
nhiều vô cùng tận."

Nguyễn Đình Toàn sinh năm 1936, nhỏ hơn Mai Thảo 9 tuổi,
cũng vẫn cứ mày tao với Mai Thảo. Để thấy trong sinh hoạt văn học,
cùng một lứa bên trời lận đận, họ đã là những bạn văn không biết đếm
tuổi.

Căn phòng nhỏ hẹp ngày nóng đêm lạnh ấy là không gian sống
và cũng là tòa soạn báo Văn của Mai Thảo. Mỗi lần tới thăm anh, tôi
vẫn để ý tới chiếc bàn viết lữ thứ của Mai Thảo kê sát khung cửa sổ
thấp nhìn thoáng ra bên ngoài. Rồi tới kệ sách, không có nhiều sách
Mai Thảo, chỉ có ít cuốn sách tiếng Pháp, mấy số báo Văn, đôi ba
cuốn sách mới bạn văn gửi tặng anh. Mai Thảo giỏi tiếng Pháp, đọc
nhiều sách Pháp; anh cũng tiếp cận với nền văn học Mỹ và rất thích

Mai Thảo và Vũ Hoàng Chương *(nguồn: báo Văn, số đặc biệt Tưởng Mộ Mai Thảo tháng 2, 1998)*

các tác giả Mỹ như Henry Miller, Hemingway, John Steinbeck nhưng là qua những bản dịch Pháp ngữ.

Tôi chú ý tới một cuốn sách tiếng Anh khá nổi bật với bìa đỏ trên kệ sách: *Artists in Exile, American Odyssey* của Jane Katz. Trong cuốn sách ấy, nữ ký giả Jane Katz đã phỏng vấn các văn nghệ sĩ thế giới tới tỵ nạn trên đất Mỹ. Họ đến từ nhiều quốc gia như Nga, Trung Quốc, Afghanistan, Nam Phi, Á Căn Đình, Việt Nam… Nhà văn Mai Thảo được Jane Katz phỏng vấn và giới thiệu như một "thuyền nhân", tác giả của 42 cuốn sách tiếng Việt, tất cả đều lưu trữ trong thư viện Đại học Cornell. Cuộc phỏng vấn Mai Thảo, được thực hiện ngày 10 tháng 07, 1980, hai năm sau ngày anh đặt chân tới Mỹ qua thông dịch của anh Nguyễn Thanh Trang, tới từ San Diego, bạn nhà văn Mai Thảo. Tuy là một bài phỏng vấn nhưng không có xen kẽ vào những câu hỏi, nên nội dung như một "tự sự" của Mai Thảo.

Jane Katz đã ghi lại cảm tưởng sau cuộc phỏng vấn nhà văn Mai Thảo: *"Ông phát biểu với một nhân cách trầm tĩnh, và với cả sự kiềm chế sau những năm sống cách biệt − He speaks with quiet dignity, and with the restraint which years of privation have taught him."* (1)

Tôi đã lấy xuống từ kệ sách và mượn anh Mai Thảo cuốn sách với thủ bút của Jane Katz. Tôi lược dịch bài phỏng vấn Mai Thảo và cho phổ biến trên các tạp chí Văn học, và sau này kể cả trên số Văn đặc biệt Tưởng Mộ Mai Thảo (2) với tên người dịch Tâm Bình. Sau đó, tôi đã đem cuốn sách trả lại trên kệ sách của anh.

Trái: Jacket design by Ted Berstein; Artists in Exile, Jane Katz; Stein & Day Publishers, New York 1983; phải: chân dung Mai Thảo, photo by Kathryn Oneita, với dòng chữ: *"Khi biển đã lặng thì mọi người bắt đầu cất tiếng ca hát. The sea was calm, and the people began to sing."*

To Mai Thao,
with gratitude for your
beautiful interview.
Jane

Thủ bút của Jane Katz trên ấn bản đặc biệt tặng nhà văn Mai Thảo *(tư liệu Ngô Thế Vinh)*

Bài phỏng vấn của Jane Katz cũng sẽ đi cùng với bài viết này để tưởng niệm ngày Giỗ thứ 18 của Mai Thảo.

Khi giao tờ Văn cho Nguyễn-Xuân Hoàng năm 1996, cũng là năm đánh dấu sức khỏe của Mai Thảo bắt đầu suy yếu, anh đi lại khó khăn; tới mức, theo Khánh Trường kể lại, thì một buổi tối khuya về, anh không còn đủ sức leo lên một tầng thang lầu để trở về căn gác trọ thân thuộc trong bấy nhiêu năm. Sau đó Mai Thảo phải dọn xuống một căn phòng khác dưới tầng trệt. Ngay phía lầu trên là căn phòng của họa sĩ Khánh Trường. Sức khỏe Khánh Trường thì cũng không khá gì nhưng đủ sức để chăm sóc anh Mai Thảo khi cần đến. Tín hiệu Mai Thảo gọi Khánh Trường không phải là điện thoại mà thường là một cây gậy gõ gõ lên trần nhà.

Một Khánh Trường giang hồ với Hợp Lưu, một Mai Thảo chính phái với Văn, rất khác nhau cả về tuổi tác và nếp sống nhưng họ lại là

Mai Thảo và Họa Sĩ Vỉa Hè New York,
là biệt danh Mai Thảo gọi Khánh Trường
(tư liệu Khánh Trường)

một đôi bạn chân tình. *Họa sĩ Vỉa Hè New York* là biệt danh Mai Thảo gọi Khánh Trường. Cũng như một Cao Xuân Huy lính tráng ban đầu rất "kình" với Mai Thảo nhưng sau đó gần anh, trở nên rất thân quý và thương anh Mai Thảo vô cùng. Trong cuốn sách *Chân Dung 15 Nhà Văn Nhà Thơ Việt Nam*, do nhà sách Văn Khoa xuất bản ở hải ngoại [1985], Mai Thảo đã có những nét cực tả về các bạn văn của mình: *một Nhật Tiến vẫn đứng ở ngoài nắng, một nhân cách Bình Nguyên Lộc, một Mặc Đỗ quy ẩn, con đường Dương Nghiễm Mậu, đường gươm Lê Tất Điều, Nhã Ca giữa cơn hồng thủy...* (3)

TẠP CHÍ VĂN TRÊN ĐẤT MỸ

Tên tuổi Mai Thảo gắn liền với Tạp chí Sáng Tạo, cho dù Sáng Tạo có một đời sống tương đối ngắn ngủi. Nhưng báo Văn thì đeo đuổi Mai Thảo lâu dài hơn, từ trong nước trước 1975, ra hải ngoại tới 1996. Báo Văn khởi đầu từ 1964 với thư ký tòa soạn Trần Phong Giao kéo dài được 8 năm. Năm 1972, Văn chuyển qua Nguyễn-Xuân Hoàng thay Trần Phong Giao. Năm 1973, Mai Thảo về cùng với Nguyễn-Xuân Hoàng trông coi Văn. Năm 1974, Nguyễn-Xuân Hoàng rời báo Văn, còn lại Mai Thảo làm tiếp đến 30.4.1975.

Sau hai năm đặt chân tới Mỹ, năm 1982 Mai Thảo cho tục bản tạp chí *Văn* và kéo dài được 14 năm. Khó có thể tưởng tượng được rằng một mình Mai Thảo trông tờ Văn, anh không lái xe, anh vẫn thuộc trường phái "viết tay" chỉ dùng cây viết chứ không hề đụng tới chiếc máy chữ hay máy điện toán. Kể cả trên mỗi chiếc phong bì gửi báo cho hàng trăm độc giả dài hạn, anh cũng vẫn cặm cụi viết tay. Có người bạn trẻ muốn giúp anh dùng computer in nhãn để không phí thời gian nhưng anh chối từ. Mai Thảo rất tình cảm, anh muốn có mối tương quan gần gũi với từng độc giả qua nét chữ của chính anh trên từng số báo. Mười bốn năm sống với và sống bằng tờ Văn, anh hào hứng mỗi khi khám phá ra một cây viết tài năng mới. Văn cũng là nơi quy tụ lại những cây viết cựu của miền Nam lưu vong ra hải ngoại. Như một Thảo Trường từng viết cho Sáng Tạo, sau 17 năm tù cộng sản rồi qua Mỹ, các sáng tác đầu tay của Thảo Trường viết ở Mỹ, đều gửi cho Mai Thảo đăng trên tạp chí Văn.

Người khách lữ thứ Mai Thảo tháng Giêng
1996, hình chụp 2 năm trước ngày anh mất.
(photo by Nguyễn Bá Khanh)

Khi nói tới tờ Văn, Mai Thảo tâm sự: *"từ mấy năm nay làm lại
tờ Văn ở Hoa Kỳ, đời sống lữ thứ hàng ngày thấy đỡ thất lạc, bởi lại
được thả trôi trở lại với một không khí tòa soạn không khí trị sự, tuy
đã khác biệt nhưng vẫn còn phảng phất đâu đó, trên một góc bàn viết,
dưới một ánh đèn sáng, cái không khí đã bao năm tôi sống ở quê nhà,
tâm trí tôi thường có nhiều hơn những hồi tưởng về báo quán cũ, là 38
Phạm Ngũ Lão Sài Gòn, ngày trước."* (3)

Đến năm 1996, sau số báo số 158 &159, do sức khỏe sa sút, Mai
Thảo ban đầu trao tạp chí *Văn* lại cho Du Tử Lê, sau một số báo 160,
tờ *Văn* được Mai Thảo chính thức trao lại cho nhà văn Nguyễn-Xuân
Hoàng. Nguyễn-Xuân Hoàng tiếp tục ra tờ *Văn* từ số 161 cho đến số
163.

Từ trái: Mai Thảo, Kiều Loan (con gái Hoàng Cầm),
Nguyễn-Xuân Hoàng; 1996 cũng là năm Mai Thảo trao tờ
Văn cho Nguyễn-Xuân Hoàng *(tư liệu Nguyễn-Xuân Hoàng)*

Đầu năm 1997, Nguyễn-Xuân Hoàng ra tờ báo *Văn* số 1, bộ mới.
Kéo dài được 12 năm. Tới năm 2008, tờ Văn số cuối cùng 125-129
cho ba tháng Giêng, Hai và Ba là số đặc biệt về họa sĩ Thái Tuấn với
bài vở đã layout xong chuẩn bị đưa nhà in, nhưng rồi vì lý do tài chánh
Nguyễn-Xuân Hoàng đành cho đình bản tờ *Văn*, cho dù báo Văn vẫn
bán được, tuy không đem lại lợi nhuận nhưng không thể để một món
nợ lớn đến như vậy với nhà in Kim Select Graphics & Printing trên
đường Euclid, mà sau này vợ chồng Nguyễn-Xuân Hoàng phải gồng
mình gánh trả.

Lý do sâu xa mà không ai muốn nói ra, khi tờ Văn của Nguyễn-
Xuân Hoàng đình bản, cũng như nhà xuất bản Văn Nghệ của anh Từ
Mẫn Võ Thắng Tiết phải ngưng hoạt động vì sách báo thì vẫn bán
được nhưng lại không được các nhà sách sốt sắng thanh toán tiền bạc.

TẤM LÒNG TỪ BI MAI THẢO

Mai Thảo được mọi người biết tới như một nhà văn, một cây viết
tùy bút nổi tiếng và sau này là một nhà thơ. Quen biết anh, người ta
càng thấy mến con người Mai Thảo hơn. Tấm lòng của Mai Thảo với

tha nhân thật đẹp. Anh tốt với mọi người và rất trực tính, nói thẳng trước mặt với người trái ý anh, kể cả lớn tiếng và giận dữ nhưng sau đó thì quên đi, anh không bao giờ để tâm. Trong suốt cuộc đời viết văn, chưa bao giờ Mai Thảo dùng ngòi bút để nói xấu hay chửi bới ai, cho dù không thiếu những bài viết chỉ trích anh nặng nề, có lẽ anh không đọc và cũng không bao giờ trả lời.

Nguyễn Đăng Khánh, người em ruột Mai Thảo viết về anh mình: *nhiều lần đọc báo thấy người ta mạt sát anh thậm tệ, tôi nóng ruột tới hỏi anh: tại sao người ta chỉ trích anh nặng nề như thế mà anh không lên tiếng? Anh nói: Sống với người, với đời, phải có lòng. Tấm lòng ở đây là la bonté. Con người không có la bonté là vứt đi. Phải sống thành thật với người, với đời. Vì thế nên tôi không bao giờ dùng ngòi bút của tôi để phê phán, chỉ trích hay nói một điều xấu về ai hoặc để trả lời lại những kẻ mạt sát tôi. Người ta muốn chỉ trích, muốn nói xấu tôi, cứ nói. Khánh thấy người ta chỉ trích tôi trên báo chỉ vì họ muốn độc giả thấy tên họ đứng trên cùng một trang báo với Mai Thảo. Họ thích như vậy, cứ để cho họ làm, tôi sẽ không bao giờ viết lại.”* (4)

Trước đó khá lâu, năm 1989 Mai Thảo cũng có một phát biểu tương tự khi gặp Nguyễn Hưng Quốc ở Paris: *“Đời tôi có một nguyên tắc: không bao giờ dùng văn chương để làm bất cứ điều gì xấu xa. Đâu phải tôi không biết người nào tốt người nào xấu với mình, nhưng tốt hay xấu mặc họ. Người nào tốt, đến gần, uống rượu chơi. Người nào xấu, lánh ra thật xa, đừng thèm đụng tới. Nhưng đừng bao giờ mang những điều đó lên trang giấy để bôi bẩn nhau. Văn chương là cái đẹp, là thế giới của cái đẹp, ở thế giới ấy có thứ tiền tệ riêng của nó: anh phải dùng thứ tiền ấy, anh phải đàng hoàng, phải lương thiện. Thứ tiền tệ ấy chính là cái đẹp.”* (5)

Trong bài báo đăng trên Saigon Times “Một Vài Kỷ Niệm với Nhà Văn Mai Thảo” viết vào khoảng cuối năm 1997, khi nhà thơ Thái Tú Hạp vào thăm Mai Thảo tại bệnh viện Fountain Valley. Thái Tú Hạp đã xúc động nhớ lại một câu nói tâm tình của Mai Thảo khi anh còn khỏe và thường tới quán Doanh Doanh ở cuối con đường Sunset, Los Angeles một quán ăn gia đình rất văn nghệ của vợ chồng Thái

Mai Thảo qua nét vẽ Duy Thanh (31.7.1997), sưu tập của Lê Thiệp. *(nguồn: Văn Số Đặc Biệt Tưởng Mộ Mai Thảo, Tháng 2/1998)*

Tú Hạp - Ái Cầm có nhạc cổ điển có treo cả một bức tranh sơn dầu lớn của Nguyên Khai: *"Tôi bảo với Hạp một điều, trong đời sống có thể chúng ta không yêu người này, không thích người kia, xỉ vả nhau thẳng thừng trực diện một trận rồi thôi. Bỏ! Đừng lôi nhau lên báo, kỳ lắm. Cõi văn chương hãy để cho nó trong sáng. Hãy sử dụng ngòi bút mình một cách ngay thẳng, tử tế đối với mọi người…"*

Trong cuộc phỏng vấn ngày 5 tháng 6 năm 2008, mười năm sau khi Mai Thảo mất, câu hỏi cuối cùng của Thụy Khuê với Trần Vũ, *"Anh muốn nói điều gì nữa về Mai Thảo? Trần Vũ nhớ lại: lúc sinh tiền, Mai Thảo thường nhắc: "Em không dụng chữ cho mục đích phi văn chương. Không chửi ai cả. Văn chương không phải là chỗ cho em bựa. Em không được quyền." Những khi cáu, ông gắt um. Không phải một lần, mà nhiều lần, lời khuyên, mệnh lệnh. Bây giờ Mai Thảo mất rồi, tôi cũng không còn trẻ nữa, nhưng những khi nghĩ đến ông, tôi lại*

Từ trái: Mai Thảo, Kiều Chinh, Võ Phiến trong một buổi họp mặt *(tư liệu Viễn Phố)*

nhớ đến lời dặn này. Hôm qua, bây giờ, tôi vẫn giữ tròn lời hứa với trưởng thượng của mình.

Cả một đời sống với chữ nghĩa, vẫn cứ mãi là một Mai Thảo nhất quán, luôn luôn là người bảo vệ sự trong sáng và thanh thoát của cõi văn chương. Không tu hành nhưng Mai Thảo sẵn có một tâm Phật.

Rồi chợt nhớ tới hai câu trong bài thơ *Em Đã Hoang Đường Từ Cổ Đại* trong tập thơ "Ta Thấy Hình Ta Những Miếu Đền" của Mai Thảo:

Tâm em là Bụt tâm anh Phật
trên mỗi tâm ngồi một nhánh hương

NHỮNG NGÀY THÁNG NẰM VIỆN

Trao lại tờ Văn cho Nguyễn-Xuân Hoàng rồi, chẳng bao lâu sau đó, sức khỏe Mai Thảo mau chóng suy kiệt, có lúc anh đã không còn đủ sức ra khỏi căn buồng trong khu chung cư cho dù anh đã dọn xuống tầng trệt. Nỗi cô đơn và dấu hiệu bệnh tật thật sự đã có từ mấy năm trước khiến Mai Thảo đã làm bài thơ *"Dỗ bệnh"*:

Mỗi lần cơ thể gây thành chuyện
Ta lại cùng cơ thể chuyện trò
Dỗ nó chớ gây thành chuyện lớn
Nó nghĩ sao rồi nó lại cho
Bệnh ở trong người thành bệnh bạn
Bệnh ở lâu dài thành bệnh thân
Gối tay lên bệnh nằm thanh thản
Thành một đôi ta rất đá vàng

Khi không còn "dỗ bệnh" được nữa, là tới lúc Mai Thảo phải rời chiếc bàn viết lữ thứ, rời căn phòng phía sau nhà hàng Song Long để luân phiên vào các bệnh viện Fountain Valley Orange County, Good Samaritan Los Angeles và rồi Barlow Hospital và anh đã chẳng có dịp trở lại chốn cũ.

Good Samaritan là bệnh viện tôi tới thăm anh. Nơi đây tôi gặp Nguyễn Phúc Vĩnh Khiêm, người bác sĩ trẻ chuyên khoa tim mạch đang trực tiếp chăm sóc anh. Khiêm từ bé học trường Pháp rồi lớn lên học y khoa ở Mỹ nên không biết gì về văn chương Mai Thảo, nhưng qua thân phụ, Khiêm được biết mình đang được chăm sóc một người bệnh tên Nguyễn Đăng Quý, là một nhà văn Việt Nam nổi tiếng với bút danh Mai Thảo.

Trái: Khu chung cư cao niên Bolsa phía sau nhà hàng Song Long; phải: Căn phòng 209 địa chỉ báo Văn và bàn viết lữ thứ của Mai Thảo. *(photo by Ngô Thế Vinh)*

Tập thơ thứ nhất *Ta Thấy Hình Ta Những Miếu Đền*; hình bìa Trần Cao Lĩnh, Nxb Văn Khoa 1989; và thủ bút Mai Thảo *(tư liệu Ngô Thế Vinh)*

Cũng tại bệnh viện Good Samaritan này, Khiêm đã thông tim cho Thượng tọa Thích Mãn Giác tức thi sĩ Huyền Không, Khiêm cũng là thành viên trong toán mổ tim lần thứ hai cho nhà văn Võ Phiến. Vì cùng trong lãnh vực chuyên môn, tôi có nhiều dịp trao đổi với Khiêm về tình trạng sức khỏe anh Mai Thảo. Về hô hấp anh cần dưỡng khí qua ống thở, về dinh dưỡng do không ăn được anh được nuôi bằng thực phẩm lỏng bơm qua một G-tube vào dạ dày. Thời gian này sự sống của anh phụ thuộc vào máy móc và toán chăm sóc đặc biệt. Sau một thời gian nằm qua các bệnh viện, sức khỏe Mai Thảo ổn định nhưng hồi phục thì rất chậm do tổng trạng quá yếu, hậu quả của nhiều năm uống rượu mà không ăn và hút thuốc nên bị suy dinh dưỡng trầm trọng và cả suy hô hấp.

Nguyễn Mộng Giác khi cùng các chị Nguyễn Khoa Diệu Chi (vợ NMG), chị Bùi Bích Hà và chị Trần Thị Lai Hồng (vợ họa sĩ nhà văn Võ Đình) vào thăm Mai Thảo tại bệnh viện Barlow Los Angeles, bằng trực giác của một nhà văn Giác đã có ý nghĩ: *"dù không có kiến thức y khoa, chúng tôi đều cảm thấy Mai Thảo đang đi trên con đường một chiều, không có cơ may nào quay trở lại đời sống bình thường như trước."* (2)

Sau khi ra khỏi được ống thở, không còn cần thiết phải nằm trong một bệnh viện *"acute care"* Mai Thảo được chuyển về một khu chăm sóc Phục Hồi Quận Cam. Anh không mắc một căn bệnh nan y nào, dù uống rượu bấy nhiêu năm anh vẫn có một lá gan bằng sắt nhưng Mai Thảo thì cứ như một thân cây khô héo dần cho tới ngày 10 tháng Giêng năm 1998 thì anh mất.

Nhớ lại khi Mai Thảo vừa mất, Đỗ Ngọc Yến có ý tưởng lập ngay một giải văn chương Mai Thảo. Tôi nói với Yến, trước khi nói tới một giải văn chương mang tên Mai Thảo, việc nên làm ngay là giữ lại chiếc bàn viết lữ thứ của anh ấy, như một nét văn hóa của Little Saigon.

Sau khi anh mất, cả không gian sống của Mai Thảo, cuối cùng được người em trai là anh Nguyễn Đăng Khánh đến thu dọn, tất cả chỉ đủ xếp vào mấy chiếc thùng giấy. Và đã không còn đâu dấu vết chiếc bàn viết lữ thứ của một nhà văn "thuyền nhân" lưu vong có tên Mai Thảo.

Người Việt phiêu bạt từ khắp năm châu, khi hành hương tới thủ đô ty nạn không lẽ chỉ để thấy một khu Phước Lộc Thọ, chỉ có một

Họp mặt tại nhà Nguyễn-Xuân Hoàng tháng 7.1994 từ trái: Nguyên Sa, Thụy Khuê, Mai Thảo, Nguyễn Mộng Giác, Đỗ Ngọc Yến, Võ Phiến, Hoàng Khởi Phong *(tư liệu Viễn Phố)*

tiệm sách Văn Khoa thì nay cũng không còn nữa. Một người bạn cùng gia đình và đàn con thế hệ thứ hai đến từ xứ tuyết Toronto, nhận định là tới Little Saigon không lẽ chỉ để dẫn chúng nó vào những tiệm phở, ngắm bảng hiệu mấy văn phòng bác sĩ hay luật sư. Anh ấy muốn nói tới một *Công Viên Văn Hóa Việt Nam.*

JANE KATZ PHỎNG VẤN MAI THẢO

Và sau đây là bản lược dịch của người viết từ nguyên bản tiếng Anh, "Những Nghệ sĩ Lưu vong, Hành trình tới Mỹ Quốc" trích từ cuốn sách Artists in Exile, American Odyssey của Jane Katz do Stein and Day Publishers, New York xuất bản 1983. (1)

Tôi sinh năm 1930* tại tỉnh Nam Định, Bắc Việt Nam. Cha tôi là một điền chủ thành đạt, ông được dân làng kính trọng. Ông là chủ gia đình, mẹ tôi ở nhà với những người giúp việc. Tôi và các anh em tôi đều rất tuân phục cha tôi.

Sau khi có người Tây phương xâm nhập, đã có tình trạng bất hòa giữa thế hệ trẻ và già. Nhưng những người ngoại quốc ấy đã không thể phá vỡ nền tảng gia đình của đất nước chúng tôi. Đó là một trật tự lâu đời không ai có thể hủy hoại.

Cha tôi quản lý các trang trại. Ông giàu có nên không để chúng tôi làm công việc đồng áng. Tôi phải tới trường đi học, nhưng sau lớp học thì tôi lại rong chơi ngoài đồng ruộng. Với những con trâu kéo cày trên những thửa ruộng nơi châu thổ sông Hồng. Đồng cỏ thì phì nhiêu và xanh tươi. Một số người trong làng làm công cho cha tôi, một số khác có ruộng đất riêng của họ.

Dân tộc tôi yêu đất đai, họ tin rằng có hương hồn tổ tiên trong đó. Mọi gia đình đều làm việc ngoài đồng áng, không có ai phải đói kém.

Khi tôi được 10 tuổi thì cha tôi bị mất hết ruộng vườn. Gia đình tôi phải rời về Hà Nội. Thật là khó khăn cho cha tôi phải rời bỏ đất đai của tổ tiên và làng mạc. Trong làng ông quen biết mọi người. Ông đã có một căn cước ở đó mà ông không thể tìm thấy lại nơi thành phố.

Ở Hà Nội, tôi được thấy thành quách và những ngôi chùa cổ qua các triều đại từ những thế kỷ thứ 8 và thứ 10. Một ngôi chùa có tên Ngọc Sơn, một ngôi đền khác có tên là Quan Thánh. Trung tâm thành phố là một hồ lớn, nơi mọi người gặp nhau sau một ngày dài làm việc. Vào mùa hè thì chúng tôi đi biển.

Cho dù sống ở đô thị, chúng tôi vẫn giữ các tập tục cổ truyền như kính trọng người già, tưởng niệm các ngày lễ theo truyền thống.

Tinh thần quốc gia là một phần của truyền thống Việt Nam. Trong một ngàn năm, người Việt bị người Tàu đô hộ, với ảnh hưởng trên nền giáo dục và tư tưởng nhưng người Việt chưa bao giờ bị hoàn toàn khuất phục. Rồi tới thế kỷ 19, khi người Pháp đánh chiếm nhiều tỉnh của Việt Nam, thiết lập nền hành chính đô hộ, mở trường học và các cơ sở dân sự địa phương.

Năm 16 tuổi, tôi gia nhập phong trào kháng chiến chống Pháp. Chúng tôi tổ chức những chương trình ca nhạc kịch trong các làng xóm để khích động lòng yêu nước. Chúng tôi viết những câu chuyện về lịch sử và khát vọng tự do. Tôi đã từ bỏ kháng chiến 4 năm sau đó khi biết được Cộng sản đã sử dụng phong trào kháng chiến để phá vỡ trật tự xã hội cổ truyền và cổ võ cho đấu tranh giai cấp.

Chiến tranh Việt Pháp chấm dứt 1954 và đất nước bị phân đôi. Gia đình chúng tôi di cư vào Sài Gòn. Đó là một hình thức phản kháng những người Cộng sản. Cha tôi không tin họ và họ cũng không tin cha tôi. Dưới thống trị của Cộng sản, dân chúng hết quan tâm về nghệ thuật. Làm sao có thể vẽ tranh khi mà thường ngày phải lo từng miếng ăn? Trí thức thì bị khống chế và thường bị cưỡng bức vào quân đội.

Từ năm 1958, khởi sự có đối đầu công khai giữa hai miền Việt Nam: miền Bắc là chế độ Cộng sản hậu thuẫn bởi Trung Cộng và Liên Xô và miền Nam không Cộng sản hậu thuẫn bởi Hoa Kỳ và các nước đồng minh.

Thường xuyên có chiến dịch tuyên truyền của cả đôi bên. Miền Bắc thì rêu rao là đang giải phóng miền Nam chống lại đế quốc Mỹ, còn chính phủ miền Nam thì đang chống lại sự thống trị của Trung

Cộng và Liên Xô. Cộng sản thực hiện cuộc chiến du kích ẩn náu trong rừng sâu. Máy bay Mỹ thì rải chất độc khai quang để bắt địch quân phải lộ diện. Họ cũng đã gây nhiễm độc cho rừng núi, cây cối, súc vật và nguồn thực phẩm.

Trí nhớ của tôi về những năm chiến tranh còn rất sống động. Tôi vẫn còn thấy được những căn nhà bị đánh bom, cây cối thì cháy lá và trơ cành, một ngôi đền cổ bị bốc cháy, những trẻ con bụng ỏng, mất mắt hay cụt chân, bà cụ già không nhà cửa thì đi lang thang như người mất hồn…

Tôi viết văn từ năm 1950. Ở xứ sở tôi, nhà văn nhà giáo rất được kính trọng. Sách của tôi được các công ty nhỏ tư nhân xuất bản ở miền Nam Việt Nam, rất phổ biến, một số sách đã trở thành "best-sellers" nhưng để sống bằng nghề cầm bút rất khó. Tôi viết rất nhiều truyện và tiểu thuyết. Chúng tôi không có nhiều dịch giả, các sách của tôi không được dịch ra ngoại ngữ. Tôi cũng làm chủ bút một vài tờ báo và tập san văn chương.

Tôi có đọc các nhà văn Mỹ mà tôi rất thích như: Henry Miller, Hemingway, John Steinbeck – qua những bản dịch tiếng Pháp. Các tác giả này không ảnh hưởng tới văn phong của tôi. Nền văn học của chúng tôi rất khác. Chúng tôi có truyền thống văn học riêng từ ngàn năm. Nền văn học của chúng tôi rất quy cách, với mục đích: thăng tiến xã hội.

Có một truyện ngắn tôi đã viết và ưa thích có tựa đề là "Bản Chúc Thư Trên Ngọn Đỉnh Trời". Một người đàn ông và một người đàn bà chung sống trong một căn nhà nhỏ bên suối. Người đàn bà không hiểu tại sao người đàn ông đã bỏ đi. Hành trình của người đàn ông là leo lên tới đỉnh cao nhất của một ngọn núi phương Đông. Ông muốn biết ngọn núi ấy cao bao nhiêu; ông đi tìm kiếm một chân lý tuyệt đối và hạnh phúc. Khi tới được đỉnh cao nhất của ngọn núi thì ông ta tuyệt vọng vì ý thức được rằng chân lý tuyệt đối thì không bao giờ có thể đạt được. Người đàn bà đi tìm kiếm và thấy xác người đàn ông nằm bên bờ suối. Không ai biết người đàn ông đã chết như thế nào. Người đàn bà đưa xác người đàn ông về làng và tự hỏi tại sao người đàn ông chết. Và cuối cùng người đàn bà nghiệm ra rằng trên đường đi tìm chân lý, người đàn ông đã chọn cái chết.

Như một nhà văn, tôi để cập tới vấn đề nhân sinh; tôi không có ý đi tìm một giải pháp. Đa số các sách và truyện của tôi dựa trên kinh nghiệm bản thân hay của những người mà tôi quen biết. Sự kiện ghi nhớ trộn lẫn với hư cấu. Văn phong – style, là điều quan trọng.

Người Mỹ rút khỏi Sài Gòn năm 1975. Do các bài viết chống cộng trước đó, tôi bị liệt kê trong sổ đen những nhà văn có nguy hại cho chế độ. Hầu hết các nhà văn có tên trong danh sách ấy đều bị bắt đi tù, nhiều người bị chết trong tù vì thiếu ăn, thiếu thuốc men.

Tôi thì may mắn hơn, được dân chúng chăm sóc và che chở. Không có tình thương yêu của họ tôi đã không thể sống còn ở Việt Nam.

Cộng sản ra thông báo là bất cứ ai tán trợ những nhà văn có tên trong sổ đen sẽ bị bắt giữ. Hệ thống an ninh của họ rất chu đáo. Họ chỉ định những người hàng xóm canh chừng nhau và báo cáo lên chính quyền địa phương. Nhưng vẫn có nhiều người liều mạng để che chở cho tôi. Họ che giấu tôi trong 8 căn nhà khác nhau trong vòng hai năm trời. Tôi sống trong hầm tối vì bất cứ ánh sáng hay sinh hoạt nào bị hàng xóm phát hiện sẽ gây hiểm nguy cho gia chủ. Phải là những căn nhà không có trẻ em vì các gia đình luôn luôn dạy con em không được nói dối. Cộng sản đã lục soát một số nhà nhưng không hiệu quả, và họ đã không tìm ra tôi.

Tôi sống như một con vật trong bóng tối, ẩn mình trong suốt hai năm. Có những đêm hoàn toàn mất ngủ, những ngày giống nhau buồn chán. Một người bạn đem đến cho tôi cỗ mạt chược và tôi chơi cùng một lúc ở cả hai phe. Đôi khi quá tuyệt vọng, tôi phải tìm cách ra ngoài, một cách bí mật trong bóng đêm. Đôi khi tôi không thể tưởng tượng rằng mình đã phải sống trong những điều kiện như vậy. Có lúc tôi cảm thấy tuyệt vọng, và tưởng tượng rằng sẽ có một giấc ngủ dài và không trở dậy nữa. Nhưng người Việt có thói quen chịu đựng và vượt qua. Tôi sâu sắc cảm thấy nhà văn là thuộc xã hội và quần chúng mà họ đang sống với. Với những người đã cùng nhau hợp tác cứu sống tôi, tôi thấy mình phải can đảm để xứng đáng với sự trợ giúp mà tôi đã nhận.

Tôi không phải là Phật tử cho dù gia đình tôi theo Phật giáo. Nhưng là một nhà văn và là một người suy tưởng, tôi phải nhìn lại đời sống mình và cố gắng tìm ra những ý nghĩa. Trong nhiều giờ mỗi ngày tôi đã tịnh tâm và suy niệm. Đặc biệt trong hoàn cảnh như vậy, người ta phải đi tìm sự thật và ý nghĩa của cuộc sống. Tôi đã có cơ hội đó. Tôi tin rằng mỗi chúng ta có một thượng đế trong chính mình. Một người có thể tự cứu rỗi đời sống chính mình qua những hành động và suy nghĩ. Sự tỉnh thức này luôn luôn có ở trong tôi.

Vào cuối năm 1977, có các tổ chức tư nhân giúp người vượt biên. Họ liên lạc với tôi và bảo tôi cứ chờ ở nơi đang ẩn lánh. Tôi hiểu rằng đào thoát là một dịch vụ tốn kém mà tôi thì không có một xu. Tôi không có cách nào liên lạc với gia đình mà không gây nguy hiểm cho họ. Tôi chờ đợi. Vào một đêm tối trời, một người mặc áo đen đi xe Honda, đậu dưới một gốc cây sau căn nhà, hướng dẫn tôi ngồi lên xe gắn máy và lặng lẽ chạy ra hướng bờ sông Sài Gòn, nơi có một chiếc thuyền đánh cá nhỏ đang chờ. Tôi được bảo nên chèo ghe, giả bộ như một ngư dân. Sau 2 hoặc 3 giờ đồng hồ, tôi lại được chuyển sang một thuyền máy trên biển. Bây giờ thì người đàn bà chủ tàu bảo tôi có thể hút thuốc. Tôi nhìn một lần chót thành phố Sài Gòn và bật khóc vì hiểu rằng tôi chẳng còn bao giờ thấy lại nữa. Người dân miền Nam, hết sức gắn bó với một thành phố mang tên Sài Gòn. Tôi có cảm tưởng đã quay lưng lại với di sản của chính mình.

Trên biển cả, tôi có cảm giác được phóng thả. Tôi đã là một con người tự do. Đó là một đêm tối đen không trăng. Chúng tôi ra được biển khơi nhưng lại có một cơn bão thổi tới từ Phi Luật Tân, vật vã con tàu nhỏ, bắt buộc chúng tôi phải trở lại bờ. Tôi trở lại nơi ẩn náu. Vài ngày sau đó, tôi được tin cha tôi chết ở tuổi 82. Đối với tập tục Á Đông, một đứa con phải về chịu tang lễ của bố mẹ hoặc mang trọng tội bất hiếu. Nhưng các anh tôi khuyên tôi không nên về nhà vì đang bị theo dõi và tôi có thể bị bắt. May mắn là tôi đã bí mật tới thăm được mộ cha tôi, đọc lời cầu nguyện tỏ lòng tưởng nhớ và điều ấy đã làm dịu nỗi đau.

Nhà văn thuyền nhân Mai Thảo đến bến bờ tự do
Pulau Besar, Mã-Lai 12.1977 *(nguồn: internet)*

Rồi có chiếc xe gắn máy khác tới trong đêm tối. Chuyến đào thoát thứ hai nguy hiểm hơn lần trước. Chiếc thuyền đánh cá nhỏ đưa tôi tới một chiếc chòi, tôi phải núp ở đó suốt 2 ngày trong vùng sình lầy có cây che khuất. Cuối cùng thì một chiếc ghe tới đưa tôi ra khơi và trong đêm tối, tôi được chuyển qua một chiếc tàu đánh cá lớn hơn. Bất chợt, có một tín hiệu đèn và không tiếng động. Một toan tính kỹ lưỡng và cả nhiều may mắn. Tôi bước lên một con tàu sức chứa 20 người nhưng số người lên tàu là 58. Chúng tôi phải rất tiết kiệm nước và gạo vì không có chỗ chứa. Mọi người ăn uống rất ít và không có ai chết.

Trên tàu gồm những người tỵ nạn chính trị, sinh viên học sinh, người già, các gia đình với trẻ thơ. Chúng tôi trải qua 6 ngày đêm. Mọi người đều đói và khát, một số ngã bệnh. Khi chúng tôi tới gần Mã Lai, biển lặng, trời trong, và mọi người bắt đầu cất tiếng hát. Họ yêu cầu tôi ngâm một bài thơ. Tôi đọc bài thơ của một người bạn nói về một người đàn ông rời nhà ra đi mà không có một ai tới nói lời giã từ.

Tới Mã Lai nhưng họ không muốn tiếp nhận chúng tôi. Các giới chức tỏ vẻ không thân thiện, do đã có quá nhiều tàu tỵ nạn tới đây. Là một quốc gia nghèo, họ không thể cưu mang tất cả. Mỗi lần chúng tôi cố cặp bến, họ đẩy chúng tôi ra xa. Cuối cùng, một ngư phủ Mã Lai ra dấu cho chúng tôi; họ bảo cứ ủi tàu vào bãi, nếu tàu bị vỡ hư hại thì họ phải nhận chúng tôi. Chúng tôi đã làm như vậy và có hiệu quả. Con tàu chở chúng tôi bị vỡ. Chúng tôi giúp trẻ em, người già bệnh hoạn lên bờ. Viên chức cứu trợ Liên Hiệp Quốc tới gặp chúng tôi, tặng tiền để chúng tôi mua thực phẩm. Món hàng đầu tiên mà tôi mua là một bao thuốc lá. Họ đưa chúng tôi tới trại tỵ nạn. Trại rất đông nhưng có đủ thực phẩm và lều trú và chúng tôi thì tự do. Chúng tôi không bị giam hãm trong trại. Tôi bắt đầu yêu mến người dân Mã Lai. Trong trại có đài phát thanh và tôi được yêu cầu viết bài và đọc cho chương trình. Tôi cũng giữ chức chủ tịch trại.

Tôi tới Mỹ vì đã có hai em tôi ở đó, và tôi cũng có quen biết với số nhà văn Việt Nam tới trước. Bây giờ tôi đang viết về kinh nghiệm của chính mình. Tôi hy vọng các tiểu thuyết của tôi được dịch sang tiếng Anh. Tôi cũng đang vận động trả tự do cho các văn nghệ sĩ còn bị cầm tù ở Việt Nam. Tôi e rằng nền văn học nghệ thuật của chúng tôi sẽ bị tiêu vong.

Tôi gửi tiền về cho mẹ tôi. Tôi mong bà sẽ sang đây nhưng bà thì không muốn là gánh nặng cho các con ở Mỹ. Và bà cũng không muốn chết ở một nơi xa quê nhà.

Tôi muốn nói với thế giới rằng hai mươi năm chiến tranh đã tàn phá đất nước tôi. Nhà cửa đường sá có thể xây dựng lại, nhưng vẻ đẹp của đất đai và tâm hồn dân chúng thì không. Khi chúng ta đang nói chuyện nơi đây, sự hủy hoại vẫn tiếp diễn dưới chế độ Cộng sản.

Có lẽ một ngày nào đó Việt Nam sẽ tự do và tôi có thể trở về. Tôi đang hạnh phúc ở đây nhưng nội tâm thì rất buồn bã. Buồn cho dân tộc tôi. Tôi không biết liệu chúng tôi có còn một tương lai. Xa rời quê hương, thật khó mà duy trì truyền thống của chúng tôi. Chúng tôi cảm thấy như bị đánh mất phần hồn. *Jane Katz, Artists in Exile, American Odyssey* (1)

* Ghi chú của người viết: Mai Thảo sinh ngày 8 tháng 6 năm 1927, chi tiết Mai Thảo sinh năm 1930 trong bài phỏng vấn của Jane Katz có lẽ không chính xác.

BA BÀI THƠ TRONG TÙ

Sau 30 tháng 4, 1975, như đa số các văn nghệ sĩ của Miền Nam bị kẹt lại, Mai Thảo là một trong những đối tượng bị chính quyền cộng sản truy lùng. Đã từng có thời gian theo kháng chiến, rất hiểu cộng sản, Mai Thảo nhất quyết không ra trình diện chính quyền mới vì anh biết chắc sẽ bị tra tấn tù đày và kể cả cái chết.

Mai Thảo đã sống lẩn trốn như vậy trong ngót hai năm từ 75 tới cuối năm 77, trong sự bao bọc của người thân và bạn hữu, trong số đó phải kể tới Nhã Ca rất can trường, với cả một đàn con, chồng thì còn trong tù, bị canh chừng theo dõi nhưng đã bất chấp hiểm nguy che giấu Mai Thảo trong một căn nhà trên đường Tự Do cho tới khi Mai Thảo đi thoát được như một thuyền nhân tới Mã Lai. Trong thời gian trốn chạy này, có lúc tuyệt vọng, Mai Thảo đã làm mấy bài thơ phản ánh tâm trạng bị giam hãm và bị tước đoạt tự do của mình.

Người muôn năm cũ, từ phải: Thanh Tâm Tuyền (mất 2006), Đinh Cường (mất 2016), Mai Thảo (mất 1998), Ngọc Dũng (mất 2000).
(tư liệu Đinh Cường)

Ba bài thơ không rõ ngày tháng tìm lại được của Mai Thảo khi còn ở Việt Nam giai đoạn 75-77. *(nguồn: Phan Nguyên, E.E Emprunt Empreinte)*

THỦY TINH

Trở mình chăn chiếu mênh mông
Giấc mơ chật hẹp vẫn trong cuộc đời
Mộng ta không xóa nổi người
Đáy đêm còn đọng tiếng cười thủy tinh

KIM

Miếng da bịt mắt thành đêm
Cây kim khâu miệng thành im lặng mồ
Tay chân, giây trói bao giờ
Da, kim, giây ấy bây giờ là ta

HÌNH TƯỢNG

Từ trong cửa tối nhìn ra
Thấy gần: bóng lá, thấy xa: biển trời
Lá lay, bóng cách ngăn đời
Biển im, hình tượng cõi người không ta

TIỂU SỬ MAI THẢO VÀ TÁC PHẨM

Mai Thảo tên thật là Nguyễn Đăng Quý, bút hiệu khác: Nguyễn Đăng, sinh ngày 8/6/1927 tại chợ Cồn, huyện Hải Hậu, tỉnh Nam Định. Thuở nhỏ học trường làng, trung học lên Nam Định rồi Hà Nội (học các trường Đỗ Hữu Vị, Chu Văn An). Năm 1945, theo trường sơ tán lên Hưng Yên. Khi chiến tranh bùng nổ năm 1946, gia đình từ Hà Nội tản cư về quê chợ Cồn, sau đó Mai Thảo vào Thanh Hóa theo kháng chiến, viết báo, tham gia các đoàn văn nghệ đi khắp nơi từ Liên khu III, IV đến chiến khu Việt Bắc. 1951, Mai Thảo bỏ kháng chiến về thành. 1954, di cư vào Nam. Viết truyện ngắn trên các báo Dân Chủ, Lửa Việt, Người Việt. Chủ trương tạp chí Sáng Tạo (1956), Nghệ Thuật (1965) và từ 1974, trông báo Văn. Ngày 4/12/1977, Mai Thảo vượt biển tới Pulau Besar, Mã lai. Đầu năm 1978, sang định cư tại Hoa Kỳ. Ban đầu cộng tác với tờ Đất Mới của Thanh Nam trên Seattle và một số báo khác tại hải ngoại. Tháng 7/1982 anh cho tục bản tạp chí Văn, làm chủ biên đến 1996, vì tình trạng sức khỏe trao lại cho Nguyễn-Xuân Hoàng; hai năm sau ngày 10/1/1998 Mai Thảo mất tại Santa Ana, California, thọ 71 tuổi.

TÁC PHẨM

Nhà nghiên cứu và thư viện học Phạm Trọng Lệ, trên báo Văn số Tưởng Mộ Mai Thảo tháng 2/1998 đã sưu tầm một thư mục Mai Thảo, trong đó có ghi số trương mục những tác phẩm được lưu trữ tại các thư viện ở Hoa Kỳ, và được Thụy Khuê bổ sung phân loại sau đó. (6)

Đoản thiên:

Đêm giã từ Hà-nội (Người Việt, 1955), *Tháng giêng cỏ non* (1956), *Bản chúc thư trên ngọn đỉnh trời* (Sáng Tạo, 1963), *Bầy thỏ ngày sinh nhật* (Nguyễn Đình Vượng, 1965), *Căn nhà vùng nước mặn* (An Tiêm, 1966), *Đêm lạc đường* (Khai Trí, 1967), *Dòng sông rực rỡ* (Văn Uyển, 1968), *Người thầy học cũ* (Văn Uyển, 1969), *Chuyến tàu trên sông Hồng* (Tuổi Ngọc, 1969), *Tùy bút* (1970), *Mưa núi* (tập hợp những truyện tuyển trong *Đêm giã từ Hà-nội* và *Tháng giêng cỏ non*, Tân Văn, 1970), *Ngọn hải đăng mù* (Làng Văn, Toronto, 1987), *Một đêm thứ bảy* (Tổ hợp xuất bản miền Đông Hoa Kỳ, 1988), *Hồng Kông ở dưới chân* (Xuân Thu, 1989), *Chân bài thứ năm* (Nam Á, Paris, 1990), *Chuyến métro đi từ Belleville* (Nam Á, 1990).

Truyện dài:

Mái tóc dĩ vãng (Tiểu thuyết tuần san, 1963), *Cô thích nhạc Brahms?* (phóng tác), *Khi mùa thu tới* (Thái Lai, 1964), *Viên đạn* đồng chữ nổi (Văn, 1966), *Đêm kỳ diệu, Cùng đi một đường* (1967), *Sau khi bão tới* (Màn Ảnh, 1968), *Tới một tuổi nào* (Miền Nam, 1968), *Cũng đủ lãng quên đời* (Hồng Đức, 1969), *Lối đi dưới lá* (1969), *Mười đêm ngà ngọc* (Hoàng Đông Phương, 1969), *Thời thượng* (Côi Sơn, 1970), *Sống chỉ một lần* (Nguyễn Đình Vượng, 1970), *Hết một tuần trăng* (Tủ sách Văn Nghệ Khai Phóng, 1970), *Sau giờ giới nghiêm* (Tủ sách Văn Nghệ Khai Phóng, 1970), *Trong như hồ thu* (Tủ sách văn Nghệ Hiện Đại, 1971), *Mang xuống tuyền đài* (Tủ sách Văn Nghệ Khai Phóng, 1971), *Một ngày của Nhã* (1971), *Để tưởng nhớ mùi hương* (Nguyễn Đình Vượng, 1971), *Sóng ngầm* (Hoa Biển, 1971), *Sống như hình bóng* (Tiếng Phương Đông, 1972), *Hạnh phúc đến về đêm* (Nguyễn Đình Vượng, 1972), *Một đời còn tưởng nhớ* (Hải Vân, 1972), *Gần mười bảy tuổi* (Nguyễn Đình Vượng, 1972), *Chỉ là ảo tưởng* (Sống Mới, 1972), *Suối độc* (Nguyễn Đình Vượng, 1973), *Tình yêu màu khói nhạt* (Nguyễn Đình Vượng, 1973), *Bên lề giấc mộng* (Ngày Mới, 1973), *Chìm dần vào quên lãng* (Tiếng Phương Đông, 1973), *Cửa trường phía bên ngoài* (Đồng Nai, 1973), *Ánh lửa cuối đường hầm* (Anh Lộc, 1974), *Ôm đàn tới giữa đời* (Gìn Vàng Giữ Ngọc, 1974), *Những người tình tuổi Song Ngư* (Xuân Thu, 1992)…

Nhận định, hồi ức:

Chân dung mười lăm nhà văn, nhà thơ Việt Nam (Văn Khoa, 1985)

Thơ:

Ta thấy hình ta những miếu đền (Văn Khoa, California, 1989).

ĐI THĂM MAI THẢO

Buổi sáng ngày lập đông, nam California vẫn là một ngày nắng đẹp tuy hơi se lạnh. Chúng tôi, anh Từ Mẫn nguyên giám đốc Nxb Lá Bối rồi Văn Nghệ, anh Phạm Phú Minh nguyên chủ bút Thế Kỷ 21 rồi Diễn Đàn Thế Kỷ, cùng hẹn nhau đi thăm mộ anh Mai Thảo. Riêng nhà thơ Thành Tôn, người có đầy đủ nhất các tư liệu về Mai Thảo vì bận bất ngờ không đi được.

Mộ chí Mai Thảo với 4 câu thơ trích từ tập Ta Thấy Hình Ta Những Miếu Đền; trên bia mộ là tờ Văn số đặc biệt Tưởng Mộ Mai Thảo *(tư liệu của Thành Tôn)*

Từ phải: Anh Từ Mẫn Võ Thắng Tiết và anh Phạm Phú Minh thăm mộ Mai Thảo 04.12.2016 *(photo by Ngô Thế Vinh)*

Mộ Mai Thảo trong khu vườn Vĩnh Cửu, gần nhà Thủy Tạ. Cô nhân viên của Peek Family nhận biết ngay tên nhà văn Mai Thảo, và cho biết thường chỉ có khách phương xa tới thăm. Quanh mộ Mai Thảo cỏ mọc xanh non, riêng tấm bia mộ bằng đá đen trải qua 18 năm vẫn nguyên vẹn với chân dung Mai Thảo và phía dưới có chạm khắc 4 câu thơ từ tập *Ta Thấy Hình Ta Những Miếu Đền*:

Thế giới có triệu điều không hiểu
Càng hiểu không ra lúc cuối đời
Chẳng sao khi đã nằm trong đất
Đọc ở sao trời sẽ hiểu thôi

Đặt mấy nhánh hồng trên mộ chí anh Mai Thảo, cùng với số báo Văn đặc biệt Tưởng Mộ anh, thắp mấy nén nhang với khói hương trầm tỏa khắp. Thăm anh Mai Thảo và nhớ tới anh với câu thơ Nguyễn Du:
Thác là thể phách còn là tinh anh.

California, 12.2016

BỐN MƯƠI NĂM DƯƠNG NGHIỄM MẬU VÀ TỰ TRUYỆN NGUYỄN DU

Nghiễm nhắm mắt mỉm cười dưới mặt đồng hồ
kim phút kim giờ cùng rớt xuống
(photo by Trần Cao Lĩnh)

*"... Kẻ có chữ bất mãn thường chọn cách viết sớ tâu lên...
Những lá sớ lâm ly thảm thiết này thường không được nghe. Có kẻ
dâng sớ nhiều lần nhưng không thấy cởi bỏ áo mũ trở lại làm phó
thường dân mà vẫn ung dung tại vị hưởng bổng lộc của triều đình.
Một đôi kẻ chấp bút có đôi chút tự trọng thì chọn con đường ở ẩn,
không chọn con đường làm giặc nên không có tên trong Sưu Tặc Ký."*
Từ Hải Ngoại Truyện, Dương Nghiễm Mậu, 2005.

1975: BÙI GIÁNG VÀ
CON ĐƯỜNG DƯƠNG NGHIỄM MẬU

Sau 30 tháng 4, 1975 các văn nghệ sĩ không đi thoát, hoặc chọn ở lại như Dương Nghiễm Mậu, nếu không phải đám nằm vùng thì ai cũng chờ cái ngày đi vào nhà giam, các trại tù cải tạo. Giữa những ngày căng thẳng và ảm đạm ấy, có một người vẫn nhởn nhơ, đi tìm thăm bạn bè văn nghệ cũ. Không ai khác hơn đó là nhà thơ Bùi Giáng *Lá Hoa Cồn.* Trung niên thi sĩ lúc nào cũng gầy và già hơn tuổi, râu tóc xơ xác như từ bao giờ. Giữa một Sài Gòn thảng thốt, không biết anh đã lượm ở đâu trên đường mà có được bộ quân phục ngụy với quân hàm Đại tá, Bùi Giáng đem vận ngay vào người, chân thấp chân

Phóng viên chiến trường Dương Nghiễm
Mậu đi qua nhịp cầu Tràng Tiền bị giựt
sập trong Tết Mậu Thân, Huế 1968
(photo by Đinh Cường)

Tòa soạn báo Bách Khoa trước 1975, 160 Phan Đình
Phùng, Sài Gòn, từ phải: chủ nhiệm Lê Ngộ Châu (2006),
Vũ Hạnh, Nguyễn Hiến Lê (1984), Vi Huyền Đắc (1976),
Lê Phương Chi, Võ Phiến (2015) *(nguồn: internet)*

cao đi nghêu ngao như diễn binh trên hè phố. *Có lẽ đây là hình ảnh*
tuyệt đẹp cuối cùng của cuộc chiến tranh Việt Nam, với một tân binh
tình nguyện gia nhập đạo quân đã hoàn toàn rã ngũ. Rồi Bùi Giáng
cũng tới được khu nhà thờ Ba Chuông, nơi có căn nhà Dương Nghiễm
Mậu. Bùi Giáng hồn nhiên đi sâu vào con hẻm chật chội ấy đã thấp
thoáng màu cờ đỏ. Anh vẫn tỉnh táo nhớ đúng nhà, tới đập cửa rầm
rầm đòi vào thăm cho được cố tri. Trầm tĩnh và bản lãnh như Nghiễm,
mà trước tình huống ấy cũng vẫn như gái ngồi phải cọc; được cái lúc
ấy chòm xóm còn là thân quen, mạng lưới công an chưa đủ dầy đặc để
gây nỗi phiền hà. Ra khỏi nhà Dương Nghiễm Mậu, không biết Bùi
Giáng còn đi gõ cửa tới thăm những ai khác, hay anh lại ra nơi đầu cầu
Trương Minh Giảng như một người tỉnh táo đứng làm cảnh sát công
lộ chỉ đường *"trên dòng luân lưu hỗn mang của lịch sử"* và để rồi sau
đó nếu anh không bị đám "cách mạng 30" hay bọn công an đánh tả
tơi sưng mặt mũi thì rồi cuối cùng chắc anh cũng lại tìm về với "mẫu
hậu" Kim Cương, ngồi trước cửa phóng bút làm thơ tặng nàng.

Tuần lễ trước 30 tháng 4, 1975, nhân viên Đài Mẹ Việt Nam và
những cây viết cộng tác đã được Mỹ lên kế hoạch di tản khỏi Việt Nam
– để tránh bị trả thù. Trước ngày lên tàu ra đảo Phú Quốc, nhà văn Võ

Phiến tới thăm tòa soạn Bách Khoa, nơi vùng "xôi đậu" có Võ Phiến *Bắt Trẻ Đồng Xanh* ngồi chung với Vũ Hạnh *Bút Máu*; cũng là nơi mà Võ Phiến đã gắn bó suốt 18 năm cùng với tuổi thọ của tờ báo. Anh Lê Ngộ Châu chủ nhiệm Bách Khoa kể lại: Võ Phiến thì phải đi, nhưng linh cảm không có ngày về, vẻ mặt buồn thảm, anh chỉ ngồi khóc lặng lẽ không nói nổi lời giã từ và rồi đứng dậy bước ra khỏi tòa soạn.

Trước một ngày mất Sài Gòn, thì hầu như toàn bộ nhân viên Đài Mẹ Việt Nam trong đó có gia đình Võ Phiến *Giã Từ*, Lê Tất Điều *Phá Núi*, Viên Linh *Hóa Thân*, Túy Hồng *Tôi Nhìn Tôi Trên Vách*, Thanh Nam *Bóng Nhỏ Đường Dài* từ Phú Quốc đã được đưa lên con tàu lớn Challenger đậu sẵn ngoài khơi. Khi bờ biển Phú Quốc xa mờ trong tầm mắt, lần này thì Lê Tất Điều thấy Võ Phiến khóc. Cùng với những con tàu thuộc Đệ Thất Hạm đội, họ lênh đênh trên Biển Đông trong cuộc hải trình nhiều ngày để tới đảo Guam. Guam đã từng là căn cứ xuất phát của các đoàn phi cơ B52 trong cuộc chiến tranh Việt Nam với những trận *mưa bom trải thảm / carpet bombing* có sức tàn phá của một cơn địa chấn. Đảo Guam chỉ rộng 550 km2 sau tháng Tư 1975, là chặng dừng chân đầu tiên của hàng trăm ngàn người Việt ty nạn trước khi vào đất Mỹ. Vũ Khắc Khoan *Thần Tháp Rùa*, Nghiêm Xuân Hồng *Người Viễn Khách Thứ 10*, Mặc Đỗ *Siu Cô Nương* nhóm Quan Điểm cũng đi thoát và trước sau đặt chân tới các trại ty nạn trên đất Mỹ.

Chưa đến một tuần lễ sau, ngày 5 tháng 5, 1975 một trong những cây viết lâu năm của Bách Khoa, Phạm Việt Châu *Trăm Việt Trên Vùng Định Mệnh* đã tuẫn tiết tại tư gia khi cộng sản hoàn toàn chiếm Miền Nam. Cái chết rất sớm và tức tưởi của một tác giả có viễn kiến về lịch sử dân tộc, sức sáng tạo đang sung mãn mới bước vào tuổi 43, đã như một hồi chuông báo tử cho bao nhiêu tang thương diễn ra sau đó.

1975: CHIẾN DỊCH ĐỐT SÁCH

Những ngày sau 30 tháng 4, 1975, hai đứa con Vũ Hạnh trong bộ bà ba đen, tay cuốn băng đỏ, tới tòa báo Bách Khoa cũng là nơi cư ngụ của anh chị Lê Ngộ Châu. Trước khách lạ, đứa con gái nói giọng hãnh tiến: *"Tụi con mới từ Hóc Môn về, cả đêm qua đi kích tới sáng."* Người dân lành nào vô phước đi lạc trên đường ruộng đêm đó có thể bị tụi nó coi là ngụy. Những tên nằm vùng cùng với đám "cách mạng 30" này chỉ như phó bản đám Hồng vệ binh của Mao nhưng lại sau cả thập niên. Cũng chính những đám này là thành phần kích động chủ lực trong chiến dịch lùng và diệt tàn dư văn hóa Mỹ, chúng dẫm đạp những cuốn sách, nổi lửa đốt từng chồng sách rồi tới cả tới những kho sách. Những cuốn sách mà đa phần chúng chưa hề đọc, trong đó có cả một tủ sách *"Học Làm Người"*. Sách của những "tên biệt kích văn nghệ" còn được trưng bày trong tòa nhà triển lãm Tội ác Mỹ Ngụy cùng với vũ khí chiến tranh và chuồng cọp, dĩ nhiên có sách của Dương Nghiễm Mậu, có cả cuốn Vòng Đai Xanh của người viết.

Cảm khái với câu thơ Nguyễn Du trong Độc Tiểu Thanh ký: *văn chương vô mệnh cũng tro than / văn chương vô mệnh lụy phần dư.* Hơn hai ngàn năm sau, chẳng ai quên chuyện *"đốt sách chôn nho / phần thư, khanh nho"* của Tần Thủy Hoàng, nhưng không biết chỉ 100 năm tới đây, các thế hệ tương lai có ai còn giữ được "bộ nhớ" *Đã Có Một Thời Như Thế* – tên một bài viết của Nhật Tiến, về giai đoạn người Cộng sản Việt Nam đốt sách giam tù cả một thế hệ văn nghệ sĩ của Miền Nam?

1975: NHÀ HÀNG GIVRAL VÀ PHẠM XUÂN ẨN

Trước 1975, La Pagode, Brodard, Givral là nơi tôi, Phạm Đình Vy (chủ nhiệm Tình Thương) và các bạn y khoa thỉnh thoảng có dịp lui tới kể cả khi đã ra trường. Givral cũng là nơi thường gặp gỡ các nhà báo như Phạm Xuân Ẩn, Cao Giao, Nguyễn Tú, Như Phong Lê Văn Tiến… Phạm Xuân Ẩn, là bạn đồng môn với nhà văn Sơn Nam thời trung học Cần Thơ, gốc người Nam dáng chân quê mộc mạc. Trong suốt cuộc chiến tranh Việt Nam, Phạm Xuân Ẩn chỉ được biết tới như phóng viên của Reuters, sau đó chuyển sang tuần báo Times, trụ sở trong Continental Palace bên kia đường. Cũng không thể không nhắc tới khách sạn Caravelle, gần tòa nhà Quốc hội cũ, nơi tập trung đông đảo nhà báo ngoại quốc, nơi đặt văn phòng của các hãng thông tấn và truyền hình Mỹ như ABC, NBC, CBS… Cũng chính Morley Safer trong một buổi phát hình *CBS Evening News* ngày 5 tháng 8, 1965 chiếu cảnh lính Thủy Quân Lục Chiến Mỹ trong cuộc hành quân xua

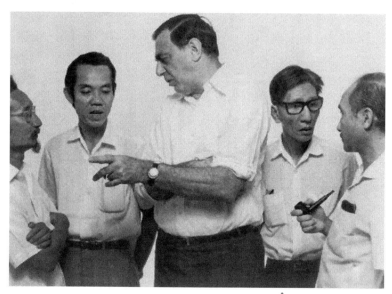

Từ trái: Cao Giao Newsweek, Phạm Xuân Ẩn Times, Robert Shaplen New Yorker, Nguyễn Hữu Vượng Newsweek, Nguyễn Tú Chính Luận *(photo by Richard Avedon, Continental Hotel Saigon April 17, 1971; "The Spy Who Loved Us", Thomas A. Bass)*

dân ra khỏi làng và sau đó bật quẹt Zippo đốt nhà của họ, những hình ấy đã làm rúng động Tòa Nhà Trắng và cả nước Mỹ như một vết hằn sâu của một cuộc chiến bắt đầu thất nhân tâm. Bảy năm sau, Nick Ut phóng viên AP với bức hình *"Napalm Girl"* chụp trong trận giao tranh Trảng Bàng Tây Ninh ngày 8 tháng 6, 1972, cũng là thời điểm Quốc Hội Mỹ dứt khoát cắt viện trợ quân sự cho Miền Nam.

Đội quân báo chí hùng hậu ấy, trong suốt cuộc chiến tranh Việt Nam, có khả năng điều kiện hóa dư luận với *"những tin tức xấu từ một phía",* đủ làm nản lòng dân Mỹ, cùng với đám GI's đang cầm súng từ phía bên kia nửa vòng trái đất; truyền thông Mỹ có phần công lao không nhỏ gián tiếp đưa tới mất Miền Nam Tự Do và cũng là một thất trận đầu tiên trong lịch sử các cuộc chiến tranh của Hoa Kỳ. Và rồi, tất cả bọn họ cũng đã kịp tháo chạy trước khi Sài Gòn đổi chủ.

Và rồi mấy ngày đầu tháng 5, 1975, Givral lại như điểm hẹn của những người bạn còn kẹt lại, tới đó để biết ai ở ai đi và nghe ngóng tin tức. Từ những chiếc bàn nhìn qua khung kính trong suốt ấy, tình cờ gặp lại Phạm Xuân Ẩn. Ẩn cũng đã từng tới thăm tòa soạn báo sinh viên Y khoa Tình Thương trên đường Nguyễn Bỉnh Khiêm ngày nào. Vợ con Phạm Xuân Ẩn đã được tuần báo Times cho di tản trước đó nhiều hôm, nhưng Ẩn thì ở lại. Với hơi chút ngạc nhiên và vẻ quan tâm, Ẩn hỏi tôi: "*Vinh, tại sao toa không đi?*" Lúc đó chỉ như một câu hỏi xã giao, nhưng phải sau này, khi đã ở trong vòng rào các trại tù cải tạo, tôi mới thấm thía vỡ lẽ được câu hỏi ấy của Phạm Xuân Ẩn, nó đã như lời báo bão về những năm tháng tù đày từ một chính sách mà Ẩn thì biết rất rõ. Trong vỏ bọc của một nhà báo làm cho tuần báo Times danh tiếng của Mỹ, thực chất trước đó nhiều năm Phạm Xuân Ẩn là một điệp viên chiến lược đơn tuyến của Cộng sản Hà Nội. Sau này cũng chính Phạm Xuân Ẩn tâm sự với Morley Safer chương trình *60 Minutes* của CBS rằng khi Sài Gòn sụp đổ không dễ gì để nói với đám "cách mạng 30" đeo súng AK lúc đó rằng, tôi là đại tá quân đội của họ, không phải CIA. Có thể tôi bị tụi nó giết và cả con chó của tôi cũng bị nướng sống. (*Flashback, Vietnam Revisited 1989, The Spy in Winter*)

1975: NHÀ BÁO NHƯ PHONG

Chỉ sau cụ Hoàng Văn Chí *Trăm Hoa Đua Nở Trên Đất Bắc*, người hiểu rõ cộng sản sau này không ai hơn nhà báo Như Phong Lê Văn Tiến. Cô Thần cũng là bút hiệu khác của Như Phong *Khói Sóng* trên nhật báo Tự Do, một chuyên mục viết về cộng sản Miền Bắc. Hiểu cộng sản như vậy, với biết trước những tháng năm tù đày, vậy mà anh vẫn chọn ở lại. Gặp lại anh tại nhà luật sư Mai Văn Lễ, trước bệnh viện Sùng Chính trên đường Trần Hưng Đạo. Anh Mai Văn Lễ có một thời làm Khoa trưởng Luật khoa Huế thời Phật giáo Tranh đấu, bây giờ chỉ còn lại mình anh, chị và hai con thì đã đi trước đó một tuần lễ.

Trưa ngày 30 tháng Tư, ngay sau khi lệnh đầu hàng được phát đi, có thể thấy từ mấy tầng lầu cao là một cơn mưa confetti, chỉ một màu trắng của những mảnh vụn giấy tờ tùy thân của quân cán chính cần được xé hủy trước khi cộng quân hoàn toàn kiểm soát Sài Gòn. Không kể những giày nón quân phục được cởi bỏ vội vàng vứt tả tơi trên đường phố. Là người đi trước thời cuộc, anh Như Phong tiên đoán đúng những gì sắp diễn ra: chiến dịch đánh tư sản, kế hoạch đổi tiền cho mỗi hộ khẩu và rồi những cuộn giấy bạc sau đó trở thành rẻ rách và rồi sẽ là quần đảo ngục tù / *Gulag Archipelago* một tên sách của Solzhenitsyn. Dư tiền cũ thiên hạ đổ xô đi mua vàng, đôla chợ đen không dễ gì có trong thời điểm này. Anh Như Phong thì chỉ gợi ý mua những cuộn len quý nhồi trong các bộ nệm sa lông giống như ngoài Bắc, sau này khi cần có thể gỡ dần ra bán để kiếm sống. Nói vậy thôi chứ thái độ của cả mấy anh em vẫn là *"chờ xem"*.

Và rồi vang lên tiếng xích sắt nghiến trên mặt đường nhựa, nhìn qua khung cửa là những chiếc tăng T54 treo cờ giải phóng hối hả chạy về phía trung tâm Sài Gòn.

1980: CŨNG ĐỪNG TỚI THĂM

Ra tù ba năm sau, trở về một Sài Gòn đã đổi khác. Nếu còn chút gì thân quen thì là mấy người bạn, không nhiều còn ở lại. Anh ấy là một trong những cố tri đầu tiên tôi nghĩ tới thăm. Là giáo sư đại học, anh tốt nghiệp ở Mỹ, trở về Việt Nam từ cuối thập niên 1960, đầy lý tưởng, ôm mộng lớn về một cuộc cách mạng xã hội – theo anh *công bằng xã hội/ social justice* phải là giải pháp rốt ráo cho một cuộc chiến tranh bế tắc đang diễn ra khốc liệt giữa hai miền Bắc Nam. Tôi cũng đã từng gặp anh ở Mỹ và cả những năm sau này ở Việt Nam. Sự sụp đổ mau chóng của Miền Nam với anh là cả một "giấc mộng lỡ". Tuy không phải chịu những năm tháng tù đày, nhưng cuộc sống gia đình anh, cũng như cả Miền Nam rõ ràng là khó khăn. Từng bước, anh đã bán những bộ tự điển quý lúc đó rất có giá, cho đám học giả đói sách từ Bắc vào mua; tiếp đến là đồ đạc tranh tượng, cuối cùng còn lại là một *tủ sách khoa-học-xã-hội* đồ sộ mà anh đem từ Mỹ về thì nay trở thành vô giá – *no value*, chỉ có thể đem cân ký bán lạt-son để làm bột giấy. Vợ anh là cô giáo cũng phải ra giữa chốn chợ trời tần tảo kiếm sống. Anh thì quá nhậy cảm để thấy nỗi đau và nhục.

Gặp lại anh, vẫn nét mặt trí thức và đôn hậu như ngày nào, nhưng trong ánh mắt thì lộ rõ vẻ bất an. Thoáng nét vui mừng nhưng anh kịp kìm hãm, vừa nói vừa canh chừng nhìn ra cửa: *"Biết toa được ra trại thì mừng nhưng cũng xin toa đừng tới thăm"*. Sự thẳng thắn rất trực tiếp của anh, thoáng như một gáo nước lạnh, nhưng tôi cảm thông và vẫn rất thương anh. Gia đình bên vợ anh ở Mỹ đang làm thủ tục bảo lãnh, nghĩ rằng việc có liên hệ với lính ngụy với tù cải tạo có thể là cản trở cho cuộc hành trình hy vọng của gia đình anh tới bến bờ tự do ấy. Anh phản ứng theo hoàn cảnh, không chút phán đoán tôi vẫn dành cho anh sự kính trọng, và mai mốt đây nếu có ngày gặp lại anh thì chắc chắn phải là trên một lục địa khác. Rất sớm trên toàn Miền Nam đã bắt đầu có một mạng lưới tai mắt tổ dân phố và công an đủ để gây hoài nghi và cả sự sợ hãi.

Ra khỏi nhà anh, có lại được niềm vui ấm lòng khi gặp người bạn tấm cám Nghiêu Đề. Nghiêu Đề cho biết mới gặp Sao Trên Rừng đi xe gắn máy từ Đà Lạt xuống, ngạc nhiên thấy Nguyễn Đức Sơn lần đầu tiên ăn vận đồ lớn complet cravate, hỏi tại sao thì Sơn cười giọng khinh mạn: *"có vậy mới khỏi lẫn với tụi nó"*.

1980: TRẦN PHONG GIAO NGOÀI CHỢ

Trần Phong Giao dáng vạm vỡ, da sậm có vẻ công nhân lao động ngoài nắng hơn là người làm việc chữ nghĩa văn phòng. Nổi tiếng là thư ký tòa soạn báo Văn trong 8 năm từ 1963 tới 1971, một tờ báo có vị trí đặc biệt trong sinh hoạt văn học Miền Nam với phát hiện những cây bút mới và không ít sau này đã trở thành những tên tuổi. Sau Văn, anh thử làm nhiều công việc khác cũng trong lãnh vực báo chí, xuất bản, rồi thủ thư nhưng đã không để lại nhiều dấu ấn như ở Văn. Không lâu sau 30 tháng 4, cả hai anh chị đã phải chạy chợ kiếm sống với chiếc xe ba bánh, đậu trên đường Lê Thánh Tôn đứng bán từng bó củi, mấy nải chuối hay những bó rau tươi để nuôi đàn con. Ngày ra tù, tới thăm anh, vẫn ở trong con hẻm gần Cầu Kiệu, bên Tân Định, anh gầy sút đi nhiều hai chân đã rất yếu. Gia tài của anh đáng giá vỏn vẹn còn một tủ sách, quý nhất là trọn bộ báo Văn đóng bìa da, một sự nghiệp của Trần Phong Giao nhưng rồi anh cũng đã không giữ được và phải đem bán cho một Việt kiều từ Mỹ về để có tiền chạy gạo và thuốc men. Trần Phong Giao mất trong sự túng quẫn và bạo bệnh (2005), anh cũng bước qua được ngưỡng tuổi cổ lai hy.

1981: VÀ NHỮNG BỮA CƠM GIA ĐÌNH

Ngôi nhà Nghiễm trong con hẻm với mặt tiền hẹp nhưng khá sâu. Nghiễm mặc quần soóc, áo thun trắng, đôi mắt rất tinh anh lúc nào cũng như mỉm cười, trông trẻ hơn tuổi của một người sinh năm 1936.

Tuy sống gần khu Chợ Cũ, sẵn những quán ăn vỉa hè và nhà hàng, rất tiện cho nếp sống cơm hàng cháo chợ, nhưng thường sau một ngày làm việc, thay vì về nhà tôi ghé nhà Nghiễm, được chị Trang vợ Nghiễm cho thêm chén thêm đũa với những bữa ăn đạm bạc nhưng ngon miệng vì là bữa cơm hạnh phúc gia đình. Trong tù, tôi và Nghiễm thì đã quen với những bữa ăn đói ngày đêm, ra ngoài tuy rau đậu nhưng cũng là bữa tạm no. Người lớn thì không sao, nhưng với trẻ nhỏ đang tuổi "mau ăn, chóng lớn" thì khẩu phần ấy phải xem là suy dinh dưỡng. Nếu không là ngày phải ra trễ, tôi ghé qua chợ mua một món ăn gì đó, đem tới bày thêm vào mâm cơm gia đình. Có thêm món thịt, thêm chút chất đạm thì hôm đó với hai đứa nhỏ như là bữa tiệc. Những lần gặp nhau, tôi và Nghiễm đều ít nói. Hình như Nghiễm có viết ở đâu đó là những điều không cần nói ra nhưng cũng đã hiểu nhau rồi. Chỉ có cô giáo Trang vợ Nghiễm sau một ngày dạy học mệt nhọc nhưng lúc nào cũng có đôi chuyện vui từ trường đem về gia đình. Miền Nam tài nguyên thì vẫn nguyên vẹn, nhưng đã có chính sách bần cùng hóa kiểm soát từng bao tử của người dân qua khẩu phần và sổ lương thực của họ.

1982: DƯƠNG NGHIỄM MẬU VÀ
MỘT THANH TÂM TUYỀN KHÁC

Đã gặp Thanh Tâm Tuyền ở những ngày 30 tháng Tư 1975 nơi một căn nhà nhỏ bên Gia Định. Vợ Tâm lúc đó cũng vừa sinh đứa con trai út trong cảnh tán loạn bệnh viện Nguyễn Văn Học. "Một Chủ Nhật Khác", cuốn tiểu thuyết cuối cùng của *một thời để yêu một thời để chết* cũng vừa mới in xong, chưa kịp phát hành. Ra từ 1982, gặp lại Thanh Tâm Tuyền của *Bếp Lửa*, bằng tuổi Dương Nghiễm Mậu nhưng trông anh già hơn nhiều, da sậm đen sắc diện của một người bị bệnh sốt rét kinh niên. Khó có thể tưởng tượng với vóc dáng mảnh mai ấy anh sống sót qua suốt bảy năm tù đày ngày nào cũng đói lạnh nơi những vùng sơn lam chướng khí ấy ở các trại giam Miền Bắc. Bảy năm đốn tre trẩy gỗ trên ngàn, bị tre nứa đâm xuyên đùi không giải phẫu thuốc men nhưng anh vẫn sống sót, trong tù chống rét anh tập hút thuốc lào, không giấy bút anh vẫn làm thơ qua trí nhớ nhưng là những bài thơ trở về với các thể thơ truyền thống. *Thơ ở Đâu Xa* là tập thơ cuối cùng làm trong tù TTT cho xuất bản ở bên Mỹ (1990).

Trong một cuộc phỏng vấn rất hiếm năm 1993, Thanh Tâm Tuyền đã giải thích sự chuyển biến trong thi ca của anh: "Làm thơ trong trại cải tạo, cũng là trở về với thi ca truyền thống dân gian/ Faire de la poésie dans un camp de redressement, c'est aussi retourner à la poésie de tradition populaire." (Thanh Tam Tuyen, la poésie entre la guerre et le camp; par Le Huu Khoa, Publications de l'Université de Provence)

Trong chỗ rất riêng tư, anh tâm sự: Thái Thanh bạn anh đã dứt khoát không hát từ sau 1975. Khi biết Thanh Tâm Tuyền vừa ra tù đến thăm, cô ấy cầm đàn và hát lại những bài thơ phổ nhạc của anh: *Đêm màu hồng, Nửa hồn thương đau, Lệ đá xanh*… tuy ấm lòng gặp lại cố tri nhưng rồi anh đã không còn nguyên vẹn cảm xúc để nghe lại những thanh âm ngày cũ. Anh đã nói không với những người mới muốn gặp anh. Anh vẫn giữ thái độ đó khi sang định cư ở Mỹ. Sự khép kín ấy khiến Mai Thảo đôi khi cũng phản ứng giận lẫy.

Rồi cũng có một buổi gặp gỡ cuối 1982, từ nhà Nghiễm có Doãn Quốc Sỹ, Thanh Tâm Tuyền và tôi cùng đi bộ tới một quán cóc cũng trên đường Trương Minh Giảng nơi gần đường xe lửa. Thức uống của Nghiễm bao giờ cũng là một chai bia. Nhắc tới Tô Thùy Yên *Trường Sa Hành* thì vẫn còn ở trong tù. Rồi chẳng ai nhắc tới nỗi khổ hiện tại mà câu chuyện lại xoay quanh những người bạn may may mắn ở phương xa. Những người đi thoát trước 1975, vài tên tuổi được nhắc tới: Thanh Nam - Túy Hồng, Vũ Khắc Khoan, Mặc Đỗ, Võ Phiến, Lê Tất Điều, Viên Linh… Nhưng rồi tên Mai Thảo *Bản Chúc Thư Trên Ngọn Đỉnh Trời* vẫn như điểm hội tụ của những tin tức. Anh là nhà văn duy nhất hiếm hoi thoát các vụ ruồng bắt của cộng sản trong suốt

Doãn Quốc Sỹ — Thanh Tâm Tuyền trước
Nhà Thờ Đức Bà — Sàigòn 1985

hai năm sống lẩn lút ở Sài Gòn. Vẫn có nhiều người liều mạng che chở cho anh. Trần Dạ Từ *Tỏ Tình Trong Đêm* cùng với rất nhiều nhà văn nhà báo thì đang trong tù, Nhã Ca *Giải Khăn Sô Cho Huế* ra tù sớm phải cưu mang một đàn con nhỏ nhưng cũng chính mấy mẹ con Nhã Ca đã bất chấp hệ lụy cất giấu bác Mai Thảo trong nhà, một căn phố lầu trên góc đường Tự Do, đây cũng là chặng ẩn náu cuối cùng của Mai Thảo cho đến khi anh vượt biển rất sớm thoát được tới đảo Pulau Besar (Mã Lai) đầu tháng 12, 1977.

Hai năm sau Mai Thảo, 1979, phải kể tới chuyến đi thừa sống thiếu chết của 81 thuyền nhân trong số đó có Nhật Tiến *Người Kéo Màn* và thầy Từ Mẫn *Lá Bối*, vợ chồng ký giả Dương Phục - Vũ Thanh Thủy… và con tàu đã gặp nạn hải tặc Thái Lan trên biển rồi trên đảo

Koh Kra, và cũng rất sớm qua ngòi bút của người chứng Nhật Tiến đã ghi lại những thảm cảnh ấy và bắt đầu làm rúng động lương tâm thế giới. Cũng khởi đầu cho phong trào Cứu Người Vượt Biển về sau này.

Sau lần gặp gỡ nơi nhà Nghiễm, Thanh Tâm Tuyền chuẩn bị đi Mỹ theo diện HO, cho dù "tâm thái" – chữ của TTT, vẫn gắn bó với một quê hương mà anh không muốn xa rời, riêng tác giả *Ba Sinh Hương Lửa* lại vào tù tổng cộng 14 năm trước khi đi định cư 1995 và gặp lại Mai Thảo ở Quận Cam.

Trên đường đi, tôi không thể không có ý nghĩ nếu làm một con toán cộng những năm tù đày của mỗi văn nghệ sĩ Miền Nam, con số ấy phải vượt trên nhiều thế kỷ. Không phải chỉ có oan nghiệt giam cầm hủy hoại những thân xác, họ còn giết chết sức sáng tạo của văn nghệ sĩ trong khoảng thời gian sung mãn nhất. Một nỗ lực hủy diệt cả một nền văn hóa đến tận gốc: trước lịch sử, ai phải nhận lãnh trách nhiệm cho những tội ác thiên thu ấy?

TIỂU SỬ DƯƠNG NGHIỄM MẬU 1936 – 2016

Dương Nghiễm Mậu tên thật là Phí Ích Nghiễm, sinh năm 1936 tại Hà Đông, cùng năm sinh với Thanh Tâm Tuyền, Thảo Trường. Học tiểu học trường Hàng Than, trung học Chu Văn An (Hà Nội). Cùng học 2 trường ấy nhưng Nghiễm hơn tôi 5 tuổi, có lẽ trên nhiều lớp nên không được biết anh. 1954 di cư vào Nam. Từ 1957 viết nhiều tùy bút, đoản văn, truyện ngắn, truyện dài cho Sáng Tạo, Thế Kỷ 20, Văn, Văn Học, Bách Khoa, Giao Điểm, Chính Văn. Có một giai đoạn ngắn, Nghiễm sinh hoạt nơi *Đàm Trường Viễn Kiến* của Nguyễn Đức Quỳnh *Ai Có Qua Cầu*. Từ 1962, làm tạp chí Văn Nghệ với Lý Hoàng Phong, anh của nhà thơ Quách Thoại. Tập truyện ngắn đầu tay *Cũng Đành*, Văn Nghệ xuất bản năm 1963. Truyện dài *Gia Tài Người Mẹ*, giải thưởng Văn Chương Toàn Quốc 1966. Nhập ngũ 1966 với cấp bậc hạ sĩ đồng hóa, làm phóng viên chiến trường đến tháng 4/1975. Sau 1975 bị bắt, ra tù 1977, sống bằng nghề sơn mài tại Sài Gòn.

Dương Nghiễm Mậu đột ngột qua đời ngày 2 tháng 8 năm 2016 do bị nhồi máu cơ tim, thọ 80 tuổi.

2006: NHỮNG CƠN MƯA SÀI GÒN

Từ một khách sạn nhỏ gần đường Tự Do, để tới khu nhà thờ Ba Chuông, đi bộ thì quá xa, taxi thì nạn kẹt xe, tôi chọn Honda ôm, nhưng đã không tránh khỏi thót tim vì mấy tay lái xe quá liều mạng: chạy nhanh len lách, ngược dòng xe cộ, cắt cả lên vỉa hè đông người đi bộ mà anh ta cho là an toàn hơn đi theo luật giao thông. Tuy không có mẩu giấy địa chỉ trên tay, nhưng có trí nhớ tốt về hình ảnh / *photographic memory*, tôi nghĩ vẫn có thể tìm ra nhà Dương Nghiễm Mậu vẫn trong ngõ hẻm ấy cho dù đã nhiều năm không gặp. Nhà đã được xây lại, cất thêm một từng lầu. Nghiễm nay là nghệ nhân sơn mài, chị Trang vợ Nghiễm thì vẫn dạy Anh văn ở Marie Curie, hai con Nghiễm đã trưởng thành tốt nghiệp đại học và đi làm. Cả gia đình đều làm việc cật lực để tạo được một cơ ngơi như hôm nay.

Một số tác phẩm của Dương Nghiễm Mậu đã xuất bản *(tư liệu Phan Nguyên)*

Dương Nghiễm Mậu Sài Gòn 1997, hình do Thế Uyên tặng Võ Phiến *(tư liệu Viễn Phố)*

KHI NHÀ VĂN LÀ CON BỆNH

Tháng 9, 2006 gặp lại Nghiễm sau bao năm, khi anh vừa bước vào ngưỡng tuổi cổ lai hy. Thanh Tâm Tuyền vừa mất trước đó 6 tháng (03/2006). Như Phong *Khói Sóng* mất đã 5 năm (12/2001), Mai Thảo *Ta Thấy Hình Ta Những Miếu Đền* cũng mất trước đó 8 năm (01/1998), cùng năm với Nghiêu Đề *Ngọn Tóc Trăm Năm* (11/1998). Họ là những nghệ sĩ Việt Nam chọn tự do phải sống lưu vong và vùi thân ở một nơi không phải quê nhà.

Nghiễm thì vừa gặp nạn ở cái tuổi 70, khi đang đi bộ trên lề, anh bị một xe gắn máy chắc cũng lại xe ôm leo lên tông gẫy xương cổ chân, phải phẫu thuật bó bột gần 2 tuần lễ rồi mà còn sưng đau, vẫn phải chống nạng. Nghiễm giỏi chịu đựng, không hề than đau, chính điều ấy khiến tôi quan tâm. Nghiễm cần được tái khám để có một ý kiến thứ hai / *second opinion*. Tôi nghĩ tới một bạn đồng môn còn ở lại, chuyên khoa chỉnh trực, giảng dạy ở Y khoa, bạn bè gọi anh là người có bàn tay vàng trong phẫu thuật chấn thương chỉnh hình. Anh cũng có phòng mạch tư ngoài giờ và tôi đề nghị đưa Nghiễm tới đó. Nghiễm thì lưỡng lự không muốn nhưng vì tình bạn anh đã không thể nói không.

Không có địa chỉ, nhưng biết phòng mạch Bs Võ Thành Phụng trên đường Lê Văn Duyệt, đối diện với trụ sở Tổng Liên Đoàn Lao Công cũ. Với một cổ chân bị gẫy còn rất sưng đau, thì lên và xuống taxi lúc này không phải là dễ dàng đối với Nghiễm. Cơn mưa nhiệt đới thì vẫn cứ tầm tã từ nhà cho tới khi Nghiễm bước chân được vào phía trong phòng mạch. Gặp chị Võ Thành Phụng, khi biết người bệnh là nhà văn Dương Nghiễm Mậu, thì tôi hầu như không còn vai trò gì nữa. Chị là độc giả lâu năm và rất quen thuộc với các tác phẩm của Dương Nghiễm Mậu, từ thời báo Văn, Văn Nghệ và cả Sáng Tạo ngày nào, không kể những cuốn sách của Nghiễm mà chị đã đọc. Phòng mạch đông khách, do sắp xếp của chị Phụng, Nghiễm là bệnh nhân mới được ưu tiên khám trước. Anh Phụng cùng tôi đọc những tấm phim chỉ rõ xương cổ chân gẫy chưa lành nhưng không nhiều di lệch nên không cần thêm phẫu thuật mà là điều trị bảo tồn. Quá bận bịu với chuyên môn, anh Phụng có lẽ không là độc giả của Dương Nghiễm Mậu như chị Phụng, nhưng Nghiễm đương nhiên trở thành người bệnh đặc biệt của phòng mạch anh chị hôm đó. Trời vẫn không ngớt mưa, trong taxi trên đường về, tôi nói đùa với Nghiễm, trong cuộc đời viết văn, tôi chưa bao giờ có hạnh phúc được gặp một nữ độc giả tâm đắc và yêu văn chương đến như vậy. Rất ít bày tỏ, như từ bao giờ, Nghiễm chỉ đáp lại bằng một nụ cười hiền.

2012: TỪ HẢI NGOẠI TRUYỆN

Trước 1975, đọc *Kinh Kha với con chủy thủ trên đất Tần bất trắc* trong *Nhan Sắc* để thấy truyện Dương Nghiễm Mậu là những tình huống và thái độ lựa chọn, rất biểu tượng và nhiều ẩn dụ. Nghiễm viết truyện xưa mà nói tới nay. Kinh Kha qua sông Dịch, chàng lọt vào được cung điện, khi đã kề đoản đao vào cổ Tần Vương, nhưng thay vì run sợ, thì Tần Vương lại ngửa mặt cười. Và Kinh Kha chợt hiểu ra tất cả: giết bạo chúa này sẽ lại có một bạo chúa khác… Và hình ảnh Kinh Kha lầm lũi rời khỏi cung điện vẫn là nỗi đau không cùng, như một dự báo oan khiên cho ngày hôm nay.

Từ Hải Ngoại Truyện được Dương Nghiễm Mậu viết khoảng 10 năm sau 1975, (Gia Định, 2005). Từ Hải là nhân vật được Dương

Dương Nghiễm Mậu gẫy chân, ngồi cười trước tủ sách, hai tay tựa trên khung đi / walker *(photo by Ngô Thế Vinh 09/ 2006)*

Nghiễm Mậu khá nâng niu. Phí Ích Bành, em Nghiễm, trao cho tôi một phong bì với 16 trang chữ có ít dòng thủ bút của Nghiễm. Đọc ngay những trang viết ấy để thấy một *Từ Hải Ngoại Truyện* nửa anh hùng nửa thảo khấu, rất khác với nhân vật chính truyện khi chọn con đường bổng lộc giam thân về chốn triều đình.

Một trích đoạn về bối cảnh xã hội trong Từ Hải Ngoại Truyện: *"Một hôm thầy Khổng ngồi xe đi trên đường thì thấy một bô lão bước tới vái chào, thầy Khổng cho dừng xe lại, trong chốc lát cả một đám đông trẻ con gầy còm nhếch nhác vây quanh. Ông lão nói: nghe thiên hạ nói thầy nhiều chữ nên tới xin một ít. Khổng Tử liền mở cái hòm gỗ lấy ra một cuốn sách trao tận tay cụ già. Cụ già cầm lấy ngắm nghía rồi lật những trang sách nhìn trên nhìn dưới rồi gấp lại đưa trả thầy Khổng và nói: tôi không biết dùng cái này để làm gì. Có tiếng cười khả ố vang lên từ một người trung niên ở trần, đóng khố: sách chẳng có giá trị gì đối với những người không có cơm ăn và mù chữ. Ông hãy bước chân xuống ruộng, đi cày trồng lúa rồi lấy thóc mà cho họ thì có ích hơn. Chuyện chỉ kể tới đó không cho biết hành xử của thầy Khổng ra sao."*

Từ Hải Ngoại Truyện với thủ bút Dương Nghiễm Mậu *(tư liệu Ngô Thế Vinh)*

Cũng trong *Từ Hải Ngoại Truyện,* Dương Nghiễm Mậu viết về giới quan lại khoa bảng: *"Trong Sưu Tặc Ký những kẻ nổi lên làm giặc thường xuất thân là dân thuyền chài, kẻ cầy ruộng, người chăn trâu, kẻ đốn củi; tuyệt nhiên không thấy có kẻ nào đậu tiến sĩ, trạng nguyên. Không tên giặc nào có làm thơ làm phú, hoặc từng làm quan, làm thầy giáo mà đi làm giặc. Ở những sách khác có viết về kẻ có chữ bất mãn thường chọn cách viết sớ tâu lên: khi thì đòi chém tham quan ô lại, khi kêu ca sưu cao thuế nặng khiến dân đen chết đói, khi kêu oan cho lương dân bị chết chém... Những lá sớ lâm ly thảm thiết này thường không được nghe. Có kẻ dâng sớ nhiều lần nhưng không thấy cởi bỏ áo mũ trở lại làm phó thường dân mà vẫn ung dung tại vị hưởng bổng lộc của triều đình. Một đôi kẻ chấp bút có đôi chút tự trọng thì chọn con đường ở ẩn, không chọn con đường làm giặc nên không có tên trong Sưu Tặc Ký."*

Dương Nghiễm Mậu viết những dòng cuối: *"Từ những trang sách tới thực tế của chuyến đi làm ta hoài nghi những ghi chép của người xưa... nhiều sách truyện đã để cho Từ Hải chết đứng giữa trận tiền. Một anh hùng phải có cái chết anh hùng. Trong ngoại truyện Từ Hải, cuối cùng Từ Hải đã chết nhưng chết một cách khác, không phải cách chết đứng giữa trận tiền."*

Rồi từ chuyện xưa mà hóa ra nay, Dương Nghiễm Mậu viết tiếp:

"Nhiều sách tạo ra những anh hùng như mô tả kẻ tự biến mình thành cây đuốc sống, lấy thân mình bịt họng súng thần công, ôm bom lao vào quân giặc mà chết. Hầu hết những anh hùng trong sách đó chẳng bao giờ người ta tìm ra tung tích."

Tưởng cũng nên nói thêm, căn nhà của gia đình Nghiễm không xa cây cầu Nguyễn Văn Trỗi trên đường Công Lý thời chống Mỹ, rồi không thể không nhắc tới "cây đuốc sống" Lê Văn Tám đốt kho xăng Thị Nghè 1945 thời chống Pháp: nhân vật mà sau này Trần Huy Liệu, bộ trưởng Bộ Thông tin Tuyên truyền của Việt Nam Dân Chủ Cộng Hòa vào những ngày cuối đời đã trối trăng lại với đám môn sinh: Lê Văn Tám chỉ là sản phẩm tuyên truyền và không có thật.

Ba mươi hai năm sau 1975, qua liên lạc vận động của nhà thơ Nguyễn Quốc Thái, (cũng là người giới thiệu Phạm Duy đến với Công ty Phương Nam), nhà xuất bản Phương Nam đã tái bản 4 tập truyện ngắn của Dương Nghiễm Mậu *(Đôi Mắt Trên Trời, Cũng Đành, Nhan Sắc, Tiếng Sáo Người Em Út)*, và truyện dài *Nguyệt Đồng Xoài* của Lê Xuyên. Ngay sau đó, Vũ Hạnh, tuổi đã ngoài 80, như một đao phủ đã không nương tay viết bài đấu tố Dương Nghiễm Mậu, Lê Xuyên, và quy tội Công ty Phương Nam.

Vũ Hạnh viết: *"Sách của Dương Nghiễm Mậu thì nổi bật tính phản động tha hóa lớp trẻ hầu đưa đẩy họ vào sự chống phá cách mạng, chống lại sự nghiệp giải phóng đất nước khỏi sự thống trị của bọn đế quốc xâm lược, còn sách của Lê Xuyên là tính đồi trụy."* Vũ Hạnh viết tiếp: *"Vì những lẽ đó, rất nhiều bức xúc, phẫn nộ của các bạn đọc khi thấy Công ty Phương Nam ấn hành sách của ông Dương Nghiễm Mậu… Đem những vũ khí độc hại ra sơn phết lại, rêu rao bày bán là một xúc phạm nặng nề đối với danh dự đất nước."* Và rồi cũng Vũ Hạnh kể lể: *"các tác giả Dương Nghiễm Mậu, Lê Xuyên sống lại ở thành phố này vẫn được đối xử bình đẳng, không hề gặp bất cứ sự quấy phiền nào."* (Sài Gòn Giải Phóng, 22/4/2007).

Tưởng cũng nên ghi nhận ở đây, trước 1975 đông đảo thế hệ văn nghệ sĩ Miền Nam không thiếu lòng nhân ái đã hơn một lần cùng vận động ký tên yêu cầu thả Vũ Hạnh. Vũ Hạnh cũng được Văn Bút Việt Nam che chở, và khi bị kết án tù thì chính linh mục Thanh Lãng, Chủ tịch Văn Bút đứng ra bảo lãnh, để rồi sau đó Vũ Hạnh lại công khai ra ngoài hoạt động.

Sau 1975, nhiều nhà văn nhà báo miền Nam ấy đã chết rũ trong tù như Hiếu Chân Nguyễn Hoạt, Hoàng Vĩnh Lộc, Nguyễn Mạnh Côn, Phạm Văn Sơn, Trần Văn Tuyên, Trần Việt Sơn, Vũ Ngọc Các, Anh Tuấn Nguyễn Tuấn Phát, Dương Hùng Cường... hay vừa ra khỏi nhà tù thì chết như Hồ Hữu Tường, Vũ Hoàng Chương. Nếu còn sống sót, đều nhất loạt phải gác bút: Dương Nghiễm Mậu sống bằng nghề sơn mài, Lê Xuyên ngồi bán thuốc lá lẻ ở đầu đường, Trần Lê Nguyễn tác giả kịch *Bão Thời Đại* thì phải đứng sạp bán báo để độ nhật, Nguyễn Mộng Giác *Đường Một Chiều* làm công nhân sản xuất mì sợi, Trần Hoài Thư *Ngọn Cỏ Ngậm Ngùi* ba năm ở tù ra trở thành *Người Bán Cà Rem Dạo*.

Nghiễm vốn tâm lành, nếu có ai nhắc đến chuyện Vũ Hạnh thì anh chỉ cười, giọng vẫn bao dung, anh tin trên đời người tốt nhiều hơn kẻ xấu, kẻ xấu như vậy rốt cuộc họ cũng tự thấy sai. Nghiễm có lạc quan quá không vì đã hơn 40 năm chịu khổ ải do họ gây ra, nay đã tới tuổi gần đất xa trời mà sao họ vẫn *"chưa tự thấy sai"* chưa hề biết sám hối. Một người bạn rất quen biết Vũ Hạnh nhận định: sự hung hãn ấy chỉ như tấm bình phong – một thứ *raison d'être*, biện minh cho sự hiện hữu của Vũ Hạnh còn như một người cộng sản.

"Ngày Xưa Vũ Hạnh" cộng sản nằm vùng vẫn được sống thênh thang, vẫn được đối xử như một nhà văn *(Lý Đợi, talawas 10.5.2007)* *"Ngày Nay Vũ Hạnh"* bên thắng cuộc – tên bộ sách của Huy Đức, thì vô cảm vênh váo, là tiếng nói hung hãn nhất trong Hội đồng đánh giá Văn Học Miền Nam tại Thư Viện Quốc Gia. Vẫn một *cliché*, vẫn một khẩu hiệu tung hô không suy suyển: *"tác giả là gốc ngụy, nội dung tác phẩm là nô dịch phản động đồi trụy"*. Vũ Hạnh xấp xỉ tuổi Võ Phiến, nay sắp bước vào cái tuổi 90 vẫn cứ nhân danh *"đảng ta, chèo lái con thuyền chở đạo"* vẫn không ngừng truy đuổi cả những thế hệ nhà văn trẻ nối tiếp có khuynh hướng tự do, điển hình qua bài viết phê phán Nhã Thuyên và Nhóm Mở Miệng với hai cây bút nổi trội là Lý Đợi và Bùi Chát *(Thấy gì từ một luận văn sai lạc, Văn Nghệ 29/2013)*.

Có lẽ tấn thảm kịch của Vũ Hạnh cũng như những người cộng

Dương Nghiễm Mậu *(photo by Phan Nguyên, Sài Gòn 2011)*. Phải: "Từ Hải và cuộc phiêu lưu của đời chàng", tranh bút sắt của Nguyễn Trung, chuyển thể sơn mài của Dương Nghiễm Mậu *(photo by Phí Từ Việt)*

sản tha hóa bước vào Thế Kỷ 21 là sự *"ngụy tín / mauvaise foi"* họ sống với hai bộ mặt, vẫn không ngừng hô hào cổ võ cho điều mà họ không còn chút tin tưởng. Vũ Hạnh vẫn không ngừng nặng lời chửi rủa Mỹ, nhưng rồi vẫn gửi con cái đi du học rồi trưởng thành sống ở Mỹ; Vũ Hạnh vẫn được ra vào nước Mỹ như một con người tự do.

Trở lại với Nghiễm, nhiều người vẫn nghĩ rằng, sau 1975, ngoài thời gian bị tù đày, đi làm sơn mài kiếm sống, Dương Nghiễm Mậu không còn viết gì. Điều này có lẽ không đúng. Nghiễm không có sách mới xuất bản trong nước suốt 40 năm từ sau 1975. Nhưng Dương Nghiễm Mậu như tôi biết, anh vẫn viết, trong đó có *"Tự Truyện Nguyễn Du"* như một tác phẩm lớn mà tôi tin là anh vẫn bền bỉ hoàn tất từng trang sách.

2015: MƯA CALIFORNIA MƯA SÀI GÒN

California vẫn khô hạn, nhưng thỉnh hoặc cũng có những cơn mưa đủ tầm tã để gợi nhớ những cơn mưa Sài Gòn, nhớ ngày tới thăm bạn cũng vào một buổi chiều mưa như vậy, với những khúc đường sá ngập lụt.

Hạnh phúc ở xa là có được một người bạn như Nghiễm, cho dù ở đâu và bao giờ có biến động ra sao thì vẫn cứ là một Dương Nghiễm Mậu với *Nhan Sắc* ấy, nhất quán và xác tín như thuở nào: có cái dũng để nói không. Tôi nghĩ tới Nghiễm, anh đã sống trong dòng chính sinh hoạt Văn Học Miền Nam, từ rất sớm cho tới 1975, và 40 năm sau anh vẫn thăng trầm với vận nước ngay trên quê nhà. Anh là một nhân chứng khả tín cho suốt thời kỳ ấy và điều anh viết ra được mọi người tin.

LỜI CUỐI CHO BÀI VIẾT

Dự định khởi đầu là một bài viết về cố tri Dương Nghiễm Mậu, với cuộc hành trình 40 năm của anh. Bài viết chỉ với hơn bảy ngàn chữ, nhưng rồi không tránh được, như một flashback, có thêm những khúc phim trắng đen ngắn của hồi tưởng rất chung và cả rất riêng tư, khá rời rạc đổ tràn theo những trang viết.

Vậy mà đã 40 năm qua đi 1975-2015, với đời người như một cơn gió thoảng, với lịch sử chỉ là một chớp mắt, nhưng lại là một chặng đường rất dài trải nghiệm những tang thương. Thêm một chớp mắt nữa, thế hệ những người cầm bút 1954-1975 đều trở về với cát bụi, một số có thể còn được nhắc tới qua tác phẩm nhưng rồi cũng phải kể tới cuộc sống đày đọa và cả những cái chết tức tưởi của họ. Nói tới Văn Học Miền Nam, không thể không có một "cuốn sách trắng / livre blanc" về thời kỳ đó, một Wikipedia mở, như một "bộ nhớ" cho các thế hệ Việt Nam tương lai.

Trong quá trình phục hồi di sản Văn Học Miền Nam, không thể không nhắc tới một tên tuổi: Trần Hoài Thư – Thư Quán Bản Thảo, anh có hùng tâm và đơn độc trong suốt nhiều năm nỗ lực khôi phục lại những văn bản của một thời kỳ văn học bị truy lùng và hủy diệt.

Không phải là quá sớm để ghi lại một giai đoạn lịch sử trung thực, chứ không phải là "phiên bản" ngụy tạo mà người cộng sản đã và đang làm, trước khi lịch sử bước qua một trang khác.

DƯƠNG NGHIỄM MẬU ĐÃ RA ĐI

Nguyên Khai là người đầu tiên báo tin, Dương Nghiễm Mậu đột ngột qua đời, lúc 9 giờ 30 phút tối Thứ Ba, ngày 2 tháng 8 năm 2016 tại Sài Gòn; có lẽ vì nhồi máu cơ tim, Nghiễm mất ở tuổi 80. Tôi email ngay phân ưu với chị Hồ Thị Ngọc Trang vợ Dương Nghiễm Mậu cùng hai cháu Phí Từ Việt và Phí Từ Việt Hà.

Từ hải ngoại, theo yêu cầu của Đinh Quang Anh Thái, thay mặt một số bạn của Nghiễm, tôi đã viết mấy dòng phân ưu trên nhật báo Người Việt:

"Nhà văn Dương Nghiễm Mậu đột ngột ra đi trong sự thương tiếc của mọi người. Anh không chỉ là một tên tuổi lớn của Văn học Việt Nam, Anh còn là một nhân cách lớn do sự nhất quán giữa tác phẩm và cuộc sống qua mọi hoàn cảnh cho tới ngày Anh mất. Thác là thể phách, còn là tinh anh. Xin vĩnh biệt Anh."

Nhà văn Trần Hoài Thư đang ngồi khâu Di Sản nơi Thư Quán Bản Thảo *(ảnh THT tự chụp từ video với iPhone 5)*

Điều tiếp theo mà tôi rất quan tâm là phần di cảo của Dương Nghiễm Mậu, trong đó có tác phẩm *Tự Truyện Nguyễn Du* mà Nghiễm bấy lâu hằng ấp ủ. Tôi phone ngay cho Phí Ích Bành là em trai Dương Nghiễm Mậu, hiện sống và làm báo ở Nam California. Tôi được Bành trấn an ngay, anh Vinh đừng lo, gia đình đã biết và rất quan tâm trong chuyện này.

Ước mong rồi ra, tác phẩm lớn Tự Truyện Nguyễn Du và các phần di cảo của Dương Nghiễm Mậu sẽ lần lượt được xuất bản, bước đầu là ở hải ngoại, đó là một phần quan trọng của Văn học Việt Nam thời kỳ hiện đại.

Sài Gòn 1975 - California 2015-2017

NHẬT TIẾN THỀM HOANG
VẪN MỘT TRÁNG SINH LÊN ĐƯỜNG

Đã mang lấy nghiệp vào thân
Nguyễn Du

Nhật Tiến
(photo by Trần Cao Lĩnh)

HƯỚNG ĐẠO THỜI NIÊN THIẾU

Bùi Nhật Tiến, bút hiệu Nhật Tiến, sinh ngày 24-8-1936 tại Hà Nội. Năm 1946 mới 10 tuổi Nhật Tiến đã phải theo gia đình rời Hà Nội đi tản cư qua những tỉnh như Sơn Tây, Việt Trì, Hưng Hóa, Phú

Thọ. Năm 1950 hồi cư, ở cái tuổi 14 không còn nhỏ nữa để sinh hoạt sói bầy, Nhật Tiến xin gia nhập phong trào Hướng Đạo làm đoàn sinh đội Én Thiếu Đoàn Bình Than khá muộn màng. Thiếu Đoàn Bình Than thuộc Đạo Đồng Nhân, và đạo này có bài hát chính thức do đoàn sinh Cung Thúc Tiến của Thiếu Đoàn Bạch Đằng sáng tác. Cung Thúc Tiến chính là nhạc sĩ Cung Tiến sau này với những nhạc phẩm Hoài Cảm, Thu Vàng.

Ngày "Tuyên Hứa" để được gia nhập phong trào Hướng Đạo Việt Nam là một dấu ấn quan trọng trong cuộc đời nhà văn nhà giáo Nhật Tiến. Lễ tuyên hứa được tổ chức tại Chùa Láng cách Hà Nội 5 km. Trong Hồi ký của Nhật Tiến, tuy đã hơn 60 năm sau, anh vẫn còn nguyên vẹn xúc động khi hồi tưởng lại phút được "tuyên hứa" như điều mơ ước đã trở thành hiện thực.

"Tôi hồi hộp tiến lại lá cờ Đoàn. Tất cả các anh em đều yên lặng, nghiêm trang theo dõi cử chỉ của tôi. Tôi đứng thẳng người trước lá cờ. Tay phải tôi chào theo kiểu Hướng Đạo, tay trái tôi nắm nhẹ lấy một góc của lá cờ, và tôi cất giọng dõng dạc:

Trước Quốc kỳ, tượng trưng cho Tổ quốc, trước Đoàn kỳ tượng trưng cho tinh thần Hướng Đạo, tôi xin lấy danh dự của tôi để tuyên hứa:

− Thứ Nhất: Trung thành với Tổ Quốc.

− Thứ Nhì: Giúp ích mọi người

− Thứ Ba: Tuân theo Luật Hướng Đạo.

Sau khi lấy được bằng Hạng Nhì, tôi được giao phó nhiệm vụ làm đội trưởng đội Én. Một trong những đội sinh của tôi là anh Đỗ Tiến Đức, sau này trở thành nhà văn, năm 1969 anh được Giải Văn Học Nghệ Thuật với tác phẩm Má Hồng, và còn là đạo diễn kiêm Giám Đốc Nha Điện Ảnh, anh hiện chủ trương tờ Thời Luận ở Los Angeles, trước là báo in, sau này trở thành báo Online.

Tôi lên Kha đoàn năm 17 tuổi, ở dự bị Tráng năm 18. Sau di cư 1954, tôi sinh hoạt nhiều năm trong Tráng Đoàn Bạch Đằng gồm 4 Toán: Chương Dương, Vân Đồn, Hàm Tử và Tây Kết. Tôi được giao nhiệm vụ Toán trưởng Toán Vân Đồn (trong Toán có anh Trương

Từ nay, trong giao dịch sinh hoạt Hướng
Đạo tôi có thể ký tên: Én nhanh nhẹn RS
- RS là chữ tắt của Rover Scout.

*Trọng Trác sau này lên tới chức Ủy Viên Ngành Thiếu của Hướng
Đạo Việt Nam và khi ra hải ngoại, anh là người chủ trương tờ báo
Ngày Nay với bút hiệu Trọng Kim ở Houston, Texas cho đến khi anh
qua đời 2009).*

*Mùa hè năm 1970, tại một trại của Tráng Đoàn Bạch Đằng tổ
chức tại Thủ Đức, tôi được trao cho cây gậy mà ở đầu có 2 gạc của
Tráng Sinh Lên Đường, cũng là đẳng cấp mà một Hướng Đạo Sinh
mơ ước đạt được. Từ nay, trong giao dịch sinh hoạt Hướng Đạo tôi
có thể ký tên: Én nhanh nhẹn RS – RS là chữ viết tắt của Rover Scout/
Anh hay Routier Scout/ Pháp, cũng có nghĩa là Giúp ích / Rendre
Service đúng với châm ngôn của ngành Tráng.*

*Hai chữ Hướng Đạo đối với tôi bao giờ cũng thiêng liêng, nó
gợi cho tôi bao tình cảm thắm thiết, bao kỷ niệm khó phai mờ và bao
nhiêu anh em đồng đội đã không chỉ chia sẻ với nhau trò chơi Hướng
Đạo mà còn ở trong sự nghiệp ở ngoài đời."*

Đến nay cũng đã trên 65 năm trôi qua, Nhật Tiến vẫn thuộc bài
hát Ca Đoàn, vẫn sống theo tinh thần Hướng Đạo với châm ngôn *"Sắp
Sẵn"* và *"Giúp Ích"* trong bất cứ hoàn cảnh nào. Theo tôi, tinh thần
Hướng Đạo ấy đã có ảnh hưởng sâu xa tới nghề giáo và trên nghiệp
văn của Nhật Tiến trong suốt những năm về sau này. Hãy nghe chính
Nhật Tiến kể lại:

Nhật Tiến (trái) và các Huynh Trưởng Hướng Đạo. Hình chụp tại Orange County 2014

"*Những Người Áo Trắng*" được sáng tác vào khoảng năm 1955 khi tôi đang dạy học ở Bến Tre. Đấy là những kỷ niệm của thời hướng đạo sinh ở Hà Nội, chúng tôi thường đi làm các công tác từ thiện, như mùa đông thì đẩy xe bò qua các đường phố để quyên góp quần áo của bà con đem giúp những người nghèo. Hoặc chúng tôi tình nguyện ra đứng ở bờ Hồ Gươm bán tác phẩm của kịch tác gia Văn Thuật để gây quỹ giúp đồng bào bị lũ lụt thời đó. Chúng tôi cũng thường hay tới sinh hoạt tại trại mồ côi trên đường Hàng Đẫy; trong thời gian này hình ảnh những trẻ mồ côi mặc quần áo trắng, những bức tường trắng và những cô gái lớn tuổi hơn trông đàn em nhỏ đã gây cho tôi nhiều xúc động. Và tôi đã dùng những hình ảnh ở trại mồ côi đó để viết tác phẩm đầu tay "*Những Người Áo Trắng*".

Như vậy, có thể nói một cách khá đoan chắc, nếu Nhật Tiến không có những năm sinh hoạt Hướng Đạo, sẽ không có *Những Người Áo Trắng* và rồi những tác phẩm khác như *Thềm Hoang* sau này.

THUỞ MƠ LÀM VĂN SĨ

Nhật Tiến cầm bút rất sớm, từ thuở học sinh đã mơ làm văn sĩ, lập bút nhóm có tên là "Gieo Sống", có truyện ngắn đầu tay "Chiếc nhẫn mặt ngọc" được đăng trên báo Giang Sơn, năm ấy Nhật Tiến mới 15 tuổi.

Di cư vào Nam năm 1954; ban đầu sống ở Đà Lạt, Nhật Tiến viết kịch truyền thanh cho Đài Tiếng Nói Ngự Lâm Quân (thời còn Hoàng Triều Cương Thổ). Ít lâu sau đó, gia đình Nhật Tiến dọn về Sài Gòn. Không tốt nghiệp trường sư phạm nào nhưng năm 21 tuổi anh đã bắt đầu đi dạy học môn Lý Hóa tại các trường trung học tư thục, ban đầu ở các tỉnh miền Tây như Bến Tre, Mỹ Tho ba năm sau đó mới về sống hẳn ở Sài Gòn. Truyện dài đầu tay "Những Người Áo Trắng" được khởi viết và hoàn tất khi Nhật Tiến đang còn là một thầy giáo tỉnh lẻ.

Nghề giáo như nguồn sinh kế của gia đình nhưng có lẽ nghiệp văn mới là giấc mộng lớn của Nhật Tiến. Anh liên tục viết rất khỏe từ truyện ngắn, truyện dài và cả một tiểu thuyết kịch đăng trên các tạp chí: Văn Hóa Ngày Nay, Tân Phong, Đông Phương, Bách Khoa, Văn, Văn Học; chủ trương nhà xuất bản Huyền Trân từ năm 1959, chủ bút tuần báo Thiếu Nhi do nhà sách Khai Trí xuất bản từ 1971 tới 1975; năm 1979 trong một chuyến vượt biển thừa sống thiếu chết Nhật Tiến qua được Thái Lan rồi định cư tại Hoa Kỳ từ năm 1980.

Tới Mỹ, không còn sống bằng nghề dạy học, Nhật Tiến đi học về máy điện toán/ hardware và sau đó làm cho một hãng Nhật đủ 15 năm trước khi nghỉ hưu. Tại hải ngoại, Nhật Tiến tiếp tục viết và xuất bản sách, sinh hoạt Hướng Đạo, hoạt động cứu trợ thuyền nhân. Hiện cư ngụ ở Nam California.

Tác phẩm đã xuất bản:

– Xuất bản trong nước trước 1975: *Những Người Áo Trắng* (truyện dài, Huyền Trân 1959), *Những Vì Sao Lạc* (truyện dài, Phượng Giang 1960), *Thềm Hoang* (truyện dài, Đời Nay 1961), *Người Kéo Màn* (tiểu thuyết kịch, Huyền Trân 1962), *Mây Hoàng Hôn* (truyện dài, Phượng Giang 1962), *Ánh Sáng Công Viên* (tập truyện, Ngày Nay 1963), *Chuyện Bé Phượng* (truyện dài, Huyền Trân 1964), *Vách Đá Cheo Leo* (truyện dài, Đông Phương 1965), *Chim Hót Trong Lồng* (bút ký, Huyền Trân 1966), *Giọt Lệ Đen* (tập truyện, Huyền Trân

Bìa một số sách Nhật Tiến xuất bản tại miền Nam trước 1975
(tư liệu Nhật Tiến)

1968), *Tay Ngọc* (bút ký, Huyền Trân 1968), *Giấc Ngủ Chập Chờn* (truyện dài, Huyền Trân 1969), *Quê Nhà Yêu Dấu* (Huyền Trân 1970), *Theo Gió Ngàn Bay* (Huyền Trân 1970), *Tặng Phẩm Của Dòng Sông* (tập truyện, Huyền Trân 1972), *Thuở Mơ Làm Văn Sĩ* (Huyền Trân 1973)... và một số truyện viết cho tuổi thiếu nhi như: *Lá Chúc Thư, Đường Lên Núi Thiên Mã*...

– Xuất bản ở hải ngoại sau 1975: *Tiếng Kèn* (1981), *Hải Tặc Trong Vịnh Thái Lan* (viết chung với Dương Phục và Vũ Thanh Thủy, 1981), *Một Thời Đang Qua* (1985), *Mồ Hôi Của Đá* (1988), *Cánh Cửa* (1990), *Quê Nhà Quê Người* (viết chung với Nhật Tuấn, ấn hành ở trong nước, 1994), *Thân Phận Dư Thừa* (bản dịch cuốn The Unwanted của Kiên Nguyễn, 2002), *Hành Trình Chữ Nghĩa* (2012), *Nhà Giáo Một Thời Nhếch Nhác* (2012), *Sự Thật Không Thể Bị Chôn Vùi* (2012), *Một Thời... Như Thế* (2012).

Với hơn 20 tác phẩm đã xuất bản, với nhiều thể loại, các tác phẩm chính của Nhật Tiến đều có liên hệ tới tuổi thơ. Nhật Tiến được mệnh danh là nhà văn của tuổi thơ bất hạnh, nhà văn của khuynh hướng xã hội. Võ Phiến trong bài viết về Nhật Tiến trong bộ Văn Học

Nhà văn Nhật Tiến (trái), Nguiễn Ngu Í (phải)

Miền Nam đã đưa ra nhận xét: *"Lúc bấy giờ ai cũng biết ở miền Nam có nhiều tác giả tên tuổi viết về giới trẻ thơ. Mỗi vị một vẻ. Trẻ em trong truyện Duyên Anh thường là những trẻ đáo để. Đám trẻ của Lê Tất Điều hầu hết đều có nét tinh nghịch. Trong Nhật Tiến là trẻ bất hạnh"* (VHMN, truyện 2, tr.1270, Nxb Văn Nghệ 1999)

QUAN NIỆM SÁNG TÁC

Năm 1961, Nhật Tiến đã thành danh với ba tác phẩm xuất bản: *Những Người Áo Trắng* 1959, *Những Vì Sao Lạc* 1960, *Thềm Hoang* 1961, Nhật Tiến trả lời cuộc Phỏng vấn Văn Nghệ của báo Bách Khoa do nhà văn Nguiễn Ngu Í thực hiện.

– Sáng tác để làm gì, cho mình hay cho thiên hạ?

Theo ý tôi, giữa cá nhân người viết và xã hội đã có sự liên quan mật thiết. Từ lúc có ý định xây dựng tác phẩm đến lúc hoàn thành, người viết đã băn khoăn biết bao lần trước các hoàn cảnh. Mỗi ngày một ít, mỗi chỗ một cảm hứng riêng biệt, mặc nhiên sự vật chung quanh đã đóng góp cho nhà văn một phần cảm hứng. Như thế khi một tác phẩm hoàn thành, không ít thì nhiều cũng mang lại lợi ích cho cả đôi bên: người viết được phần thưởng tinh thần (vật chất đối với nhà văn ta bây giờ quá ít, không đáng kể), còn xã hội được thêm một phần đóng góp trên phương diện văn hóa.

– Sáng tác theo đường lối nhất định nào hay là tùy cảm hứng?

Có lẽ "đường lối" ở đây là "phương pháp làm việc". Nếu hiểu theo nghĩa ấy thì tôi không theo được cả hai. Bởi vì nói phương pháp thì phải có hệ thống, có chương trình bó buộc, còn cảm hứng thì phải có nhiều thời gian vì hứng đến với mình từng lúc. Mà riêng tôi thì vì bận bịu với nghề nghiệp (nghề giáo, ghi chú của người viết), nên có khi mệt mỏi hàng tháng không viết thêm được một dòng. Nhưng gặp trường hợp rỗi rãi, có thời gian, tôi cắm cúi viết, bất kể có hứng hay không. Tuy vậy thông thường nếu có cảm hứng, lại thêm rỗi rãi thì sáng tác dễ dàng hơn.

– Những gì đã xảy ra từ khi tác phẩm thai nghén đến khi hình thành?

Tôi bắt đầu bằng một nhân vật sống trong một hoàn cảnh nào đem lại cho tôi nhiều rung cảm nhất. Từ nhân vật ấy tôi viết chương thứ nhất. Rồi từ đấy, tùy theo sự kiện đã viết trong chương trước (sự kiện này đến với tôi trong lúc viết), tôi dựng chương sau. Thường thường là viết được 9, 10 chương tôi mới nghĩ đến "kết". Lối viết này, theo tôi tạo được nhiều khách quan hơn là xây dựng sẵn một cốt truyện có sắp đặt từ đầu. Vì nếu định trước, tác phẩm sẽ bị gò bó, do đó mất đi nhiều ý mới lạ.

– Kinh nghiệm sống và sáng tác thích nhất?

Về hình thức thì khi viết, tôi cố gắng giữ cho mình cái ý nghĩ là "đừng làm văn chương", vì thật ra tả cảnh mà không sáo thì thật là khó. Để tránh cái khó đó, tôi chọn lối hành văn giản dị. Nhưng chọn là một chuyện, mà theo được hay không lại là một chuyện khác. Cái đó theo tôi nghĩ, thuộc về phê phán của người đọc. Còn nội dung tác phẩm thì thú thật tôi còn băn khoăn nhiều, chưa dám gọi là kinh nghiệm để nêu lên mặt báo. Còn về sáng tác của tôi, tôi thích nhất thì theo thiển ý, các truyện của mình tuy đã in ra, chưa hẳn là ai cũng đọc đến, để nói ra là ai cũng biết ngay; cho nên xin miễn điều ấy cho tôi.

Nhật Tiến
(hết trích dẫn: Bách Khoa, Số 115, 15-10-1961, tr. 103-104)

Bùi Nhật Tiến

Bút hiệu   : Nhật Tiến
Sinh ngày : 24-08-1936 tại Hà-nội
Viết văn từ năm 1957.

Nhật Tiến: ký họa bởi Tạ Ty
(nguồn: *Mười Khuôn Mặt Văn
Nghệ Hôm Nay,* Tạ Ty, Nxb Lá
Bối, Sài Gòn 1971)

Với bài viết ngắn giới hạn khoảng 7 ngàn chữ, với hơn 20 tác phẩm thật khó mà giới thiệu Nhật Tiến một cách đầy đủ. Trong chỗ riêng tư, khi tôi hỏi Anh nếu phải chọn 3 tác phẩm để giới thiệu, Nhật Tiến nhắc tới 3 cuốn: *Thềm Hoang, Người Kéo Màn, Giấc Ngủ Chập Chờn.* Đó cũng là chọn lựa của người viết để giới thiệu tính cách đa dạng của ngòi bút Nhật Tiến.

"Thềm Hoang" là những kiếp người trong Xóm Cỏ, một xóm lao động nghèo với bùn lầy nước đọng giữa lòng thành phố Sài Gòn. Ngay khúc dạo đầu của tác phẩm Thềm Hoang là bốn câu thơ bi ai:

Ai đưa tôi đến chốn này / Ban đêm thì tối ban ngày thì đen / Ôm đàn gẩy khúc huyên thuyên / Nghêu ngao mấy điệu cho quên tháng ngày.

Bốn câu thơ ấy để giới thiệu nhân vật chính bác Tốn, nghệ sĩ mù kiếm sống bằng nghề hát dạo. Thằng Ích, mồ côi cha mà đã khôn lanh trước tuổi, nó là đôi mắt sáng của bác Tốn. Cô Huệ gái điếm đã

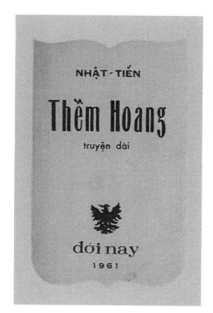

Bìa *Thềm Hoang* của Nhật Tiến, Nxb Đời Nay 1961. Giải Văn Chương Toàn Quốc 1961-1962.

Bìa tiểu thuyết kịch *Người Kéo Màn* của Nhật Tiến, Nxb Huyền Trân, Sài Gòn 1962

hết thời xuân sắc nhưng vẫn là nỗi mơ ước của bác Tốn qua trí tưởng tượng và sự mô tả của thằng Ích. Một U Tám góa bụa giữa chừng xuân, mê lời đường mật của một gã đàn ông, sau này trở thành Dượng Tám, hiện nguyên hình tên lưu manh sống bám vợ và cả bạo hành đối với vợ con. Lão Hói, rượu chè be bét, sống bằng bói bài tây và lúc nào cũng tin có Ông Trời. Tới ông Phó Ngữ góa vợ, chỉ có đứa con gái duy nhất, mong nó có được một tấm chồng tử tế nhưng cũng chẳng xong. Rồi người lính Năm Trà phải đi đóng đồn xa, để lại vợ con cho mẹ già, người vợ trẻ đang tuổi thanh xuân không chịu được cảnh cô đơn, quyết định bỏ nhà ra đi; do không đủ tiền nuôi cháu, bà mẹ Năm Trà phải đem ba cháu nhỏ cho viện mồ côi, sau đó bà cụ phát điên… Những số phận ấy chung sống với nhau trong Xóm Cỏ tạo nên một khung cảnh xã hội nghèo khó vừa ảm đạm vừa bi thiết và không có lối thoát. Cảnh khổ là mẫu số chung của đám cư dân sống trong Xóm Cỏ. Hình ảnh bác Tốn người nghệ sĩ mù, và thằng Ích, cả hai gần như lúc nào cũng bàng bạc hiện diện trong suốt 300 trang sách.

Đỉnh cao của tấn bi kịch xã hội *Thềm Hoang* đánh dấu bằng sự trở về của người lính Năm Trà trong bộ quân phục bạc thếch nhếch nhác, gặp lại mẹ già thì nay đã bị mất trí không nhận ra con mình. Trước thảm kịch gia đình tan nát đó, Năm Trà cũng nổi điên trả thù đốt nhà đốt xóm. Cả Xóm Cỏ tan hoang trong lửa đỏ hòa lẫn với những tiếng kêu khóc thảm thiết. Rồi một trận mưa lớn đổ ập xuống đống tro than như muốn rửa sạch những rác rưởi của những thềm hoang trong Xóm Cỏ. Khép lại trang sách cuối, người đọc tự hỏi liệu có một ngày mai nào tươi sáng hơn cho những Xóm Cỏ tương lai? Với nội dung ấy, với bút pháp điêu luyện của Nhật Tiến, *Thềm Hoang* đã được trao *Giải Văn Chương Toàn Quốc 1961-1962*.

"Người Kéo Màn" nhiều người cho rằng sở trường của Nhật Tiến là viết truyện ngắn truyện dài về những đề tài xã hội, về trẻ thơ bất hạnh. Thực sự Nhật Tiến cũng đã viết nhiều vở kịch truyền thanh, cả kịch được trình diễn trên sân khấu như *"năm 1960, khi có trận bão lụt nặng nề ở miền Tây, Tráng đoàn Bạch Đằng và Toán Nữ Tráng Thanh Quan đã tham gia công cuộc cứu trợ bằng một Đại hội Văn nghệ ở rạp Thống Nhất, Sài Gòn. Trong Đại hội này, tôi đã sáng tác một vở kịch ba màn có tên là Cơn Giông mà diễn viên chỉ gồm toàn Tráng sinh Bạch Đằng hay Thanh Quan, một trong những diễn viên của vở kịch ấy là luật sư Trần Sơn Hà, anh hiện đang sống ở Quận Cam."* (Một Đời Hướng Đạo, Nhật Tiến).

Người Kéo Màn được Nhật Tiến gọi là *"tiểu thuyết kịch"*, là tác phẩm thứ tư của Nhật Tiến, đó là một quan niệm rất mới đối với "kịch" theo cái nghĩa cổ điển. Do đó cũng đã gây ra nhiều phản ứng và tranh luận. GS Nguyễn Văn Trung trong Lược Khảo Văn Học, tập II đã không tán thành tiểu thuyết kịch của Nhật Tiến, và cho rằng *"tiểu thuyết kịch chỉ đưa đến sự lẫn lộn bộ môn, đồng thời xóa bỏ khả năng đặc biệt của bộ môn bị sát nhập"*. Kịch tác gia Vi Huyền Đắc cũng không đồng ý gọi *Người Kéo Màn* là kịch. Nhưng với Nhật Tiến, sau hơn nửa thế kỷ, anh vẫn cứ tâm đắc với tác phẩm *Người Kéo Màn*. Nhật Tiến đã khá mạo hiểm vận dụng và kết hợp cả ba kỹ thuật của tiểu thuyết, của kịch, của điện ảnh để viết *Người Kéo Màn*. Thay vì các nhân vật chỉ diễn xuất trên sân khấu, họ còn có vai trò trải rộng ngoài đời. Nội dung *Người Kéo Màn* nói lên mối tương quan giữa các thành viên của ban kịch gồm đạo diễn, lão kéo màn, chàng nhạc công thổi kèn clarinette, nữ diễn viên cho đến đứa bé, nhà mạnh thường quân với nhân vật "tác giả" của vở kịch, mọi sự diễn ra trong những giả dối, mua chuộc, mưu toan lừa gạt nhau, mâu thuẫn, đầy ngộ nhận bi thảm ngay trong chính cuộc sống của họ, họ đây là giới hoạt động nghệ thuật. Mỗi nhân vật đều có vai trò không chỉ trên sân khấu, mà cả sau hậu trường nơi phòng hóa trang và ngoài cảnh đời thật của họ với đủ mọi hỉ nộ ái ố không thiếu sự lừa gạt đến nhơ nhuốc. Nhật Tiến, đang từ ngòi bút đôn hậu rào rạt tình thương của *Những Người Áo Trắng*, *Thềm Hoang*, bước sang tiểu thuyết kịch *Người Kéo Màn* là một Nhật Tiến hoàn toàn khác, của hoài nghi bi quan tới mức tàn nhẫn.

"Giấc Ngủ Chập Chờn" được sáng tác vào giữa thập niên 1960s, lúc bấy giờ cuộc chiến ở Việt Nam do Hà Nội phát động đã bắt đầu lan ra các tỉnh miền Nam. Nhật Tiến viết về ấp Vĩnh Hựu, hoàn cảnh của một vùng xôi đậu tức là vùng tranh tối tranh sáng. Ban ngày thì do quốc gia kiểm soát, nhưng ban đêm thì do bên kia, dân chúng sống trong vùng đó gia đình bị phân tán, có anh em thì theo bên này, có anh em thì theo bên kia, và họ chết vì cuộc chiến tương tàn. Họ sống dở chết dở giữa hai làn đạn với oán thù chồng chất vây bủa giăng mắc họ ngày đêm. Đám thanh niên và cả con nít ở cái làng đó vốn thân thiết với nhau nhưng đến lúc cuộc chiến tràn về thì hàng xóm giết nhau, anh em cũng giết nhau, gây ra bao thảm cảnh khổ đau. Nhưng người dân quê ấp Vĩnh Hựu thì vẫn cứ gắn bó với mảnh đất chôn nhau cắt rốn của mình và không bao giờ muốn xa rời. Các cụ già thường nói với tụi con cháu:

"Tụi bây muốn giết nhau ở đâu thì giết, nhưng cấm bắn nhau ở trong các ngõ ngách này. Chẳng dây mơ cũng rễ má, ít nhiều gì thì tụi bây cũng có liên hệ gia đình, ruột thịt hay quê hương. Giết nhau trên phần đất ông cha là nhục nhã." (Giấc Ngủ Chập Chờn, tr.63, Nxb Huyền Trân 1969).

Cuốn sách nói lên một sự thực là không có phong trào quần chúng bất mãn chế độ mà nổi dậy trong cái gọi là *Mặt Trận Giải Phóng Miền Nam*. Với cái nội dung tố cáo như vậy, Hà Nội đã đánh giá cuốn sách đó là cực kỳ phản động.

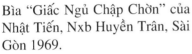

Bìa "Giấc Ngủ Chập Chờn" của Nhật Tiến, Nxb Huyền Trân, Sài Gòn 1969.

Tạp chí Văn Hữu số 21 do Văn Hóa Vụ ấn hành 1962 *(tư liệu Thành Tôn)*

GIẢI VĂN CHƯƠNG TOÀN QUỐC

Giải thưởng Văn Chương Toàn quốc được đặt ra từ 1957. Theo Tạp chí Văn Hữu số 21 do Văn Hóa Vụ ấn hành 1962, tác giả Hàn Phong đã viết về "Lược sử Giải Thưởng Văn Chương Toàn Quốc" thời Đệ Nhất Cộng Hòa 1954-1963:

Giải thưởng Văn Chương Toàn quốc với đặc tính không đòi hỏi một điều kiện nào về nội dung hay hình thức của các tác phẩm dự thi hay những tác phẩm được xem xét đến. Các tác phẩm phải được xuất bản trong niên khóa. Theo nguyên tắc, giải thưởng được tổ chức hàng năm nhưng do số tác phẩm xuất bản chưa nhiều nên giải thưởng đã được tổ chức hai năm một lần:

– *Lần thứ nhất 1955-57*: Hội đồng Giám Khảo đã đọc 206 tác phẩm xuất bản từ 1954 đến cuối năm 1956, do tác giả hay nhà xuất bản gửi tới dự thi, gồm đủ các loại khảo luận, tiểu thuyết, thi ca và kịch.

Hội đồng Giám khảo gồm có học giả, giáo sư, thi sĩ, tiểu thuyết gia, kịch sĩ như: Gs Nghiêm Toản, Nguyễn Thành Châu, Nguyễn Khắc Kham, Lm Nguyễn Văn Thích, Trương Công Cừu, Hồ Biểu Chánh, Phú Đức, Bà Tùng Long, Vi Huyền Đắc, Đông Hồ, Trần Tuấn Khải, Vũ Hoàng Chương, Vũ Khắc Khoan. Chủ tịch Hội đồng là học giả Đoàn Quan Tấn. Lễ tặng giải thưởng đã được tổ chức ngày 25-8-1958 tại Dinh Độc Lập do Tổng Thống Việt Nam Cộng Hòa trao tặng.

Khảo luận: *"Văn Chương Bình Dân"* của Lm Thanh Lãng, *"Xây Dựng Nhân Vị"* của Bùi Tuân, *"Người Xưa"* của Trần Đình Khải.

Tiểu Thuyết: *"Tìm về Sinh Lộ"* của Kỳ Văn Nguyên, *"Đem Tâm Tình Viết Lịch Sử"* của Nguyễn Kiên Trung (tức Nguyễn Mạnh Côn, ghi chú của người viết), *"Nếp Nhà"* của Bửu Kế.

Thơ: *"Anh Hoa"* của Phạm Mạnh Viện, *"Long Giang Thi Tập"* của Trần Hữu Thanh, *"Nam Trung Thi Tập"* của Nguyễn Văn Bình, *"Kiếp Hồng Nhan"* của Quang Hân.

Kịch: *"Bão Thời Đại"* của Trần Lê Nguyễn, *"Ái Tình Bôn-Sê-Vích"* của Thạch Bích, *"Hai Màu Áo"* của Minh Đăng Khánh.

– *Lần thứ hai 1958-59: Giải thưởng Văn Chương Toàn quốc* lần hai có sự đổi mới, lần này tác giả không phải gửi tác phẩm tới dự thi nữa mà do Hội đồng chọn lựa trong toàn bộ ấn loát phẩm xuất bản từ năm 1958 đến cuối năm 1959. Vì không quan niệm là một cuộc dự thi, các nhân viên Hội đồng tìm đọc tất cả các tác phẩm. Và nay Hội Đồng đổi tên thành *Hội Đồng Giải Thưởng Văn Chương Toàn Quốc 1958-59* (thay vì danh xưng Hội Đồng Giám Khảo, ghi chú của người viết).

Hội Đồng Giải Thưởng Văn Chương Toàn Quốc 1958-59 bao gồm nhiều văn nhân nghệ sĩ, giáo sư như Hà Như Chi, Hà Thượng Nhân, Đái Đức Tuấn, Trần Hữu Thanh, Đỗ Đức Thu, Đông Hồ, Vi Huyền Đắc. Chủ tịch Hội Đồng là Gs Trương Công Cừu, Khoa Trưởng Đại học Văn khoa.

Trong suốt 5 tháng Hội Đồng đã đọc 54 cuốn khảo luận, 34 cuốn tiểu thuyết, 50 tập thơ và 3 vở kịch. Và đã trao tặng 7 giải thưởng. Lễ trao giải được tổ chức tại Phòng Triển lãm Đô Thành do Phó Tổng Thống Nguyễn Ngọc Thơ, đại diện Tổng Thống chủ tọa.

Khảo Luận: *"Dịch Kinh Tân Khảo"* của Nguyễn Mạnh Bảo, *"Việt Nam Văn Học Toàn Thư"* của Hoàng Trọng Miên.

Tiểu Thuyết: *"Đò Dọc"* của Bình Nguyên Lộc, *"Thần Tháp Rùa"* của Vũ Khắc Khoan, *"Đời Phi Công"* của Toàn Phong (Nguyễn Xuân Vinh, ghi chú của người viết), *"Mưa Đêm Cuối Năm"* của Võ Phiến.

Thơ: *Tập thơ "Hoa Đăng"* của Vũ Hoàng Chương

Riêng bộ môn Kịch không có giải thưởng.

– *Lần thứ ba 1960-61:* Hội Đồng Giải Thưởng Văn Chương Toàn Quốc lại thay đổi phương hướng và với danh hiệu mới *"Hội Đồng*

NGÀY TRAO TẶNG GIẢI VĂN CHƯƠNG TOÀN QUỐC 8-9-1962
Từ trái qua : VƯƠNG ĐỨC LỆ *(Giải Thơ),* NHẬT TIẾN *(Giải Tiểu Thuyết)*
ĐINH HÙNG *(Giải Thơ),* LÊ NGỌC TRỤ *(Giải Biên Khảo),* MAI TRUNG TĨNH *(Giải Thơ)*

Lễ trao giải Văn Chương Toàn Quốc 1960-1961; từ trái: Vương Đức Lệ, Nhật Tiến, Đinh Hùng, Lê Ngọc Trụ, Mai Trung Tĩnh *(tư liệu Nhật Tiến)*

Tuyển Trạch Giải Thưởng Văn Chương 1960-1961" do nhà biên khảo Thu Giang Nguyễn Duy Cần làm chủ tịch gồm ba tiểu ban. Tiểu ban Khảo luận gồm Nguyễn Duy Cần, Nguyễn Đăng Thục, Nguyễn Văn Trung. Tiểu ban Thơ gồm Vũ Hoàng Chương, Đông Hồ, Thanh Tâm Tuyền. Tiểu ban tiểu thuyết và kịch: Vi Huyền Đắc, Vũ Khắc Khoan, Đỗ Đức Thu, Bình Nguyên Lộc.

Hội Đồng đã họp 3 lần, cứu xét 112 tác phẩm gồm 37 cuốn biên khảo, 34 cuốn tiểu thuyết, 39 tập thơ và 3 vở kịch, kết quả như sau:

Biên khảo: Giải duy nhất *"Việt Ngữ Chánh Tả Tự Vị"* của Lê Ngọc Trụ.

Tiểu Thuyết: *"Thềm Hoang"* của Nhật Tiến, *"Gìn Vàng Giữ Ngọc"* của Doãn Quốc Sỹ, *"Tàu Ngựa Cũ"* của Linh Bảo.

Thi ca: *"Đường Vào Tình Sử"* của Đinh Hùng, *"Hy Vọng"* của Hoàng Bảo Việt, *"Tổ Ấm"* của Anh Tuyến, *"40 Bài Thơ"* của Mai Trung Tĩnh và Vương Đức Lệ.

Riêng bộ môn Kịch không có giải thưởng.

(hết lược dẫn VH21, tr. 76-81)

Tưởng cũng nên ghi lại ở đây là luôn luôn có sự cải tiến về tổ chức sau mỗi kỳ Giải Thưởng Văn Chương. Nhưng có một nguyên tắc không thay đổi là *không đòi hỏi một điều kiện nào về nội dung hay hình thức của các tác phẩm.* Theo tường thuật của nhà văn Nguiễn Ngu Í, Bách Khoa CXXXVIII – 113, chủ tịch Hội đồng Giải Văn chương Toàn quốc lần thứ ba, Thu Giang Nguyễn Duy Cần đã nêu lên tiêu chuẩn lựa chọn của Hội đồng, thâu tóm trong hai chữ *Văn chương* có nghĩa là *ý hay lời đẹp* và theo ông: *"Tác phẩm được chọn sẽ là phản ánh của một nền văn hóa tự do, nghĩa là không bị bó buộc trong khuôn khổ của một hệ thống tư tưởng nào, hay phải theo một khuynh hướng văn nghệ hay chính trị nào cả."*

Sau khi phát giải, ông Lê Ngọc Trụ, đại diện cho các nhà văn trúng giải, lên phát biểu ý kiến. Ông cho rằng sự lựa chọn ngày phát giải đúng vào ngày húy nhật Nguyễn Du thật là đầy ý nghĩa, và gợi cho ông và các bạn văn trúng giải tinh thần trách nhiệm thiêng liêng, ấy là thiên chức của nhà văn đối với tiếng Việt và nguyện vọng của nhà văn đối với tiền đồ văn hóa Tổ quốc. (Nguiễn Ngu Í, Bách Khoa CXXXVIII – 113)

Đây là Giải Văn chương Toàn quốc lần thứ ba và cũng là giải văn chương cuối cùng của nền Đệ Nhất Cộng Hòa. Do những biến động chính trị, Giải Văn Chương của Đệ Nhị Cộng Hòa 1963-75 chỉ được phục hoạt kể từ 1966.

Cũng nên ghi nhận thêm ở đây, chỉ trong khoảng thời gian ngắn ngủi 9 năm của nền Đệ Nhất Cộng Hòa, giới làm văn hóa đã xây dựng được nền móng vững chắc ban đầu trong sinh hoạt Văn Học Nghệ Thuật của miền Nam. Các nhà văn nhà thơ được trao giải sau này đều là những tên tuổi lớn của 20 năm Văn Học Miền Nam như: các thi sĩ Đinh Hùng, Vũ Hoàng Chương, các nhà văn Bình Nguyên Lộc, Nguyễn Mạnh Côn, Vũ Khắc Khoan, Doãn Quốc Sỹ, Võ Phiến, Nhật Tiến, Linh Bảo…

NHẬT TIẾN VÀ VĂN HÀO NHẤT LINH

Cuối năm 1955, qua Trương Cam Vĩnh là em nhà văn Trương Bảo Sơn, Nhất Linh nhận được bản thảo *Những Người Áo Trắng* cũng là tác phẩm đầu tay của Nhật Tiến. Nhất Linh nhận ra văn tài của Nhật Tiến nên đã chọn và đưa ngay *Những Người Áo Trắng* cho nhà Phượng Giang xuất bản. Nhất Linh giới thiệu Nhật Tiến vào Văn Bút mà lúc đó Nhất Linh đang là Chủ tịch, và đồng thời cũng mời Nhật Tiến viết cho tạp chí Văn Hóa Ngày Nay. Mối giao tình giữa văn hào Nhất Linh và Nhật Tiến từ 1955 tới 1963 phải nói là sâu đậm.

Năm 1963, tình hình chính trị miền Nam cực kỳ biến động nơi các thành phố với những cuộc biểu tình tự thiêu, giữa lúc khói lửa ngập trời do cuộc chiến tranh phát động từ miền Bắc đã lan rộng ra khắp các tỉnh miền Nam. Cái chết của Nguyễn Tường Tam nhà hoạt động chính trị và Nhất Linh nhà văn là một nét của thảm kịch giai đoạn đó. Đó là một phần của lịch sử. Cái chết của nhà văn Nhất Linh thủ lãnh của Tự Lực Văn Đoàn là một xúc động lớn cho giới trẻ miền

Nam lúc đó. Người viết muốn ghi lại ở đây một chút riêng tư liên quan tới bản Di Chúc của Nhất Linh.

Có lẽ Nhất Linh đã chuẩn bị chu đáo cái chết của mình từ mấy tuần lễ trước. Bị theo dõi, nghĩ rằng bản di chúc của ông có thể bị tước đoạt, thời điểm năm 1963 chưa có máy photocopy, scanner, internet phổ biến như bây giờ. Nhất Linh đã viết thêm một bản di chúc thứ hai giao cho nhóm sinh viên. Lúc đó tôi đang học năm thứ ba Y khoa. Vào những ngày đầu của tháng Bảy 1963, Nguyễn Tường Quý chở anh là Nguyễn Tường Vũ (con của ông Nguyễn Tường Thụy, người anh cả của mấy Anh Em gia đình Nguyễn Tường) xuống Đại học xá Minh Mạng tìm tôi. Quý chờ xe ở ngoài, chỉ có Nguyễn Tường Vũ vào gặp. Không nói gì nhiều, Vũ trao tay cho tôi một phong thư mỏng, cho biết đó là một trong hai bản di chúc viết tay của Nhất Linh: *"Nhờ Vinh giữ, khi cần Vinh đưa lại"*. Khi Nguyễn Tường Vũ ra về, tôi đã lặng lẽ cất bản di chúc thứ hai ấy – như một chứng từ lịch sử, trong tủ sách giữa những trang bộ Từ điển Đào Duy Anh bìa cứng dầy cộm do Nxb Minh Tân, Paris xuất bản.

Bản chúc thư ngắn, cô động chỉ với 71 chữ:

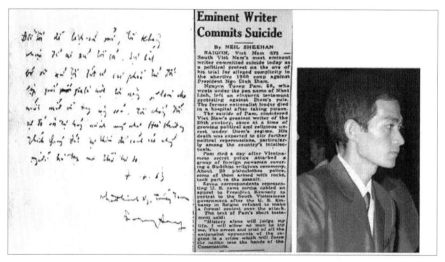

Bản Di chúc của Nhất Linh (trái), bản tin UPI (giữa), Nguyễn Tường Vũ (phải) thập niên 1960 *(tư liệu Nguyễn Tường Quý, Nguyễn Tường Thiết)*

"Đời tôi để lịch sử xử, tôi không chịu để ai xử cả. Sự bắt bớ và xử tội tất cả các phần tử đối lập quốc gia là một tội nặng sẽ làm cho nước mất về tay cộng sản. Tôi chống đối sự đó và tự hủy mình cũng như Hòa Thượng Thích Quảng Đức tự thiêu để cảnh cáo những người chà đạp mọi tự do."

7 tháng 7, 1963 – Nhất Linh Nguyễn Tường Tam

Nhất Linh tuẫn tiết vào ngày 7 tháng 7 năm 1963. Chỉ một ngày sau bản tin của UPI/ United Press International do Neil Sheehan gửi đi sáng ngày 8 tháng 7, 1963 đã phổ biến rộng rãi trên báo chí thế giới:

"South Viet Nam Eminent Writer Commits Suicide" by Neil Sheehan, *"South Viet Nam's most eminent writer committed suicide today as a political protest on the eve of his trial for alledged complicity in the abortive 1960 coup against President Ngo Dinh Diem. Nguyen Tuong Tam (mispelled Pam by Sheehan) 58, who wrote under the pen name of Nhat Linh, left an eloquent testament protesting against Diem's rule. The former nationalist leader died in a hospital after taking poison. The suicide of Tam, considered Viet Nam's greatest writer of the 20th century, came at a time of growing political and religious unrest under Diem's regime. His death was expected to stir further political repercussions, particularly among the country's intellectuals... The text of Tam's short testament said: "History alone will judge my life. I will allow no man to try me. The arrest and trial of all the nationalist opponents of the regime is a crime which will force the nation into the hands of the communists."* UPI 7/8/1963

Và như vậy là bản chúc thư thứ nhất của Nhất Linh đã tới tay báo giới ngoại quốc. Bản tôi hiện giữ không còn tầm quan trọng *một-mất-một-còn* như lúc Vũ trao cho tôi trước đó. Sau này, qua Ls Nguyễn Tường Bá, tôi được biết bản chúc thư đã được nhà báo Như Phong chuyển tay cho hãng thông tấn UPI.

Đám tang Nhất Linh diễn ra ngày 13 tháng 7, 1963. Thành phần đưa đám ông đa số là học sinh sinh viên. Nỗi xúc động của họ đa phần hướng về cái chết của một nhà văn, trong khi các đồng chí của ông thì muốn dán nhãn cho cái chết của Nhất Linh Nguyễn Tường Tam như

Chân dung Nhất Linh by Nguyễn Gia Trí

một "tuẫn tiết chính trị". Bấy lâu, từ những thập niên 1930, Nhất Linh đã là một khuôn mặt của quần chúng / *public figure* về cả hai phương diện văn học và chính trị. Phần nào văn học hay chánh trị đậm nét hơn là do tâm cảnh của từng người. Tôi vẫn thấy đậm nét văn học của đám tang Nhất Linh ngày hôm đó. Bức hình chụp chân dung Nhất Linh của họa sĩ Nguyễn Gia Trí, câu đối viếng của thi sĩ Vũ Hoàng Chương với toàn tên tác phẩm của Nhất Linh:

"Người quay tơ, đôi bạn, tối tăm, anh phải sống chứ sao đoạn tuyệt. Đời mưa gió, lạnh lùng, bướm trắng, buổi chiều vàng đâu chỉ nắng thu"

Cái chết của mỗi nhà văn tự thân bao giờ cũng là một bi kịch nếu không muốn nói là một thảm kịch. Theo một nghĩa nào đó, mỗi nhà văn đã chết từng phần trên mỗi tác phẩm của họ. Hãy trân trọng những cái chết đó, xem đó như một mẫu số chung hàn gắn thay vì phân hóa. Chế độ chính trị nào rồi cũng qua đi, nhà văn thì vẫn cứ trường tồn với tác phẩm của họ.

Điếu văn của nhà văn trẻ Nhật Tiến lúc đó mới 27 tuổi, giữa vòng vây của mật vụ thời ấy, Nhật Tiến đã can đảm phát biểu với tính cách một nhà văn độc lập cho dù lúc đó Anh đang là Phó Chủ tịch Văn Bút. Nhật Tiến đã ràn rụa nước mắt với hết tâm can nói tới cái chết của nhà văn Nhất Linh:

"Văn hào đã hình thành sứ mạng cao quý của người cầm bút. Văn hào đã nêu cao sĩ khí bất khuất của truyền thống những nhà văn chân chính."

Ít ngày sau đám tang Nhất Linh, khi gặp lại, tôi trả Nguyễn Tường Vũ và Nguyễn Tường Quý bản di chúc thứ hai ấy. Nguyễn Tường Vũ rất nghệ sĩ, cũng là người trình bày cho tạp chí Văn Hóa Ngày Nay của Nhất Linh, đã mất ngày 19 tháng 5, 1991 khi đang làm công tác thiện nguyện thuộc tổ chức Liên Hiệp Quốc lo việc cứu trợ thuyền nhân ở Palawan, Phi Luật Tân. Nguyễn Tường Quý thì nay vẫn còn nhớ khi đưa Vũ xuống Đại học xá gặp tôi để Vũ giao cho tôi giữ một bản di chúc của "Bác Tam" ngày hôm đó.

TỪ SÀI GÒN TỚI ĐẢO QUỶ KOH KRA

Kẹt lại sau năm 1975, trường ốc chưa mở, nhà in Huyền Trân phải ngưng hoạt động rồi lại phải gác bút, cả gia đình Nhật Tiến ra đường bán quán để kiếm sống.

Mai Thảo và Duyên Anh ít ngày sau 30 tháng tư 1975 đã tới ngồi ăn ở quán vỉa hè này, bên cạnh đấy là một quán khác của Loan Mắt Nhung Nguyễn Thụy Long, cũng trên đường Duy Tân. Mai Thảo viết:

"Cái cảnh tượng đập vào mắt tôi lúc đó, về hai cái quán liền sát cùng trước một vỉ tường thấp chạy dài, là cái cảnh tượng của một đối nghịch hoàn toàn. Mang chung sự thất thủ của văn nghệ gác bút ra đường bán quán trước hoàn cảnh mới, cái quán của Nguyễn Thụy

Nhà văn thuyền nhân Nhật Tiến ngồi viết cáo trạng thảm
cảnh Biển Đông trong trại ty nạn Songkhla, Thái Lan
1980 *(tư liệu Nhật Tiến)*

Long với những xị đế ngổn ngang trên mặt bàn và mấy người khách
hàng trẻ tuổi cùng ngất ngưởng như Long, hiện rõ vẻ bụi đời anh chị.
Cái quán của Nhật Tiến khác hẳn. Nó lành mạnh hơn và cũng gia đình
hơn gấp bội, với những đĩa rau muống chẻ nhỏ đặt ngay ngắn, bên
cạnh là một chảo mỡ sôi bốc khói xanh um, chị Nhật Tiến má hồng
củi lửa chiên những cái bánh tôm vàng ngậy và đứa cháu lớn, nơ cài
mái tóc, váy xếp chững chạc, đang phụ một tay với ông bố nhà văn.
Nhớ hôm đó, chúng tôi đã ăn ủng hộ Thềm Hoang Quán mỗi người
một đĩa bánh tôm, rất ngon, và tôi đã hỏi đùa Nhật Tiến: Rửa bát thạo
ngay, giỏi nhỉ? Và Nhật Tiến đã cười, nụ cười bình thường chừng mực,
nụ cười hơi già trước tuổi một chút của một nhà giáo. Nhật Tiến bao
giờ cũng trước hết xác nhận mình là một nhà giáo: Giỏi quỷ gì. Việc
phải làm thì phải làm. Để cho ai đây." (Nhật Tiến Vẫn Đứng ở Ngoài
Nắng, Tạp chí Văn California số 6, tháng 12/1982).

Nhật Tiến nhà văn cũng phải đi dự một khóa học tập chính trị
một tháng cùng với nhiều văn nghệ sĩ Miền Nam khác như Hoài Bắc,
Thái Thanh, Nguyễn Thị Vinh, Đỗ Phương Khanh, Nguyễn Thụy
Long… Là thầy dạy lý hóa không phải môn văn, sau này Nhật Tiến

Từ phải: Nhật Tiến, Ngô Thế Vinh *(photo by Đào Nhật Tiến, Dallas, Texas)*

được đi dạy học trở lại nơi ngôi trường tư thục cũ. Nhưng rồi không thể tiếp tục sống làm nhà giáo của *Một Thời Nhếch Nhác*, tháng 11 năm 1979 Nhật Tiến đã quyết định vượt biển ra đi, cùng chuyến đi có thầy Từ Mẫn Võ Thắng Tiết, nguyên Giám đốc Nxb Lá Bối (và tiếp tục trên đất Mỹ điều hành Nxb Văn Nghệ những năm về sau này).

Đó là một chuyến đi của những thảm kịch khi họ gặp hải tặc Thái Lan. Họ đã sống những tuần lễ địa ngục trên đảo Koh Kra với đói khát, bạo hành. Rồi họ cũng sống sót được cứu đưa về trại tỵ nạn Songkhla, tại đây nhà văn thuyền nhân Nhật Tiến là một trong những nhân chứng sống của vụ kiện hải tặc trên Vịnh Thái Lan, Anh đã cùng hai nhà báo Dương Phục và Vũ Thanh Thủy viết và gửi ngay ra ngoài những bản cáo trạng về thảm cảnh trên Biển Đông, đã làm rúng động lương tâm của thế giới và cũng là bước đầu hình thành Ủy Ban Cứu Người Vượt Biển hoạt động nhiều năm về sau này.

NHẬT TIẾN ÉN NHANH NHẸN R.S. 80 TUỔI

Còn một tuần lễ nữa 24-08-2015 là sinh nhật thứ 80 của Nhật Tiến. Sinh nhật thứ 80 ở Mỹ, cũng là tuổi Nhật Tiến phải thi lại bằng lái xe. Chuẩn bị cho ngày ấy, Anh đã tới bác sĩ nhãn khoa để được điều trị laser võng mạc mắt trái, trước đó Anh cũng đã qua hai cuộc mổ cườm mắt / cataract, nay với kính progressive cận / lão Anh vẫn đạt mức thị lực 20/20, Anh cũng đang chuẩn bị ráo riết thi lại phần viết của Nha Lộ Vận / DMV để đổi bằng lái xe mới. Ở tuổi nào thì Anh cũng vẫn sốt sắng gắn bó với đời sống theo đúng tinh thần Hướng Đạo. Ngay cả ở tuổi 80 mà vẫn còn chăm chỉ học bài để vác bút đi thi! Tôi nghĩ Anh cũng sẽ dễ dàng bước qua kỳ thi này.

Bài viết vội với hơn 7 ngàn chữ gửi tới Anh, phải kể là quá ngắn so với cuộc đời rất phong phú và đa dạng của Anh: một nhà văn, một nhà giáo, và một đời hướng đạo. Nhật Tiến rất trực tính và can đảm. Không phải ai cũng chia sẻ và đồng tình với cách hành xử của Anh. Và không ít lần Anh đã phải trả giá cho những ngộ nhận và cả vùi dập cho những điều Anh phát biểu. Nhưng có điều chắc chắn đó là tiếng nói lương tâm của Nhật Tiến.

Trong mọi hoàn cảnh Anh vẫn không ngừng hoạt động, Anh vẫn cứ đứng ở ngoài nắng – chữ của Mai Thảo. Với tôi, Nhật Tiến – Én Nhanh Nhẹn RS, vẫn cứ mãi là một Tráng Sinh Lên Đường.

California, 21-08-2015

NGUYỄN ĐÌNH TOÀN
TỪ ĐỒNG CỎ TỚI ÁO MƠ PHAI

Có biết đâu niềm vui đã nằm trong thiên tai
Nguyễn Đình Toàn

Nguyễn Đình Toàn
(photo by Trần Cao Lĩnh)

TIỂU SỬ:

    Nguyễn Đình Toàn có bút hiệu ban đầu là Tô Hà Vân nhưng thành danh với tên thật và cũng là bút hiệu chính thức sau này; sinh ngày 6 tháng 9 năm 1936 tại huyện Gia Lâm, bên bờ sông Hồng, ngoại thành Hà Nội. Di cư vào Nam 1954, Nguyễn Đình Toàn bắt đầu viết văn làm thơ, viết kịch, viết nhạc, cộng tác với các tạp chí Văn, Văn Học (trong nhiều năm, Nguyễn Đình Toàn phụ giúp Trần Phong Giao tuyển chọn thơ và truyện cho báo Văn); Nguyễn Đình Toàn cũng viết *feuilleton* cho các nhật báo Tự Do, Chính Luận, Xây Dựng, Tiền Tuyến; biên tập viên đài phát thanh Sài Gòn, nổi tiếng với chương trình *Nhạc Chủ Đề* trong những năm 1970s.

Sau 1975, cùng chung số phận như mọi văn nghệ sĩ Miền Nam, Nguyễn Đình Toàn bị bắt hai lần và đi tù cải tạo một thời gian gần sáu năm. Sang Mỹ định cư từ cuối năm 1998, Nguyễn Đình Toàn và vợ, chị Thu Hồng cùng phụ trách chương trình *Đọc Sách* cho đài phát thanh VOA, Nguyễn Đình Toàn còn viết cho tuần báo Việt Tide mục Văn Học Nghệ Thuật của nhà văn Nhật Tiến cho tới khi nghỉ hưu. Gia đình Nguyễn Đình Toàn hiện sống tại Nam California.

TÁC PHẨM ĐÃ XUẤT BẢN:

Văn: *Chị Em Hải* (truyện, Nxb Tự Do 1961); *Những Kẻ Đứng Bên Lề* (truyện, Nxb Giao Điểm 1974); *Con Đường* (truyện, Nxb Giao Điểm 1965); *Ngày Tháng* (truyện, Nxb An Tiêm 1968); *Phía Ngoài* (tập truyện, viết chung với Huỳnh Phan Anh, Nxb Hồng Đức 1969); *Đêm Hè* (truyện, Nxb Hiện Đại 1970); *Giờ Ra Chơi* (truyện, Nxb Khai Phóng 1970); *Đêm Lãng Quên* (Nxb Tân Văn 1970); *Không Một Ai* (truyện, Nxb Hiện Đại 1971); *Thành Phố* (truyện, Nxb Kẻ Sĩ 1971); *Đám Cháy* (tập truyện, Nxb Tân Văn 1971); *Tro Than* (truyện, Nxb Đồng Nai 1972); *Áo Mơ Phai* (truyện, Nxb Nguyễn Đình Vượng 1972); *Đồng Cỏ* (truyện, Nxb Đồng Dao/ Úc châu 1994).

Thơ: *Mật Đắng* (thơ, Nxb Huyền Trân 1962).

Kịch: các vở kịch của Nguyễn Đình Toàn đều là kịch truyền thanh, trừ *Cơn Mưa* được trích đăng trong bộ môn Kịch Văn Học Miền Nam của Võ Phiến, những bản thảo khác đều thất lạc.

Nhạc: *Hiên Cúc Vàng* (tập nhạc, 1999); *Tôi Muốn Nói Với Em* (tập nhạc, 2001); *Mưa Trên Cây Hoàng Lan* (tập nhạc, 2002).

Ký: *Bông Hồng Tạ Ơn I & II* (Nxb Đêm Trắng 2006, 2012).
Áo Mơ Phai đoạt giải thưởng Văn Học Nghệ Thuật 1973.

Chiến dịch đốt sách sau 1975 và những cuốn sách "tro than" của Nguyễn Đình Toàn.

CHỊ EM HẢI

Có lẽ Nguyễn Đình Toàn viết khá sớm từ những ngày niên thiếu ở Hà Nội, cũng lập bút nhóm và chọn bút hiệu ban đầu là Tô Hà Vân. Khi di cư vào Nam, thời gian ban đầu, Nguyễn Đình Toàn sống chung với gia đình Nhật Tiến. Không có tiền mua giấy trắng, những trang bản thảo đầu tiên của Nguyễn Đình Toàn đã được viết trên mặt sau của các bản tin VN Thông Tấn Xã phế thải. Khi bắt đầu có tác phẩm xuất bản, Toàn quyết định lấy tên thật làm bút hiệu.

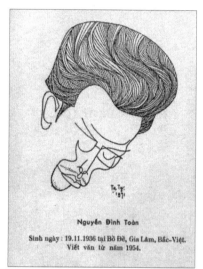

Nguyễn Đình Toàn, photo by Nguyễn Ngọc Dung, con gái nhiếp ảnh gia Nguyễn Cao Đàm (*tư liệu Nguyễn Đình Toàn*)

Nguyễn Đình Toàn ký họa Tạ Tỵ

Chị Em Hải là tác phẩm đầu tay của Nguyễn Đình Toàn, ít được nhắc tới nhưng đã mang ngay dấu ấn văn phong của *Con Đường* Nguyễn Đình Toàn xuyên suốt qua các tác phẩm văn học của Nguyễn Đình Toàn sau này. Bản thảo *Chị Em Hải*, được ký giả Lô Răng Phan Lạc Phúc chuyển tới nhà báo Phạm Xuân Ninh rồi tới tay nhà báo Như Phong Lê Văn Tiến, tác giả *Khói Sóng*, lúc đó đang là tổng thư ký nhật báo Tự Do. Như Phong nhìn ngay được viên ngọc ẩn thạch, nhận ra văn tài của Nguyễn Đình Toàn nên đã để cơ sở báo chí Tự Do xuất bản ngay cuốn sách này cùng với cuốn *Thử Lửa* của Thao Trường (tiền thân của bút danh Thảo Trường sau này). Cùng năm sinh 1936, với hai tác phẩm đầu tay, Nguyễn Đình Toàn và Thảo Trường đều mau chóng trở thành hai tên tuổi văn học của Miền Nam.

ÁO MƠ PHAI

Vào thập niên 1960s, nhiều nhà văn Miền Nam, có số lượng sách khá đồ sộ một phần do lối viết *feuilleton* cho các nhật báo, bên cạnh đó là những truyện kiếm hiệp Kim Dung, truyện dịch Quỳnh Dao nhằm đáp ứng nhu cầu mọi thành phần độc giả thời bấy giờ. Viết *feuilleton*, Nguyễn Thị Thụy Vũ còn gọi viết truyện nhật trình; đó là những tiểu thuyết, truyện dài được các tác giả viết mỗi ngày và đăng từng kỳ báo. Điển hình là nhà văn Mai Thảo, cùng một lúc nhận viết truyện dài cho nhiều tờ báo, đôi khi tới ngồi viết ngay tại tòa soạn, đưa từng trang viết chưa ráo mực cho nhà in để kịp sắp chữ.

Rồi cũng phải kể tới tình huống một *feuilleton* do nhiều người viết, điển hình là truyện dài *"Một Triệu Đồng"* của nhà báo Như Phong đăng trên nhật báo Tự Do, khi Như Phong bị lao phổi, do truyện đang ăn khách, tòa soạn quyết định tiếp tục. Trong hồi ký *Tôi Làm Báo*, nhà văn nhà giáo Tạ Quang Khôi kể lại: *"Do, ông Nguyễn Hoạt yêu cầu mỗi người viết một đoạn để chờ ông Như Phong đi làm lại"*. Và truyện dài của nhà báo Như Phong đã được nhà thơ Đinh Hùng, nhà báo Hiếu Chân Nguyễn Hoạt và sau đó là Tạ Quang Khôi viết thay cho tới khi nhà báo Như Phong trở lại tòa báo.

Gần như một phong trào, không thiếu những nhà văn danh tiếng cũng tham dự vào phong trào viết tiểu thuyết *feuilleton* như Mai Thảo, Thanh Tâm Tuyền, Nguyễn Đình Toàn, Thảo Trường, Bình Nguyên Lộc, Sơn Nam, Nhã Ca, Túy Hồng, Nguyễn Thị Thụy Vũ... nhiều người xem đó như thứ sản phẩm giải trí ngắn hạn đáp ứng nhu cầu của xã hội tiêu thụ. Nhà văn Sơn Nam cũng viết *feuilleton* nhưng chính Sơn Nam sau này lên tiếng phủ nhận, không coi đó là những tác phẩm

MỘT SINH HOẠT CỦA VĂN BÚT TRƯỚC 1975:
BÁN TÁC PHẨM ĐỂ CỨU TRỢ NẠN NHÂN BÃO LỤT MIỀN TÂY
Từ trái qua phải : PHẠM VIỆT TUYẾN-
NGUYỄN ĐÌNH TOÀN- NHẬT TIẾN-
MINH ĐỨC HOÀI TRINH- VŨ HOÀNG CHƯƠNG

văn học. Công bằng mà nói tiểu thuyết *feuilleton* không phải không có tác phẩm hay phải nói là rất hay. Chất lượng tác phẩm tùy theo thái độ chọn lựa và cách viết của mỗi tác giả.

Nguyễn Đình Toàn cũng không là một ngoại lệ. Trừ *Chị Em Hải* là tác phẩm được viết xong rồi xuất bản, hầu hết các tác phẩm còn lại của Nguyễn Đình Toàn đều là tiểu thuyết *feuilleton* sau đó được in thành sách như *Con Đường* (nhật báo Tự Do), *Đồng Cỏ* (nhật báo Chính Luận), *Áo Mơ Phai* (nhật báo Xây Dựng), và những cuốn khác trên nhật báo Tiền Tuyến mà chính Nguyễn Đình Toàn cũng không còn nhớ. Nguyễn Đình Toàn có một đức tính là các trang bản thảo chỉ viết một lần, không sửa chữa và giao thẳng cho thợ nhà in sắp chữ. (Nguyễn Mộng Giác sau này là người thứ hai cũng viết bản thảo chỉ một lần không sửa chữa). Nguyễn Đình Toàn cho rằng chưa hề hy sinh tính văn chương khi chọn viết những truyện dài *feuilleton* như vậy.

Nếu theo thứ tự xuất bản, thì *Áo Mơ Phai* là cuốn sách *feuilleton* thứ 13 của Nguyễn Đình Toàn, và cũng là tác phẩm được trao giải Văn Học Nghệ Thuật 1973.

Khi viết bài điểm sách *Áo Mơ Phai*, Huỳnh Phan Anh đã nhận định: "Phải nhìn nhận rằng yếu tố 'truyện' là cái gì quá nghèo nàn trong *Áo Mơ Phai*, truyện dài. Một độc giả bình thường có thể thất vọng sau khi đọc *Áo Mơ Phai*. Người đọc có thể xếp cuốn sách lại với nỗi bàng hoàng nào đó, có lẽ người đọc sẽ khó thâu tóm 'câu truyện' mà tác giả đã dùng trên 300 trang sách để kể. Có thể câu truyện thật sự của *Áo Mơ Phai* không thể tách rời khỏi từng trang *Áo Mơ Phai*, nghĩa là không thể giản lược tóm thâu mà không làm mất ý nghĩa của nó. Có thể vì câu truyện thực sự của *Áo Mơ Phai* là cái gì chưa hoàn tất, nói một cách nào đó, hãy còn vắng mặt, hãy còn hứa hẹn." (Văn Học 10/02/1974)

Cũng trên tạp chí Văn Học 1974, Nguyễn Đình Toàn đã nói về kỹ thuật xây dựng *Áo Mơ Phai* như một tác phẩm tâm đắc của mình: "*Mỗi tác phẩm đã viết ra như que diêm đã được đốt cháy, nhà văn có bổn phận phải sáng tạo, dù rằng toàn bộ tác phẩm chỉ là sự nối dài từ cuốn đầu tiên. Nhiều người đã nói tôi dùng lối viết quá dài, cả trang không chấm trong Áo Mơ Phai này mới mang đủ sắc thái không khí của Hà Nội. Nhân vật chính trong tác phẩm không phải là những nhân vật được nhắc tới trong sách mà chính là thành phố Hà Nội. Ai sống ở nơi này thường có cái cảm tưởng đang sống trong một giấc mơ, có lẽ là giấc mơ không bao giờ phai nhạt với sương mù cơn mưa sướt mướt hơi lạnh của mùa thu… Áo Mơ Phai thoát ra từ cơn mơ đó từ khi tôi xa Hà Nội mới 17 tuổi.*"

Ba mươi hai năm sau (9/10/2006) trong buổi mạn đàm với Hoàng Khởi Phong trên RFA, khi được hỏi về *Áo Mơ Phai* Nguyễn Đình Toàn bày tỏ: "*Có những người thức thời, nhìn xa trông rộng, có thể tiên đoán dự liệu được những biến chuyển của thời cuộc, dĩ nhiên những điều họ tiên đoán cũng có điều sai. Mà đúng hay sai thì chỉ khi nào sự việc xảy ra thì họ mới biết được. Tôi viết cuốn sách đó chỉ dựa trên những dự cảm đối với hoàn cảnh lịch sử cho một người chịu đựng hoàn cảnh lịch sử như chịu đựng sự đổi thay của thời tiết*". (HKP mạn đàm với NĐT, RFA 9/10/2006)

Phát biểu của Nguyễn Đình Toàn khiến người ta liên hệ tới bài diễn văn của Albert Camus khi dự lễ nhận giải Nobel văn chương

1957 tại Stockholm, Camus đưa ra nhận định rằng ngày nay nhân loại gồm số nhỏ người làm lịch sử và đông đảo những người phải gánh chịu những hậu quả do biến cố lịch sử. Và tác giả *La Peste / Dịch Hạch* cho rằng vị trí của những người làm văn học nghệ thuật là đứng về phía những người khổ vì lịch sử. *(Le rôle de l'écrivain, du même coup, ne se sépare pas de devoirs difficiles. Par définition, il ne peut se mettre aujourd'hui au service de ceux qui font l'histoire: il est au service de ceux qui la subissent.)* (Albert Camus, *Discours de Suède* 1957)

Áo Mơ Phai là dự cảm về một thành phố Hà Nội sắp mất, *Đồng Cỏ* là một tác phẩm khác dự báo một Sài Gòn sắp mất. Nguyễn Đình Toàn mẫn cảm với thay đổi thời tiết cũng như với những biến chuyển của lịch sử. Dự cảm hay trực giác của nhà văn đi trước tấn thảm kịch, đi trước những đổ vỡ chia ly đã mang tính tiên tri.

Đọc văn Nguyễn Đình Toàn, để sống với Hà Nội những ngày sắp mất nhưng cũng không bao giờ mất qua hơn 300 trang sách *Áo Mơ Phai*:

"Tháng bảy rồi tháng tám (1954, ghi chú của người viết) qua mau lẹ như những trận mưa đổ xuống không giờ giấc trong những đêm khuya, những buổi chiều. Người Hà Nội bỏ đi và chỉ trong một thời gian ngắn, Hà Nội như một cơ thể mắc chứng hoại huyết. Từ những vùng quê xa, từng đoàn người lam lũ, lầm lũi, ngày ngày gồng gánh, lếch thếch dắt díu nhau về Hà Nội, nằm la liệt tại các công viên, xó xỉnh, vỉa hè, đầy ắp trong Tòa Thị Chính, chờ để được đưa đi tới các phi trường, bến tầu, di cư vào Nam.

Chiều chiều Lan thường ngồi trên bao lơn nhìn xuống khu phố đôi lúc vắng vẻ, đôi lúc chen chúc những đám dân quê níu áo nhau đi như chạy, nhìn những tàn cây trước nhà, cây gần nhất có những cành xòe tới sát bao lơn như những cánh tay, những hàng cây xa dọc theo các khu phố, một ngày, một buổi chiều, bao nhiêu lá đều vàng hết, rồi cũng trong một ngày nữa, tất cả lá như tấm áo khoác của thành phố ấy phai thêm một lần nữa, trút khỏi cành như những giấc mơ rời khỏi vầng trán khô cằn, những sợi tóc rụng khỏi chiếc đầu đau ốm.

Trong nhiều ngày, Lan có cảm tưởng cơn bệnh của thành phố, của những hàng cây lây sang nàng, Lan thấy chân tay nặng nề không muốn cử động, hơi thở khó khăn.

Nàng mong đợi ngày đi để đi cho xong, cầu nguyện cho ngày khởi hành đừng đến vội, để còn được ở lại đây thêm nữa, ở lại Hà Nội, chia sẻ nỗi đau đớn của Hà Nội, sống với Hà Nội, chết với Hà Nội, rũ rượi với Hà Nội, rõ ràng là Hà Nội đang kiệt sức, những giọt mưa đọng trên các cành cây, những ngọn lá, chẳng khác Hà Nội khóc."
(*Áo Mơ Phai*, Ch.9, Nxb Nguyễn Đình Vượng 1972)

GIẢI VĂN HỌC NGHỆ THUẬT LẦN HAI

Sau 1975, những gì đốt được thì không còn, Nguyễn Đình Toàn cho biết: *"không còn một tấm hình nào về cái ngày phát giải VHNT ấy cả. Nhưng cái huy chương thì lạ lắm. Có một người bạn trẻ, đã mua được tấm huy chương đó trên một vỉa hè ở Hà Nội, mang về đây tặng lại cho mình. Hắn nói 'cháu trao tặng bác giải thưởng lần thứ hai'. Bữa hắn mang tới cho mình có mặt Cao Xuân Huy và bạn Huy là Trần Như Hùng, đài phát thanh Úc Châu. Sự việc, Cao Xuân Huy cho là quá hi hữu, có ý viết thành một truyện ngắn."* Toàn nói: đó là *"cuộc phiêu lưu của con dế mèn"* (tên một truyện nhi đồng của Tô Hoài). Cầm trên tay tấm huy chương bằng đồng mạ vàng đã hoen rỉ theo màu thời gian của 42 năm lưu lạc, tôi nói đùa với vợ chồng Nguyễn Đình Toàn: cũng may là không phải vàng ròng, nếu không thì cũng đã bị đốt chảy trong một tiệm kim hoàn nào đó ngoài Hà Nội.

Sách Nguyễn Đình Toàn được xếp vào loại văn hóa đồi trụy sau 1975; nên tất cả bị tịch thu và trở thành *"Tro Than,"* như tên một tác phẩm định mệnh Nguyễn Đình Toàn trong chiến dịch đốt sách lan rộng khắp Miền Nam thời bấy giờ.

Giải Văn Học Nghệ Thuật 72-73 không phải chỉ có tấm huy chương, mà còn kèm theo số hiện kim 600.000 đồng tương đương với 40 lượng vàng theo thời giá bấy giờ. Tưởng cũng nên nói thêm về giải Văn Học Nghệ Thuật 1961, với số hiện kim 40.000 đồng lúc đó đủ cho nhà văn Nhật Tiến mua một xe hơi Renault 4CV còn chạy tốt cho

Bìa tác phẩm *Áo Mơ Phai (tư liệu Nguyễn Đình Toàn)*

Hai mặt tấm huy chương Giải thưởng Văn Học Nghệ Thuật Toàn Quốc do Tổng Thống Việt Nam Cộng Hòa sáng lập: Ông Nguyễn Đình Toàn giải chính thức tiểu thuyết (72-73) với tác phẩm *Áo Mơ Phai.*

tới những năm về sau này. Cho dù Nguyễn Vỹ có than thở *"nhà văn An Nam khổ như chó"* nhưng thực ra trong xã hội Việt Nam, họ vẫn là thành phần được quý trọng.

NHÓM ĐÊM TRẮNG

Từ 1954, trong vòng 20 năm của Miền Nam, các phong trào văn học được tự do nở rộ. Tự Lực Văn Đoàn được tiếp nối với Văn Hóa Ngày Nay của Nhất Linh, nhóm Sáng Tạo của Mai Thảo, Thanh Tâm Tuyền phủ nhận nền văn học tiền chiến với nỗ lực làm mới văn chương, nhóm Quan Điểm của Nghiêm Xuân Hồng, Vũ Khắc Khoan, Mặc Đỗ; rồi tới nhóm Đêm Trắng (cũng có thể gọi là nhóm La Pagode nơi họ tụ tập sinh hoạt) được xem như nhóm Tiểu Thuyết Mới của

Sài Gòn. Nhóm 6 người ấy đa số xuất thân nhà giáo: Huỳnh Phan Anh, Đặng Phùng Quân, Nguyễn Nhật Duật, Nguyễn-Xuân Hoàng, trừ Nguyễn Đình Toàn và Nguyễn Quốc Trụ. Ý kiến khởi đầu lập Nxb Đêm Trắng là từ Huỳnh Phan Anh, để chỉ xuất bản các sáng tác của nhóm. Tuy mang tên nhóm nhưng họ là những cây bút độc lập, có chung ý hướng là tự làm mới cách viết của mỗi người.

Nổi bật trong nhóm này là Nguyễn Đình Toàn với kỹ thuật viết mới, viết truyện mà không có truyện, những trang chữ là một chuỗi những hình ảnh tạo cảm xúc và là một trải dài độc thoại nội tâm. Nguyễn Đình Toàn thành công trong nỗ lực tự làm mới văn chương nhưng không vì thế mà bảo ông chịu ảnh hưởng và chạy theo phong trào tiểu thuyết mới của Pháp. Thanh Tâm Tuyền và Dương Nghiễm Mậu là hai tên tuổi khác cũng được nhắc tới khi nói về khuynh hướng tiểu thuyết mới ở Sài Gòn lúc bấy giờ.

Tưởng cũng nên nhắc tới ở đây, Hoàng Ngọc Biên không ở trong nhóm Đêm Trắng nhưng chính anh là người đầu tiên thực sự nghiên cứu về phong trào *Nouveau Roman* của Pháp, vào giữa thập niên 1950's với các tên tuổi như Alain Robbe-Grillet, Nathalie Sarraute, Michel Butor, Claude Simon. Hoàng Ngọc Biên đã dịch một số tác phẩm của Alain Robbe-Grillet và cũng thể hiện quan niệm tiểu thuyết mới ấy qua tập truyện *Đêm Ngủ Ở Tỉnh* do Cảo Thơm xuất bản Sài Gòn, 1970. Cũng theo Hoàng Ngọc Biên, thì ngoài danh xưng, trong 20 năm Văn Học Miền Nam thực sự đã không có một phong trào Tiểu Thuyết Mới tại Sài Gòn *"theo cái nghĩa thời thượng"* của phong trào Tiểu Thuyết Mới xuất phát từ Tây Phương.

NHẠC THOẠI CỦA NHẠC CHỦ ĐỀ

Vào thập niên 1960, có ba chương trình nhạc được thính giả yêu thích là chương trình *Tiếng Tơ Đồng* của nhạc sĩ Hoàng Trọng, *Tiếng Nhạc Tâm Tình* do ca sĩ Anh Ngọc và Mai Thảo phụ trách, và chương trình *Nhạc Chủ Đề* của Nguyễn Đình Toàn. Mỗi chương trình có một sắc thái hay riêng, nhưng có lẽ *"Nhạc chủ đề"* trên đài phát thanh Sài Gòn ngày ấy vào mỗi tối thứ Năm được chờ đợi đón nghe nhiều nhất.

192 NGÔ THẾ VINH

Những lời dẫn quen thuộc với giọng đọc trầm ấm của Nguyễn Đình Toàn như nhập tâm vào mỗi thính giả:

Tình ca — những tiếng nói thiết tha nhất của một đời người — bao giờ cũng bắt đầu từ một nơi chốn nào đó, một quê hương, một thành phố, nơi người ta đã yêu nhau... Tất cả mùa màng, thời tiết, hoa lá, cỏ cây của cái vùng đất thần tiên đó, kết hợp lại, làm nên hạnh phúc, làm nên nỗi tiếc thương của chúng ta...

Nguyễn Đình Toàn 1 - Nhạc Chủ Đề 1970
Tình Ca Việt Nam (Thu Âm Trước 1975)
https://www.youtube.com/watch?v=H3rrItsK5Z8

Không phải chỉ có nữ giới, mà cả phái nam cũng rất mê chương trình *Nhạc Chủ Đề* của Nguyễn Đình Toàn. Ở Sài Gòn là giới thanh niên sinh viên, nơi chiến trường xa là những người lính.

Người lính, sau này trở thành thương phế binh, nhà thơ Phan Xuân Sinh hiện sống ở Houston Texas đã bồi hồi kể lại: "*Cho đến bây giờ lớp tuổi trên dưới 60... tôi còn nhớ lúc đó ngoài chiến trường với chiếc radio transistor nhỏ bằng bao thuốc, một cái écouteur gắn vào tai. Chúng tôi có những giây phút chìm vào chương trình Nhạc Chủ Đề của Nguyễn Đình Toàn. Ông đã mang lại cho chúng tôi những giờ nghỉ ngơi thật tuyệt vời khi đối đầu với chiến trường*".

Gs Nguyễn Văn Tuấn từ Viện nghiên cứu Y khoa Garvan Úc Châu trước và sau 1975 là một "fan" của chương trình *Nhạc Chủ Đề*. Anh Nguyễn Văn Tuấn viết: "*Tôi tưởng tượng rằng như có một phép mầu nào, xoay ngược lại thời gian. Kìa tôi, trong một hình hài nào đó, giữa đêm lập lòe ánh điện, đang ngồi áp tai vào radio, ngồi nuốt từng lời dẫn của Nguyễn Đình Toàn, thả hồn vào những giai điệu tuyệt đẹp tuyệt vời của những bản tình ca không bao giờ tàn lụi...*" Rồi mới đây sau khi nghe lại CD *Tình Ca Việt Nam* Nguyễn Đình Toàn 1970, anh đã phải thốt lên: "*mỗi lời dẫn cho một bản nhạc ở đây là một "nhạc thoại" một tác phẩm khác. Nó thể hiện tính thẩm văn và thẩm nhạc của người tuyển chọn là Nguyễn Đình Toàn.*" Rồi cuối cùng, hai người bạn họ Nguyễn ấy như Bá Nha Tử Kỳ cùng một kiếp tha hương, họ cũng đã gặp nhau không phải trên "một quê hương Việt Nam sợ hãi" - chữ của Nguyễn Đình Toàn trong *Đồng Cỏ* mà trên lục địa Mỹ Châu thênh thang tự do nhưng vẫn là lưu đày.

Truyện Nguyễn Đình Toàn rất giàu hình ảnh và nhiều chất thơ có thể đọc như một bài thơ xuôi/ *prose poem*. Khi đặt lời cho một bản nhạc thì tự thân phần lời ấy đã là một bài thơ. Nguyễn Đình Toàn viết nhạc, nổi tiếng với một số nhạc khúc, nhưng có lẽ những nốt nhạc được cất cánh từ những ý thơ ban đầu của Nguyễn Đình Toàn. Lời bản *Tình Khúc Thứ Nhất* đã là một thi phẩm trước khi kết hợp với phần nhạc của Vũ Thành An.

Tình Khúc Thứ Nhất, tiếng hát Lệ Thu
Tình Khúc Thứ Nhất (Vũ Thành An) Internet.mp3
https://www.youtube.com/watch?v=T133AZzRTTY

TÌNH KHÚC THỨ NHẤT

Tình vui theo gió mây trôi
Ý sầu mưa xuống đời
Lệ rơi lấp mấy tuổi tôi
Mấy tuổi xa người
Ngày thần tiên em bước lên ngôi
Đã nghe son vàng tả tơi
Trầm mình trong hương đốt hơi bay
Mong tìm ra phút sum vầy
Có biết đâu niềm vui đã nằm trong thiên tai
Những cánh dơi lẻ loi mù trong bóng đêm dài
Lời nào em không nói em ơi
Tình nào không gian dối
Xin yêu nhau như thời gian làm giông bão mê say
Lá thốt lên lời cây
Gió lú đưa đường mây
Có yêu nhau xin ngày thơ ngây
Lúc mắt chưa nhạt phai
Lúc tóc chưa đổi thay
Lúc môi chưa biết dối cho lời
Tình vui trong phút giây thôi
Ý sầu nuôi suốt đời

Thì xin giữ lấy niềm tin dẫu mộng không đền
Dù trời đem cay đắng gieo thêm
Cũng xin đón chờ bình yên
Vì còn đây câu nói yêu em
Âm thầm soi lối vui tìm đến
Thần tiên gãy cánh đêm xuân
Bước lạc sa xuống trần
Thành tình nhân đứng giữa trời không
Khóc mộng thiên đường
Ngày về quê xa lắc lê thê
Trót nghe theo lời u mê
Làm tình yêu nuôi cánh bay đi
Nhưng còn dăm phút vui trần thế

NƯỚC SÔNG MEKONG MÁU CỦA ĐẤT

Các tác phẩm văn học lớn thường mang những dự cảm hay cả viễn kiến có thể liên hệ với cuộc sống. Truyện Kiều là một ví dụ: hoàn cảnh nào cũng có thể liên hệ với một câu thơ của Nguyễn Du.

Tôi không nói rằng Nguyễn Đình Toàn đã sáng tác những tác phẩm lớn, nhưng từ các trang sách của anh, tôi đã tâm đắc tìm thấy ở đấy những dự cảm để dễ dàng đưa vào trích dẫn. Nguyễn Đình Toàn đã ví nước sông Mekong như *"máu của đất"* trước viễn tượng một *Cửu Long Cạn Dòng.*

Và khi có tin cặp vợ chồng ngư dân Nguyễn Văn Chơn cư ngụ tại huyện Lấp Vò tỉnh Đồng Tháp mười ngày trước Giáng Sinh đã rất đỗi vui mừng khi lưới được một con cá đuối khổng lồ trên sông Tiền, đoạn giữa hai xã Tân Mỹ và Tân Khánh Trung. Con cá đuối có chiều dài hơn 4 mét ngang 2 mét và nặng tới 270 ký. Cá đuối hay Selachian, tên khoa học là chondrichthyes, thuộc loài cá sụn là giống cá nước mặn. Trong niềm vui lưới được con cá đuối nước mặn to khủng trên khúc sông Tiền cũng chính là tín hiệu của thảm họa: *"Có biết đâu niềm vui đã nằm trong thiên tai"* như lời thơ Nguyễn Đình Toàn, bởi vì nạn ngập mặn / salt intrusion đã càng ngày càng lấn vào rất sâu vào vùng Đồng Bằng Sông Cửu Long, nơi vốn là vùng đất của "phù sa, lúa gạo, cây trái và tôm cá đầy đồng..." *(CLCD BĐDS, Ch. XIV, Nxb Văn Nghệ 2000)*

BÀ TÚ XƯƠNG THU HỒNG

Tôi quen Nguyễn Đình Toàn có lẽ khởi đầu từ những trang sách *Chị Em Hải*, rất sớm khi còn là sinh viên Khoa học. Quán cà phê *La Pagode* thường là nơi có thể dễ dàng gặp Toàn và các bạn văn nghệ của anh, cũng là nơi hình thành nhóm Đêm Trắng sau này. Nguyễn Đình Toàn ngoài giờ làm ở đài phát thanh, hầu như thường ngày ra ngồi viết nơi quán *Cái Chùa* này.

Chỉ được gặp chị Toàn khi tới thăm căn nhà rất nhỏ của anh chị, trước nhà có hàng cây trứng cá, trong một con hẻm cũng rất nhỏ phía sau đài phát thanh Sài Gòn. Chị Thu Hồng, tên người bạn đời tấm cám hơn 60 năm của Nguyễn Đình Toàn, chị nhỏ hơn Nguyễn Đình Toàn sáu tuổi, chị có vẻ đẹp với cá tính mà các họa sĩ rất muốn vẽ, một thứ người mẫu cho những bức tranh của Modigliani cộng thêm với cái trán cao bướng bỉnh khi chọn lựa và chấp nhận sự thách đố của số phận. Chị cũng là xướng ngôn viên cho một chương trình của đài phát thanh Sài Gòn. Thời kỳ ấy, Toàn bị lao phổi khá nặng, lại mới có một đứa con đầu lòng. Thuốc chữa bệnh lao lúc đó rất hiếm, hầu như chỉ có hai thứ: thuốc viên Rimifon, và thuốc chích Streptomycin có thể gây điếc. Toàn thường ho ra máu, sức khỏe suy kiệt và thường xuyên bị ám ảnh bởi cái chết giữa tuổi mới ngoài 20 ấy. Tập thơ *Mật Đắng* được sáng tác trong giai đoạn đen tối và gần như tuyệt vọng này. Võ Phiến khi viết về thi phẩm *Mật Đắng* của Nguyễn Đình Toàn, thay vì bốn cái khổ: sinh, bệnh, lão, tử *"trong Mật Đắng không có cái lão, nhưng thay bằng cái ái, càng tệ hơn... Sinh, bệnh, ái, tử, nghe có hơi lạ tai một chút, dù sao cũng là chuyện của mọi nơi chốn, mọi thời đại".* (Văn Học Miền Nam, Thơ, Nxb Văn Nghệ 1999).

Trong bài thơ *Úp Mặt*, Nguyễn Đình Toàn viết:

Bàn tay vuốt mặt xương lồi
Hai mươi tư tuổi một đời cũng xong

Nhà văn Nguyễn Đình Toàn và bà Tú Xương Thu Hồng, Huntington Beach Library 2014 *(photo by Đặng Tam Phong)*

Có lẽ sức sống tỏa sáng nơi căn nhà nhỏ chật của vợ chồng Nguyễn Đình Toàn lúc ấy là nụ cười luôn luôn rạng rỡ và cả ẩn nhẫn của chị Thu Hồng, vợ Toàn. Với tôi, chị là hình ảnh nguyên mẫu của một bà Tú Xương lúc ấy và cho tới suốt cả những năm về sau này, chị bền bỉ đảm đương một gia đình bốn con và cả thăm nuôi Nguyễn Đình Toàn trong suốt thời gian tù đày.

"Xưa nay nhân định thắng thiên cũng nhiều", bà Tú Xương của thời hiện tại đã đảo nghịch lời tiên tri *Mật Đắng*, và Nguyễn Đình Toàn thì nay cũng đã vượt xa cái ngưỡng tuổi "cổ lai hy", tới tháng Chín 2015 này, Nguyễn Đình Toàn tròn 80 tuổi.

Rồi vợ chồng Nguyễn Đình Toàn cũng sang được Mỹ tuy khá trễ (1998). Và kể từ sau những năm 2000, sau bao tháng năm thăng trầm, chị Thu Hồng vẫn là hình ảnh một bà Tú Xương ngày nào, nhưng chị đã bắt đầu quên nhiều điều, quên những chuyện nhân sinh hiện tại. Nhưng mỗi khi phone tới nhà không gặp Toàn, xin nói chuyện với "bà Tú Xương" thì bên kia đầu dây là một giọng cười ròn rã, chị nhận ra ngay ai đang nói chuyện với chị và nhớ lại đủ mọi điều. Một hôm tới thăm anh chị cách đây không lâu, nửa buổi sáng câu chuyện rộn rã, khi ra về anh chị xuống thang đưa tiễn tôi ra xe, chị Toàn nói hồn nhiên: *"hôm nào anh Vinh tới nhà tụi này chơi"*. Toàn nhắc chị, anh ấy vừa mới từ nhà mình xuống đây mà. Chị Toàn thì vẫn cười hồn nhiên. Tôi vẫn nghĩ nếu không có bà Tú Xương, có lẽ Toàn đã chẳng thể sống sót cho tới cái tuổi gần 80 như hôm nay. Toàn không phủ nhận điều ấy và dí dỏm nói, *"cũng vì vậy mà bây giờ tôi đang trả nợ cho bà ấy"*, Toàn nói tới vai trò không thể thiếu hàng ngày phải chăm sóc người bạn đời của mình. Hai vợ chồng sống như đôi chim liền cánh, từ bấy lâu nay, Toàn đã không thể để chị ở nhà một mình.

> *Quanh năm buôn bán ở ven sông,*
> *Nuôi đủ năm con với một chồng.*

Nói tới thành tựu của một nền văn học, người ta chỉ nhắc tới những nhà văn, nhà thơ nhưng có lẽ không thể không nhắc tới những bà Tú Xương của mọi thời đại với bao nhiêu công khó hy sinh của họ.

MỘT CHÚT RIÊNG TƯ

Ca sĩ Quỳnh Giao, trong bài viết về "Nguyễn Đình Toàn, Dẫn Em Vào Nhạc" đã cho rằng, *"Nguyễn Đình Toàn là nghệ sĩ không cần được giới thiệu"*. Điều đó có lẽ đúng với các thế hệ sống ở Miền Nam trong giai đoạn 1954-1975. Nhưng với các thế hệ sinh ra và lớn lên sau 1975 ở trong nước cũng như ở hải ngoại, những bài viết giới thiệu một Nguyễn Đình Toàn tài năng trong nhiều lãnh vực văn, thơ, nhạc, kịch vẫn là điều cần thiết. Và đáng mừng là đã có rất nhiều bài viết về mọi khía cạnh của Nguyễn Đình Toàn, nghĩ tới một bài viết mới về Nguyễn Đình Toàn, câu hỏi được đặt ra là liệu còn gì để viết nữa nếu không phải là những chia sẻ chút riêng tư với một bạn văn và cũng là cố tri.

Bài viết này gửi tới bà Tú Xương Thu Hồng và Nguyễn Đình Toàn tác giả *Mật Đắng* khi anh sắp bước vào tuổi 80 gần như một phép lạ.

California, 08.03.2015

THÁNG BA THANH TÂM TUYỀN
RŨ BỎ KÝ ỨC KHÔNG THỂ KHÁC

Hắn rũ bỏ ký ức, và đi
Prélude Cho Những Chuyến Đi, Về (1982)
...
Rũ bỏ ký ức - ký ức người
Vài khúc dạo tặng tri âm (1988)

Thanh Tâm Tuyền
(photo by Trần Cao Lĩnh)

Tới lúc tôi phải viết như không có gì đã xảy ra, như không có gì biến
đổi. Đến lúc nào tôi sẽ có thể có được điều như vậy? Để có thể viết
trở lại (1993)

Hình 1960, các bạn thân thiết của TTT trong nhóm Sáng
Tạo; từ trái: Duy Thanh, Trần Lê Nguyên, Thanh Tâm
Tuyền, Ngọc Dũng *(tư liệu gia đình Thanh Tâm Tuyền)*

Thanh Tâm Tuyền sinh tháng 3 (13/03/1936) cũng mất tháng 3
(22/03/2006).

Bài viết ngắn tháng 3 (22/03/2015) này để tưởng nhớ 9 năm
ngày mất Thanh Tâm Tuyền.

Thanh Tâm Tuyền tên thật Dzư Văn Tâm, sinh tại Vinh, Nghệ
An. Mồ côi cha rất sớm. Đi dạy học từ 16 tuổi, viết truyện đăng trên
báo Thanh Niên, TTT sinh hoạt trong Tổng hội Sinh viên Hà Nội với
Doãn Quốc Sỹ, Nguyễn Sỹ Tế, Trần Thanh Hiệp; cùng chủ trương tập
san Lửa Việt. Di cư vào Nam 1954, TTT viết cho tuần báo Dân Chủ,
Người Việt và là một trong những cây viết chủ lực tạp chí Sáng Tạo
cùng với Mai Thảo, có ảnh hưởng lớn trên văn học Việt Nam khoảng
từ 1956-1975 và cả những năm về sau này.

TTT bị động viên từ 1962, cấp bực cuối cùng đại úy. Sau 1975
bị đi tù 7 năm qua nhiều trại giam khắc nghiệt ngoài Việt Bắc. TTT
ra tù 1982, ít ai biết mấy năm sau đó TTT đã mất đứa con trai lớn trên
đường vượt biển; từ 1986 cho đến khi TTT mất, anh đã không ngừng
khắc khoải trong vô vọng lần tìm tin tức và dấu vết đứa con mất tích
ấy. Sang định cư tại Hoa Kỳ từ 1990, sống trong ẩn dật. TTT mất ngày
22 tháng 03 năm 2006, khi mới bước vào tuổi 70.

Hình chụp 1964, trong đám cưới Thanh Tâm Tuyền / Dzư Văn Tâm và Cao Thị Mai Hoa. Từ trái: Trần Lê Nguyễn, Ngọc Dũng, Mai Thảo, Thanh Tâm Tuyền, Trần Thanh Hiệp, Nguyễn Sỹ Tế. *(tư liệu gia đình Thanh Tâm Tuyền)*

ĐÃ XUẤT BẢN:

- Thơ: *Tôi Không Còn Cô Độc* (1956), *Liên - Đêm, Mặt Trời Tìm Thấy* (1964, Sài Gòn), *Thơ Ở Đâu Xa* (1990, Mỹ).

- Truyện: *Bếp Lửa* (1957); *Khuôn Mặt* (1964), *Dọc Đường* (1967), *Cát Lầy* (1966), *Mù Khơi* (1970), *Tiếng Động* (1970).

- Một số tác phẩm chưa xuất bản trong đó có tiểu thuyết *Ung Thư*, đã đăng nhiều kỳ trên báo Văn, Sài Gòn, một tác phẩm quan trọng sau *Bếp Lửa* được TTT nhắc tới trong bài phỏng vấn 1993. (4)

Nguyễn-Xuân Hoàng trong số báo Văn đặc biệt về TTT, đã viết: "Thanh Tâm Tuyền như ngọn cờ đầu của thơ tự do Việt Nam, người làm mới thi ca Việt Nam." (2) Đặng Tiến khi viết bài tưởng niệm Thanh Tâm Tuyền đã bày tỏ ít nhiều tiếc rẻ là "lối thơ Thanh Tâm Tuyền không có người thừa kế." Cũng vẫn Đặng Tiến viết tiếp: "bản thân Thanh Tâm Tuyền về sau, trong tập *Thơ Ở Đâu Xa*, cũng trở về với những thể thơ truyền thống. Nhưng đây là những bài thơ làm trong lao lý, trong những hoàn cảnh đặc biệt, không cho phép chúng ta suy diễn về lý thuyết. (3)

THANH TÂM TUYỀN NƠI XỨ TUYẾT

Ngoài những năm tháng tù đày của TTT, trước và sau 1975, thỉnh thoảng tôi có dịp gặp TTT. Sang Mỹ, phương tiện đi lại dễ dàng nhưng TTT rất ít di chuyển và không đi xa. Liên lạc với anh thường bằng thư, có lần qua điện thoại, đôi khi TTT gửi cho tôi cuốn sách mà anh đã đọc và thấy tâm đắc. Cũng để bạn đọc hiểu hơn về cuộc sống nơi xứ tuyết của TTT - như một nhà văn lưu đầy / *writer in exile* từ một đất nước Việt Nam mà "tâm thái" anh thì không bao giờ muốn xa rời, sau đây là trích đoạn đôi ba bức thư trao đổi với Thanh Tâm Tuyền, như để chia sẻ với bạn đọc một chút riêng tư. (6)

St Paul 31-12-92
Anh Ngô Thế Vinh thân,

Ở đây trận bão lạnh từ bên ấy đang lùa sang, nhiệt độ xuống thấp hơn hai năm trước nhiều, âm độ F là sự thường, gió lạnh thổi có hôm xuống tới 40 - 50 độ âm, phố xá ướt át trắng xóa. Trước kia tôi cũng tưởng mùa đông chim chóc trốn tuyết hết, nhưng đã ở đây qua ba mùa đông, tôi ngạc nhiên thấy mình lầm. Chim chóc vẫn ở lại: quạ,

Gặp lại Bạn ở Saint Paul, Minnesota. Từ trái: Thanh Tâm Tuyền, Cung Tiến, Tô Thùy Yên, Cung Trầm Tưởng *(tư liệu gia đình Thanh Tâm Tuyền)*

bồ câu, chim sẻ... Bồ câu, chim sẻ đợi lúc có nắng tìm mồi quanh quẩn
tại các công viên. Có lẽ chúng ở lại được với mùa đông nhờ trú ẩn trên
những nóc mái của các nhà đều có hơi sưởi. Riêng có một loại cây ở
đây không biết tên là gì, mùa đông lá héo chết nhưng bám chặt cành.
Anh hãy tưởng tượng cả một lũng rừng khô úa trơ trơ giữa tuyết trắng.
Tôi đã hỏi nhiều người và tra cứu nhưng vẫn chưa biết tên loại cây ấy.
Khi lá của cây này rụng ấy là lúc mùa Xuân đã tới...

Nhận được thư anh năm đó 1992 và cho cả tới bây giờ, tôi vẫn
cứ mãi bị ám ảnh mãi về một loại cây không biết tên, mùa đông lá
héo chết nhưng bám chặt cành. Cũng là hình ảnh một TTT héo chết,
nhưng tâm thái của anh thì vẫn bám chặt với một quê hương Việt Nam
mà TTT không muốn xa rời.

St Paul 12-14-93
Anh Ngô Thế Vinh thân,

Gửi anh bài dịch của anh Phan Lạc Phúc đăng ở Úc để đọc. Tờ
tạp chí Impressions du Sud đăng bài gốc tôi chưa nhận được. Khi có
tôi cũng sẽ copy đầy đủ gửi anh xem... Anh cho gửi lời thăm và chúc
lành của tôi cho hai người bạn thơ tôi. Nhân dịp đầu năm...

Ký giả Lô-Răng Phan Lạc Phúc, nguyên chủ bút báo Tiền
Tuyến, là bạn văn trước 75 và cả bạn tù đày lâu năm của TTT nơi
các trại giam ngoài Bắc. Phan Lạc Phúc định cư ở Sydney, Úc châu
từ 1991. Tác giả hai cuốn sách *Bạn Bè Gần Xa* (2000) và *Tuyển Tập*
Tạp Ghi (2002) như một hồi ức về những thảm cảnh mà bản thân Phan
Lạc Phúc và các bạn văn của anh đã trải qua. Với bút hiệu Huy Quân,
Phan Lạc Phúc đã dịch *"Thanh Tâm Tuyền, Thơ trong chiến tranh và*
trong trại cải tạo", có xen thêm ý kiến của người dịch (ghi chú của
người viết).

St Paul 11-12-94
Anh Ngô Thế Vinh thân,

Cám ơn anh về quyển sách anh gửi tặng "để đọc trên xa lộ".
Có lẽ phải chạy "xa lộ xuyên bang" mới thấy cái hữu dụng của loại
sách này... Tôi tính sáng nay thứ bảy, sẽ chạy xe ra bờ hồ gần nhà và
mở nghe...

Gửi tặng lại anh quyển tiểu thuyết đầu tay của Henry Roth: Call It Sleep. Lâu lắm, có đến mấy chục năm là ít, mới có cuốn tiểu thuyết bắt tôi phải đọc một "hơi", nói là một "hơi" vậy, chứ cũng phải mất cả tuần lễ, vào những sáng sớm khi thức khoảng 3,4 giờ và những chiều tối... Hồi còn ở Sài Gòn, tôi có đọc trong Express hoặc Nouvel Observateur nói về Henry Roth và quyển sách của ông được tái bản sau 30 năm không được chú ý. Tôi vẫn nhớ lúc bấy giờ ông đang sống bằng nghề "lái vịt" và đối với tôi ông là nhà văn bẻ bút đi chăn vịt. Bấy giờ là đầu những năm 60, Salinger đã bỏ đi đâu biệt tích... Chỉ mong anh đọc và thấy thú vị.

Tiểu thuyết "Call It Sleep" của Henry Roth xuất bản 1934, viết về kinh nghiệm một bé trai lớn lên trong một ghetto cộng đồng di dân Do Thái vào đầu thế kỷ 20 ở New York. Cuốn sách ế ẩm phải 30 năm sau mới bán hết. Nhưng khi sách tái bản 1964, đã trở thành một best seller với hơn một triệu ấn bản, được tuần báo Time 2005 sắp hạng là trong số 100 cuốn sách tiếng Anh hay nhất kể từ 1923 (ghi chú của người viết).

Đây là bức thư viết tay khá dài, phản ánh nỗi thao thức của TTT và ngưỡng tuổi cầm bút. Năm 1994, TTT mới 58 tuổi. Anh viết:

"Hồi trước khi biết phải ngoài 50 tuổi Stendhal mới viết nổi Le Rouge et Le Noir, tôi phục quá. Bây giờ thấy Henry Roth ngoài 70 mới viết trở lại, càng phục hơn, tuy nhiên cứ khoa học mà nói 50 tuổi thời Stendhal thì cũng bằng 70 tuổi thời này, anh có nghĩ vậy không?" Rồi TTT say sưa kể về cuốn sách mới của Roth: *"Trong quyển sách mới, xen giữa những đoạn kể là những mẩu 'độc thoại tự kiểm' của nhân vật - người kể, dưới hình thức 'cuộc đối thoại một chiều' giữa người viết và cái 'computer'... Vẫn bị ám ảnh bởi Call It Sleep hơn là chính tác phẩm mới - có lẽ bởi đề tài không khác."*

Sang Mỹ, TTT vẫn đọc thật nhiều và tích lũy, anh cũng tiếp tục *"lao động vinh quang"* nhưng là trong tự do và tự nguyện, anh đi học và đi làm trở lại. TTT viết tiếp: *"Cuối tháng này tôi sẽ bỏ chỗ làm xa về làm việc tại cái trường dạy nghề ở gần nhà, đỡ lo lái xe trong mùa đông và không khí trường ốc cũng hợp với tôi hơn. Nói để anh mừng cho tôi."*

St Paul 7-18-95

Anh Ngô Thế Vinh thân,
Lâu lắm không được tin anh. Gửi anh toàn bài trả lời phỏng vấn
năm 93... Thân,
Tâm

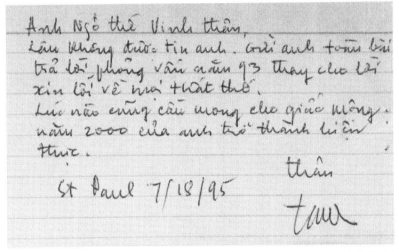

Thủ bút Thanh Tâm Tuyền gửi Ngô Thế Vinh *(tư liệu Ngô Thế Vinh)*

Như vậy là cách đây cũng đã 20 năm (ngày 18 tháng 7, 1995), TTT gửi cho tôi toàn bài phỏng vấn anh bằng tiếng Pháp. Thanh Tâm Tuyền giỏi ngoại ngữ tiếng Pháp và cả tiếng Anh. Rất sớm qua tiếng Pháp, anh đã tiếp cận rộng rãi với nền văn học thế giới nhưng có lẽ nguyên bản cuộc phỏng vấn này là bằng tiếng Việt do Lê Hữu Khóa, Université de Provence (Aix-en-Provence) thực hiện và dịch sang tiếng Pháp, sau đó bài được in trong tập La part d'exil: littérature vietnamienne / textes réunis et traduits par Le Huu Khoa; Publication de l'Université de Provence, 1995. (1)

Không có bản tiếng Việt gốc, qua Đinh Cường, tôi liên lạc được với tác giả bài phỏng vấn TTT, Lê Hữu Khóa nay đã chuyển sang dạy tại Université de Lille. Qua email ngày 14/3/2015, anh Khóa cho biết anh đang đi công vụ đại học, không có mặt ở Âu Châu; bài phỏng vấn tiếng Việt của Thanh Tâm Tuyền nằm trong thư viện của anh tại Nice, rất tiếc là anh không có mặt tại Nice.

Trong khi chờ có được bản tiếng Việt gốc trọn vẹn của TTT, do vẫn muốn có một bài viết đúng vào ngày giỗ chín năm của anh, sau đây là trích đoạn bản lược dịch buổi nói chuyện trao đổi ấy - nhưng lại đi theo một đường vòng: từ bản gốc tiếng Việt của TTT dịch sang tiếng Pháp, nay dịch lại từ tiếng Pháp sang tiếng Việt, tuy văn phong không phải của Thanh Tâm Tuyền nhưng hy vọng nội dung chuyển tải được những điều mà Thanh Tâm Tuyền thực sự muốn phát biểu, và có lẽ giúp người đọc hiểu tại sao và trong hoàn cảnh nào đã đưa tới sự chuyển đổi của TTT từ một nhà thơ tự do khai phá và cách tân của thập niên 1950-1960 nay cuối đời lại trở về với những thể thơ truyền thống. (1)

THƠ GIỮA CHIẾN TRANH VÀ TÙ ĐÀY

Trích phỏng vấn TTT của Lê Hữu Khóa

Thanh Tâm Tuyền một tên tuổi lớn trong văn học Việt Nam hiện đại, với hai đóng góp đặc sắc trong đời sống văn học kể từ sau 1945. Về thơ, Thanh Tâm Tuyền đã dứt bỏ với thể thơ truyền thống có vần điệu, và ông là đại diện cho phong trào thơ tự do. Hai tập thơ đầu tiên 'Tôi Không Còn Cô Độc' và 'Liên, Đêm và Mặt Trời Tìm Thấy' đã khai sinh ra một thế hệ "làm thơ / fait de la poésie" và "không còn làm những câu thơ theo vần / ne fait plus de vers".

Về văn xuôi, tác phẩm đầu tiên cuốn Bếp Lửa đã đánh dấu một đoạn tuyệt / point de non-retour so với kỹ thuật kể chuyện cổ điển. Ở Thanh Tâm Tuyền, sự cô động của ngôn từ góp phần vào sự tăng tốc nhịp điệu / accélération des rythmes và chủ động trong xúc cảm thẩm mỹ / maitrise du sens esthétique.

Là tác giả được biết tới nhưng lại ít được giới phê bình nghiên cứu một cách sâu rộng trong khoảng thời gian chiến tranh 1954-1975, và ngay cho tới bây giờ Thanh Tâm Tuyền là tác giả đáng ngại nhất / le plus redoutable cho giới phê bình văn học Việt Nam, do phong

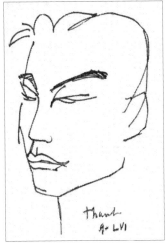

Thanh Tâm Tuyền 1993 by Đinh Cường *(tư liệu Đinh Cường)*

Thanh Tâm Tuyền, *ký họa của Duy Thanh 1956*

Tài liệu chuyên đề *La Part D'Exil* của Đại Học Provence (1995) trong đó có bài phỏng vấn TTT của Lê Hữu Khóa (1)

cách sáng tạo phức tạp / démarche créative complexe và cả lý thuyết văn học tổng hợp / théorie littéraire synthétique của ông. Tất cả trên một cái nền sáng tạo mới của nhạc tính thi ca / musicalité poétique.

Mẫu bìa tập thơ *Tôi Không Còn Cô Độc*, Nxb Người Việt, Sài Gòn 1956.

Thanh Tâm Tuyền trong số các nhà văn hiểu rõ sự tàn phá đất nước Việt Nam do chiến tranh, ông cũng nếm trải sự đàn áp của độc tài toàn trị hiện tại. *Thanh Tâm Tuyền đã sống nhiều năm trong tù đày, qua các trại cải tạo dưới sự áp bức của chế độ mới giữa khoảng từ 1975 tới 1990* (Thanh Tâm Tuyền ở tù 7 năm, ra tù 1982; ghi chú của người viết).

Kinh nghiệm văn chương trong chiến tranh 1954-1975

Ngoại trừ thơ, tôi (Thanh Tâm Tuyền), đã có hai thời kỳ ghi dấu bởi hai tác phẩm văn xuôi. Cuốn thứ nhất là Bếp Lửa (1954) mô tả khung cảnh Hà Nội trước 1954, với những người ra đi cũng như những người ở lại, cả hai đều bị giằng co bởi những chọn lựa miễn cưỡng, sự chia ly hay cái chết. Tức thời đã gây phản ứng chỉ trích của mấy nhà văn cách mạng. Trong bài nhận định của tạp chí Văn Nghệ (Hà Nội), một cây bút phê bình đã chất vấn tôi: "Trong lúc nhân dân miền Bắc đang tung toàn lực để xây dựng chủ nghĩa xã hội, thì nhân vật trong Bếp Lửa đang ở đâu?" Tôi đã trả lời: "Hắn đi về hướng hủy hoại của lịch sử", mỗi nhà văn là một kẻ sống sót.

Cuốn sách thứ hai, Ung Thư (1970) có thể coi như một tiếp nối của Bếp Lửa. Ung Thư là một hiện hữu mà chúng ta chấp nhận giữa định mệnh phù du và sự lạnh lùng của cái chết. Cuốn sách ấy chưa hề được xuất bản. (tiểu thuyết Ung Thư đăng từng kỳ trên báo Văn từ 1964, là một tác phẩm quan trọng thứ hai của TTT sau Bếp Lửa, ghi chú của người viết).

Kinh nghiệm văn chương trong tù cải tạo 1975-1982

Đối mặt với cảnh rối loạn và tình trạng hỗn mang khoảng thời gian sau 1975, tôi nghĩ rằng tôi đã sống hết cuộc đời mình, thời gian còn lại là phần thặng dư, tôi không còn bận tâm nghĩ tới nữa. Mất ảo tưởng toàn diện / désillusion totale. Năm 1975, chế độ mới bắt tôi vào trại tù cải tạo cùng các bạn "đồng hội đồng thuyền", chúng tôi rời đồng bằng đi về các miền núi với bình tĩnh và vô cảm, không tuyệt vọng và cũng không hy vọng.

Tôi đã nghĩ tới "biến mất/ disparaître" không hy vọng trở về, như thứ cặn bã bị cuốn đi bởi cơn lụt của lịch sử / l'inondation de l'histoire. Nhưng tôi đã lầm. Họ đưa chúng tôi ra Bắc, tới những cánh rừng già cô lập với thế giới bên ngoài, bỏ mặc tôi với thiên nhiên, tự do với "mục tiêu đi đốn gỗ mỗi ngày", tôi đã tập leo và trượt núi chờ cơ hội đào thoát. Nhưng rồi mỗi ngày tôi chỉ tìm thấy con đường trở về trại.

Tại sao tôi gọi đó là trở về? Có phải "chẳng còn hy vọng", hay là sự vỡ mộng của con người bị ruồng bỏ, của con người tuyệt vọng? Vào lúc này, tôi thực sự sống trong hy vọng không hiện hữu / l'inexistence, trong một vùng bất khả xâm nhập, một tình trạng không còn liên hệ / non-relation. Điều ấy không rõ ràng với tôi. Rồi tôi được thuyết phục rằng tôi đã được hồi sinh / ressuscité, có nghĩa là thi ca đã trở lại, tôi hạnh phúc sung sướng. Tôi cũng đã bẽn lẽn như hồi còn trẻ, với những bài thơ đầu tiên, tôi giấu các bạn trong trại, tôi không dám đưa ra.

Khi anh sống vô cảm ngày qua ngày, không nghĩ gì tới tương lai, không hoài niệm quá khứ, không ưu tư với hiện tại, anh còn lại gì? Vẫn còn cái gì đã hiện hữu trong anh, và điều ấy vẫn hiện hữu cho dù anh muốn hay không.

Để qua đi những ngày ảm đạm, với mưa, với hè nóng cháy, với sương giá, với bão tố, với những mùa thay đổi, tôi tìm niềm vui trong những thứ ấy, trong tôi, thứ duy nhất mà tôi mang theo, luôn luôn ở trong tôi.

Trong tôi còn lại gì? Gia đình, bạn hữu. Những bài thơ, đã đọc và nhập tâm / intériorisés, dĩ nhiên. Một khoảnh khắc tới, ký ức chuyển vận mau chóng, đọc những bài thơ cho riêng tôi. Nơi ấy anh có thể gặp những ánh sáng kỳ lạ. Thời gian của những tàn lụi / le temps des ruines tăng sức cho thi ca.

Đằm mình trong thời gian "phi lịch sử / sans histoire" hay đúng hơn không lịch sử từ bên ngoài / sans l' histoire de l'extérieur, người ta khám phá ra rằng những ngày, những tháng trong cuộc sống không định hướng, không mục đích, trần trụi. Tuyệt đối trần trụi. Không hiện hữu của đời sống / inexistence de la vie đem tới sự thanh thản nội tâm / paix intérieure. Trạng thái thơ thanh bình này / état poétique paisible ngự trị trên một vũ trụ tĩnh lặng.

Từ đó mỗi bài thơ là một thời gian đóng kín / temps clos, tách rời khỏi vận động của cuộc sống. Thời gian của lo âu bỗng trở thành thời gian cô đọng / temps condensé, không có sự khác biệt nào giữa (thời gian) ngưng đọng và trôi qua.

Làm thơ trong trại tù cải tạo, cũng là trở về với thi ca truyền thống dân gian / la poésie de tradition populaire. Chế độ làm việc trong trại là một ngày căng thẳng tám tiếng, không có cuối tuần; mỗi tù nhân có một vũ trụ riêng: một manh chiếu, năm sáu chục tù nhân trên dưới hai tầng giường, khoảng hơn trăm người trong một lán dưới một mái che. Viết là một xa xỉ: một chỗ ngồi, thời gian viết. Với nhịp độ áp đặt trên đám tù nhân trong rét lạnh, đói... ai còn dám nghĩ tới sáng tạo? Ngay cả một thiên tài, một năng lực siêu nhiên cũng không thể vượt qua được những "ức chế" như vậy.

Tuy nhiên, trong tiếng Việt, người ta nói "làm thơ" chứ không ai nói "viết thơ". Như vậy, người ta có thể làm thơ khắp nơi, trong bất cứ vị trí nào: khi đang đi, đứng, nằm, ngồi, khi tỉnh thức... Thi ca tới với bạn không hẹn trước, không định ngày, định giờ. Người ta không thể tìm vì không biết nó ở đâu. Chỉ còn là một công việc đơn giản: đón nhận và trao đổi với nó. Thơ đòi hỏi ở bạn một điều duy nhất: giữ cho được tiếng nói thuần khiết / parole pure và sau đó tiếng nói ấy sẽ quyết định đời sống của chính nó.

Thơ thường kín đáo, đôi khi nó đi vào bằng cửa chính, đôi khi bằng con đường nhỏ, bạn lắng nghe và chú ý. Thơ chuộng sự ẩn mặt / se masquer, che giấu / se voiler, do đó nếu trí nhớ bạn không tỉnh thức, bạn sẽ không thể nhận diện nó.

Trong lúc bạn "lao động vì mục tiêu cách mạng", thơ tới với bạn. Bất ngờ, giữa cánh đồng, giữa rừng rậm... Thơ tới, thơ bắt bạn dừng lại. Bạn bắt đầu thấy bầu trời và rồi quên đi những cử động máy móc. Thơ sớm đưa bạn tới một trạng thái nội tâm thanh tịnh. Sự tự-hiện-sinh / auto existence ấy đem tới niềm vui. Bởi vì khi thi ca buông anh ra, anh trở lại cuộc sống mà anh đã dám chối bỏ. Anh thấy cuộc sống này tự chuyển đổi thành tiết điệu của các câu thơ. Chỉ làm việc với đôi cánh tay, trong khi đôi tai đuổi theo những tiết điệu, nhạc tính của bài thơ. Sự hòa điệu này đem lại cân bằng cần thiết giữa giới hạn lao động trong những động tác và ký ức đang tích lũy / stocké.

Nhưng thực tế làm thơ trong trại cải tạo, sự khó khăn vẫn có đó. Vì không thể nào viết sửa / rédiger những bài thơ, như trạng thái hạn chế cuối cùng của sáng tạo: niềm vui cao giọng đọc thơ và chia sẻ với bằng hữu xung quanh. Thơ phải được đọc và nghe / la poésie doit être lue et écoutée, đó là số phận cuối cùng của thơ. Số phận của tiếng nói nhưng cũng là số phận ký ức của nhiều người.

Sau khi được trả tự do, trên đường trở về, việc đầu tiên mà tôi đã làm là tự thu mình và viết xuống những bài thơ trong trí nhớ của suốt thời gian bị giam cầm. Tôi là người sống sót, nhưng tôi không còn muốn là một nhà văn, như tôi đã từng luôn luôn ao ước bấy lâu; tôi đã ghi trong ký ức tù cải tạo: "Tới lúc tôi phải viết như không có gì đã xảy ra / comme si rien ne s'était passé, như không có gì biến đổi / comme si rien n'était modifié."

Và bây giờ tôi tự nhủ: "Đến lúc nào tôi sẽ có thể có được điều như vậy? Để có thể viết trở lại / pour réécrire."

Hết phần trích dẫn Thanh Tâm Tuyền, *La poésie entre la guerre et le camp, Propos recueillis et traduit par Lê Hữu Khóa.*

ĐỌC THƠ THANH TÂM TUYỀN 1956-1990

Phục Sinh (1956) là bài thơ tự do nổi tiếng của Thanh Tâm Tuyền trong thời kỳ đầu của Sáng Tạo:

PHỤC SINH

tôi buồn khóc như buồn nôn
ngoài phố
nắng thủy tinh
tôi gọi tên tôi cho đỡ nhớ
thanh tâm tuyền
buổi chiều sao vỡ vào chuông giáo đường
tôi xin một chỗ quỳ thầm kín
cho đứa nhỏ linh hồn
sợ chó dữ
con chó đói không màu
tôi buồn chết như buồn ngủ
dù tôi đang đứng bên bờ sông
nước đen sâu thao thức
tôi hét tên tôi cho nguôi giận
thanh tâm tuyền
đêm ngã xuống khoảng thì thầm tội lỗi
em bé quàng khăn đỏ ơi
này một con chó sói
thứ chó sói lang thang
tôi thèm giết tôi
loài sát nhân muôn đời
tôi gào tên tôi thảm thiết
thanh tâm tuyền
bóp cổ tôi chết gục
để tôi được phục sinh

từng chuỗi cuộc đời tiếp nối
nhân loại không tha thứ tội giết người
bọn đao phủ quỳ gối
giờ phục sinh
tiếng kêu là kinh cầu
những thế kỷ chờ đợi
tôi thèm sống như thèm chết
giữa hơi thở giao thoa
ngực cháy lửa
tôi gọi khẽ
em
hãy mở cửa trái tim
tâm hồn anh vừa sống lại thành trẻ thơ
trong sạch như một lần sự thật.

TTT 1956

Bài thơ 7 chữ *Ngã Trên Núi Việt Hồng* (1979), TTT làm trong tù 23 năm sau:

NGÃ TRÊN NÚI VIỆT HỒNG
Ở YÊN BÁY KHI ĐI VÁC NỨA

Tuột dốc té nhào trên hẻm núi
Chết điếng toàn thân trong giây lâu
Mưa rơi đều hạt mưa phơi phới
Ngày đang tàn hiu quạnh rừng sâu
Duỗi xoải chân tay gối trên nứa
Ngó trời nhá nhem nghe mưa mau
Tưởng chừng thi thể ai thối rữa
Hồn viển vông chẳng chút oán sầu
Mưa giăng tấm lưới trắng dầy khít
Làng xóm dưới núi ở phương nào?
Gió lạnh tái tê bó liệm chặt
Lả thiếp người quên bẵng xước đau
Đầm mình trong hạnh của ẩn mật
Mắt hoen nhòa hứng giọt thiên thâu

Dò dẫm lối về đêm tối mịt
Sông xa núi thẳm quê nhà đâu?

Yên Báy, 1979

Năm 1986, đã ra khỏi những trại tù Việt Bắc, nhưng vẫn còn phải sống trong một nhà tù lớn Việt Nam, Thanh Tâm Tuyền đã làm bài thơ Khóc Muộn Tuyết Ngưu Vũ Khắc Khoan. (Vũ Khắc Khoan mất 12 tháng 9, 1986)

In memoriam:

KHÓC MUỘN TUYẾT NGƯU VŨ KHẮC KHOAN

Cõi tối biếc, quãng đồng trắng xóa
Rừng phong bát ngát tuyết mưa khỏa
Bông lạnh tả tơi rối đêm ngày
Cầm chân Tuyết Ngưu đắp rét say
Trợn mắt dòm bão trận sinh tử
Bủa muôn trùng ánh thép hoa bay
Khốn kiếp cổ đại thời băng lũ
Tuyệt bóng dị thú hoang địa bày

TTT 1986

Thanh Tâm Tuyền rất thân với Vũ Khắc Khoan, và hai người có điểm giống nhau ở cách viết rất khó khăn theo cái nghĩa cách viết cô đọng với chữ nghĩa sâu và hàm súc.

TUYẾT ĐIỂU TTT VÀ GIẤC MỘNG LỚN

Năm 1982, khi mới ra tù, không sao quên được hình ảnh một TTT tiều tụy, trông anh già đi, da sậm đen sắc diện của một người bị bệnh sốt rét kinh niên. Khó có thể tưởng tượng với vóc dáng mảnh mai ấy anh sống sót qua suốt bảy năm tù đày ngày nào cũng đói lạnh nơi những vùng sơn lam chướng khí ấy ở các trại giam miền Bắc. Bảy năm đốn tre trẩy gỗ trên ngàn, bị tre nứa đâm xuyên đùi không giải phẫu thuốc men nhưng anh vẫn sống sót, trong tù chống rét anh tập hút thuốc lào, không giấy bút anh vẫn làm thơ qua trí nhớ. (5)

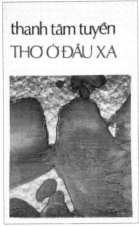  

Mẫu bìa Thơ *Ở Đâu Xa,* bìa trước Duy Thanh, bìa sau Ngọc Dũng. Trầm Phục Khắc xuất bản, Hoa Kỳ 1990.

Cũng để thấy rằng, những năm sau 1975, TTT đã sống với *"giờ thứ 25/ la vingt-cinquième heure"* (tên tác phẩm của C.V. Gheorghiu) của đất nước; chất liệu ấy đủ cho TTT viết một *Gulag Archipelago* (tên tác phẩm của A.I. Solzhenitsyn) Việt Nam. Nhưng anh dứt khoát không có một chọn lựa như vậy. TTT muốn đoạn tuyệt, muốn xóa tất cả khoảng thời gian ấy ra khỏi ký ức. Năm 1982, sau ngày ra tù, ngay từ Sài Gòn, TTT viết:

PRÉLUDE CHO NHỮNG CHUYẾN ĐI, VỀ

Hắn rũ bỏ ký ức, và đi
Trong bóng tối ruỗng im quái gở
Lúc dứt lặng trận chiến man rợ
Hắn rũ bỏ ký ức, và đi
Trong rừng sâu thẳm cây trút lá
Ngọn gió mông muội thổi tràn trề
Bấy giờ hồi trần trọc lịch sử
Lịm từng cơn ảm đạm ê chề
Sớm hay khuya không biết đâu nữa

Thời khắc tự hủy hoại vắng tanh
Giòng nước suối chảy không tiếng vang
Giữa bờ bến đắm chìm lấp lú
Những cơn trốt quặn thắt huyền bí
Xoay quanh sự thế vui trầm ngâm
Hắn đưa chân theo bước khôn cầm
Trên lối u mê mờ hoặc
Mọi nỗi niềm đều giấu mặt
Mọi sự thực đều lang thang
Hắn đi như thế, không thể khác.

TTT 1982

Năm 1986, bốn năm sau ra tù, TTT trong một bài thơ khác, vẫn là một phủ nhận quyết liệt, một chối từ quá khứ với điệp khúc *"rũ bỏ ký ức"* ấy:

VÀI KHÚC DẠO TẶNG TRI ÂM

1.
Rũ bỏ ký ức - ký ức người
mông muội đắm mình
không thể khác
Ngậm tanh tiếng sơ sinh
khốn kiếp
lạnh bất trắc.
Nuốt trộng điếm nhục
Thế giới xa xăm vừa tận số
không trung vô hạn sóng điêu linh
Mây lửa ứa nghẹn thất thanh.
Và đi. Làm kẻ phản phúc
bị lăng mạ
đoạn tuyệt mọi thề thốt gắn bó
Đứt hết ràng buộc

Chốn ở nào đâu
Chốn đến không
Có thể nào khác
Biệt trí nhớ khuất ngoài tích sử.
2.
Trời một bãi đầm lầy man rợ
Đêm vẫn đêm cố cựu bao quanh
Tịch mịch trong ngoài
Câm nín mai một
Nghe như rừng thẳm cây trút lá
Mùa gió bạo ngược lộng tràn trề
Cắt chuỗi khoảnh khắc mạch vỡ lở
Cấn thai hàm hỗn mộng trụy băng
Thổ huyết dữ bần bần đen đúa
3.
Si cette nuit est une nuit de destin
Bénédiction sur
elle jusqu'à l'apparition de l'aurore
Chantent les chameliers tartares
dans la nuit du désert.
4.
Như chim chao liệng chưa hừng đông
trên hoang phế cuối đêm thảm họa
buột tiếng kêu vô vọng thinh không
Như con nước cuồng lưu mùa lũ
Trắng xóa bão giông mù mịt nguồn
Trôi giạt bến bờ đất khốn đọa

TTT 1988

(Khúc 3: đọc trong Le Temps du Mépris của A. Malraux)

Năm 1993, cũng vẫn là một TTT nhất quán dứt khoát "rũ bỏ ký ức" khi đã trả lời cuộc phỏng vấn của Lê Hữu Khóa: *"Tới lúc tôi phải viết như không có gì đã xảy ra, như không có gì biến đổi"* (1)

Chọn lựa của Thanh Tâm Tuyền, *"Rũ bỏ ký ức - ký ức người"* khiến không thể không liên tưởng tới ECT / Electroconvulsive Therapy, một phương pháp điều trị trong y khoa, đưa dòng điện qua sọ não, tạo một thay đổi hóa chất não bộ/ brain chemistry để xóa bỏ ký ức người bệnh trong một số trường hợp bệnh lý, thường là trầm cảm khi điều trị thuốc men không còn hiệu quả, đó là một quá trình đau đớn phải thực hiện trong gây mê. Rất biểu tượng, một TTT trầm cảm và khắc kỷ đã tự chọn cho mình một chặng đường xóa bỏ ký ức đau đớn đó và không có gây mê.

Những người bạn gần và hiểu TTT đều nghĩ rằng thái độ sống ẩn dật, từ chối những tiếp xúc và khép kín của anh có lý do của một TTT đang tự lột xác, lặng lẽ tích lũy, TTT vẫn đọc rất nhiều và không ngừng đi tìm cái mới, với *"giấc mộng lớn"* để rồi khi tái xuất hiện là một TTT hóa thân, đó sẽ là một TTT khác, một TTT phục sinh để anh có thể viết trở lại / *réécrire*. Nhưng rồi, như một định mệnh, TTT đã không còn thời gian.

Hai mươi năm sau ngày mất Vũ Khắc Khoan (1986), tám năm sau ngày mất của Mai Thảo (1998), Thanh Tâm Tuyền *Tôi Không*

Hình chụp 1993, các bạn đón Thanh Tâm Tuyền mới tới Mỹ, tại phi trường Minneapolis - Saint Paul, Minnesota. Từ trái: Cung Tiến, Thanh Tâm Tuyền, Tô Thùy Yên, Cung Trầm Tưởng *(tư liệu gia đình Thanh Tâm Tuyền)*

Anh Chị Thanh Tâm Tuyền - Cao Thị Mai Hoa trong chuyến viếng thăm Washington D.C., phía sau là Washington Monument *(tư liệu gia đình Thanh Tâm Tuyền)*

Còn Cô Độc đã ra đi lúc 11 giờ 30 ngày 22 tháng 3 năm 2006 tại thành phố Saint Paul, Minnesota, Hoa Kỳ. Minnesota cũng là nơi định cư từ 1975 của Vũ Khắc Khoan *Thần Tháp Rùa*. Khiêng linh cữu đưa Tuyết Điểu Thanh Tâm Tuyền tới huyệt mộ là những bằng hữu trong đó có Tô Thùy Yên, Cung Trầm Tưởng, Nguyễn Cao Đàm, Cung Tiến.

"Mùa đông chiếc lá héo chết khô nay đã lìa cành, cũng là lúc mùa Xuân tới với Thanh Tâm Tuyền, nhưng là ở một thế giới khác."

Bài viết này như một tưởng niệm nhân ngày giỗ chín năm gửi tới anh TTT và gia đình. Rồi bỗng cũng không thể chạnh nghĩ, từ quan điểm y khoa, liệu có bao nhiêu phần liên hệ của bảy năm ròng rã hút thuốc lào chống rét chống đói trong tù của TTT và căn bệnh ung thư phổi như nguyên nhân cái chết của anh khi mới vừa bước vào tuổi 70.

California, 22.03.2015

NGUYỄN-XUÂN HOÀNG
TRÊN CON DỐC TỬ SINH
VÀ MÙA THU NHẬT BẢN

Nguyễn-Xuân Hoàng
(*photo by Trần Cao Lĩnh*)

Nếu bảo qua tuổi 70 xưa nay là hiếm, thì Nguyễn-Xuân Hoàng sinh năm 1937 cũng đã bước qua tuổi 77, nhưng đó là ý niệm tuổi tác của thế kỷ trước. Sang đến thế kỷ 21, với tiến bộ của y khoa, qua tuổi 80 nay cũng không còn là hiếm.

Quen được Nguyễn-Xuân Hoàng trong hoàn cảnh nào thì tôi không nhớ, nhưng đó là một tình bạn khá lâu năm. Khoảng giữa thập

Từ phải: Nguyễn-Xuân Hoàng và Trịnh Công Sơn 1970
(tư liệu của Đinh Cường)

niên 1960-1970 Nguyễn-Xuân Hoàng đã cùng với Huỳnh Phan Anh, Nguyễn Đình Toàn, Đặng Phùng Quân, Nguyễn Nhật Duật và Nguyễn Quốc Trụ chủ trương nhà xuất bản Đêm Trắng. Họ đều ở lứa tuổi trên dưới 30, sức sáng tác đang sung mãn với phong cách riêng mỗi người, được coi như là nhóm *"Tiểu Thuyết Mới"*, với quán La Pagode như một điểm hẹn sinh hoạt. Và tên tuổi mỗi người trong nhóm, sau này đều trở thành nhân dáng những nhân vật tiểu thuyết của Nguyễn-Xuân Hoàng.

Giữa những năm giông bão của cuộc chiến tranh lúc đó, thỉnh thoảng tôi được đọc và cả quen biết họ trong những giai đoạn và các hoàn cảnh khác nhau, do rất khác về môi trường sinh hoạt và tôi cũng ít có thời gian ở Sài Gòn. Ra tới hải ngoại, hai người trong nhóm Đêm Trắng mà tôi còn giữ được mối liên lạc là Nguyễn-Xuân Hoàng và Nguyễn Đình Toàn.

Mấy dòng viết vội và muộn màng này chỉ là những hồi tưởng đứt đoạn để gửi tới một người bạn là Nguyễn-Xuân Hoàng. Xong bậc trung học 1959, khởi đầu Hoàng có ý định học Y khoa, là sinh viên PCB (Physics, Chemistry, Biology) Đại học Khoa học Sài Gòn một năm, thấy ngành học không thích hợp, Hoàng chuyển sang học ban Triết, Đại học Đà Lạt, sau Hoàng Ngọc Biên một khóa. Tốt nghiệp 1962, là giáo sư Triết trung học Ngô Quyền ở Biên Hòa một niên khóa và rồi được thuyên chuyển về trường Pétrus Ký Sài Gòn cho tới 1975. Nhưng Nguyễn-Xuân Hoàng lại được biết tới nhiều hơn như một nhà văn một nhà báo tên tuổi từ những năm 1970. Hoàng là tổng thư ký tạp chí Văn Sài Gòn từ 1972, tiếp nối Trần Phong Giao, cùng với những tác phẩm đã xuất bản gồm tuyển tập truyện ngắn: *Mù Sương, Sinh Nhật*; tùy bút: *Bất Cứ Lúc Nào Bất Cứ ở Đâu*; tạp ghi: *Ý Nghĩ Trên Cỏ*; và hai truyện dài: *Khu Rừng Hực Lửa, Kẻ Tà Đạo...*

Năm 1971, khi ấy Nguyễn-Xuân Hoàng vẫn ở Sài Gòn làm báo và dạy học, tôi thì theo đơn vị hành quân trên Tây nguyên; nhưng cả hai cùng trải qua một kinh nghiệm tưởng cũng nên ghi lại. Do truyện ngắn *Mặt Trận Ở Sài Gòn* đăng trên tạp chí Trình Bầy của Thế Nguyên tôi nhận được trát ra hầu tòa với tội danh *"dùng báo chí phổ biến luận điệu phương hại trật tự công cộng và làm suy giảm kỷ luật tinh thần chiến đấu của quân đội"*, mà chính tôi đang là một thành phần trong đó. Khi về Sài Gòn để ra tòa, tôi được biết Hoàng cũng nhận được trát hầu tòa vì truyện ngắn *Cha Và Anh* trên tờ báo Vấn Đề của nhà văn Vũ Khắc Khoan, trong đó Hoàng có nhắc tới bài hát *Bà Mẹ Gio Linh* của Phạm Duy. Để rồi tất cả chỉ như một trận bão trong tách trà và *"đời sống thì không ngừng chảy"* - nói theo ngôn từ Nguyễn-Xuân Hoàng.

Nguyễn-Xuân Hoàng và Võ Phiến nơi căn nhà trên Los Angeles, cũng là thời gian Hoàng đang là Tổng thư ký tạp chí Thế Kỷ 21 *(tư liệu của Viễn Phố)*

Tới thăm Võ Phiến, tháng 10.1998, từ trái: Tạ Chí Đại Trường,
Nguyễn-Xuân Hoàng, Võ Phiến, Nguyễn Huy Thiệp từ Việt Nam,
Peter Zinoman từ Berkeley *(tư liệu Viễn Phố)*

Sau 1975, bị kẹt lại và như mọi người, Hoàng cũng trải qua
những năm tháng thăng trầm theo vận nước, nhưng rồi cuối cùng
10 năm sau, Hoàng và gia đình cũng tới được đất nước Mỹ (1985).
Không còn là nhà giáo, Hoàng sinh hoạt toàn thời gian trong lãnh vực
báo chí và văn học: tổng thư ký nhật báo Người Việt California (1986-
1997) và tạp chí Thế Kỷ 21 (1989-1994), trong ban chủ biên tạp chí
Văn Học cùng với nhà văn Nguyễn Mộng Giác, sau đó kiêm thêm chủ
bút tạp chí Văn chuyển tay từ nhà văn Mai Thảo (1996). Tưởng cũng
nên nói thêm tờ báo Văn này đã khiến vợ chồng Nguyễn-Xuân Hoàng
mang món nợ không nhỏ với nhà in báo Văn, mà mãi lâu mới trang
trải hết. Tác phẩm Nguyễn-Xuân Hoàng do anh Từ Mẫn Võ Thắng
Tiết, giám đốc nhà Văn Nghệ xuất bản ở hải ngoại gồm các tập truyện
và tùy bút: *Căn Nhà Ngói Đỏ*, và hai truyện dài trong bộ trường thiên
ba tập (trilogy): *Người Đi Trên Mây, Bụi Và Rác, và Lửa* là tập thứ ba
chưa xuất bản…

Năm 1996, di chuyển theo công việc mới, San Jose thung lũng
hoa vàng là chặng định cư cuối cùng của hai vợ chồng Hoàng. Nguyễn-
Xuân Hoàng vẫn sinh hoạt báo chí toàn thời gian, ban đầu với chức
vụ tổng thư ký tuần báo Việt Mercury thuộc San Jose Mercury News
và sau đó là chủ bút tờ tuần báo Việt Tribune như một *family show*

Sinh hoạt văn học tại Little Saigon, từ phải: Nguyễn-Xuân Hoàng,
Thảo Trường, Trần Dạ Từ, Nguyễn Mộng Giác *(tư liệu Viễn Phố)*

của hai vợ chồng Nguyễn-Xuân Hoàng – Trương Gia Vy cho tới nay.
Quen biết thân thiết với vợ chồng Peter Zinoman - Nguyệt Cầm, dịch
giả *Số Đỏ / Dumb Luck* của Vũ Trọng Phụng; Hoàng được mời làm
lecturer thỉnh giảng cho môn Văn học Việt Nam đương đại tại UC
Berkeley.

Nguyễn-Xuân Hoàng rất quảng giao, mặc dù anh luôn than là
ít bạn. Cũng vì vậy mà các bạn thân đặt tên cho anh là Nguyễn Đông
Hoàng. Và khi biết bạn mình ngã bệnh, đã có rất nhiều học trò cũ và
bằng hữu đến thăm và cả viết về Nguyễn-Xuân Hoàng, một số bài đã
được Phùng Nguyễn cho phổ biến trên Da Màu trong nhiều tuần lễ, số
trang viết ấy đủ cho chiều dày của một cuốn sách.

Từ ngày Trịnh Y Thư báo tin cho biết căn bệnh của Nguyễn-
Xuân Hoàng, vậy mà cũng đã gần 12 tháng. Các tin tức về sức khỏe
và bệnh tình của Hoàng tôi được biết hoặc trực tiếp từ Nguyễn-Xuân
Hoàng hoặc qua hai người bạn Phùng Nguyễn và Trịnh Y Thư.

Trước đó, cũng khoảng 3 năm, Nguyễn-Xuân Hoàng thường kêu
đau lưng, đối với người bệnh ở lứa tuổi ngoài 70 như Hoàng thì một
chẩn đoán thông thường của bác sĩ gia đình là đau lưng do "thoái hóa
cột sống". Tới một giai đoạn đau nhiều hơn, bác sĩ cho chụp lại hình

Nguyễn-Xuân Hoàng và những người bạn trẻ San Jose, từ trái: Hoàng Ngọc Nguyên, Bùi Văn Phú, Nguyễn-Xuân Hoàng, Hồ Quốc Đăng *(tư liệu Trương Gia Vy)*

quang tuyến cột sống, cũng vẫn với chẩn đoán như trên. Nhưng vì lần này bác sĩ quang tuyến thấy có những đốm trắng như miểng kim loại quanh cột sống nên đã hỏi là Hoàng có bị thương do miểng đạn ngoài chiến trận khi còn ở Việt Nam hay không, Hoàng xác nhận là không.

Tới một giai đoạn mà các thuốc chống viêm giảm đau kể cả *opiates* cũng không còn mấy hiệu quả thì Hoàng được gửi vào một bệnh viện, để qua một loạt các thử nghiệm và cuối cùng với chẩn đoán là Hoàng bị một căn bệnh khá hiếm: *sarcoma* ở sống lưng; *sarcoma* là loại bướu ung thư mô liên kết / *connective tissue* như xương, sụn, mô mỡ, bắp thịt, mạch máu…

Có lẽ đây là một chẩn đoán "không sớm" nếu không muốn nói là khá trễ, và cũng từ đây Hoàng được chuyển sang một bệnh viện chuyên khoa Ung Bướu / Oncology thuộc Đại học Stanford. Không được tiếp cận với hồ sơ bệnh lý của Hoàng, nhưng được biết Hoàng cũng đã trải qua các giai đoạn trị liệu như hóa trị / *chemotherapy*, xạ trị / *radiation therapy* và hình như Hoàng không còn ở giai đoạn sớm để được điều trị phẫu thuật / *surgery*. Nguyễn-Xuân Hoàng rất can đảm đi hết "đoạn đường chiến binh" đã đi tới bước cuối cùng của các

Nguyễn-Xuân Hoàng và Ngô Thế Vinh tại tòa soạn Việt Tribune 2008 *(photo by Trương Gia Vy)*

phương thức điều trị, dĩ nhiên với không ít những chịu đựng do các tác dụng phụ / side-effects.

Trong suốt thời gian ngã bệnh, và cả mới đây thôi, trong giai đoạn 6 tuần được chuyển sang khu phục hồi của bệnh viện, Nguyễn-Xuân Hoàng vẫn không ngừng làm việc với *laptop và cell phone.* Hoàng không chỉ lo cho tờ báo Việt Tribune vẫn ra hàng tuần, báo chí đã như một cái nghiệp và cũng là nguồn sinh kế của gia đình. Cũng trong giai đoạn này, Nguyễn-Xuân Hoàng còn phối hợp với Đinh Quang Anh Thái báo Người Việt trong việc hiệu đính và layout hai cuốn sách: *Người Đi Trên Mây* (đã đăng hết từng kỳ trên nhật báo Người Việt), *Bụi Và Rác* (đang đăng tới kỳ thứ 100 cũng trên Người Việt). Cũng từ trong bệnh viện, chính Hoàng là người quyết định chọn bài viết của Nguyên Sa và Phạm Công Thiện, cho phần trích dẫn bìa lưng của hai cuốn sách.

Khi tìm hình tác giả Nguyễn-Xuân Hoàng cho bìa lưng, Hoàng đã chọn tấm hình đang cầm điếu thuốc hút, có lẽ nơi một góc phố nào đó trên *"con đường báo chí"* Phạm Ngũ Lão khoảng năm 1980, và cũng do "méo mó nghề nghiệp" tôi bảo đùa đó là một chọn lựa

Mẫu bìa hai cuốn sách sau cùng của Nguyễn-Xuân Hoàng *do Người Việt tái bản, Uyên Nguyên trình bày*

không đúng / *politically incorrect*, tạo gương xấu cho đám trẻ sẽ bắt chước hút thuốc để được trở thành nhà văn nổi tiếng như Nguyễn-Xuân Hoàng.

Hoàng thì không xem đó là câu nói đùa nên đã trả lời rất nghiêm túc rằng đó là bức hình thời còn trẻ mà Hoàng rất thích, và thời tuổi trẻ ấy ai mà không hút thuốc, và nó cũng rất phù hợp với bối cảnh của cuốn sách. Mặc dầu được Hoàng eMail *"mình giao phó hết cho Ngô Thế Vinh quyết định thay Nguyễn-Xuân Hoàng"* nhưng thực ra mọi sự đều làm theo ý Nguyễn-Xuân Hoàng.

Tôi nhắc nhở Đinh Quang Anh Thái là anh Nguyễn-Xuân Hoàng còn nguyên sự minh mẫn nên mọi chuyện liên quan tới hai cuốn sách nên hỏi thẳng anh Hoàng. Không làm thay những gì người bệnh vẫn còn làm được, đây là cũng là nguyên tắc tôi học được trong ngành y khoa phục hồi; và phương cách điều trị *occupational therapy* hay nhất là làm cho Hoàng luôn luôn bận rộn. Và cả trên giường bệnh Nguyễn-Xuân Hoàng cũng đã vui với sự bận rộn ấy.

Hoàng còn cho biết là sau khi đăng hết *Bụi Và Rác*, Hoàng sẽ viết tiếp bộ trường thiên Trilogy, Tome III sẽ có một tên sách rất ngắn gọn một chữ là *"Lửa"* cảm xúc từ những cơn bão lửa cháy rừng của tiểu bang California và rồi cũng sẽ cho đăng tiếp từng kỳ trên nhật báo Người Việt.

Riêng tôi và các bạn của Hoàng không giấu được niềm vui khi

biết bạn mình, giữa những cơn đau hành hạ của bạo bệnh mà vẫn cứ nuôi dưỡng những dự định cùng hướng về tương lai.

Trong suốt gần một năm trời, Nguyễn-Xuân Hoàng ra vào bệnh viện Stanford gần như thường xuyên, khi dài ngày khi ngắn hạn. Niềm đau ung thư là nỗi thống khổ ròng rã nhất của người bệnh Nguyễn-Xuân Hoàng.

-- Sáng ngày 1 tháng 6, 2014 Nguyễn-Xuân Hoàng từ nhà phone cho tôi, nói một vài câu rất ngắn và rất yếu: *"Vinh ơi, mình đau quá và chỉ muốn chết"*. Lúc đó, bỗng thoáng hiện trong đầu óc tôi một thuật ngữ y khoa *euthanasia / painless death* với Jack Kevorkian, phương pháp giúp người bệnh nan y quá đau đớn được chết êm thắm. Kevorkian được báo chí mệnh danh là Doctor Death thì đã bị kết án tội sát nhân bậc hai / *second degree murder*, phải ngồi tù 8 năm trước khi được tại ngoại. *Physician-assisted suicide* cho đến nay vẫn bị coi là phạm pháp. Chọn lựa một cách chết ra sao là do quan niệm và niềm tin của mỗi người. Và rồi tôi cũng chỉ có thể khuyên Hoàng là nên vào lại Stanford để được chăm sóc điều trị giảm đau. Cùng ngày, chiều hôm đó chị Trương Gia Vy đưa Hoàng vào bệnh viện. Khi phone thăm, Hoàng cho biết đã phần nào bớt đau nhưng lúc nào cũng chỉ muốn được về nhà.

-- Rồi cũng buổi tối hôm đó, qua internet tôi gửi cho Nguyễn-Xuân Hoàng bài điểm sách mới của anh Dohamide về cuốn *Cửu Long Cạn Dòng Biển Đông Dậy Sóng*, từ nhiều năm tôi vẫn gửi bài viết cho Việt Tribune của Nguyễn-Xuân Hoàng, và không ngờ rất mau chóng, Hoàng email ngay cho tôi:

"Cám ơn Ngô Thế Vinh, mình xin phép Vinh cho đăng trên VOA và Việt Tribune. Việt Tribune thì không có vấn đề gì nhưng bên VOA thì bài chưa đăng ở đâu hay chưa post ở đâu mới được. Vinh cho mình biết trước khi mình gửi cho VOA nhé." Nxh Sent from my iPhone. Tôi trả lời ngay là bài *non-exclusive*, đã được Phùng Nguyễn mới post trên Da Màu và anh Nguyên Giác Phan Tấn Hải đăng trên Việt Báo. Hoàng hồi âm: *"Tiếc quá! Vậy thì mình chỉ có thể đi bài trên Việt Tribune thôi."* Nxh Sent from my iPhone.

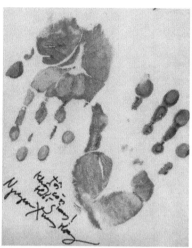

Nguyễn-Xuân Hoàng trên đường báo chí Phạm Ngũ Lão, Sài Gòn, cũng là địa chỉ báo Văn. *(tư liệu Nguyễn-Xuân Hoàng)* Thủ bút Nguyễn-Xuân Hoàng: "tôi không còn thời gian" và đôi bàn tay Nguyễn-Xuân Hoàng *(nguồn: Phan Nguyên, Emprunt Empreinte)*

Để rồi tôi cũng được biết thêm một điều là trong bấy lâu, không phải chỉ có tờ tuần báo Việt Tribune đều đặn ra hàng tuần, Nguyễn-Xuân Hoàng vẫn còn duy trì cả sinh hoạt Blog's NXH trên VOA.

-- Sáng ngày 7 tháng 6, 2014 Hoàng phone cho tôi và Phùng Nguyễn báo tin: toán bác sĩ điều trị Stanford đã gặp chị Vy và các con Hoàng, báo tin cho biết họ đã *"give up"* không có thể làm thêm gì được nữa và sẽ cho Hoàng xuất viện về nhà. Hoàng nói: *"Mình biết sẽ phải như vậy, nhưng Vy thì khóc quá"*. Không khóc sao được khi biết người bạn đời của mình đang gian nan trên dốc tử sinh và cạn dần sự sống từng ngày. Và bạn bè ai cũng biết là sức khỏe của chị Vy bấy lâu cũng không khá gì, bị suy thận mãn tính *ESRD / End Stage Renal Disease* từ nhiều năm, chị vẫn phải tự làm công việc lọc máu qua màng ruột / *peritoneal dialysis* tại nhà mỗi đêm thay vì một tuần ba lần tới lọc máu tại các trung tâm thận nhân tạo / *hemodialysis*.

-- Phan Nhật Nam nghĩ rằng tôi chưa được biết tin, nên buổi tối đã khá khuya, Nam phone báo tin cho biết tình trạng ở giai đoạn cuối của Nguyễn-Xuân Hoàng, khi toán bác sĩ ở Stanford quyết định cho xuất viện. Tôi hiểu rằng thay vì chuyển tới khu hospice chăm sóc người bệnh cận tử, Hoàng đã chọn về nhà, sống với gia đình bao giờ cũng dễ chịu hơn.

-- Sáng ngày 10 tháng 6, 2014 tôi gọi thăm Hoàng qua cell phone, và được biết Hoàng đang trên xe với chị Vy đi vào Stanford. Tôi khựng lại và hỏi Hoàng là họ lại có quyết định điều trị tiếp hay sao, thì Hoàng nói không, chỉ vào bệnh viện cho mấy buổi "xạ trị giảm đau / palliative radiation". Tôi hiểu rằng đây chỉ là bước "điều trị xoa dịu / palliative treatment" cho người bệnh nan y. Cho dù không thể chữa khỏi nhưng "điều trị xoa dịu" với ứng dụng kỹ thuật cao / high tech, có khả năng giúp người bệnh sống những ngày tháng ngắn ngủi còn lại với phẩm giá, làm sao cho bớt đau đớn và cả phần nào thanh thản cho tới phút lâm chung.

-- Sáng ngày 12 tháng 6, 2014 phone thăm bạn, Hoàng cho biết sau vòng xạ trị, đã bớt đau và buổi tối thì ngủ được. Như từ bao giờ, tôi vẫn tránh tối đa những câu hỏi về bệnh tình của Hoàng – điều sẽ làm cho người bệnh rất mệt, hai người bạn chỉ lãng đãng nói chuyện văn chương, nói về Nhà xuất bản Đêm Trắng và nhóm Tiểu Thuyết Mới, *Nouveau Roman* là một khuynh hướng văn học có khởi đầu từ Pháp vào giữa thập niên 1950's với các tên tuổi như Alain Robbe-Grillet, Nathalie Sarraute, Michel Butor, Claude Simon. Theo Nguyễn-Xuân Hoàng, thì ý kiến khởi đầu lập Nxb Đêm Trắng là từ Huỳnh Phan Anh, để chỉ xuất bản các sáng tác của nhóm. Nhóm 6 người ấy đa số xuất thân nhà giáo, trừ Nguyễn Đình Toàn và Nguyễn Quốc Trụ.

Từ 1954, trong vòng 20 năm của Miền Nam, các phong trào văn học được tự do nở rộ. Tự Lực Văn Đoàn tiếp nối với Văn Hóa Ngày Nay của Nhất Linh, nhóm Sáng Tạo của Mai Thảo, Thanh Tâm Tuyền phủ nhận nền văn học tiền chiến với nỗ lực làm mới văn chương, rồi tới nhóm tự nhận là Tiểu Thuyết Mới nhưng theo Nguyễn-Xuân Hoàng thì Hoàng Ngọc Biên tuy không ở trong nhóm Đêm Trắng nhưng chính Biên mới thực sự là người khởi đầu nghiên cứu về phong trào Nouveau Roman của Pháp, dịch một số tác phẩm của Alain Robbe-Grillet và cũng thể hiện quan niệm tiểu thuyết mới ấy qua tập truyện *Đêm Ngủ Ở Tỉnh* do Cảo Thơm xuất bản, Saigon 1970. Cũng theo

Hoàng Ngọc Biên, thì ngoài danh xưng, những năm trước 1975 thực sự đã không có một phong trào Tiểu Thuyết Mới tại Sài Gòn.

-- Kỹ thuật y khoa ngày nay có thể đã tiến xa, nhưng quan niệm thì không mới; vì từ xa xưa người sinh viên khi mới vào học trường y đã được dậy dỗ đức khiêm cung trong y thuật: *"chữa khỏi đôi khi; xoa dịu thường xuyên; và luôn luôn an ủi / La médecine c'est guérir parfois, soulager souvent, consoler toujours."* Ambroise Paré, bác sĩ phẫu thuật Pháp thế kỷ 16 đã là người đầu tiên nhắc tới câu nói ấy nhưng nguồn gốc thì có lẽ đã có từ một nền y khoa cổ đại xa xưa hơn rất nhiều. Bản thân người viết, cũng hơn 45 năm đã và đang hành nghề y khoa với những hoàn cảnh khác nhau trong cũng như ngoài nước, với cái chết của mỗi người bệnh, cho dù đã biết trước, thì cảm giác vẫn hụt hẫng như một phần mất mát của cuộc sống.

Sự mất mát ấy càng thấm thía hơn khi đó chính là mấy người bạn thân của mình. Phải chứng kiến một Nghiêu Đề, người bạn tấm cám với những cơn đau ung thư tụy tạng vật vã đến xanh xao; một Cao Xuân Huy *Tháng Ba Gẫy Súng* can trường ngần ấy cũng đã oằn người vì những cơn đau di căn từ ung thư mắt hành hạ. Nay tới một Nguyễn-Xuân Hoàng cũng đang khắc khoải với những trận đau bướng bỉnh và rất quái quỷ như vậy. Cũng để thấy cái bể khổ của sinh lão bệnh tử và nhận ra rằng khả năng y khoa hiện nay còn giới hạn tới dường nào. Bể khổ thì mênh mông, nhìn lại chẳng thấy đâu là bờ. Cảm xúc đọc lại mấy câu thơ của Vô Ngã Phạm Khắc Hàm, không phải Nguyễn-Xuân Hoàng mà chính tôi cũng tìm được nguồn an ủi.

Ta tụng ngàn năm Quán Thế Âm,
Chúng sinh ta khóc nỗi mê lầm
Ngàn năm quỳnh nở trong đêm vắng
Rung động ba ngàn cõi viễn thâm.
… Người thích câu rùa đọc Lạc thư
Vớt con cá nhỏ thấy chân như
Ta nâng trang sách nghìn thu đọng
Trời đất rưng rưng giữa mịt mù
… Từ đấy ngàn năm vách lắng tai
Lời kinh vi diệu thấm linh đài
Tình thương từng giọt rơi trên đá…

Nguyễn-Xuân Hoàng đến thăm Võ Phiến. Trái: Từ Mẫn Võ Thắng Tiết, Nguyễn-Xuân Hoàng, Võ Phiến *(tư liệu Nguyễn-Xuân Hoàng)*

Buổi trưa hôm ấy, trong giờ *lunch break* bên ngoài bệnh viện, tôi và ba bác sĩ khác: một gốc Do Thái, một Trung Đông, một Ấn Độ ăn trường chay, bốn người ngồi chung bàn với nhau, nhân sau cái chết mới mẻ của một đồng nghiệp bị ung thư với những ngày cuối cùng thống khổ ra sao, họ bàn là liệu nếu có thể lựa chọn cho mình một cách chết.

Ba khả năng thông thường nhất đưa tới cái chết ở thời đại hiện nay: cơn trụy tim chết ngay, cơn tai biến mạch máu não có thể đưa tới tàn phế, và căn bệnh ung thư ác tính… và mọi người đã có cùng một chọn lựa cho một cái chết nhanh nhất là bệnh tim. Và rồi cũng trong ngẫu hứng, trưa hôm đó họ đã order các món ăn không thiếu chất mỡ động vật và dĩ nhiên là không theo tiêu chuẩn của dinh dưỡng của Hiệp hội Tim mạch Hoa Kỳ.

Thực ra không ai có thể chọn lựa một căn bệnh để được chết theo ý mình, ngoại trừ thứ tự do chọn lựa rất bạo động là tự sát cũng thường thấy ở các nhà văn như: Ernest Hemingway *Ngư Ông và Biển Cả* bằng súng (1961), Yukio Mishima *Đền Vàng* bằng gươm (1970), Yasunari Kawabata *Ngàn Cánh Hạc* bằng hơi ngạt (1972), Nhất Linh *Đoạn Tuyệt* bằng thạch tín (1963), Tam Ích *Nghệ Thuật và Nhân Sinh* treo cổ (1972)…

Hoàng thì đã và đang sống một cuộc sống tràn đầy, nên tôi cũng hiểu rằng *"bất cứ lúc nào bất cứ ở đâu,"* bạn tôi cũng đã sẵn sàng chuẩn bị cho dặm cuối của một chặng đường cheo leo trên con dốc tử sinh. Mark Twain thì bao giờ cũng với một cái nhìn rất nhẹ nhàng về cái chết: *"A man who lives fully is prepared to die at any time."* Và rồi ra, đến một lúc nào đó, ở một nơi nào đó chắc Nguyễn-Xuân Hoàng cũng sẽ ngoảnh lại rồi mỉm cười mà nhắn với bằng hữu rằng: *"Tường thuật về cái chết của tôi có phần quá đáng / The report of my death was an exaggeration. Mark Twain."* Vẫn cứ chúc Bạn Ta những ngày tháng còn lại an lành.

NGUYỄN-XUÂN HOÀNG VÀ MÙA THU NHẬT BẢN

Tháng 7 - 2013, một cuộc hội thảo về Báo Phong Hóa Ngày Nay và Tự Lực Văn Đoàn được tổ chức tại Little Saigon, Nam California. Đáng chú ý là trong buổi hội thảo ấy, có một cô gái Nhật Bản đang theo học Cao học về Văn học Việt Nam tại Đại học Ngoại ngữ Tokyo được mời tham gia phát biểu. Và Nguyễn-Xuân Hoàng lúc đó đang ở San Jose được ban tổ chức mời để điều hợp các buổi hội thảo. Tuy đã nhận lời trước đó, nhưng do diễn tiến của bệnh trạng, Nguyễn-Xuân Hoàng đã không còn đủ sức xuống Little Saigon để tham dự.

Tanaka Aki, tên cô gái Nhật Bản, Aki có nghĩa là "Mùa Thu," cô đã không có may mắn được gặp nhà văn Nguyễn-Xuân Hoàng mà cô rất ngưỡng mộ nhất là sau này khi được đọc tác phẩm *Người Đi Trên Mây, Sa Mạc, Bụi Và Rác*. Aki đã bị cuốn hút ngay với tác phẩm *Người Đi Trên Mây* vì mối quan tâm của cô về môi trường, hoàn cảnh sinh hoạt của Sài Gòn trước 1975. Aki đã từng sống và làm việc ở Việt Nam hơn 13 năm nhưng là thời kỳ sau 1975. Và cô có ý muốn dịch *Người Đi Trên Mây* sang tiếng Nhật nhằm chia sẻ một tác phẩm hay với độc giả người Nhật.

Tanaka Aki đã trao đổi eMail với nhà văn Nguyễn-Xuân Hoàng và tưởng tượng như có thể *"trông thấy được ông Hoàng đang nằm trên giường bệnh, với nỗi đau của cơ thể cùng sự buồn bã tuyệt vọng với bệnh nan y."*

Mẫu bìa *Người Đi Trên Mây* của Nguyễn Thị Hợp, Phải: Tanaka Aki, cô gái Mùa Thu Nhật Bản, sinh viên Cao học về Văn học Việt Nam tại Đại học Ngoại ngữ Tokyo *(photo by Ngô Thế Vinh)*

Cô gái Mùa Thu Nhật Bản viết tiếp: *"Một hôm mở cuốn Người Đi Trên Mây ra xem thì tôi tình cờ thấy chữ ký ông Hoàng ở trang đầu sách. Trước đó tôi không để ý nên không biết có chữ ký của ông Hoàng trong cuốn sách của mình. Và tôi đã tưởng tượng, đêm khuya khi tôi đang ngủ say, ông Hoàng từ Mỹ bay qua Nhật đến nhà mình và để lại chữ ký của ông trong cuốn sách của tôi. Sau khi tôi phát hiện chữ ký của ông Hoàng, tôi viết email kèm theo tấm hình tôi chụp chữ ký của ông để hỏi thử chữ ký này là của ông Hoàng phải không ạ? thì được ông xác nhận đó chính là chữ ký của ông. Khi đó tôi khẳng định đây là số mệnh của tôi, việc dịch cuốn Người Đi Trên Mây là việc đã nằm trong số mệnh của tôi."*

Rồi một hôm xem trang Diễn Đàn Thế Kỷ, Aki đọc bài viết *"Nguyễn-Xuân Hoàng trên con dốc Tử Sinh"* của Ngô Thế Vinh, cô vội viết eMail cho Nguyễn-Xuân Hoàng ngỏ ý mong muốn dịch *Người Đi Trên Mây* sang tiếng Nhật. Aki viết: *"Ông Hoàng đồng ý cho tôi dịch và mong rằng Aki dịch được một đoạn nào thì gửi cho ông xem, ông nói Mong Lắm."* Nhưng rồi chưa kịp dịch *Người Đi Trên Mây* thì

Chân dung Nguyễn-Xuân Hoàng
(1937-2014)

Aki khi ấy đang ở với mẹ ở Nhật Bản, được tin Nguyễn-Xuân Hoàng qua đời khiến cô rất ân hận.

Vậy mà đã qua thêm một tháng Chín nữa 2016 đầy màu sắc của Mùa Thu Nhật Bản, tôi đã cùng với anh Phạm Phú Minh gặp lại Aki ở Huntington Beach, cũng để biết rằng cô ấy vẫn không quên lời hứa với nhà văn Nguyễn-Xuân Hoàng với phát biểu giản dị: *"Chưa biết khi nào tôi dịch được Người Đi Trên Mây nhưng tôi biết việc đó thế nào cũng có ngày thực hiện, vì đó là một định mệnh dành sẵn cho tôi, giống như việc nghiên cứu văn học Việt Nam cũng đã là một định mệnh trong cuộc đời của tôi."* (Tanaka Aki - Nhà văn Nguyễn-Xuân Hoàng, Diễn Đàn Thế Kỷ Chủ Nhật ngày 13 tháng 9 năm 2015).

TIỂU SỬ

Sinh ngày 7 tháng 7 năm 1937 tại Nha Trang, cựu học sinh Võ Tánh, Nha Trang, cựu học sinh Pétrus Ký, Sài Gòn. Tốt nghiệp Đại học Sư phạm, Khoa Triết Đà Lạt (1959-1962). Phụ trách môn Triết, Ngô Quyền, Biên Hòa (1961-1962); rồi Pétrus Trương Vĩnh Ký, Sài Gòn (1962-1975).

Một số mẫu
bìa sách
Nguyễn-Xuân Hoàng

Tổng thư ký tạp chí Văn, Sài Gòn (1972-1974); Tổng thư ký nhật báo Người Việt, California (1986-1997) kiêm Tổng thư ký tạp chí Thế Kỷ 21, California (1989-1994). Chủ nhiệm, chủ bút tạp chí Văn từ tháng Chín, 1996, đồng thời là Tổng Thư ký tuần báo Việt Mercury trực thuộc Nhật báo San Jose Mercury News của Hoa Kỳ (từ tháng 11, 1998 đến tháng 11, 2005).

Giảng viên môn Văn Học Việt Nam đương đại tại Đại học Berkeley (09/2001- 04/2003).

Nơi định cư cuối cùng: San Jose, Bắc California. Mất ngày 13 tháng 9 năm 2014.

TÁC PHẨM

Tập truyện ngắn:

> *Mù Sương (1966)*
> *Sinh Nhật (1968)*

Truyện dài:

> *Bụi và Rác (1996)*
> *Khu Rừng Hực Lửa (1972)*
> *Kẻ Tà Đạo (1973)*
> *Người Đi Trên Mây (1987)*
> *Sa Mạc (1989)*

Các thể loại khác:

> *Ý Nghĩ Trên Cỏ (tiểu luận, 1971)*
> *Bất Cứ Lúc Nào, Bất Cứ Ở Đâu (tùy bút, 1974)*
> *Căn Nhà Ngói Đỏ (tạp ghi, 1989)*

Tác phẩm chưa xuất bản:

> *Lửa (truyện dài)*
> *Ai Cũng Cần Phải Có Một Bà Mẹ (tùy bút)*
> *Sổ Tay Văn Học*

NGUYỄN-XUÂN HOÀNG ĐÃ RA ĐI

Nguyễn-Xuân Hoàng đã giã biệt gia đình và bạn hữu lúc 10 giờ 50 sáng thứ Bảy 13 tháng 9 năm 2014, tại San Jose, California, hưởng thọ 77 tuổi. Tang lễ của anh được cử hành theo nghi thức Phật giáo, anh được hỏa thiêu với tro cốt và bài vị được đưa về Chùa Liễu Quán. Nguyễn-Xuân Hoàng đã chọn sống và chết như một nhà văn. Và anh đã toại nguyện.

Long Beach 06.2014
Huntington Beach 05.2016

HOÀNG NGỌC BIÊN
VỚI CON ĐƯỜNG TIỂU THUYẾT MỚI
VÀ THỜI GIAN TÌM THẤY LẠI

"Thiên đường thật là những thiên đường đã mất."
"Les vrais paradis sont les paradis qu'on a perdus"
Marcel Proust, Le Temps Retrouvé

Hoàng Ngọc Biên
(photo by Phan Bá Đương Saigon 1978)

TIỂU SỬ HOÀNG NGỌC BIÊN

Hoàng Ngọc Biên, tên thật cũng là bút hiệu, sinh ngày 18 tháng

từ trái: Hoàng Ngọc Biên tới thăm Vũ Khắc Khoan nơi cư
xá giáo sư Đại học trên đường Duy Tân, Sài Gòn 1968 *(tư
liệu Hoàng Ngọc Biên)*

1 năm 1938, làng Bích Khê, phủ Triệu Phong, tỉnh Quảng Trị. Học
sinh trường Thánh Mẫu Teresa Quảng Trị. 1942, theo cha chuyển sở
làm, cả gia đình vô Huế, sống ở Vỹ Dạ mấy năm, sau đó lại theo cha
vào Tourane / Đà Nẵng một năm rồi trở ra Quảng Trị. Năm 1950 "du
học" Huế. Năm 1952, trở về Quảng Trị học tiếp trung học.

1953, Biên theo gia đình vào Sài Gòn, học trường Kiến Thiết và
bắt đầu kết thân với người bạn cùng lớp Nguyễn Đăng Thường, cũng
từ đó nẩy nở một tình bạn lâu dài cùng với Mark Frankland, nhà báo
Anh cho tới những năm về sau này.

1954, Biên lần đầu tiên gặp nhà văn Vũ Khắc Khoan di cư từ
Hà Nội vào Sài Gòn, và mới biết bác Khoan là anh em con dì ruột với
mẹ của Biên.

*(Kịch tác gia Vũ Khắc Khoan: sinh ngày 27.02.1917 tại Hà Nội.
Di cư vào Nam 1954, giáo sư các trường Chu Văn An, Văn Khoa, Vạn
Hạnh và Quốc Gia Kịch Nghệ Sài Gòn. Thành viên nhóm Quan Điểm.
Chủ trương tạp chí Vấn Đề, tác giả Thần Tháp Rùa và Thành Cát Tư
Hãn... Mất tại Hoa Kỳ năm 1986, ở tuổi 69).*

1958, Thi vào Đại Học Sư Phạm Đà Lạt ban Pháp văn. Thời gian này, Biên quen với nhà biên khảo Tam Ích, lúc đó đang dạy Pháp văn tại trường trung học Việt Anh. Biên còn nhớ những núi sách báo ở nhà Tam Ích, ông cũng thường ghé thăm Biên và mượn đọc những số báo *Le Figaro Littéraire* và *Arts et Spectacles* mà Biên đặt mua dài hạn hàng tuần từ Pháp.

(Học giả Tam Ích Lê Nguyên Tiệp: sinh năm 1915 (có nơi ghi là 1917) tại Thanh Hóa, vào Nam từ 1937, giáo sư văn chương và dạy Pháp văn các trường trung học và Đại học Vạn Hạnh. Tác giả Nghệ Thuật và Nhân Sinh (Nxb Chân Trời Mới, 1941). Ông tự vẫn năm 1972 bằng cách treo cổ, năm ấy Tam Ích mới 57 tuổi).

Tại Đại Học Sư Phạm, Biên có cơ hội kết thân với Giáo sư Etiennette Poirson là người thầy Biên mãi mãi ngưỡng mộ, sau đó về Sài Gòn, bà còn cung cấp cho Biên nhiều tài liệu viết về Proust. Biên bắt đầu say mê đọc bộ sách *À la Recherche du Temps Perdu*.

1961, Tốt nghiệp ĐHSP, về dạy Pháp văn Trung học Tống Phước Hiệp Vĩnh Long, cùng nhiệm sở với Nguyễn Thu Hồng, cùng khóa ĐHSP ban Pháp văn Sài Gòn và một năm sau cô giáo xuất thân từ Nhà Trắng Saint-Paul trở thành bạn đời của Hoàng Ngọc Biên cho tới bây giờ.

1964, Thuyên chuyển về Trung học Tây Ninh, rồi Tân An. Bắt đầu viết *"Viết Giữa Mùa Hè"*. Tìm gặp và rồi thân thiết với nhà văn Võ Phiến, thường xuyên lui tới nhà anh chị Võ Phiến trong hẻm Trần Quang Diệu. Người viết gặp và quen Hoàng Ngọc Biên cũng trong khoảng thời gian này.

Chân dung Hoàng Ngọc Biên qua nét phác họa của Võ Phiến: *"Anh Biên thì khuynh tả, khoái Che Guevara; chính anh thì râu ria tóc tai dài phủ tới ót. Ảnh mê M. Proust như tôi, nhưng sưu tầm về Proust đầy đủ chứ không tài tử như tôi; anh giỏi hội họa và âm nhạc. Anh chị Biên và vợ chồng tôi hợp tính tình, thường gần gũi tâm tình. Sau tháng 4.1975 anh Biên vẫn giữ được râu tóc sum suê suốt 16 năm. Tháng 10.1991 anh rời Sài Gòn đi Mỹ, các con tôi như thiếu đi người chú ruột. Trong 16 năm qua, mọi việc lớn nhỏ trong gia đình các con*

từ trái: Vợ chồng Võ Phiến, vợ chồng Hoàng Ngọc Biên *(tư liệu Hoàng Ngọc Biên)*

tôi, gặp rắc rối là đều do chú thím Biên giải quyết cho. Hiện thời anh chị ấy ở Utah, Salt Lake City. (Tuyển tập Thư Võ Phiến, Los Angeles 4.12.1991) *[Ghi chú thêm của người viết: Anh chị Võ Phiến di tản sang Mỹ từ tháng 4-1975, chỉ mang theo được một con gái, nhưng hai con trai trưởng và thứ là Liên và Long cùng với các con / tức cháu nội của anh chị VP đều kẹt lại.]*

1968, Tại Trung Tâm Học Liệu, Biên kết thân với Cao Thanh Tùng, Nguyễn Đồng, Nguyễn Thị Hợp, Lê Thị Chí... Diễm Châu từ Indiana (Mỹ) về Sài Gòn tìm gặp Hoàng Ngọc Biên, bàn dự án cùng nhau làm tạp chí *Trình Bầy*. Đi lính 9 tuần Quang Trung. Xuất bản *Tuyển tập Mười Nhà Văn Pháp Hiện Đại*, Nxb Trình Bầy. Giới thiệu những tên tuổi lẫy lừng của phong trào tiểu thuyết mới Pháp như Michel Butor, Alain Robbe-Grillet, Nathalie Sarraute, Claude Simon...

1970, Tạp chí Trình Bầy ra mắt số đầu tiên. Biên được Học bổng USAID về Book Design và Book Production McGraw-Hill đi Mỹ, sau được chuyển qua McGraw-Hill FEP Singapore. Xuất bản *Đêm Ngủ Ở Tỉnh*, tập truyện ngắn, một thử nghiệm hình thức tiểu thuyết mới của Hoàng Ngọc Biên, Nxb Cảo Thơm.

1973, Dạy Pháp văn 3 niên khóa tại Đại học Bách khoa Sài Gòn.

Từ phải: Hoàng Ngọc Biên, Đinh Cường San Jose
4/2012 *(tư liệu Đinh Cường)*

1975, Làm báo Tin Sáng sau 1975, là trưởng ban văn hóa xã hội, rồi kiêm trưởng ban kỹ thuật sau khi Nguyễn Đồng vượt biên, cùng làm việc với mấy bạn cũ như Nguyễn Đồng, Nguyễn Thị Hợp, Cao Thanh Tùng, Đinh Cường, và cả Nguyễn-Xuân Hoàng.

1991, Sang Mỹ định cư tháng 10.1991, ghi danh vào Salt Lake Community College cùng với hai con là Hoàng Tân Nhân và Hoàng Tân Dân, để trước tiên làm quen với máy móc tin học. Biên bắt đầu vẽ tranh trên computer với kỹ thuật số / digital art.

1993, Vào làm việc cho tờ báo *Salt Lake City Weekly* từ Tháng Bảy 1993 tới 1998 với vai trò Art Director; 1999 chuyển qua làm Production Coordinator.

2004, Bắt đầu tham gia diễn đàn tienve.org qua bản dịch *Chuyến Đi Mùa Đông* của George Perec (2003) Nguyễn Hưng Quốc đem về từ nhà anh Võ Phiến.

Bất ngờ cũng năm ấy, Biên bị méo một bên mặt trái và nói khó khăn. Bạn bè không an tâm vì nghĩ Biên bị tai biến mạch máu não/ stroke nhưng thực ra anh chỉ bị liệt dây thần kinh mặt ngoại biên / dây thần kinh sọ số VII hay Bell's Palsy. (Charles Bell là nhà cơ thể học đầu tiên mô tả căn bệnh này.) Biên được chữa trị bằng tây y kết hợp với châm cứu. Điều trị hay không, trong nhiều trường hợp Bell's Palsy có tiến trình tự hồi phục. Cùng năm, Biên chọn nghỉ hưu ở tuổi 66 và sau đó vợ chồng Biên dọn về San Jose sống với gia đình người con trai.

2011, Sức khỏe suy yếu, Biên được bác sĩ chẩn đoán bị xơ gan / cirrhosis giai đoạn cuối, và được đưa vào danh sách chờ bộ phận để được thay gan / *waiting list for liver transplant*.

2012, Biên được thay ghép gan tại Bệnh viện Đại học Stanford, Palo Alto 12.9.2012. Bệnh viện ĐH Stanford cũng là nơi Nguyễn-Xuân Hoàng được điều trị bệnh sarcoma. Biên là trường hợp khá hiếm hoi được thay ghép gan ở ngưỡng tuổi đã quá thất thập cổ lai hy, năm ấy Biên cũng đã 74 tuổi. Vượt qua được dốc tử sinh, Biên dần dần hồi phục. Sau này được biết bộ gan mới của Biên là nhận từ một thanh niên Mỹ mới ngoài 30 tuổi.

GỞI BIÊN VỪA THAY GAN VỀ NHÀ ĐỘI CHIẾC MŨ DẠ ĐỎ

waiting list để được thay gan
rồi cũng đến. mừng hoàng ngọc biên
đã về nhà. gương mặt có gầy hơn
nhưng thần sắc an nhiên
nằm gối đầu trên chiếc gối sọc xanh
chiếc mũ dạ màu đỏ (thường màu xám sậm)
hàm râu lưa thưa như che nụ cười đùa
nghỉ đi biên nghỉ cho lại sức
rồi sẽ kể chuyện cùng anh em
không gì vui hơn hay tin bình yên
bạn đã rời bệnh viện về nhà
tay vẫn đeo vòng tràng hạt nhỏ
om mani padme hum hrih
quán thế âm như vầng trăng
với ánh sáng mát dịu dập tắt
những thiêu đốt của sinh tử (1)
tôi luôn đọc thì thầm
lời kinh trong đêm khuya

lời kinh không cầu xin
thấm đẫm tình nhân ái
bạn thay gan xong rồi, mùa thu này ghi nhớ…
Đinh Cường
Virginia, 19 Oct, 2012

Hoàng Ngọc Biên đọc nhiều và tích lũy. Sinh hoạt của Biên rất đa dạng, ngoài dạy học, Biên viết văn, làm thơ, dịch sách, vẽ tranh, và cả soạn nhạc, điều rất ít ai biết. Trong Ban biên tập tạp chí Trình Bầy (1961-1975), phụ trách mỹ thuật cho các sách báo và nhà xuất bản ở Việt Nam (1975-1991) và tuần báo The Salt Lake City Weekly ở Mỹ (1993-2004).

Trước 1975 đã triển lãm tranh tại Viện Đại học Đà Lạt, Goethe Institut, Alliance Française, Hội Họa sĩ Trẻ VN, Phòng Thông tin & Báo chí Sài Gòn, La Dolce Vita (Hotel Continental), Trung tâm Văn hóa Vũng Tàu, và đồ họa, Nxb McGraw-Hill, Singapore, 1972.

XUẤT BẢN TRƯỚC 1975:

-- *Mười Nhà Văn Pháp Hiện Đại*, Trình Bầy, 1969.
-- *Đêm Ngủ Ở Tỉnh*, tập truyện ngắn, Cảo Thơm, Saigon, 1970.
-- *Marcel Proust - Con Người Xã Hội*, Trình Bầy, 1974.

XUẤT BẢN SAU 1975:

-- *Uống Trà Sớm Mai*, thơ, Trình Bầy, USA, 1996.
-- *Người Đạp Xe Vào Thành Phố Buổi Sáng*, truyện, Trình Bầy, USA, 1997.
-- *Chuyến Xe*, truyện, Trình Bầy, USA 1997.
-- *Đất và Người và Thần Thoại Việt Nam*, thơ, Trình Bầy, USA, 1997.
-- *Biển Ngày Đêm*, thơ, Trình Bầy, USA, 1999.
-- *Quê Hương, Người Về* (hai đoạn văn viết theo một tấm tranh dán của Nguyễn Đăng Thường), Trình Bầy, USA, 2001.
-- *Chân Mây Cuối Trời*, thơ (in chung với thơ Đỗ Trung Quân và tranh Nguyễn Quỳnh), Trình Bầy, USA, 2003.

TÁC PHẨM DỊCH:

-- Andrei Sinyavsky: *Thơ Pasternak, Con Người và Tác Phẩm* Nxb Tp. Hồ Chí Minh, 1988.

-- *Tĩnh Vật và Những Bài Thơ Khác*, thơ Joseph Brodsky, Thuận Hóa, Huế, 1991;

-- *Mối Tình Đầu*, truyện Samuel Beckett, Trình Bầy, USA, 1993.

-- *Thơ Mới Ba Lan*, tuyển tập thơ mới Ba Lan, Trình Bầy, USA, 1993.

-- *Marcel Proust*, tiểu luận Samuel Beckett, Trình Bầy, USA, 1995.

-- *Thư Hà Nội*, của Jean Tardieu (dịch chung với Nguyễn Thu Hồng), Trình Bầy, USA, 2001.

-- *Chuyến Đi Mùa Đông*, truyện Georges Perec, Trình Bầy, USA, 2003.

-- *DJINN*, truyện Alain Robbe-Grillet, Trình Bầy, USA, 2003.

Gặp gỡ trong buổi hòa nhạc tại Cư xá Sinh viên Thanh Quan: từ trái, vợ chồng Hoàng Ngọc Biên-Thu Hồng, Trịnh Công Sơn, Trịnh Cung, vợ chồng Cao Thanh Tùng-Kim Phượng *(tư liệu Hoàng Ngọc Biên)*

HOÀNG NGỌC BIÊN VÀ NHÓM TRÌNH BẦY

Diễm Châu tên Phạm Văn Rao, sinh ở Hải Phòng, di cư vào Nam 1954. Quen Thế Nguyên từ trại học sinh di cư Phú Thọ. Diễm Châu tốt nghiệp Đại Học Sư Phạm ban Anh Văn, được tu nghiệp ở Mỹ sau đó trở về Sài Gòn, tìm gặp Hoàng Ngọc Biên thuyết phục cùng làm tờ báo Trình Bầy. Biên đã cùng Diễm Châu, ngồi nhiều tuần lễ bên một vách tường café vỉa hè đường Sương Nguyệt Anh, Sài Gòn, soạn bài Phi lộ với tiêu đề *"Con Đường Đi Tới"* cho số báo ra mắt. Trích dẫn:

... *"Con đường đi tới là con đường mưu cầu một nền hòa bình, trong đó mỗi một người Việt Nam, không kỳ thị ý thức hệ, sẽ có một chỗ đứng xứng đáng với phẩm giá con người trên quê hương mình."*

... *"Không thể có hòa bình vô điều kiện. Một nền hòa bình Việt Nam nhất định sẽ không thể chấp nhận bất cứ một sự hiện diện nào của các lực lượng nước ngoài và đồng thời cũng không thể chấp nhận bất cứ một cơ cấu, một định chế hay một thế lực nào trong nước ngăn cản công cuộc giải phóng con người Việt Nam."*

Hết trích dẫn.

Trình Bầy là một tờ báo thiên tả, phản chiến giữa giông bão của cuộc chiến tranh quốc cộng, với Diễm Châu tổng thư ký, Diễm Châu còn một bút hiệu khác là Võ Hồng Ngự. Thế Nguyên là chủ nhiệm. Tờ báo đã quy tụ được nhiều cây viết thuộc nhiều khuynh hướng khác nhau thời bấy giờ. Không phải chỉ có ở báo Bách Khoa, Trình Bầy thực sự là một vùng xôi đậu với tên tuổi những nhà văn nhà thơ như Nguyên Sa, Diễm Châu, Hoàng Ngọc Biên, Hoàng Ngọc Nguyên, Nguyễn Đăng Thường, Trùng Dương, Thảo Trường, Nguyễn Mộng Giác, Du Tử Lê, Mai Trung Tĩnh, Nguyễn Quốc Thái, Luân Hoán, Trần Hoài Thư, Ngô Thế Vinh... nhiều người xuất thân từ quân đội, bên cạnh đó là những cây bút thiên cộng Ngô Kha, Ngụy Ngữ... hay cộng sản nằm vùng như Nguyễn Nguyên - Nguyễn Ngọc Lương, giống như trường hợp Vũ Hạnh bên tờ báo Bách Khoa.

Trình Bầy hoạt động liên tục trong 2 năm 1970 - 1972, ra được

Hoàng Ngọc Biên và Diễm Châu (1937-2006), là hai bạn
đồng hành trí tuệ trong Nhóm Trình Bầy, Thế Nguyên
đứng tên Chủ nhiệm *(tư liệu Hoàng Ngọc Biên)*

42 số báo cho tới khi bị đình bản. Để rồi, thực tế sau 30 tháng Tư,
1975 là sự vỡ mộng của những người trí thức thiên tả - theo ngôn ngữ
thời thượng thì đó là thành phần thứ ba, trong số đó có Diễm Châu và
Hoàng Ngọc Biên. Bởi vì sau thống nhất, không phải chỉ có miền Bắc
mà nay là cả một đất nước phải sống trong một định chế bóp nghẹt
mọi tự do của con người. Trí thức thiên tả nếu không bị tù đày thì
cũng bị trù dập bạc đãi và chỉ là những kẻ đứng bên lề. Cuối cùng họ
trở thành những kẻ lưu vong nếu không ở nước ngoài thì cũng ngay
trên chính quê hương mình. Diễm Châu sang Pháp 1983, Hoàng Ngọc
Biên đi định cư ở Mỹ 1991. Ra hải ngoại rồi, cả Hoàng Ngọc Biên,
Diễm Châu và Nguyễn Đăng Thường đều cố giữ sức sống cho cơ sở
Trình Bầy. Manchette Trình Bầy đối với họ như hình ảnh một giấc
mộng lỡ. Và trong sự thức tỉnh muộn màng, Diễm Châu trở thành rất
hữu khuynh cho tới khi anh mất năm 2006.

Tưởng cũng nên nhắc tới ở đây sự giác ngộ của cả những khuôn
mặt trí thức lớn thiên tả Pháp như Jean-Paul Sartre đối với cộng sản
Việt Nam sau 1975, khi có xảy ra thảm trạng "boat people" trên Biển
Đông, chính J.P. Sartre đã trở thành một "activist" vận động hiệu quả
cho "Một con tàu cho Việt Nam/ Un bateau pour le Vietnam" đi cứu

Những mẫu bìa rất mỹ thuật của 42 số báo Trình Bầy đều do Hoàng Ngọc Biên vẽ và thiết kế *(tư liệu Hoàng Ngọc Biên)*

vớt các thuyền nhân. Kinh nghiệm với cộng sản Việt Nam cho đến nay vẫn là *một bài học/ a lesson to learn* cho thế giới.

VỚI MARCEL PROUST ĐI TÌM THỜI GIAN ĐÃ MẤT

Từ 1959, Biên đã say mê trong nhiều năm đọc và dịch Marcel Proust; 12 năm sau Biên cho xuất bản *"Marcel Proust, Con Người Xã Hội"*, nhân dịp 100 năm sinh của M. Proust.

M. Proust sinh ngày 10.7.1871, mất ngày 18.11.1922 năm ông 51 tuổi. M. Proust đã để lại một sự nghiệp đồ sộ với tác phẩm *À la Recherche du Temps Perdu / Đi Tìm Thời gian Đã Mất* gồm 7 cuốn. *Le Temps Retrouvé / Thời Gian Tìm Thấy Lại* là tập cuối khép lại mấy ngàn trang sách. Proust đã trở thành một tượng đài văn học được ngưỡng mộ, tác phẩm của ông là đối tượng cho hàng trăm công trình nghiên cứu và luận án từ khi ông chết cho tới mãi bây giờ.

Những trang sách của ông thế nào mà vẫn làm cho các thế hệ say mê. Chắc chắn chẳng phải chỉ là những ký ức về một ngôi làng, về một gia đình, hay về một thời thơ ấu của cậu bé với nội tâm dồn nén và cả ẩn ức với khuynh hướng đồng tính. M. Proust đã từng ví mình như Noé trong Kinh Thánh, vì cơn hồng thủy đã bị nhốt trong thuyền suốt bốn mươi ngày đêm. M. Proust viết: *"Bấy giờ tôi mới hiểu được là không có chỗ nào Noé có thể nhìn cuộc đời rõ ràng bằng từ trong thuyền, cho dù thuyền đã đóng kín dù đang tối mịt mùng trên trái đất / Jamais Noé ne put si bien voir le monde que de l'arche malgré qu'elle fut close et qu'il fit nuit sur la terre."* M. Proust, À la Recherche du Temps Perdu.

M. Proust với một thể chất bệnh hoạn, bị giam hãm mình trong căn phòng kín, chủ yếu viết về ban đêm. Và từ không gian khép kín ấy, M. Proust đã viết về những cái vụn vặt của đời sống đâu đây có phiền muộn, có hoan lạc có những tiếng động, những mùi vị... tưởng như quá tầm thường quá quen thuộc nhưng đã được một thiên tài Proust ghi lại như một *ký ức của trí tuệ / mémoire intellectuelle* bằng thứ ngôn ngữ kỳ diệu đẫm chất thơ và cả nhạc tính.

Trong Thời Gian Tìm Thấy Lại / Le Temps Retrouvé, M. Proust đã viết: *"Những sự vật... ngay khi ta thấy được chúng, đã trở thành một cái gì vô hình trong ta."*

Cao Thanh Tùng, một nhạc sĩ cello trong bài viết "Quê hương của Nhạc sĩ" đã ví À la Recherche du Temps Perdu như *"một tác phẩm giao hưởng lớn trên dòng chuyển động luân lưu bất tận của thời gian"*. Thời gian tưởng đã mất, nhưng rồi qua ký ức trí tuệ của Proust thời gian tìm thấy lại, và đã trở thành thời gian bất tử.

Có thể nói chặng đường tiểu thuyết mới của Hoàng Ngọc Biên thực ra đã chịu ảnh hưởng rất sớm và sâu đậm từ M. Proust chứ không phải chờ tới thời kỳ "phong trào tiểu thuyết mới" với Michel Butor, Alain Robbe-Grillet, Samuel Beckett mà Biên được đọc ở những năm về sau này.

Năm 1967 tại Sài Gòn, Hoàng Ngọc Biên đã giúp Trần Phong Giao thực hiện 2 số báo Văn 85-86 với chủ đề Đọc văn Marcel Proust. Hoàng Ngọc Biên được coi như ngòi bút chuyên khảo về M. Proust ở miền Nam lúc bấy giờ.

CON ĐƯỜNG TIỂU THUYẾT MỚI

Cho tới 1954, tiểu thuyết Việt Nam hầu như vẫn theo khuôn khổ

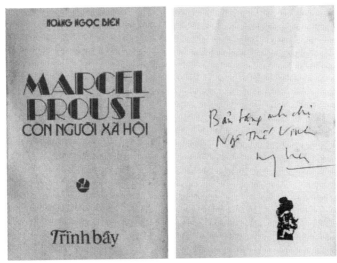

Bìa sách *Marcel Proust*, tiểu luận Hoàng Ngọc Biên,
Trình Bầy, USA, 1995 và thủ bút Hoàng Ngọc Biên

cổ điển, có cốt truyện với diễn tiến theo trình tự thời gian. Trong khi
đó, ở phương Tây đang có những bước đột phá của phong trào tiểu
thuyết mới/ nouveau roman, với các tên tuổi như: Alain Robbe-Grillet,
Michel Butor, Claude Simon, Claude Mauriac, Nathalie Sarraute...
Không còn mẫu mực xây dựng tiểu thuyết truyền thống đã có từ mấy
thế kỷ trước. Có thể ví tiểu thuyết mới như một bước phá thể, như từ
thơ niêm luật chuyển sang thơ tự do. Hình thức tiểu thuyết mới đã
không còn thứ tự thời gian, người viết không còn dùng ngôi thứ ba
đứng bên ngoài nhân vật. Cùng sự việc được ghi lại qua nhiều nhãn
quan khác nhau và vai trò cốt truyện gần như bị loại bỏ. Michel Butor
cũng đã phát biểu: *Tiểu thuyết như một tìm tòi, hình thức của tiểu
thuyết có tầm quan trọng hàng đầu*".

Phong trào tiểu thuyết mới của Pháp tuy rầm rộ nhưng ngắn ngủi
và không tạo được những ảnh hưởng lâu dài, nhưng nó thành công là
đã mở ra những khái niệm khoáng đạt hơn về kỹ thuật xây dựng tiểu
thuyết.

Ở miền Nam Việt Nam, thập niên 1960s, một số tác giả trẻ bén
nhậy với văn học đổi mới ở phương Tây, bắt đầu dấn thân thử nghiệm

Bìa Văn 85 chủ đề "Đọc văn Marcel Proust"do Hoàng Ngọc Biên phụ trách, mẫu bìa của họa sĩ Lê Thị Chí.

kỹ thuật tiểu thuyết mới. Trong số đó phải kể tới *Nhóm Đêm Trắng* bao gồm Huỳnh Phan Anh, Đặng Phùng Quân, Nguyễn Nhật Duật, Nguyễn-Xuân Hoàng, Nguyễn Đình Toàn, Nguyễn Quốc Trụ. Ý kiến khởi đầu lập Nxb Đêm Trắng là từ Huỳnh Phan Anh, để chỉ xuất bản các sáng tác của nhóm, đa số xuất thân nhà giáo, trừ Nguyễn Đình Toàn và Nguyễn Quốc Trụ. Không tuyên ngôn, không đường lối, mỗi người sáng tác độc lập với quan niệm rộng mở hơn về viết tiểu thuyết.

Dương Nghiễm Mậu tuy không đọc các tác phẩm tiểu thuyết mới của Pháp nhưng DNM được Võ Phiến đánh giá là thành công nhất trong cách sử dụng các kỹ thuật tiểu thuyết mới. *"Trong cuốn truyện dài Con Sâu chẳng hạn, 'tôi' không hẳn là một nhân vật nào, khi là nhân vật này, khi lại là nhân vật nọ; sự chuyển vị xảy ra thoăn thoắt làm nổi bật sự thay đổi đột ngột những quan điểm nhìn sự việc khác nhau. Ông Dương lại có cái hay là mặc dầu sử dụng kỹ thuật Tây phương ông vẫn giữ được cốt cách dân tộc: đọc ông người ta không hề cảm thấy dấu vết ảnh hưởng ngoại lai, người đọc ở bất cứ trình độ nào cũng thấy thoải mái, thấy một bầu không khí quen thuộc."* (Văn Học Miền Nam Tổng Quan, tr. 260-262)

Nhưng theo Nguyễn-Xuân Hoàng và Nguyễn Đình Toàn thì chính Hoàng Ngọc Biên mới thực sự là người khởi đầu nghiên cứu về phong trào *Nouveau Roman* của Pháp, dịch một số tác phẩm của Alain Robbe-Grillet, viết về 10 nhà văn Pháp hiện đại và cũng thể hiện quan niệm tiểu thuyết mới ấy qua tập truyện *Đêm Ngủ Ở Tỉnh* do Cảo Thơm xuất bản tại Sài Gòn, 1970. Biên-Butor là một tên ghép bạn bè thân ái đặt cho Hoàng Ngọc Biên lúc đó, Michel Butor là một kiện tướng của phong trào tiểu thuyết mới của Pháp thời bấy giờ.

Trong các truyện, không có truyện của Hoàng Ngọc Biên, chỉ có cái nhìn lạnh lùng bên ngoài của sự việc, không có xen vào những suy tưởng, xúc động của người viết. Một trích đoạn truyện ngắn *Đêm Ngủ Ở Tỉnh*:

"Anh cúi đầu bước những bước dài ngắn không đều nhau trên quốc lộ số 4 dẫn vào tỉnh ly. Dưới cơn mưa mùa hè đột ngột đổ mạnh xuống che kín một bầu trời cũng đột ngột xám đen, thấp trũng, rồi thưa dần, thưa dần - những hạt mưa nhỏ bay theo hướng ngọn gió chiều từ phía cầu sắt tạt mạnh vào mặt anh, lạnh ngắt - anh cẩn thận tránh những vũng nước sâu đọng lại sau mấy ngày mưa, những vạch nước dài chảy thẳng theo những đường cày chồng lên nhau của những chiếc xe hàng ngày vẫn thường chạy lấn hai bên lề, lăn bánh trên chỗ đất vàng. Anh đi qua một quán nước bên phải, rồi một quán nước nữa, mái thấp lè tè không qua khỏi tầm tay với, anh đi qua một trại lính bên trái, khung cửa sắt hoen rỉ giờ đây đứng chết lì không đóng lại được, anh đi qua một khu nhà thờ nằm sâu sau một khoảng đất rộng rợp bóng lá cây, những lá cây trong năm vẫn khoác một lớp bụi vàng bốc lên từ mặt quốc lộ - với những chuyến xe hàng, những đoàn xe chuyển binh chạy vụt qua liên miên từng phút từng giây - giờ đây lấp lánh một màu xanh tươi mát.

Anh đi qua ngôi trường tiểu học xây bên hông nhà thờ giờ đây vắng bóng ê a tập đọc của lũ trẻ theo giọng lên thánh thót của các sœurs cất cao sau mỗi nhịp thước gõ trên bàn. Anh đi qua khu đất vừa được đắp lên hơn một năm nay dùng làm nơi hạ cánh cho những chiếc trực thăng hành quân, những xe cần trục, những máy móc, những đống đá xanh còn nằm ngổn ngang la liệt bên những cây sắt dài chồng lên nhau, thẳng hàng, dáng chừng để hoàn thành một sân bay lớn hơn.

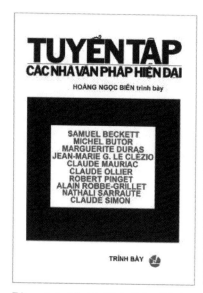

Bìa sách *Mười Nhà Văn Pháp Hiện Đại*, Trình Bầy, 1969; *Đêm Ngủ Ở Tỉnh*, tập truyện ngắn, Cảo Thơm, Saigon, 1970

Tỉnh lỵ bắt đầu hiện ra với ngôi chùa im lìm ẩn kín sau những cây cảnh nhìn thấy giữa hai hàng giậu thưa, hai hàng chữ nho sơn vàng trên nền đỏ của hai trụ lớn được cơn mưa rửa sạch, rực rỡ hẳn lên. Anh đi qua những mái lá thấp xuống, ướt át, những mái ngói đỏ chói sau những cơn mưa lại đỏ chói hơn, nằm lẫn với hai ngôi chùa Cao Đài mới và cũ, với những hình chạm bay bướm lòe loẹt, anh đi qua trạm kiểm soát - nhà ga cũ nhắc lại quá khứ những chuyến xe lửa ghé qua...”

Qua suốt 40 trang sách *Đêm Ngủ Ở Tỉnh*, vẫn một giọng văn đều đều như vậy, xuôi chảy theo dòng ý thức với giàu hình ảnh và cả chất thơ. Người đọc đi theo bước chân nhân vật không có tên, không có địa danh nơi đâu và cũng không biết nhân vật định đi về đâu. Cảnh tượng được ghi nhận như phản chiếu từ một tấm gương, cảm xúc nếu có là do tự người đọc chứ không do truyền đạt từ người viết.

Tuy rất thân thiết và quý trọng tài năng Hoàng Ngọc Biên nhưng Võ Phiến cũng có lúc băn khoăn tự hỏi, qua một lá thư riêng gửi Nguyễn Hưng Quốc:

"Cái viết của Hoàng Ngọc Biên, có cố gắng thoát khỏi thời 'tiền lý thuyết' Việt Nam? Liệu anh ấy có tìm ra được hướng lý thuyết nào không, đường hướng nào mới mẻ không?"... (Santa Ana 5.6.2004)

Chính Hoàng Ngọc Biên, cả ở những năm về sau này, qua những sáng tác mới anh vẫn cứ bền bỉ và kiên trì đi trên con đường tiểu thuyết mới mà anh đã chọn. Truyện của Biên kén độc giả, Hoàng Ngọc Biên không phải là tác giả của đám đông nên tên tuổi của anh cũng ít được biết tới.

ĐỌC THƠ HOÀNG NGỌC BIÊN

Biên làm nhiều thơ. Đọc một bài thơ đầu trích từ tập thơ Biển Ngày Đêm, Trình Bầy, USA, 1999, được mở đầu với câu trích dẫn:

When a man dies
His portraits change.
Anna Akhmatova

MỘT CHỖ NGẢ LƯNG

một chút nắng
một chút mưa
một chút chiều êm ả
một chút phật
một chút chúa
một chút bão tố trong đêm
một chút mây
một chút gió
chút địa ngục
ta ghé chơi
một chút thiên đàng
ta ngả lưng nằm xuống

CÕI TẠO HÌNH HOÀNG NGỌC BIÊN

Hoàng Ngọc Biên chưa bao giờ tự nhận mình là trong số thành viên sáng lập Hội Họa Sĩ Trẻ, nhưng Biên có tranh tham dự triển lãm chung với các bạn Hội Họa Sĩ Trẻ; và theo Trịnh Cung thì Biên chính thức có tên trong danh sách hội viên HHST từ thập niên 1970s.

Nếu Nguyên Khai năm 1994, đã mạnh dạn mở rộng tầm nhìn của người nghệ sĩ vào thế giới kỹ thuật computer hiện đại: anh sáng tạo những bức tranh sơn dầu vẫn với đường nét tài hoa rất Nguyên Khai nhưng có sử dụng thêm cả những chip điện tử như chất liệu mới trong không gian hội họa của mình, thì Hoàng Ngọc Biên từ thập niên 1990, đã bắt đầu vận dụng kỹ thuật số / *Digital*, để sáng tạo nhiều bức đồ họa với đường nét thuần khiết bình dị nhưng bố cục và màu sắc thì đặc sắc.

Biên được du học Singapore về Book Design và Book Production McGraw-Hill sau đó là Nhật Bản. Tài hoa của Biên cũng được thể hiện qua những mẫu bìa báo Trình Bầy và các bìa sách rất nghệ thuật theo cái nghĩa cổ điển và cũng rất Hoàng Ngọc Biên.

Rất sớm từ 1977, Hoàng Ngọc Biên đã phát biểu về quan niệm hội họa hay nghệ thuật nói chung: *"Tôi thích nhìn công việc nghệ thuật tạo hình, trong bất cứ giai đoạn nào, đều là những thể nghiệm, cũng có thể gọi là những trò chơi thể nghiệm. Chỗ này, nghệ thuật tạo hình xích lại gần những nghệ thuật khác: nhạc, múa, văn chương, kiến trúc, điêu khắc, kể cả điện ảnh – và kể cả chuyện dịch thuật: mọi*

Từ trái: Hoàng Ngọc Biên, Võ Phiến, Nghiêm Xuân Hồng
tại nhà Võ Phiến, Los Angeles *(nguồn: tư liệu Viễn Phố)*

Digital Arts, trên, trái: Biển sâu 2014, phải: Dưới chân núi 2015.
dưới, trái: Trăng lạnh 2006; phải: Những bàn tay 2001 *(tư liệu Hoàng Ngọc Biên)*

Mấy mẫu bìa sách của Hoàng Ngọc Biên *(tư liệu Hoàng Ngọc Biên)*

Sài Gòn 30.4, Digital art 2010 bức tranh đã khiến
Hoàng Ngọc Biên rơi lệ *(tư liệu Hoàng Ngọc Biên)*

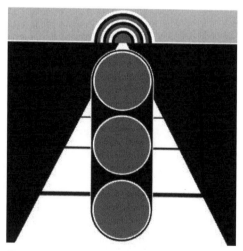

Catalogue Triển lãm Goethe
Institut của Hội Họa Sĩ Trẻ
1969, tranh Hoàng Ngọc Biên,

Feux Rouges / Đèn Đỏ, màu acrylic,
1972 *(nguồn: Nghệ Thuật Tạo Hình VN
Hiện Đại, Huỳnh Hữu Ủy, VAALA 2008)*

Triển lãm tranh của Hội Họa sĩ Trẻ Việt Nam, Alliance Française.Từ trái: Đinh Cường, Mai Chửng, Dương Nghiễm Mậu, Hoàng Ngọc Biên, Nguyên Khai, Nguyễn Trung, Hồ Thành Đức, Nguyễn Đồng. *(tư liệu Hội Họa Sĩ Trẻ)*

Câu chuyện hội họa: từ phải Hoàng Ngọc Biên và Huỳnh Hữu Ủy *(tư liệu Huỳnh Hữu Ủy, Nghệ Thuật Tạo Hình Việt Nam Hiện Đại).*

kết quả đều có thể được coi là một đề nghị, hay ít nữa trong tình trạng đề nghị. Một công trình nghệ thuật được công bố không bao giờ nên được nhìn như một sự hoàn chỉnh. Thái độ này không làm giảm giá trị của công việc nghệ thuật, trái lại, nó nâng cao cái nhìn của chúng ta về bản chất của công việc ấy." Ghi Chép về Công Việc Nghệ Thuật, Saigon 1977.

Với Hoàng Ngọc Biên, một tác phẩm được công bố không bao giờ nên được nhìn như một sự hoàn chỉnh, suốt đời Biên luôn luôn là một cuộc hành trình đi tìm cái mới.

CHÂN DUNG HOÀNG NGỌC BIÊN

Chân dung Hoàng Ngọc Biên, từ trái, qua nét vẽ *Nguyễn Quỳnh, Đinh Cường, Đỗ Trung Quân,* và ký họa *Nguyễn Đăng Thường* (dưới)

Hoàng Ngọc Biên qua nét ký họa *Bùi Xuân Phái* 25-10-1979 *(tư liệu Hoàng Ngọc Biên)*

PHỐ PHÁI

tặng bùi xuân phái

những bệt màu lam hồng
góc phố lạnh tanh
sắc xám
căn gác vuông
tro than ngày cũ
nét cọ đen kéo dài ký ức
nỗi buồn này
phố phái
ngàn năm

Hoàng Ngọc Biên và Ngô Thế Vinh trong garage sách San Jose 02-05-2008 *(photo by Nguyễn-Xuân Hoàng)*

Hội ngộ tại quán Song Long, Little Saigon, từ trái: Hoàng Ngọc Biên, Nguyễn Đồng; hàng đứng: Ngô Thế Vinh, Thành Tôn *(tư liệu Ngô Thế Vinh)*

HỒ THU, NHẠC KHÚC HOÀNG NGỌC BIÊN

Biên còn nhớ từ tuổi nhỏ, nơi thị xã tỉnh Quảng Trị, đã có một ban hợp ca thiếu nhi 5 giọng, trong đó có hai chị em Hoàng Ngọc Biên, cùng hai người bạn đồng trang lứa và một người anh bà con Nguyễn Văn Dziệp - là ca sĩ Duy Khánh sau này. Biên bắt đầu học nhạc và kết anh em với Cao Cự Phúc tức nhạc sĩ Hoàng Nguyên, lúc đó 20 tuổi mới từ chiến khu về. Biên được anh Phúc chọn lĩnh xướng, và chỉ có một bài hát mà Biên còn nhớ là *"Khúc hát sông Thao"* của Đỗ Nhuận.

1955, Vào Sài Gòn Biên học nhạc với nhạc sĩ Võ Đức Tuyết, em nhạc sĩ Võ Đức Thu. Ca khúc đầu tay *"Hồ Thu"* được Biên sáng tác năm 17 tuổi giữa những chuỗi ngày thơ mộng trong một chuyến đi Đà Lạt (1955). Biên làm nhạc sớm trước khi viết văn làm thơ; *Hồ Thu* là một ca khúc thu buồn nhẹ nhàng với ca từ trong sáng. Biên còn nhớ bản nhạc đã được nữ ca sĩ Tâm Vấn hát trên đài phát thanh Quốc Gia Sài Gòn.

chân dung ca sĩ Ngọc Mai,
digital by Hoàng Ngọc Biên

HỒ THU (1955)

Hoàng Ngọc Biên sáng tác

Gió lên rồi dường như nhắc mùa xưa
Tiếng thu về nhẹ rơi lá bên hồ
Buồn hiu hắt về hồ xưa chốn cũ
Hương xa rồi buồn tiếc chi ngày qua

Nước gương hồ lặng im cánh buồm mơ
Bước xưa về lặng nghe sóng bên bờ
Hoàng hôn xuống lạnh lùng hồ soi bóng
Cố nhân về lối cũ mong tìm thu
Mùa hết hương rồi lắng nghe u hoài
Hồ thu năm nay nhuốm màu tình năm cũ
Hoa lá phai tàn úa theo mây vàng
Rộn ràng nghe tiếng thu về tê tái
Gió thu về dường như nhắc mùa xưa
Lá thu vàng nhẹ rơi khắp gương hồ
Trời mây nước này ngàn năm thương nhớ
Hương thu về bối rối trên đường tơ.

1961, Tổ chức "Récital de Guitare et Chants" trong khuôn viên ĐH Đà Lạt – trong đó có tam ca nữ hát *"Hồ Thu"* được Biên soạn thêm bè.

Bạn bè thân không ai biết Hoàng Ngọc Biên có soạn nhạc. Bản *"Hồ Thu"* ít được phổ biến, và mới đây được ca sĩ trẻ Ngọc Mai hát. Ngọc Mai cũng sinh tại Quảng Trị, tốt nghiệp Nhạc viện TP Sài Gòn 2010, từng đoạt nhiều giải thưởng; hiện là giảng viên thanh nhạc của Nhạc viện TP Sài Gòn.

Tiền Vệ: http://www.tienve.org/home/music/viewMusic. do?action=viewArtwork&artworkId=14138

California, 07.02.2016

ĐI VÀO CÕI TẠO HÌNH
MỘT ĐINH CƯỜNG ĐỐN NGỘ

Đinh Cường
(Nghệ Thuật Tạo Hình VN Hiện Đại,
Huỳnh Hữu Ủy, VAALA 2008)

TIỂU SỬ ĐINH CƯỜNG

Tên thật là Đinh Văn Cường, sinh ngày 5 tháng 7 năm 1939 tại Thủ Dầu Một, tỉnh Bình Dương, xứ sở của đồ gốm và sơn mài, với trường Mỹ Nghệ Thủ Dầu Một do người Pháp thành lập từ 1901 (Thủ Dầu Một cũng là nơi họa sĩ Nguyễn Gia Trí đã bị người Pháp giam an trí tại đây sau khi ra khỏi trại tù Sơn La).

1951-1957 học sinh Trung học Pétrus Ký Sài Gòn.

1963 tốt nghiệp Cao Đẳng Mỹ Thuật Huế.

1964 tốt nghiệp Sư Phạm Hội Họa Quốc Gia Cao Đẳng Mỹ Thuật Sài Gòn.

1962 Huy Chương Bạc với bức *Thần Thoại*, Triển Lãm Hội Họa Mùa Xuân Sài Gòn.

1962 Giải Thưởng với bức *Nhà Thờ*, Đệ Nhất Triển Lãm Mỹ Thuật Quốc Tế Sài Gòn của Tòa Đại Sứ Trung Hoa Dân Quốc.

1963 Huy Chương Bạc lần thứ hai với bức *Chứng Tích*, Triển Lãm Hội Họa Mùa Xuân Sài Gòn.

1969-1971 Ủy viên Kiểm soát Hội Họa Sĩ Trẻ Việt Nam.

1963-1967 Giáo Sư Hội Họa trường Nữ Trung Học Đồng Khánh Huế.

1967-1975 Giáo Sư trường Cao Đẳng Mỹ Thuật Huế.

Đinh Cường đã sống ở Huế, Đà Lạt, Sài Gòn với một thời tuổi trẻ đi và sống lang thang khắp miền đất nước cho đến khi sang định cư ở Mỹ từ 1989, hiện sống ở thị trấn Burke, tiểu bang Virginia.

Đinh Cường đã có hơn 20 cuộc triển lãm tại Việt Nam (qua nhiều thành phố Đà Lạt, Huế, Sài Gòn, Đà Nẵng, Nha Trang, Pleiku) và ngoài nước như Pháp, Nhật Bản, Hoa Kỳ, Brésil, Tunisie, Ấn Độ, Singapore.

Theo một brochure Triển Lãm Đinh Cường, tính cho đến 2005 Đinh Cường đã có 24 lần triển lãm tranh riêng và 21 lần cùng với các họa sĩ khác.

SÁCH ĐÃ XUẤT BẢN:

Cào Lá Ngoài Sân Đêm, thơ, Thư Ấn Quán, Hoa Kỳ, 2014.
Tôi Về Đứng Ngẩn Ngơ, thơ, Quán Văn, Sài Gòn, 2014.
Đi Vào Cõi Tạo Hình I, tiểu luận hội họa, Văn Mới, California, 2015.

Bìa hai tác phẩm *Cào Lá Ngoài Sân Đêm* (trái), *Tôi Về Đứng Ngẩn Ngơ* (phải)

ĐI VÀO CÕI TẠO HÌNH

Là bộ sách 2 cuốn, Tập I viết từ thời người Pháp thiết lập trường Cao Đẳng Mỹ Thuật Đông Dương những năm 1930 cho tới giai đoạn chuyển tiếp 1954; cũng là thời điểm của hiệp định Genève chia đôi đất nước. Tập II viết về những họa sĩ cùng thời từ 1957 đến 1966, năm thành lập Hội Họa Sĩ Trẻ Việt Nam.

Đinh Cường & Võ Phiến *(tư liệu Đinh Cường)*

Đinh Cường & Doãn Quốc Sỹ *(tư liệu Đinh Cường)*

Đi Vào Cõi Tạo Hình I, viết về 16 họa sĩ tên tuổi theo thứ tự trong sách: Lê Phổ, Lê Văn Đệ, Mai Thứ, Nguyễn Gia Trí, Tôn Thất Đào, Nguyễn Đỗ Cung, Điềm Phùng Thị, Trương Thị Thịnh, Tạ Ty, Văn Đen, Lê Văn Phương, Võ Đình, Bùi Xuân Phái, Thái Tuấn, Duy Thanh, Ngọc Dũng. Không mang tính cách một tài liệu biên khảo mà là một thể loại như tùy bút, Đinh Cường đã vẽ nên chân dung rất linh

Bìa *Đi Vào Cõi Tạo Hình 2015* và thủ bút Đinh Cường

hoạt của từng họa sĩ mà anh có cơ hội gặp gỡ tiếp xúc, cùng với nguồn tư liệu phong phú và cũng rất riêng tư mà có lẽ chỉ Đinh Cường còn lưu giữ được. Cả đến mỗi bức tranh in trong tập sách cũng là chọn lựa rất đắt giá của Đinh Cường, phản ánh đầy đủ cá tính và tài năng của từng họa sĩ mà anh viết tới.

Cũng rất riêng tư, cuốn sách Đi Vào Cõi Tạo Hình I, như một *flashback* về mấy tên tuổi như Tôn Thất Đào, Mai Thứ, Tạ Ty. Tôi nhớ lại, đã từng được học vẽ với họa sĩ Tôn Thất Đào mấy năm trung học ở Huế.

Họa sĩ Mai Thứ

Riêng với tên tuổi họa sĩ Mai Trung Thứ đã gợi cho tôi những hồi tưởng xa hơn. Trước thập niên 1940s khi chưa có tôi, cụ thân sinh tôi nguyên là giáo sư Pháp văn trường Khải Định cùng thời với họa sĩ Mai Trung Thứ, là giáo sư hội họa. Hai vị quen nhau trong thời gian này. Năm 1952, sau khi gia đình tôi từ Thanh Hóa hồi cư về Hà Nội, họa sĩ Mai Thứ lúc ấy đang sống ở Pháp và hai vị liên lạc lại được với nhau. Lúc đó tôi 11 tuổi, chỉ biết mặt họa sĩ Mai Trung Thứ qua mấy bức hình ông gửi, cùng với một bức tranh màu vuông nhỏ vẽ về *thế giới trẻ thơ - rất Mai Thứ*, do ông gửi tặng, nay không còn giữ được,

Mẹ Dạy Thêu Thùa (trên), *Thư Pháp / La Calligraphie* (dưới), tranh Mai Thứ trên bưu thiếp UNICEF, giúp gây Quỹ Bảo Trợ Nhi Đồng Liên Hiệp Quốc *(nguồn: Mai Lan Phương, con gái Hs Mai Thứ)*

Họa sĩ Mai Thứ trong Studio, Paris 1952 *(tư liệu Ngô Thế Vinh)*

ngoài hai tấm hình chụp họa sĩ Mai Thứ trong Studio ở Paris nay còn tìm thấy được trong album gia đình.

Đúng như cảm nhận của Đinh Cường: *"xem lại thế giới trẻ thơ trong tranh Mai Thứ là một niềm vui, một hạnh phúc."* Không phải chỉ có niềm vui và hạnh phúc của người xem tranh, họa sĩ Mai Thứ còn cống hiến và tặng dữ niềm vui và hạnh phúc ấy tới những đứa trẻ bất hạnh trên khắp năm châu qua những bức tranh trẻ thơ được in trên các tấm postcards của UNICEF/ *United Nations International Children's Emergency Fund* giúp gây Quỹ Bảo Trợ Nhi Đồng của Liên Hiệp Quốc.

Họa sĩ Tạ Ty

Từ trước 1975, đã được xem tranh, đọc thơ văn và cả sách nhận định văn học của Tạ Ty (*Mười Khuôn Mặt Văn Nghệ*, Nam Chi Tùng Thư Sài Gòn 1970, *Mười Khuôn Mặt Văn Nghệ Hôm Nay*, Lá Bối Sài Gòn 1972) nhớ lại là với mỗi tác giả đều được Tạ Ty phác thảo một chân dung với đường nét hết sức độc đáo. Tạ Ty tốt nghiệp từ trường Cao Đẳng Mỹ Thuật Đông Dương, nhưng anh đã không tự ép mình trong khuôn khổ được đào tạo từ trường ốc, luôn luôn đi tìm cái mới và được coi như họa sĩ tiên phong trong lãnh vực hội họa Lập thể /

Cubism rất sớm ở Việt Nam từ những năm 1950s và hội họa Trừu tượng/ Abstract những năm về sau này.

Tôi chỉ thực sự được quen anh là trên đất Mỹ từ những năm 1990, khi cả hai cùng một lứa bên trời lận đận. Tạ Tỵ cùng thế hệ với Vũ Khắc Khoan, Mặc Đỗ, Nghiêm Xuân Hồng, anh hơn tôi một thế hệ. Anh đã có dịp đọc *"Giấc Mộng Con năm 2000"* và nồng nhiệt chia sẻ với tôi về dự án một Công viên Văn hóa ở hải ngoại mà anh gọi là Giấc Mộng Lớn. Trong một thư riêng từ Garden Grove Feb 1, 1995, anh viết: *"Tôi chia sẻ rất nhiều với anh về những điều anh viết,*

Thủ bút của Tạ Tỵ 02-01-1995 *(tư liệu Ngô Thế Vinh)*

dù rằng tuổi tôi đã cao, cái sự 'nhìn thấy những điều mình mơ ước' chắc cũng khó mà thực hiện, nhưng đó cũng chẳng sao, vì tất cả đều cho mai sau và cái 'mai sau' đó so với sự luân chuyển của thời gian cũng như lịch sử nó chẳng đáng gì. Ngọn lửa đã nhúm lên rồi, chỉ cần có thêm nhiều nguyên liệu tạo nên sự bùng cháy trường kỳ trong lòng

Tranh Tạ Ty, *Nhớ Hà Nội*, 1947 (trái); *Những Mảnh Đời Tỵ Nạn*, sơn dầu 2000 (phải) *(tư liệu Đinh Cường)*

mỗi người tỵ nạn có tâm huyết, bất luận trí thức hay bình dân. Mong lắm thay! Hy vọng, hy vọng và hy vọng! Mong anh đừng bao giờ để có người nói: "Các ông là những người đến muộn."

Và trong chỗ rất riêng tư, anh ngỏ ý sẵn sàng hiến tặng một số tác phẩm lớn để đời của anh, khi hình thành được một Công viên Văn hóa như vậy. Nhưng rồi, khá bất ngờ vào ngày 27-7-2000 từ San Diego cũng trong một thư riêng khác anh cho biết quyết định sẽ về sống ở Việt Nam *"dù không biết trước cái gì sẽ xảy ra cho đời mình, nhưng dầu sao tôi cũng muốn được an nghỉ ở Việt Nam nơi mình đã sinh ra, đã sống 60 năm trời. Về Việt Nam, tôi vĩnh viễn rửa tay gác bút, chờ ngày đi vào cõi Hư Không. Nhớ các anh lắm."* Tạ Ty.

Rồi anh đã âm thầm trở về Sài Gòn, sống những ngày cuối đời với người con gái út. Anh mất ngày 24 tháng 8 năm 2004, thọ 83 tuổi. Anh được toại nguyện an nghỉ nơi quê nhà, thân xác anh được hỏa thiêu trở về với cát bụi, nhưng tên tuổi Tạ Ty và các tác phẩm của anh thì vẫn trường tồn trong dòng chảy văn hóa dân tộc.

HỘI HỌA SĨ TRẺ VIỆT NAM

Ở giai đoạn thập niên 1960, thế hệ các họa sĩ như Đinh Cường, Nguyễn Trung, Nghiêu Đề, Cù Nguyễn, Lâm Triết, Trịnh Cung, Nguyên Khai... họ không những trẻ về tuổi tác, mà có thêm một mẫu số chung là không ngừng đi tìm những đường nét mới làm trẻ trung cho nền hội họa Việt Nam. Hội Họa Sĩ Trẻ Việt Nam chính thức được hình thành 1966, với nhận định:

"Chúng tôi, một số họa sĩ trẻ không ngại những khó khăn tinh thần lẫn vật chất cùng thành lập một hội lấy tên là Hội Họa Sĩ Trẻ Việt Nam, làm như vậy chúng tôi hy vọng tạo được những cơ hội gặp gỡ, trao đổi kinh nghiệm và từ đó sẽ hình thành ra những đường lối sáng tạo độc đáo trong bầu không khí sinh hoạt hội họa trong sạch và cởi mở."

Họp mặt sinh nhật Thái Tuấn 11/9/1983. Sau, trái: Trần Lê Nguyễn, Đinh Cường, Thanh Tâm Tuyền. Trước, trái: Thái Tuấn, Quang Dũng, Doãn Quốc Sỹ. *(Quang Dũng, tác giả bài thơ Tây Tiến, là bạn học thiếu thời của Thái Tuấn)*

Từ trái: Đinh Cường và Kiều Chinh *(tư liệu Đinh Cường)*

Nguyễn Mộng Giác, Đinh Cường, Khánh Trường, Nguyễn-Xuân Hoàng *(tư liệu Đinh Cường)*

Không phải chờ tới năm 1966 khi *Hội Họa Sĩ Trẻ Việt Nam* được thành lập, trong suốt 20 năm thời kỳ 1954 tới 1975, cùng với các bộ môn khác của văn học nghệ thuật, như một kết tinh may mắn của lịch sử: của thiên thời địa lợi nhân hòa, nền hội họa và điêu khắc của Miền Nam đã phát triển trong nhiệt tình và đổi mới tới cao độ. Họ ở lứa tuổi 20-30, cho dù là hội viên của *Hội Họa Sĩ Trẻ Việt Nam* hay không, một số tốt nghiệp trường Mỹ Thuật như Đinh Cường, Lâm

Triết, Nguyễn Trung, Trịnh Cung, Nguyễn Phước, Nguyên Khai, hay bỏ học ngang như Nghiêu Đề, hoặc không xuất thân từ trường Mỹ Thuật như Cù Nguyễn nhưng họ đều là những viên ngọc ẩn thạch, những khuôn mặt tài năng có cơ hội là phát triển với sức sáng tạo thăng hoa tới mức cao nhất để hình thành những tác phẩm hội họa có giá trị nghệ thuật trong không khí tự do của Miền Nam.

Qua người bạn tấm cám Nghiêu Đề, tôi có cơ hội làm quen và giao tiếp với các bạn của anh trong giới hội họa của thời kỳ ấy, trong số đó có những Lâm Triết, Cù Nguyễn, Nguyễn Trung, Nguyên Khai, Trịnh Cung, Đinh Cường, rồi Nguyễn Lâm, Hồ Hữu Thủ ở những năm về sau này.

XEM TRANH ĐINH CƯỜNG

Bày tỏ về nghệ thuật hội họa, Đinh Cường cho biết: *"Tôi đã vẽ trong mọi hoàn cảnh, nơi chốn. Không biết để làm gì. Có lúc gần như tuyệt vọng, đôi khi thấy mình được cứu rỗi. Và tôi lại tiếp tục vẽ, tiếp tục suy nghiệm."*

Qua Đồi Cát La Vang, Đinh Cường, sơn dầu, sưu tập của Trung Tướng Ngô Quang Trưởng (trái). *Vườn Đá Tảng*, Đinh Cường, sơn dầu 1994 (phải)

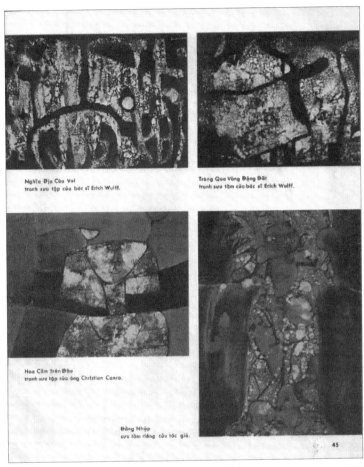

Trang tranh Đinh Cường trên báo Thế Giới Tự Do, Tập XIV
Số 8, 1967, Sài Gòn

Đinh Cường đã thành danh trước khi tốt nghiệp Trường Mỹ
Thuật 1963. Trước đó một năm, với bức *Thần Thoại* Đinh Cường đã
sớm tạo được thành tích với một Huy Chương Bạc trong cuộc Triển
Lãm Mùa Xuân năm 1962.

Khởi đi từ giai đoạn nghệ thuật tạo hình/ figurative paintings,
Đinh Cường đã nổi tiếng ngay với những bức tranh của một thời kỳ
lãng mạn với đường nét thanh thoát về một Đà Lạt với phố núi mù
sương vừa thơ mộng và cả quạnh hiu với đỉnh nóc tháp chuông nhà
thờ với lẻ loi một bóng chim đậu.

Đinh Cường - Huỳnh Hữu Ủy

Người xem tranh Đinh Cường khi ấy không thể không liên tưởng tới hình ảnh nóc nhà thờ trong cuốn phim trắng đen *Les Dimanches de Ville d' Avray* nổi tiếng của Pháp chiếu ở Sài Gòn thời bấy giờ (1962). *Đó là câu chuyện của viên phi công trong khi tấn công một đoàn xe địch, anh tin rằng mình đã giết lầm một bé gái; phi cơ anh bị bắn hạ, tuy sống sót nhưng anh hoàn toàn mất trí nhớ. Sau này khi anh gặp một cô bé Cybèle 10 tuổi bị bỏ rơi trong viện mồ côi sống với các bà sơ, anh đinh ninh đó là cô bé gái đã bị chết trong vụ oanh kích và từ đó đã nảy sinh một mối liên hệ tình cảm thánh thiện giữa anh phi công và cô bé. Nhưng vẻ đẹp thuần khiết của mối liên hệ ấy đã bị nghi ngờ, trở thành scandal trong thị trấn Avray và kết thúc là một thảm kịch.* Đinh Cường kể lại là sau này có dịp sang Pháp, anh đã tìm tới thăm thị trấn Avray, tới tìm lại hình ảnh ngôi nhà thờ với đỉnh tháp chuông có gắn con gà bằng đồng trong cuốn phim đã xem từ năm nào.

Với hơn nửa thế kỷ vẽ tranh và không ngừng sáng tạo, đã có nhiều bài nhận định phê bình về hội họa Đinh Cường. Hầu như tất cả đều nói tới "chất thơ" chất lãng mạn của tranh Đinh Cường.

Trịnh Công Sơn viết: *"Trong hội họa, Đinh Cường là thi sĩ của hoài niệm"* (Tuổi Trẻ, tháng 9, 1986).

Đặng Tiến trong một bài viết tiếng Pháp giới thiệu cuộc triển lãm tranh Đinh Cường tại Galerie Annam Héritage 2010, nhan đề "Đinh Cường, La Source Résurgente / Tấm Lòng Vô Hạn," đã viết: *"Tranh Đinh Cường, trong tinh thể, phải chăng là ký ức của một đóa hoa hồng đã hiến dâng hương sắc cho trần gian. Và nghệ thuật trần gian phải chăng là hoài niệm một mùi hương."* (Orléans, tháng 10-2010)

Huỳnh Hữu Ủy nhận định: *"Đinh Cường đã dựng nên một vũ trụ đầy chất thơ, kết hợp rung cảm với bút pháp độc đáo của một tư duy riêng biệt. Ở đây, âm hưởng của màu sắc, bố cục của đường nét là phương tiện phô diễn tính cách độc đáo của một tư tưởng nhiều chiều sâu, phản ánh nhiều hình bóng của đời sống và thời đại."*

Đinh Cường - Bùi Giáng, Sài Gòn 1987.

Bùi Giáng nói tới chất thơ trong tranh Đinh Cường, trong một bài thơ tiếng Pháp tặng Đinh Cường 1972:

LE POÈME DE LA PEINTURE

Il s'en va come le Poisson d'eau douce
Sa Peinture rêveuse s'en va comme le Demeurer du Demeurant
Qui déploie son ordre et se refuse
Sur le mode de la Double Réserve

Le Poème de la Peinture
(Đinh Cường)

rêveuse

Il s'en va comme le Poisson d'eau douce
Sa Peinture s'en va comme le Demeurer du
                              Demeurant
Qui déploie son ordre et se refuse
Sur le mode de la Double Réserve

Je n'ai rien à lui dire sinon peut-être
Que le Poème de la Peinture
S'entend à merveille avec la Peinture du Poème
Comme la Reine des Almées
S'appelle aussi bien l'Almée des Reines
Que le Retour de la Convalescente qui chante sa
                                          joie
A réjoui immensément l'Enfant des Riveraines
Au bord de l'Abîme des Abîmes

Et Vous n'avez rien à lui dire sinon peut-être
Que l'Éclaircie de l'Être lui est favorable
Comme l'Éraflure du Temps lui est favorisante
Lorsque la Terre advient à l'émergence
Tandis qu'un Monde s'ouvre

Trên: Thủ bút Bùi Giáng, *"Bài thơ Hội họa"* tặng
Đinh Cường 1972; Dưới: Bản phỏng dịch Ngô Văn
Tao (Ngô Văn Quế, Gs Toán ĐH Montréal, bạn nhà
thơ Bùi Giáng) *(nguồn: DNSG - Xuân Kỷ Sửu 2009)*

Le Poème De La Peinture
(Thơ tiếng Pháp Bùi Giáng viết tặng
họa sĩ Đinh Cường Sài Gòn 1972,
lần đầu công bố)

Họa thi

*Như cỏ lượn theo dòng
Anh vẽ như mơ màng
Cho người đi kẻ ở
An nhiên và tự tại
Khước từ
            trong quả đồi đoan trang*

Tôi sẽ nói gì cùng anh

*Khi trong thơ đã có họa
Anh vẽ rồi một bài thơ
Cho Nữ hoàng Thánh mẫu
Cho Thánh mẫu Nữ hoàng
Và người bệnh phục hồi
Trong tiếng trẻ hát bên sông
Bên vực sâu của Tiền Đường*

*Ai sẽ nói gì cùng anh
Khi tồn sinh là tia sáng
Thời gian trong một thoáng không đi
Mặt đất cội nghiêng mình
Vũ trụ - vì anh - đã lên hương*

*Chúng tôi sẽ nói gì cùng anh
Trăn trở biển thiên xứ sở này*

*Trong đêm thao thức đợi ngày mai
Bình minh của kỷ nguyên mới
Chiều sáng lối anh đi
Cho anh - Người tài của hội họa
Khi ở vườn khuya Hư Cực
Chúng tôi là trái trên cây
Muộn màng chín muộn
Trong những ngày quá muộn màng*

*Như cỏ lượn theo giòng
Anh vẽ chiêm bao và mộng mị
Vô cảnh theo đàn chim muộn
- tới rồi thời của Vũ Tưởng -
Lìa bỏ bến đất này
Bay tìm bến nước xa...*

Ngô Văn Tao phỏng dịch, 1994

Je n'ai rien à lui dire sinon peut-être
Que le Poème de la Peinture
S'entend à merveille avec la Peinture du Poème
Comme la Reine des Almées
S'appelle aussi bien l'Almées des Reines
Que le Retour de la convalescente qui chante sa joie
A réjoui immensément l'Enfant des Riveraines
Au bord de l'Abîme des Abîmes
Vou n'avez rien à lui dire sinon peut-être
Que l'Éclaircie de l'Être lui est favorable
Comme l'Éraflure du Temps lui est favorisante
Lorsque la Terre advient à l'émergence
Tandis qu'un Monde s'ouvre

Bùi Giáng 1972

Trong chỗ riêng tư, Đinh Cường cho biết: anh vẫn tâm đắc nhất với bài viết của Đỗ Long Vân, nhà nghiên cứu mỹ học, người bạn chung sống với Đinh Cường hai năm ở Đà Lạt trong cùng một studio nhỏ trên đường Hoa Hồng. Bài viết tiếng Pháp của Đỗ Long Vân, được một Bửu Ý tài hoa dịch sang tiếng Việt. Trích đoạn:

"Nul éclat. Aucune dissonnance. Une pâte sombre et dense, légère malgré cela, et qui chante comme de l'or. C'est un or nocturne dont toute la lumière est tournée vers l'intérieur. Cela ennuie tout d'abord, et puis l'on finit par aimer cette pudeur obstinée, qui, pour sembler sans audace, n'en est pas moins durement conquise. Il suffit d'ailleurs de regarder Cuong au travail et l'on voit que le charme simple et lisse qui séduit lentement en ses toiles, jamais Cuong ne l'a atteint du premier coup, mais qu'il est l'aboutissement de longs essais où se conjuguent le hasard et l'on ne sait quelle fatalité. Ses toiles débutent toujours dans l'éclat. Cela commence comme une explosion de fleurs et, presque toujours, cela devient un océan et nuit bleue et noire, non la vieille nuit sanglante qui obsède la mémoire de son souvenir, mais la jeunesse du monde dont tous les trésors enfouis s'éveillent pour illuminer de leur éclat fragile cette première nuit qui s'appellerait aussi bien l'aurore. Car voilà que du fond de la terre

des lueurs nous viennent, que l'espace s'entr'ouvre dans un envol d'acier, que des cristaux scintillent tandis qu'au-dessus de l'abime, des villes en dérive tentent d'aller ensemble…"

"Không rực rỡ, không lạc điệu, một chất màu ủ và quánh mà vẫn nhẹ nhàng và reo ca như vàng kim. Một thứ dạ kim với bao nhiêu hào quang quay trở vào bên trong. Điều này thoạt tiên bắt chán, cuối cùng ta lại đem lòng yêu mến cái e ấp trì quyết ấy, nó có vẻ như không táo gan, nhưng không phải vì thế mà không khổ công chinh phục. Phương chi chỉ cần nhìn Cường làm việc và ta thấy cái đẹp đơn sơ và bóng láng quyến rũ chầm chậm ở tranh anh, không bao giờ Cường đạt được ngay từ lúc đầu, mà nó là kết thúc của nhiều dò dẫm dài hơn, nơi kết liên của ngẫu nhiên và một tiền định nào đó không hiểu. Tranh của anh luôn luôn khởi đi từ trong ánh rực rỡ. Bắt đầu như một vỡ òa của hoa, và hầu như luôn luôn trở thành đại dương đêm xanh đen, không phải cái đêm cổ tích đẫm máu ám ảnh ký ức bằng kỷ niệm, nhưng là tuổi trẻ của trần gian với hết thảy kho tàng vùi chôn choàng dậy hầu soi tỏ bằng ánh sáng mong manh cái đêm đầu tiên ấy, cũng có thể gọi luôn là buổi lê minh. Vì chưng đã đến với ta kia, từ cùng thẳm địa cầu, từng đợt sóng, không gian hé mở trong một vỗ cánh ánh thép, những mảnh thủy tinh nhấp nháy, trong khi bên kia vực thẳm, bao thành phố rắp tâm phiêu dạt theo nhau…"

Sau Đà Lạt, Đinh Cường có một thời gian sống lâu dài ở Huế, anh đã sáng tác những bức tranh *với màu sắc u trầm - chữ của Huỳnh Hữu Ủy*, về Thành Nội về một cố đô Huế khuê các nhưng tàn tạ khuất lấp sau những lớp rêu phong.

Đinh Cường thành công rất sớm nhưng anh vẫn đi tìm cái mới, có một giai đoạn khoảng sáu năm (1969-1975), anh chuyển qua nghệ thuật hội họa trừu tượng/ abstract paintings.

Trả lời phỏng vấn báo Thế Giới Tự Do (Tập XIV, số 8, 1967 Sài Gòn), Đinh Cường thổ lộ: *"Tôi đã dần dần tước bỏ hết ý niệm về sự vật, hay nói theo danh từ triết học kinh điển, loại bỏ mô thể/ forme của sự vật để chỉ còn giữ lại chất liệu/ matière thuần túy của sơn dầu."* Nhưng rồi cuối cùng anh vẫn trở về với hội họa tạo hình, với những *bức tranh*

Studio Đinh Cường, đường Rose Đà Lạt 1963). Phải: Đỗ Long Vân và Đinh Cường, Đà Lạt 1963. *Đà Lạt Nostalgia*, tranh sơn dầu Đinh Cường (dưới) *(tư liệu Đinh Cường)*

rất Đinh Cường, có thể nói không cần có chữ ký, người thưởng ngoạn vẫn có thể nhận ra bức tranh đó là của Đinh Cường. Số lượng tranh Đinh Cường đã vẽ có thể lên tới con số ngàn. Định cư ở Mỹ từ 1989 tới năm 2000, chỉ trong vòng 10 năm, Đinh Cường đã thực hiện được 5 cuộc triển lãm, chưa kể những cuộc triển lãm tranh trong nước.

Studio Đinh Cường, đường Hòa Bình, thành nội Huế, 1966 (trên). *Huế Nostalgia,* tranh sơn dầu Đinh Cường (dưới)

Theo Đỗ Hồng Ngọc - nhà thơ Đỗ Nghê, Thân Trọng Minh - nhà văn nhà thơ Lữ Kiều, là 2 bạn đồng môn cho biết mặc dù phát hiện bệnh từ 2011, Đinh Cường vẫn về Việt Nam triển lãm tranh với Thân Trọng Minh năm đó. Năm 2013, tuy đã yếu nhưng Đinh Cường vẫn về Việt Nam gặp gỡ bạn hữu và triển lãm tranh lần thứ hai. Chuẩn bị năm 2015 sẽ về thực hiện một cuộc triển lãm tranh quan trọng khác tại Đà Nẵng trong Viện Bảo Tàng Điêu Khắc Chàm/ *Musée de la Sculpture Cham*, nhưng lần này phải hoãn lại vì Đinh Cường bước vào giai đoạn chemo.

Ngoài khối tranh nghệ thuật, đa số là sơn dầu, là sự nghiệp hội họa rất dày của Đinh Cường, phải kể tới những ký họa chân dung của đông đảo các văn nghệ sĩ, và cả những chân dung tự họa, đây cũng là một nét tài hoa khác của Đinh Cường.

Từ trái, trên: Ký họa Bùi Giáng, Tuệ Sỹ, Nguyễn Đức Sơn. Từ trái, dưới: Doãn Quốc Sỹ. Võ Phiến, Thanh Tâm Tuyền, Nguyễn Đình Toàn.

Đinh Cường đã từng cảm phục sức làm việc của Khánh Trường, nhất là trong suốt thời kỳ đang bệnh hoạn: hai lần tai biến mạch máu não, ung thư thanh quản, xuất huyết bao tử, trụy thận phải liên tục lọc máu hàng đêm / Peritoneal Dialysis. Vậy mà Khánh Trường vẫn viết tác phẩm *Tịch Dương*, vẫn nhận trình bày các bìa sách, vẽ rất nhiều tranh thiền và mở ba cuộc triển lãm. Đinh Cường viết về Khánh Trường: *"một con người tưởng đã chết đi và sống lại, sống lại lẫm liệt để Qua Bờ. Bờ của an trú tịch nhiên"* (*Khánh Trường, Sức Mạnh của Im Lặng, Virginia, Jan 8, 2012*)

Nhưng rồi chính bản thân Đinh Cường sau này cũng qua những trải nghiệm thăng trầm về sức khỏe, không thiếu gian truân, nhưng sức làm việc của Đinh Cường cũng vẫn cứ bền bỉ không ngừng sáng tạo trong mọi hoàn cảnh.

ĐỌC THƠ ĐINH CƯỜNG

CÀO LÁ NGOÀI SÂN ĐÊM

tặng Bửu Ý

chiều mù cây nhánh trơ
tôi mù sương mất hút
giữa muôn trùng lạnh tăm
cuối năm rào lá đổ
suốt ngày nghe tiếng quạ
kêu ngoài hiên xanh rêu
đôi khi vờ ngủ muộn
giấc mộng đầy quạnh hiu
chiều ra sông bến lạ
bên kia phố lên đèn
mới biết mùa đông gọi
một mặt trời không tên
như người xưa nhớ bạn
cánh nhạn nhờ đưa tin
tôi một mình đứng lặng
cào lá ngoài sân đêm

Virginia, Nov 1997

XEM TRANH MỚI ĐINH CƯỜNG

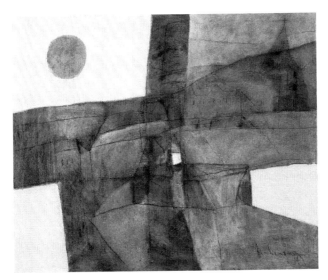

Bố Cục Xám I
sơn dầu trên canvas 30 x 40 in Đinh Cường 2014

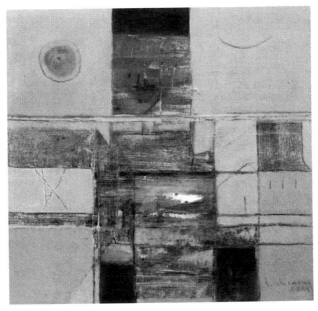

Bố Cục Xám II
sơn dầu trên canvas 30 x 30 in Đinh Cường 2014

NHỮNG BÀI THƠ THỨ SÁU

Sinh lão bệnh tử là bốn khổ não của xác thân, mà không một chúng sinh nào thoát ra khỏi. Bản thân người viết đã trải qua 46 năm hành nghề y khoa, cũng đã từng là con bệnh nặng sau những năm ra tù và chỉ khi ấy mới thực sự thấm thía ý nghĩa kinh điển của một câu nói *"không có bệnh chỉ có người bệnh."* Trong một cuốn sách nhan đề *"When Doctors are Patients"* của Pinner M. và Miller B.F. (W.W. Norton and Co., New York 1952) ghi lại một cách trung thực những kinh nghiệm bản thân phải nếm trải của chính các bác sĩ khi phải đối đầu với một số bệnh nặng hay cả nan y, qua nội dung cuốn sách, Pinner M. cũng là một bác sĩ, đã đi tới kết luận: "Người bệnh không chỉ đương đầu với căn bệnh, mà phải đối phó với một suy sụp toàn thể."

Ý nghĩ miên man ấy sau khi nói chuyện điện thoại với Đinh Cường, vẫn giọng nói ấm và trầm tĩnh của bạn thuở nào. Với những tin tức về sức khỏe của Đinh Cường từ khi bước qua ngưỡng tuổi "cổ lai hy" với một lần chấn thương sọ não và nay Đinh Cường đã "xuống tóc" do chemo khiến bạn hữu rất quan tâm. Cách đây ba năm, sau một tai nạn xe cộ tuy nhẹ, nhưng Đinh Cường đã bị một cục máu tụ trong sọ não. Theo đồng nghiệp Nguyễn Tường Giang, một cố tri thân thiết ở rất gần với Đinh Cường, thì sau phẫu thuật thần kinh/ trepanation, Đinh Cường hoàn toàn trở lại bình thường ngoài vết sẹo lõm của lỗ khoan trên hộp sọ.

Nhưng sớm hơn cách đây bốn năm 2011, Đinh Cường đã được chẩn đoán về một căn bệnh khác: ung thư tuyến tiền liệt/ prostate cancer. Ung thư tuyến tiền liệt cũng khá thông thường như ung thư vú ở phụ nữ. Với tiến bộ của y khoa, cả hai dạng ung thư trong nhiều trường hợp có thể chữa khỏi nếu chẩn đoán sớm và điều trị đúng mức. Không hiếm những người bệnh bị ung thư tuyến tiền liệt từ hơn 30 năm vẫn khỏe mạnh ở tuổi đã ngoài 90, đến lứa tuổi ấy nếu chết thường là do những nguyên nhân khác.

Không rõ chi tiết bệnh của Đinh Cường có được chẩn đoán sớm hay không, nhưng ở tuổi đã ngoài 70, bác sĩ của Đinh Cường đã không chọn giải pháp phẫu thuật mà bằng hormonotherapy. Bệnh ổn định trong một thời gian, sau đó Đinh Cường được chuyển qua chemotherapy/ hóa trị; dĩ nhiên với nhiều tác dụng phụ/ side effects và anh đã can đảm vượt qua.

Nằm trên chiếc ghế chemo, đã quá quen thuộc, nhìn những giọt thuốc nhỏ giọt, nhưng đó là chuyện của thân xác; Đinh Cường thì vẫn cứ làm thơ hay vẽ một bức tranh nhỏ và để rồi ngày hôm sau, gần như ngày nào anh cũng được các bạn tới đón đi ăn sáng hoặc brunch. Khi thì Nguyễn Mạnh Hùng Nguyễn Tường Giang, khi Phùng Nguyễn và Như Hạnh, khi thì Nguyễn Thế Toàn biệt danh Toàn Bò, khi Nguyễn Minh Nữu, khi Phạm Cao Hoàng và rồi cả các bạn từ xa tới thăm. Đinh Cường rất quảng giao, ngày nào cũng ra khỏi nhà, anh luôn luôn được vây quanh bởi một tình bạn ấm cúng.

Từ xa, phone thăm bạn, 9 giờ sáng California là giờ buổi trưa ở Miền Đông, vui với giọng nói Đinh Cường vẫn trầm ấm và mạnh như thuở nào, rồi sau đó được Đinh Cường chuyển điện thoại cho nói chuyện khi thì với Phùng Nguyễn *Tháp Ký Ức* bên Da Màu nơi quán Starbucks, khi thì với Nguyễn Tường Giang *Khói Hồ Bay* từ Café Montmartre hay Le Chat Noir, nhắc tới cố tri Nguyễn Tường Vũ, tới Thế Uyên *Thái Độ Xám* rồi Duy Lam *Gia Đình Tôi* với sức khỏe hồi này sa sút ra sao; rồi với Nguyễn Mạnh Hùng Đại học George Mason

Đinh Cường, Ngô Thế Vinh trong garage studio Burke, Virginia
(*photo by Như Phong Lê Văn Tiến, 1993*)

vừa sau chuyến đi Bắc Kinh và Nam Ninh trở về, với ấn tượng về những *"think tank"* rất trẻ trung của Trung Quốc ở lứa tuổi trên dưới 40 chứ không già nua như ở Việt Nam - một Việt Nam thì vẫn cắm cúi đi theo mô hình Trung Quốc nhưng bao giờ cũng tụt hậu ít nhất 20 năm, khiến không thể không nhắc tới câu nói của Lê Khả Phiêu, tổng bí thư Đảng CSVN đã làm cho người Việt phải chau mày: *"Nếu Trung Quốc thành công trong đổi mới, chúng ta sẽ thành công. Nếu Trung Quốc thất bại chúng ta sẽ thất bại"*. (FEER, 06/22/2000).

Tuy ở xa hàng ngàn dặm, với cell phone, internet eMail thì mối liên hệ bằng hữu vẫn cứ gần gũi như trong một ngôi làng nhỏ.

Đinh Cường autoportrait tại quán
cà phê Starbucks 17/4/2015

Gởi Ngô Thế Vinh,

Chiếc ghế chemo trong căn phòng ấy
những sợi dây nylon đang thả xuống
hai bịch nước trong veo như nước mắt
tôi ngước mắt nhìn lên. từng giọt. đều.
rơi xuống. giọt. làm nhớ Văn Cao:

từ trời xanh

rơi

vài giọt tháp Chàm

Quy Nhơn. ngày anh đến đó. những tháng đầu năm 1985

ba bài thơ Quy Nhơn I, Quy Nhơn II, Quy Nhơn III

anh đã ghi lại như ba tấu khúc cello. đẹp như huyền thoại

biển đưa về vài chùm chim yến

nắng làm khô những lá dừa non

… quanh Quy Nhơn

tôi như đứa nhỏ yêu huyền thoại (1)

giọt. giọt. giọt. tôi lại ngước mắt nhìn lên

xem gần cạn chưa. cho đến giọt cuối cùng.

hai giờ lim dim hai giờ hít thở… chemo. chemo…

thì cứ xem như một điệu nhảy vui của người Phi Châu

thì cứ xem như những lời khuyên của Đỗ Hồng Ngọc

mình phải sống. và sống khác. Phải *tự tại* thôi

Ai có thể "thở" giùm ai? Ai có thể "thiền" giùm ai?

Virginia, July 10, 2015

Đinh Cường

(1) Văn Cao - Lá - thơ - Nhà xb Tác Phẩm Mới 1988

MỘT ĐINH CƯỜNG ĐỐN NGỘ

Nhớ lại cuộc phỏng vấn Đinh Cường do Nguyễn Nam Anh (một bút hiệu khác của Nguyễn-Xuân Hoàng) thực hiện cách đây cũng gần 1/4 thế kỷ, Đinh Cường đã phát biểu: *"Đời sống bên này có cái thực tế khắc nghiệt là vậy. Càng khắc nghiệt tôi càng trầm tĩnh. Nghiệm ra một điều: hãy làm hết sức mình cho một công việc tốt, cũng có lúc bù đắp lại. Những tấm tranh cũng đã từng nuôi sống tôi, tôi không thể bỏ vẽ được."* (Tạp chí Thế Kỷ 21, số 23 tháng 3, 1991)

Càng khắc nghiệt tôi càng trầm tĩnh. Hai mươi bốn năm sau lần nói chuyện với Nguyễn-Xuân Hoàng, Đinh Cường vẫn sống khắc kỷ như vậy ngay cả trong tình huống rất cực đoan và vô cùng khắc nghiệt về sức khỏe. Nguyễn-Xuân Hoàng thì cũng đã mất gần một năm (12/09/2014). Đinh Cường thì vẫn hít thở, sống trọn vẹn từng giây phút từng ngày, vẫn vẽ tranh làm thơ, vẫn hoàn tất trong cùng năm 2015 hai tác phẩm tiểu luận về hội họa *"Đi vào Cõi Tạo Hình I & II"*, Đinh Cường tự nhủ: *phải sống và sống khác, phải tự tại thôi.* Một Đinh Cường đã thực sự đốn ngộ, cho dù đang chênh vênh bước trên con dốc tử sinh.

Thứ Sáu 28/08/2015, một ngày chemo của Đinh Cường, sau đó được Nguyễn Thế Toàn tới đón từ nhà thương, nói chuyện qua phone vẫn một Đinh Cường giọng ấm và trầm tĩnh, hai người bạn ấy cứ như từ một pinic và đang trên đường về. Sáng Thứ Bảy ngày hôm sau, Đinh Cường đã đưa Nguyễn Đình Thuần đi Washington DC xem tranh tại National Gallery of Art, đến tối là một buổi họp bạn tới khuya. Đinh Cường đều có mặt, đó là tin vui cho các bạn hữu ở xa muốn biết tình trạng sức khỏe của Đinh Cường.

Hình bìa tuyển tập *Đinh Cường, Ra Đi Mới Biết Lòng Vô Hạn,* Nxb Hội Nhà Văn, Huế 2016.

ĐINH CƯỜNG ĐÃ RA ĐI

Đinh Cường qua đời ngày 7 tháng 1 năm 2016 tại Virginia, Hoa Kỳ, cũng là nơi anh và gia đình tới định cư từ 1990.

Một tuyển tập Đinh Cường dày hơn 700 trang được các bạn anh hoàn tất và xuất bản tại Huế một năm sau 07.01.2017 nhân ngày giỗ đầu tiên của Đinh Cường: *Ra Đi Mới Biết Lòng Vô Hạn* gồm bốn phần: *Dấu ấn Đinh Cường, Đinh Cường dưới nhiều góc nhìn, Thế giới nghệ thuật Đinh Cường, và phần tư liệu hình ảnh* hiếm quý từ gia đình và bạn hữu của Đinh Cường.

Vĩnh biệt Đinh Cường. Tưởng nhớ cuộc đời tài hoa Đinh Cường qua hai câu thơ man mác của chính anh:

"Ra đi mới biết lòng vô hạn
sương có mờ thêm trên sông Hương"

Long Beach, September 6, 2015
Long Beach, 2017

NHỚ VỀ NGƯỜI BẠN TẤM CÁM
NGHIÊU ĐỀ 1939-1998

Chân dung Nghiêu Đề
(Nghiêu Đề, Viet Art Society 1998)

Bài viết chỉ là hồi tưởng với những kỷ niệm rất riêng tư về một người bạn tấm cám Nghiêu Đề, với mối giao tình hơn nửa thế kỷ; người viết không ở trong giới hội họa nên cũng không dễ dàng để viết về một họa sĩ tài hoa, sáng tác tuy ít nhưng đã để lại dấu ấn lâu dài trong lãnh vực nghệ thuật tạo hình của Việt Nam, qua một giai đoạn đầy sáng tạo trong những năm 1960-1970 với Hội Họa Sĩ Trẻ Việt Nam mà Nghiêu Đề là một trong những thành viên với cá tính nổi bật. Ngô Thế Vinh.

TIỂU SỬ NGHIÊU ĐỂ

Nghiêu Đề tên thật Nguyễn Tiếp nhưng Trai là tên gọi ở nhà, sinh năm 1939 tại Quảng Ngãi. Là con trai trưởng trong một gia đình sáu anh chị em. Học Cao đẳng Mỹ thuật Gia Định nhưng đã tự rời trường ốc trước khi tốt nghiệp; là một thành viên Hội Họa Sĩ Trẻ Việt Nam; Huy chương Bạc Hội họa mùa Xuân 1961, từng tham dự triển lãm tại nhiều quốc gia. Ngoài hội họa, Nghiêu Đề còn viết văn, làm thơ mà sau này Nghiêu Đề coi như hai "bước lỡ" không nên dấn thân vào. Tác phẩm đã xuất bản: Ngọn Tóc Trăm Năm (Sài Gòn 1965). Nghiêu Đề cùng gia đình đến Hoa Kỳ năm 1985 và mất vào ngày 09 tháng 11 năm 1998 tại San Diego, California khi chưa tới tuổi 60.

Vào tháng 8 năm 2014 khi Trịnh Cung còn ở Mỹ, tôi gợi ý anh nên có một bài viết về "cố tri" Nghiêu Đề. Trịnh Cung (cùng ở trong Hội Họa Sĩ Trẻ với Nghiêu Đề) đồng ý là sẽ có bài viết vào tháng 11, nhân ngày giỗ thứ 16 của Nghiêu Đề. Nhưng rồi đến tháng 11, chỉ có đôi dòng giới thiệu ngắn trên Da Màu và hai bức tranh trích từ cuốn Nghiêu Đề của *Viet Art Society*, Trịnh Cung cho biết không đủ tư liệu nên đành *botay.com*.

Vợ chồng Nghiêu Đề - Giang và ba con: bé Búp, cu Bi, bé Saigon khi mới tới San Diego, Mỹ 1985.
(Album gia đình Nghiêu Đề)

Trái: Nghiêu Đề 16 tuổi trước Thương xá Tax, người xưa cảnh cũ đều không còn; Từ trên, bên phải: Nguiễn Ngu Í và Nghiêu Đề. *(tư liệu gia đình Nghiêu Đề)*

Tôi đã không ngạc nhiên về "khoảng trống" Nghiêu Đề, một người bạn mà hình như suốt đời không ham muốn sở hữu một điều gì. Sự nghiệp của anh chỉ là những dấu chân chim trên cát mau chóng bị xóa nhòa bởi lớp sóng thời gian. Anh không có đức tính của một người rất sớm bền bỉ vun đắp và tích lũy cho sự nghiệp của mình. Điển hình cho đức tính ấy là bạn anh, họa sĩ Đinh Cường, có cả một kho tư liệu như một viện bảo tàng cá nhân mà ít ai có thể sánh kịp.

Với bài viết này, nói theo họa sĩ Khánh Trường thì tôi chỉ như một người chuộng "cố sự" đang làm công việc góp nhặt cát đá, tìm lại thời gian đã mất với người bạn tấm cám Nghiêu Đề.

NGHIÊU ĐỀ VÀ NHỮNG NGƯỜI BẠN

Bước vào năm đầu y khoa, thay vì như các bạn đồng khóa tập trung vào học tập, tôi đã không được gương mẫu như vậy, sớm say mê chuyện viết lách làm báo và cả rong chơi với giới nghệ sĩ nhóm bạn Nghiêu Đề. Rất khác nhau nhưng không hiểu sao tôi và Nghiêu Đề lại có thể thân nhau đến như vậy.

Nghiêu Đề có nếp sống lang bạt, có nhiều bạn tấm cám từ thời còn rất trẻ, xóm Bùi Viện gần Ngã tư Quốc tế là khu giang hồ nơi chúng tôi thường lui tới lúc đó, họ tiềm ẩn tài năng nhưng còn như những *"viên ngọc ẩn thạch"*, giới hội họa như Nguyễn Trung, Cù Nguyễn, Lâm Triết, Nguyên Khai; nhóm thơ văn Trần Dạ Từ, Nguyễn Đức Sơn/ Sao Trên Rừng, Trần Tuấn Kiệt, Trần Đức Uyển / Tú Kếu, Nguyễn Nghiệp Nhượng, Nguyễn Thụy Long, mỗi người một vẻ với khao khát nghệ thuật là mẫu số chung mà họ hướng tới. Sức sáng tác của họ mạnh mẽ, sớm có tác phẩm và họ đều trở thành những tên tuổi. Nghiêu Đề còn có cả những người bạn vong niên mà tôi được biết từ tòa soạn Bách Khoa như Lê Ngộ Châu, Nguyễn Ngu Í, Võ Phiến, Vũ Hạnh…

TIẾNG HÓT CON CHIM NGUYỆT

Trả lời nhà báo Nguyễn Ngu Í trên Tạp chí Bách Khoa số 137 ngày 15-9-1962, Nghiêu Đề kể chuyện như người đi trên mây:

"... Ở quê tôi, có một giống chim lạ, sắc trắng, và dáng mong manh lắm, thường bay một mình trong đêm trăng. Người ta bảo rằng nó bay mãi lên cao, và tan vào mặt trăng, không bao giờ trở lại. Tên nó là 'Nguyệt' tiếng hót hay vô cùng. Không biết vì sao tôi yêu nó. Chỉ biết mỗi lần nó bay ngang cùng tiếng hót đã làm tôi xúc động. Bây giờ tôi nghĩ Nghệ Thuật tôi muốn là một cái gì hết sức tự nhiên như tiếng hót của chim Nguyệt vậy."

Khi hỏi nhà thơ Luân Hoán và những người bạn cùng quê xứ Quảng với Nghiêu Đề, thì cũng chưa ai thấy hay được nghe tiếng hót của chim Nguyệt. Nhưng đâu có hề gì, vẫn có đó con chim Nguyệt sắc trắng dáng mong manh bay một mình trong đêm trăng, cũng như mãi mãi có đó một Chú Cuội ngồi gốc cây đa trên Cung Hằng. Chim Nguyệt thì vẫn cứ bay mãi lên cao, và tan vào mặt trăng, không bao giờ trở lại… Phải chăng đó chính là thế-giới-thanh-thoát và cũng là giấc mộng trăm năm của Nghiêu Đề?

MỘT NHÀ IN TRƯỜNG SƠN

Trước những năm 1960, kỹ thuật in ấn ở Miền Nam chủ yếu là Typo. Những trang sách báo thời ấy được sắp từ các bát chữ với từng con chữ đúc chì. Thợ Typo thường là gốc Tàu Chợ Lớn không rành tiếng Việt nhưng tốc độ sắp chữ thì nhanh đến dễ nể. Thời kỳ đó, kỹ thuật Offset còn hiếm, cơ sở tư nhân có Cliché Dầu, nơi tôi và Nghiêu Đề thường tới đặt các bản kẽm cho bìa sách báo hoặc các tranh phụ bản. Phạm Ngũ Lão vẫn được coi như con đường báo chí của Sài Gòn nhưng nhà in Trường Sơn của nhà văn Nguyễn Thị Vinh lại nằm trên đường Nguyễn An Ninh, gồm hai dàn máy Typo khổ lớn một trang báo, không kể mấy chiếc máy in nhỏ cả máy pedal / đạp chân. Báo sinh viên Tình Thương của Y Khoa, báo Đất Sống của Dược Khoa cùng với báo Văn Học của Dương Kiền đều được in ở nhà in này.

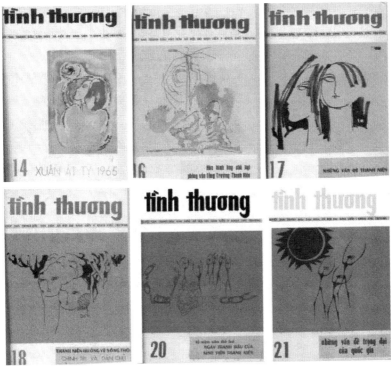

Một số mẫu bìa báo Sinh Viên Y Khoa Tình Thương của Nghiêu Đề
(*tư liệu Trần Hoài Thư, Thư Quán Bản Thảo*)

Nghiêu Đề và tôi thường có dịp gặp nhau nơi đó, nhất là khi có mẫu bìa báo Xuân được Nghiêu Đề trình bày.

NGHIÊU ĐỀ VÀ MẪU BÌA SÁCH

Nhà văn Võ Phiến đặc biệt rất quý Nghiêu Đề. Một giai thoại về cuốn sách Giã Từ: Võ Phiến nhờ Nghiêu Đề vẽ bìa; thời kỳ đó các mẫu chữ đẹp để làm bìa rất hiếm, đôi khi phải tìm trong mấy tờ báo Mỹ mua được nơi các Kiosk sách báo trên vỉa hè đường Lê Lợi và sau đó là cắt dán từng mẫu tự và thêm dấu. Do chỉ quan tâm tới một mẫu bìa đẹp, nên Nghiêu Đề quyết định "không thêm râu ria" không bỏ dấu trên nhan sách và cũng để mở ra cho độc giả "tùy nghi" với bao nhiêu cách đọc: Gia Tư, Giả Tu, Giả Tù, Giã Tự... Sách do Thời Mới xuất bản, sau đó Nghiêu Đề được Võ Phiến tặng một ấn bản đặc biệt với lời đề tặng thật trân trọng: *"là cuốn sách ưng ý nhất về hình thức của tác giả."*

Ai có sách hoặc tập san sắp xuất bản cũng muốn được Nghiêu Đề vẽ bìa. Anh chưa hề nói không với ai, nhưng bao giờ thì có được mẫu bìa đem in là vấn đề hoàn toàn khác. Nhà thơ Luân Hoán viết: *"Anh hết lòng với bạn bè, thường không từ chối những việc làm có*

Đôi bạn vong niên, từ phải: Nghiêu Đề, Võ Phiến tháng 12. 1987 *(tư liệu Viễn Phố)*

Tiểu thuyết *Giã Từ* của Võ Phiến, mẫu bìa Nghiêu Đề 1962, nhan đề cuốn sách không bỏ dấu "gia tu" khiến độc giả "tùy nghi" với bao nhiêu cách đọc: Gia Tư, Giả Tu, Giả Tù, Giã Tự... *(tư liệu Phan Nguyên, Emprunt Empreinte)*

Mấy mẫu bìa sách của Nghiêu Đề: *Mây Bão* (1963, 1993), *Bóng Đêm* (1964), *Cửu Long Cạn Dòng Biển Đông Dậy Sóng*: tranh Nghiêu Đề, mẫu bìa Khánh Trường (2000) *(tư liệu Ngô Thế Vinh)*

liên quan đến nghệ thuật. Nhưng để anh hoàn tất nhanh chóng một mẫu bìa không phải là chuyện dễ dàng. Với phong thái làm việc thong dong, tùy hứng, Nghiêu Đề không muốn bị ràng buộc, thúc giục." Bìa báo Xuân cho Tạp chí Bách Khoa của anh chủ nhiệm Lê Ngộ Châu, hay cho Nguyệt san Tình Thương của Sinh viên Y khoa cũng đều kinh qua những chờ đợi và cả đôi lúc lỡ hẹn.

Riêng 4 cuốn sách của tôi: Mây Bão (1963), Bóng Đêm (1964), Gió Mùa (1975), và Vòng Đai Xanh (1971) đều được người bạn tấm cám Nghiêu Đề trình bày theo lối thủ công.

Có một giai đoạn ngắn, rất hiếm khi Nghiêu Đề làm việc nhiều, ngoài vẽ tranh anh giữ phần trình bày và minh họa cho các cuốn sách quý của nhà xuất bản Cảo Thơm, trong đó có cuốn *Vang Bóng Một Thời*, và sau 1975, khi Nguyễn Tuân vào Sài Gòn đã rất tâm đắc và trân trọng khi được cầm tác phẩm rất mỹ thuật của chính mình nhưng lại được xuất bản từ Miền Nam.

ĐẠI HỌC XÁ MINH MẠNG VÀ TRANH NGHIÊU ĐỀ

Trước 1975, tranh Nghiêu Đề là sơn dầu, khổ tranh khá lớn, khi mới vẽ xong sơn còn ướt, nếu không bị xếp úp mặt vào đống tranh cũ đã bám bụi, thì thường được bạn bè khuân đi. Đôi khi có nhu cầu vẽ mà không có tiền mua khung vải, Nghiêu Đề đã lấy một bức tranh cũ và vẽ chồng lên đó. Căn phòng 3/7 trong Đại Học Xá của tôi cũng là nơi treo tranh của Nghiêu Đề (Trăng, sơn dầu phụ bản 1), ít lâu sau đó bức tranh này được Nghiêu Đề đem bán, không biết nay ai hiện là sở hữu bức tranh mang nhiều kỷ niệm như vậy. Và đây cũng là một trong 3 phụ bản mà sau này bạn tôi, kỹ sư Nguyễn Công Thuần, đã sao chụp lại được từ cuốn tiểu thuyết Gió Mùa còn lưu trữ trong Thư viện Đại học Cornell.

Trăng, tranh sơn dầu, phụ bản 1 trong tiểu thuyết *Gió Mùa*, Sông Mã xuất bản 1965 (nguồn: *Thư viện Cornell; Label, Wason PL 4389, N473, G4)*

Khách ngoại quốc hay người Việt tha hương lâu năm khi về thăm quê nhà, thường rất chuộng và tìm mua cho được tranh Nghiêu Đề. Hoàn toàn không có khả năng sáng tạo theo đơn đặt hàng, *gallery* của Nghiêu Đề là những bức tranh thất tán nơi đám bạn hữu. Nghiêu Đề vẽ rất ít không đủ tranh bán và giá tranh thường rất cao. Và mỗi lần bán được một bức tranh, trong ít ngày sau đó là một Nghiêu Đề hoàn toàn khác, không chỉ chiếc Mobylette cũ kỹ hiếm khi được đổ đầy một bình xăng, bạn bè thì được Nghiêu Đề tìm tới và chiêu đãi liên miên cho tới đồng bạc cuối.

Cũng vẫn Nghiêu Đề trả lời nhà báo Nguiễn Ngu Í trên tạp chí Bách Khoa ngày 15-9-1962: *"Tôi không thích tranh tôi được quá một giờ khi vẽ xong. Chúng thường bị úp một xó cho bụi... Tôi mang ơn những thằng bạn thường đến và lấy đi biệt tăm, như thế tôi yên tâm hơn. Mỗi lần bán được một bức tranh, tôi thấy như số tiền đó từ trời rơi xuống. Cho nên tôi vội vung tay quá trán mà không tiếc. Nhiều khi thấy tiền nó quá nhiều, mình không đáng được! Như một vụ lường gạt. Tôi cảm ơn hết những người yêu tranh tôi về sự rộng lượng của họ, rộng lượng quá sức!"*

MATIÈRE TRANH NGHIÊU ĐỀ

Hai chữ "tạo hình" có lẽ không hoàn toàn đúng với ý niệm hội họa của Nghiêu Đề. Tạo hình không là giai đoạn quan trọng trên mỗi bức tranh sơn dầu của Nghiêu Đề. Theo anh, tài năng họa sĩ là nơi *vẻ đẹp chất liệu* trên khoảng trống hay là nền của bức tranh ấy. Có ngồi hàng giờ, im lặng theo dõi những nét cọ của Nghiêu Đề, để thấy là từ những tảng sơn dầu dầy cộm màu thô sượng, khi được cây cọ Nghiêu Đề miết lên mặt bố thoáng chốc trở thành một nền xanh ngọc ửng sáng mềm mại, cho dù chuyển sang vùng xanh đậm mảng tranh vẫn không hề thiếu nét long lanh của ánh sáng, chất liệu thì mượt mà, bố cục vững chắc mà vẫn thanh thoát, rất Nghiêu Đề.

Nghiêu Đề thường nhắc tới chữ *matière* trên mỗi bức tranh, tôi chưa tìm được một thuật ngữ hội họa nào để dịch sang tiếng Việt. Nguyên Khai thì gọi đó là gamme màu, Huỳnh Hữu Ủy, thì đơn giản

Thiếu nữ, tranh sơn dầu: phụ bản 2 và 3 trong tiểu thuyết *Gió Mùa*, Sông Mã xuất bản 1965. *(nguồn: thư viện Cornell; Label, Wason PL 4389, N473, G4)*

gọi đó là "chất" như chất tranh của Nguyễn Trung, Cù Nguyễn, Lâm Triết… Trở lại với đường nét tạo hình, theo Nghiêu Đề thì đó không phải là một sao chép từ cuộc sống, *"họa sĩ là người tìm được một nét đúng giữa hai nét sai của thực tại."*

Gần đây khi bàn về vẻ đẹp của một tác phẩm hội họa, Trịnh Cung đã phân tích ra 5 yếu tố: ý tưởng, bố cục, đường nét, màu sắc ánh sáng, vẻ đẹp chất liệu / matière. Có thể nói yếu tố thứ năm: *"vẻ đẹp chất liệu / matière"* đã tạo nên sự thanh thoát và cũng là phong cách tranh của Nghiêu Đề.

Sau 1975, có giai đoạn Nghiêu Đề chuyển qua tranh sơn mài, cùng với Nguyễn Lâm, Hồ Hữu Thủ mà sau này chính anh cũng công nhận là nặng phần kỹ thuật, và anh nói sau khi phủ các lớp sơn lên để mài thì vẻ đẹp chất liệu của bức tranh nhiều khi rất tình cờ ngoài tầm kiểm soát của họa sĩ. Nghiêu Đề khi sang định cư ở Mỹ năm 1984, có đem theo được một số tranh sơn mài rất đẹp, tuy thành công về tài chánh nhưng chính anh tự biết giai đoạn hội họa thực sự nghệ thuật của Nghiêu Đề là tranh sơn dầu được vẽ vào những năm 1960-1970, như những bức: Đêm, Tỏ Tình, Vùng Thanh Thoát, và điển hình là bức *Chân Dung* đoạt huy chương Bạc Hội họa Mùa Xuân 1961.

NGHIÊU ĐỀ VÀ NGỌN TÓC TRĂM NĂM

Truyện của Nghiêu Đề như những bài thơ xuôi. Cũng như tranh, Nghiêu Đề chưa bao giờ tỏ ra ưng ý một sáng tác nào. Nhưng rồi cuối cùng vẫn có được một tuyển tập *Ngọn Tóc Trăm Năm* được Sông Mã xuất bản (1965). Cuốn sách đẹp, cho dù in theo lối thủ công từ nhà in Nguyễn Trọng rất nhỏ, khuất lấp trong một ngõ hẻm phía sau Lăng Ông bên Gia Định. Sách được in từng 2 trang trên đĩa xoay của một máy *pedal* với bộ chữ đã mòn cũ. Chủ và cũng là thợ nhà in rất quý Nghiêu Đề, nên chỉ tính tiền giấy và công in rất tượng trưng, nhưng thời gian in xong cuốn sách 122 trang kể cả phụ bản thì khá lâu do sách chỉ được in xen kẽ khi máy rảnh công việc. Thường mỗi cuối tuần, hai anh em chở nhau xuống nhà in, cầm trên tay những trang sách còn thơm mùi giấy mực. Sách in rất ít nên có lẽ không được nhiều người biết hay còn lưu giữ được. Có một chi tiết tưởng cũng nên ghi lại ở đây: năm 1985, khi gặp lại Nghiêu Đề trên đất Mỹ tôi mới được biết ông chủ nhà in Nguyễn Trọng năm xưa là một cán bộ VC cấp cao nằm vùng và nhà in thủ công ấy có lẽ chủ yếu là nơi in ấn những truyền đơn và tài liệu nội thành của Mặt Trận.

Thật xúc động khi tìm lại được một ấn bản đặc biệt *Ngọn Tóc Trăm Năm* có lẽ là duy nhất in trên giấy *croquis* còn trong tủ sách của Bé Búp con gái Nghiêu Đề ở San Diego. Sách đóng bìa cứng bọc da, in chữ Nguyễn Toản mạ vàng nơi gáy sách, là tên của thân phụ mà Nghiêu Đề hết lòng yêu mến. Ông mất khá sớm khi gia đình Nghiêu Đề còn sống trong một chung cư nhiều tầng trên con đường Duy Tân. Sau đó gia đình mới dọn về địa chỉ 19B Lý Trần Quán, Sài Gòn. Đây cũng là địa chỉ mà hai anh em chọn cho Nhà Xuất Bản Sông Mã. *Ngọn Tóc Trăm Năm*, gồm 4 truyện ngắn và 4 phụ bản tranh, đã như cơ hội họp mặt của bằng hữu.

Nguyễn-Xuân Hoàng biết Nghiêu Đề là tác giả của *Ngọn Tóc Trăm Năm*, nên đã đôi lần hỏi xin một truyện ngắn cho báo Văn, nhưng anh chỉ cười và Nguyễn-Xuân Hoàng kể lại: *"Thỉnh thoảng Nghiêu Đề gửi cho Văn một bài thơ và tuyệt nhiên không thấy một truyện ngắn mới nào. Nhiều lần tôi hỏi anh và anh nói: màu sắc đủ*

Ngọn Tóc Trăm Năm, tập truyện Nghiêu Đề, mẫu bìa Nguyễn Trung, Nxb Sông Mã 1965, Sài Gòn. *(tư liệu gia đình Nghiêu Đề)*

rồi, thơ cũng là quá một bước, truyện ngắn là lỡ bước thứ hai..." (Một Chút Kỷ niệm với Nghiêu Đề, NXH San Jose, 16/11/1998)

Ngọn Tóc Trăm Năm, truyện nghiêu đề.

Bìa: nguyễn trung, Phụ Bản: lâm triết, cù nguyễn, nguyễn trung, nghiêu đề; Trình Bày: trần dạ từ, Sông Mã Saigon 1965.

Mục Lục

Khi Nghiêu Đề lâm trọng bệnh, Giang và các con kết hợp với Viet Art Society, chuẩn bị ra một cuốn sách về Nghiêu Đề, tôi không ngạc nhiên khi biết ngoài phần hội họa bạn mình đã không muốn đưa

Ngọn Tóc Trăm Năm vào cuốn sách như một tổng kết cuối đời. Cho dù Nghiêu Đề phủ nhận tác phẩm của mình thì những trang sách ấy tự nó vẫn là một giá trị của văn học của Miền Nam trước 1975.

MỘT THOÁNG NGHIÊU ĐỀ VÀ VÒNG ĐAI XANH

Triết, nhân vật chính trong tiểu thuyết Vòng Đai Xanh, một hình tượng văn học, nguyên gốc họa sĩ sau trở thành phóng viên chiến trường có bóng dáng Nghiêu Đề trộn lẫn với cái tôi của tác giả.

… Rồi cũng như mọi buổi sáng khi tờ báo lên khuôn là lúc tôi có thể rời tòa soạn xuống tán dăm ba câu chuyện gẫu với cô thư ký hay ra đầu ngõ kêu một ly cà phê bít tất đắng, ngồi nói chuyện tầm phào với bất kỳ người nào có mặt ở đó, thường là đám công nhân nhà in hay thợ sắp chữ. Cái còn lại của một ngày là tất cả sự vắng lặng êm ái. Từ một cầu thang xoắn ốc và mờ tối, không khí căn phòng như ngưng đọng lạnh lẽo. Những chiếc bàn máy đen sẫm im ngủ. Bàn ghế cũng có những tương quan chỗ đứng của chúng.

Đôi khi sự quen thuộc cũng nhuốm vẻ xa lạ như ngày mới tới. Nếu còn vẽ chắc tôi có thể làm việc với những cảm giác đầu tiên như vậy. Bỏ xa khung vải tôi không tránh được những cảm giác nhớ nhung. Sau vụ cháy thiêu hủy tất cả, tôi đã dứt khoát từ bỏ giá vẽ chưa biết đến bao giờ. Dù vậy mà ở lần triển lãm mới nhất tôi vẫn góp mặt với bốn bức tranh lớn, những bức tranh còn lại rải rác trong đám bạn hữu. Sự kiện có thêm tên tôi cũng không có gì để phản đối và thêm ý kiến. Nhưng điều ngạc nhiên là ngay trong buổi đầu, tôi là người đầu tiên có tranh bán được, ba trong số bốn bức. Riêng bức Mèo Đen Trên Thảm Hồng do một người đàn bà tên Như Nguyện hỏi mua, còn hai bức kia do một người khách Mỹ mà sau này tôi được biết là nhà báo Davis. Tranh tôi thuộc loại khó được ưa thích và vì khó bán nên giá thường rất cao. Cũng bởi vậy lần này tôi đủ tiền để trả những món nợ lớn, sắm thêm một bàn máy đánh chữ nhỏ và một ống ảnh thật tốt. Như một nhà nông hưởng vụ gặt trái mùa, tôi dứt khoát từ bỏ hội họa với những ưu đãi thật trễ muộn của nó.

(VĐX, Chương 1, Nxb Thái Độ 1970)

Tiểu thuyết *Vòng Đai Xanh*, Ngô Thế Vinh, mẫu bìa Nghiêu Đề, Thái Độ xuất bản 1971 *(nguồn: thư viện Cornell, Label: Wason PL 4389, N473, V9)*

MỘT NGHIÊU ĐỀ KHÁC

Không tự ràng buộc vào những quy ước thông tục của đời sống, dễ nhìn Nghiêu Đề như một người phóng giật hay buông thả bất cần đời, anh hòa nhập với mọi người nhưng lại hàm chứa vẻ cao ngạo với chính anh chứ không với ai khác. Là người bạn đôn hậu, không hề cay độc nhưng lại rất *cynical*, Nghiêu Đề vẫn hồn nhiên gọi chó là đồng loại. Nói như Oscar Wilde: *"Anh là mẫu người biết giá của mọi thứ, nhưng không có gì giá trị đối với anh / A man who knows the price of everything and the value of nothing."*

Giữa cuộc chiến tranh khốc liệt, nhiều bạn thân của anh là nhà văn nhà thơ nơi tuyến đầu, anh không phê phán và chọn đứng ngoài cuộc tranh chấp ấy. Anh sống với màu sắc, trong an nhiên tự tại, Nghiêu Đề chính là hình ảnh con chim Nguyệt trong thế giới mộng ảo nơi quê anh rất mong manh, bay thật cao hót thật hay và tan vào trong đêm trăng. Nghiêu Đề khiến tôi liên tưởng tới nhân vật Sơn Ca của Vũ Khắc Khoan trong vở kịch *Thành Cát Tư Hãn*.

Rất tình cờ khi giở những trang sách Ngọn Tóc Trăm Năm, thấy rơi ra một tấm hình không rõ năm nhưng rất cũ đã hoen màu thời gian, nhưng tôi vẫn còn nhận ra đôi lãng tử Nghiêu Đề và Lâm Triết với chiếu manh túi xách trên dọc đường gió bụi, có khoảng thời gian họ đã cùng thuê căn gác xép để vẽ vời và cả tụ hội với bạn bè, nơi mà chủ căn nhà còn có nuôi thêm gà và heo, nặng mùi khó thở ngày đêm, nhưng họ vẫn ở đó lâu năm với giấc mộng dài. Rồi Nghiêu Đề đoạt huy chương Bạc với bức Chân Dung trong triển lãm Hội họa Mùa Xuân 1961; sau đó Lâm Triết huy chương Vàng với bức Ngựa trong Triển lãm Hội họa Mùa Xuân 1962. Nghiêu Đề thì nay đã mất, Lâm Triết đã dừng cơn gió loạn, giã từ Sài Gòn để về "cõi an bình" sống lặng lẽ với cỏ cây nơi Bình Định quê nhà.

Đôi lãng tử với chiếu manh túi xách trên đường gió bụi. Từ trái: Nghiêu Đề, Lâm Triết *(tư liệu gia đình Nghiêu Đề)*

BA BỨC TRANH CUỐI ĐỜI
CỦA NGHIÊU ĐỀ TRÊN ĐẤT MỸ

1986: *Bố cục Sen*, một thiếu nữ thanh thoát vươn lên từ những búp sen. Được hoàn tất sau ngày gia đình Nghiêu Đề đặt chân trên đất Mỹ. Tiền bán bức tranh lúc đó đủ mua một cây đàn piano cho tụi nhỏ. Hành trình của bức tranh này cũng khá kỳ lạ, từ San Diego theo chủ nó về Việt Nam, sau một thời gian bức tranh ấy lại sang tay một người khác, sau đó bức tranh lại sang tay một người thứ ba và nay trở lại đất Mỹ. Hình bức tranh do người viết mới chụp từ trong một ngôi nhà vùng Huntington Beach.

Bố Cục Sen, tranh sơn dầu Nghiêu Đề 1986.
(sưu tập: Nguyễn Văn Hưng)

Vườn Chuối, tranh sơn dầu Nghiêu Đề 1988.
(Album gia đình Nghiêu Đề)

Bé Sài Gòn, chân dung con gái út của Nghiêu Đề vẽ dở dang, tranh sơn dầu 1998, có lẽ đây là tác phẩm sơn dầu cuối cùng, còn dở dang của Nghiêu Đề mấy tháng trước khi anh mất *(Sưu tập gia đình Nghiêu Đề, San Diego)*

Ký họa của Chóe, sau 18 năm gặp
lại Nghiêu Đề 1993 (*tư liệu gia đình
Nghiêu Đề*)

1988: *Vườn chuối 1988*, một cô gái nhỏ nép bên vườn chuối
mướt xanh. Khác các chân dung thiếu nữ có nét già dặn chín muồi
của những người yêu Nghiêu Đề trước 1975, nay chỉ còn là những
cô gái nhỏ mang dáng nét thơ ngây của mấy đứa con Nghiêu Đề. So
với trước 1975, tranh sơn dầu của Nghiêu Đề trên đất Mỹ vẫn có màu
xanh nhưng nay có thêm những mảng màu vàng đỏ như phản ánh
một giai đoạn có thoáng hạnh phúc. Bức tranh này đã có người từ Los
Angeles xuống nhà San Diego để mua và không còn nhớ ai là chủ
nhân nữa.

1998: *Bé Sài Gòn*, Nghiêu Đề khi biết mình ngã bệnh, xuống
sắc rất mau, cả vật vã đến xanh xao với những cơn đau nhưng anh vẫn
gượng dậy vẽ bức chân dung con gái út Bé Sài Gòn lúc ấy 19 tuổi.
Có lẽ đây là tác phẩm sơn dầu cuối cùng, còn dở dang của Nghiêu Đề
mấy tháng trước khi anh mất. Bức tranh hiếm hoi ấy nay còn được
treo nơi nhà Nguyễn Nghiêu Ngung, Cu Bi con trai Nghiêu Đề dưới
San Diego.

Nhà văn Võ Phiến phát biểu trong buổi ra mắt Tuyển Tập Nghiêu Đề 05.1999 *(photo by Phan Diên, tư liệu Viễn Phố)*

Hình bìa 1 và bìa 4 *Tuyển Tập Nghiêu Đề* của Viet Art Society 1998 *(tư liệu Ngô Thế Vinh)*

Sau khi Nghiêu Đề mất, 09.11.1998 tại San Diego, California, rất sớm một *Tuyển Tập Nghiêu Đề của Viet Art Society* được hoàn tất và xuất bản cùng năm, với nội dung bao gồm: cuộc phỏng vấn Nghiêu Đề về quan niệm hội họa do Nguiễn Ngu Í thực hiện (Bách Khoa số 137, ngày 15.09.1962), các bài tưởng niệm của một số bằng hữu như

Thái Tuấn, Huỳnh Hữu Ủy, Trần Dạ Từ, Đỗ Quý Toàn, Du Tử Lê viết về Nghiêu Đề, phần Anh ngữ của Lê Thọ Giáo, và quý giá nhất là một số tranh hiếm hoi của Nghiêu Đề mà gia đình còn sưu tập lại được. Và trong buổi ra mắt sách đã có rất nhiều bạn của Nghiêu Đề.

Bài viết tháng 11 muộn màng này để tưởng nhớ người bạn tấm cám và cũng gửi tới chị Giang, Cu Bi, Bé Búp và Bé Sài Gòn nhân ngày giỗ thứ 16 của Nghiêu Đề.

Sài Gòn 1958 - California 2014 - 2017

GIỮA HAI THẾ KỶ
55 NĂM HỘI HỌA NGUYÊN KHAI
VẪN CHẤT THƠ NGÀY ẤY

Chân dung Nguyên Khai

TIỂU SỬ NGUYÊN KHAI

Tên thật Nguyễn Phước Bửu Khải, sinh ngày 01.09.1940 tại Huế. Nguyên Khai theo học hai năm đầu tại trường Cao Đẳng Mỹ Thuật Huế (1960-1961), chuyển vào học năm thứ ba và thứ tư trường Cao Đẳng Mỹ Thuật Gia Định (1962-1963). Huy chương Đồng Triển lãm Mùa Xuân Saigon 1963, cũng là năm Nguyên Khai tốt nghiệp tại trường này. Là một trong những thành viên thuộc Hội Đồng Quản Trị và là khuôn mặt nổi bật của Hội Họa sĩ Trẻ Việt Nam từ 1966.

Nguyên Khai hầu như tham dự tất cả những cuộc triển lãm hàng năm do Hội Họa sĩ Trẻ tổ chức (1965-1975) cùng với các cuộc triển lãm tranh khác của Alliance Française 24 Gia Long Saigon, Centre Culturel Français trên đường Đồn Đất, Goethe Institut đường Phan Đình Phùng (1968-1975).

Nhà phê bình hội họa người Pháp Marc Planchon, người rất gắn bó với những khuôn mặt tài năng của Hội Họa sĩ Trẻ Việt Nam, trên trang báo Journal d' Extrême Orient ngày 01.10.1964 (cách đây 52 năm) đã viết về Nguyên Khai:

"Anh vừa đúng 24 tuổi và thân hình mảnh mai như thiếu ăn, với cái nhìn nóng bỏng ấy trên một khuôn mặt gầy guộc khiến người ta nghĩ tới những sinh viên thời Trung cổ, ở thời kỳ triết học kinh viện, được nuôi dưỡng bằng những ý tưởng thăng hoa hơn là ham muốn, trong nỗ lực hướng tới tri thức, thấy hạnh phúc xây dựng luận lý trên những tiền đề tưởng tượng, hơn là chỉ chú trọng vào sự kiện vật chất trong thực tế phẳng lì của nó."

"Il a tout juste vingt-quatre ans et, d'apparence, cette maigreur famélique, et ce regard brûlant dans un visage emacié qui font songer à ces écoliers moyenâgeux, des temps scholastique, plus nourris d'idées effervescentes que de bonne chair, dans leur effort vers la connaissance, plus heureux de constructions logiques sur des prémises imaginaires, que de considérer simplement le fait matériel dans sa plate réalité."

Một Nguyên Khai mảnh mai thư sinh trong cuộc triển lãm tranh chung ở Sài Gòn 1965

Bài phê bình hội họa của Marc Planchon trên Journal d' Extrême Orient 01.10.1964 về cuộc Triển Lãm tại Phòng Thông Tin Đô Thành Sài Gòn với nhan đề: "Tác phẩm Nguyên Khai là tranh? hay thi họa?"

Hơn nửa thế kỷ sau, Marc Planchon nếu có gặp lại Nguyên Khai, thì vẫn là một Nguyên Khai mảnh mai của ngày nào, chỉ có thêm là rất nhiều những vết hằn sâu của thời gian.

Sau 1975, gia đình Nguyên Khai kẹt lại Việt Nam 6 năm. Là thuyền nhân rời Việt Nam 1981, định cư tại Nam California. Nguyên Khai tiếp tục sáng tác, và triển lãm tranh.

Năm 2003, có thể coi là dấu mốc quan trọng trong hành trình sáng tạo của Nguyên Khai qua cuộc triển lãm tại hội trường Nhật báo Viễn Đông, Little Saigon. Nguyên Khai đã táo bạo sử dụng những con chips từ các computer phế thải, gắn vào những bức tranh tuy là chất liệu hỗn hợp/ mixed media, nhưng vẫn giữ được vẻ đẹp hài hòa và thơ mộng của tranh Nguyên Khai. Có thể nói đây là bước tiên phong cách tân của nghệ thuật Nguyên Khai, một hội nhập vào thế kỷ của nhân loại với những tiến bộ kỳ diệu trong lãnh vực điện toán / *Mankinds and Computers.*

Nhưng sớm hơn trước đó, năm 1998 Nguyên Khai đã có một cuộc triển lãm thành công ở Artcore, Los Angeles. Nhà phê bình hội họa Collette Chattopadhyay có một Review về Nguyên Khai, trích đoạn: *"Những tác phẩm của Khai tinh tế và phức tạp chuyển biến cách nhìn từ nghệ thuật cung đình Á châu với các biểu tượng toàn hảo như mặt trời, mặt trăng và bốn mùa bước qua những hình ảnh hiện đại của máy móc với các bộ phận computer, đồng hồ chỉ thời gian. Như gửi tín hiệu cho một thiên niên kỷ mới sắp tới, các tác phẩm ấy như một nhìn lại những giá trị văn hóa - xã hội của cuối thế kỷ 20, với trân trọng thành tựu quá khứ nhưng đồng thời là bước vươn tới lãnh vực khoa học kỹ thuật của thời hiện đại."* Nguyên Khai at L.A. Artcore, 1998)

Tác phẩm của Nguyên Khai đa dạng về thể loại: sơn dầu/ oil painting, chất liệu hỗn hợp/ mixed media, sơn mài/ lacquery, tranh độc bản / monoprint và một số tượng và phù điêu / bas-relief và cả vẽ bằng men sứ / ceramics; phong phú về nội dung: từ tranh biểu hiện / expressionism tới tranh trừu tượng / abstract. Đã không có phân định rõ về từng thời kỳ sáng tạo của Nguyên Khai, nhưng anh thì vẫn cứ làm việc bền bỉ và không ngừng tìm kiếm, cho tới nay cho dù đã bước qua tuổi cổ lai hy, khả năng vận dụng chất liệu, những gammes màu của Nguyên Khai ngày càng điêu luyện.

Cuộc triển lãm mới nhất gần đây tại Little Saigon tháng 6/2016 đánh dấu 55 Năm Hội Họa Nguyên Khai (1961-2016). Khoảng thời gian ấy tính ra là đã hơn nửa đời người, nhưng có lẽ không có tuổi tác cho nghệ sĩ khi vẫn còn nung nấu ngọn lửa sáng tạo.

NHỮNG CUỘC TRIỂN LÃM

2016 Viet Bao Gallery, Westminster, California
2015 Viet Bao Gallery, Westminster, California
2012 Viet Art Gallery, Houston, Texas
2007 Palette Art Gallery, Houston, Texas
2006 Viet Bao Kinh Te Gallery, Garden Grove, California
2005 Viet Art Gallery, Houston, Texas
2004 Hoa Mai Gallery, Paris, France
2003 "40 Years of Artistry," Vien Dong Gallery, California
2002 Vinh Loi Gallery, Saigon, Vietnam
2001 Old Courthouse Museum, California
2000 Artcore L.A. Gallery, California
1998 Cuttress Gallery, Pomona, California
1997 "Salt & Pepper", Inst. of Contemporary Art Gallery, San Jose, California
1996 Pacific Asia Museum, Pasadena, California
1995 Smithsonian Institution Traveling Exhibition
1995 Gallery at Boca Raton, Florida
1994 "East & West", Wignall Museum, California
1987 UCLA Art Gallery, Burbank, California
1982 UC Irvine Gallery of Art, California
1969 The Sao Paulo Biennial, Brazil
1968 The New Delhi Biennial, India
1967 The Tokyo Biennial, Japan
1965 The Paris Biennial, France

NHỮNG NHẬN ĐỊNH VỀ NGUYÊN KHAI

Tuy gồm nhiều thể loại, nhưng các tác phẩm chính của Nguyên Khai chủ yếu là tranh sơn dầu / oil painting, từ tượng hình / figurative sang trừu tượng / abstract xen lẫn nhau qua các giai đoạn. Dù thể loại

Bức tranh *Nhà thờ 1965* vẽ trong thời gian Nguyên Khai trốn quân dịch sống ẩn náu như trong một ốc đảo.

Lan Phương người bạn đời, bà Tú Xương thời hiện đại, cũng là nguồn cảm hứng và chất thơ của Nguyên Khai 2005.

Nguyên Khai đang uống
nước Cam Lồ, một khoảnh
khắc rất hạnh phúc.

nào, chất thơ mộng, sang trọng và vương giả trong tranh Nguyên Khai chính là vẻ đẹp tinh khôi của chất liệu / matière, với những *gammes* màu như ẩn hiện đan vào nhau mà anh có khả năng sử dụng rất nhuần nhuyễn.

Nhà phê bình hội họa Huỳnh Hữu Ủy trong tác phẩm *Nghệ Thuật Tạo Hình Việt Nam Hiện Đại 2008* đã nhận định: *"Tranh của Nguyên Khai là thơ được dựng lại bằng sắc màu trên nền vải. Đó là một thế giới vô cùng thơ mộng và quý phái như phong cách đã định hình ngay từ những bước đầu... Nghệ thuật của anh là một bắt nhịp ra ngoài cái hiện tiền."*

Hãy để Hoàng Ngọc Biên, nhà văn tiên phong của phong trào

CHRISTINE COTTER

Asian Families.

in U.S.

men from North
st vulnerable. Ri-
e is no indication
, urbanized or pre-
ized women have

n a violent home at
hildren is battered
sometimes by a
epression, distrac-
esn't realise what

ndous amount of
their legal rights.
understand what
band abuse them
ntribute to their
by their inability
husband's right to
id. "They're very
t out what their

Tran Lan Phuong and her husband Buu Khai are pictured in their
home in Anaheim with their three children, Cong Huyen Bich Dao,
9, left, 7-month-old Cong Huyen Bao Quyen and Vinh Thang, 8.

CHRISTINE COTTER

other states to escape again—this
time from the closeness of the
communities and reprisals from
their husbands.

sea, will not consider remarriage.
Vo said.

Refugee women also worry that
they will be blamed if their children

Bài báo giới thiệu gia đình Nguyên Khai
trên Los Angeles Times, 30.05.1998

tiểu thuyết mới Miền Nam trước 1975 cũng là bạn hàng xóm viết về người bạn của mình: *"Nguyên Khai xưa nay là người trầm tĩnh – trong chuyện sống cũng như chuyện sáng tác. Thời ở Tân Định Saigon, anh sống một mình và vẽ tranh gần như lặng lẽ trong một căn phòng tương đối rộng, ít tiếp xúc với bên ngoài... Khai bạn bè nhiều nhưng có vẻ không mất thì giờ đàn đúm: thì giờ anh gần như dành hết cho việc tìm cái mới trong nghệ thuật. Sài Gòn thời ấy bừng bừng không khí Modigliani và Chagall, Nguyên Khai không phải đã thoát ra được cái kích thước quyến rũ ấy, nhưng cuộc trò chuyện của Khai với trăng, sao, bầu trời và con người là bất tận. Tranh Nguyên Khai, kể cả khi anh bước qua một kỹ thuật mới, luôn mang một bố cục khác, một thứ ánh sáng phi thường. Nhưng cũng chính cái lối âm thầm làm việc ấy khiến khi anh phản ứng trước các ồn ào của thế sự, anh là một người triệt để.*"

Nhà văn nhà thơ Nguyễn Đình Toàn đã nhận xét rất tinh tế khi xem tranh Nguyên Khai: "*Cái chất thơ mộng lãng mạn của tâm hồn Nguyên Khai hình như lúc nào cũng chìm lẫn dưới màu sắc, dưới những đường nét. Có vẻ như ông muốn giấu bớt chúng đi chứ không phơi bày ra.*"

Họa sĩ Đinh Cường, cũng là thành viên của Hội Họa sĩ Trẻ nhận định: "*Nguyên Khai là một họa sĩ đã định hình, với thế giới tranh sang trọng và thơ mộng mang âm hưởng Huế, nơi anh đã sống cùng gia đình trong một phủ xưa bên Gia Hội. Những thiếu nữ trong tranh anh mang hình dáng quý phái, đặc biệt có những chân dung hai mặt rất Nguyên Khai.*"

Thêm một Trịnh Cung phát biểu về Nguyên Khai: "*Trong suốt hơn nửa thế kỷ làm nghệ thuật của Nguyên Khai, với tôi, anh là một con ong trong thầm lặng và bền bỉ, bay khắp vùng hoa lạ tìm mật cho mình và cho đời. Chúng ta hãy ngắm nhìn tranh Nguyên Khai đã vẽ lúc còn trai trẻ cho đến hôm nay, dù là sơn dầu hay với đa chất liệu, cái đẹp hiện đại vẫn luôn ứa chảy sự ngọt ngào, sự dịu dàng vô tận của thi ca khiến ta cảm thấy mình được nhấc bổng khỏi những ràng buộc tăm tối, khắc nghiệt của đời thường.*"

Khi trả lời câu hỏi của nhà thơ Trịnh Y Thư: "Tương quan giữa hội họa và thực tại là gì?" Nguyên Khai phát biểu: "*Hội họa không quay lưng lại thực tại, nhưng nó không minh họa thực tại. Hội họa cho chúng ta cái nhìn khác, cái nhìn phi thực tại, để từ đó những khả thể của chân thiện mỹ được biểu đạt.*"

Hình như các nghệ sĩ tài năng đều có điểm hội tụ và gặp nhau ở quan điểm nghệ thuật này. Nghiêu Đề khi nói về quan niệm hội họa cũng cho rằng đó không phải là một sao chép từ cuộc sống, và Nghiêu Đề đã đưa ra một hình tượng ví von: "*họa sĩ là người tìm được một nét đúng giữa hai nét sai của thực tại.*"

CÂU CHUYỆN BỨC TƯỢNG THỜI GIAN

Bức tượng Thời Gian, tác phẩm độc nhất của Nguyên Khai trên đảo Galang Indonesia 1981, tượng làm bằng đá san hô lượm được trên bờ biển, dụng cụ lúc đó chỉ có một con dao phay để đục đẽo.

Vĩnh Thăng, con trai Nguyên Khai lúc tới đảo mới có 7 tuổi, sau này khi đã trưởng thành ở Mỹ, hồi tưởng viết về bức tượng *Thời Gian* ấy:

Ban đầu với tôi bức tượng là một vô nghĩa, tuy nhiên qua thời gian, tôi thấy được nhiều điều kỳ diệu ẩn tàng trong đó. Trước đây tôi nghĩ bức tượng là thể hiện giấc mơ đang chết dần của cha tôi, nhưng sau đó tôi thấy là mình sai. Cha tôi và tôi có cách nhìn khác nhau về sự thành đạt / achievement, cha theo quan niệm Đông phương, theo ông thành tựu không phải là sự giàu có và nổi tiếng, mà là sự hiện hữu và lớn lên từ nội tâm / inner growth and existence. Tôi lớn lên ở Mỹ, có một lối suy nghĩ Tây phương hơn. Nhưng rồi nghĩ lại thời gian đã mất của cha tôi không hẳn là đã mất; cha tôi đã cống hiến toàn thời gian cho sáng tạo, cho nghệ thuật mà ông yêu mến.

Cha tôi đã tạc bức tượng này trên đảo Galang khi gia đình tôi vừa đào thoát khỏi Việt Nam. Nó là gia tài duy nhất chúng tôi mang vào nước Mỹ. Không dễ dàng gì để mang bức tượng đó theo. Tôi còn nhớ rất rõ những gì diễn ra ngày hôm đó. Khi nhập cảnh, họ khám xét các túi hành lý. Tôi còn thấy được vẻ sợ hãi trong ánh mắt cha tôi, chuông báo động réo lên khi túi xách có bức tượng đi qua màn hình phát hiện kim loại. Giọng cha tôi run lên với mấy chữ tiếng Anh rời rạc: "Art mine, please I keep OK?" Thật là may mắn, chúng tôi còn giữ được bức tượng ấy tới nay. Bức tượng được đặt giữa phòng khách, quay mặt về hướng nam.

Bức tượng trông thì đẹp nhưng không có ý nghĩa gì với tôi lúc đó... Tượng màu cát biển tạc chân dung một cô gái Á châu với dáng sang cả, vương giả. Có lần cha tôi bảo bức tượng ấy không chỉ là tượng trưng cho hy vọng và ước mơ mà còn nhiều hơn thế nữa. Là một nghệ sĩ, bị tước đoạt tự do sau khi cộng sản cưỡng chiếm miền Nam, gia đình chúng tôi đã đào thoát với ước mơ đi tìm cuộc sống tự do. Cha

Bức tượng *Thời Gian* 1981, tác
phẩm duy nhất của Nguyên Khai
trên đảo Galang Indonesia, làm
bằng đá san hô lượm trên bờ biển,
chỉ có con dao phay để đục đẽo.

Gia đình Nguyên Khai trên đảo Galang

tôi không chỉ có ước mơ cho chúng tôi mà cho chính ông nữa. Tất cả mong ước là ông được tự do sáng tạo và phát triển cuộc sống tâm linh.

Ban đầu tôi đã lầm khi nghĩ rằng giấc mơ của cha là trở thành một nghệ sĩ nổi tiếng và giàu có. Rồi tôi hiểu rằng chẳng dễ gì để ông có thể nổi tiếng trên đất Mỹ, và ông phải khởi sự lại từ bước đầu. Nước Mỹ là vùng đất mới và rất khác, và chỉ có mỗi con đường phía trước là thời gian, và bức tượng được mang tên "Thời Gian". (Lược trích, The Time, Vĩnh Thăng, The Writers Post, July 1999)

ĐẾN VỚI CĂN NHÀ MƠ ƯỚC

Những lần tới nhà Nguyên Khai, thường là cùng đi với vợ chồng Đỗ Hoàng, bạn đồng môn Y khoa, nhưng Đường Thiện Đồng lại là bạn từ thời để chỏm với Bửu Khải với những ngày thơ ấu nơi trường tiểu học bên phủ Gia Hội. Nhà Đỗ Hoàng có bộ sưu tập khá nhiều tranh Nguyên Khai và tôi vẫn gọi đùa đó là một Nguyên Khai's mini-museum. Tôi thì quen Nguyên Khai vào thập niên 60 có lẽ cùng thời với người bạn Tấm Cám Nghiêu Đề.

Nơi phòng khách, nhà trên để Lan Phương - chị Nguyên Khai và cũng là bà Tú Xương thời hiện đại tiếp bạn. Riêng tôi mỗi lần tới Nguyên Khai thì lại thích xuống thăm xưởng vẽ của anh. Gọi là xưởng vẽ chứ đó chỉ là một garage nhỏ, thiếu ánh sáng và ban ngày làm việc đôi khi cũng phải cần có thêm vài ngọn đèn.

Nguyễn Đình Toàn cũng phải ngạc nhiên viết: *"Đối với con mắt bình thường, người ta không khỏi thắc mắc tự hỏi, làm thế nào có thể vẽ trong điều kiện như vậy?"*

Tranh Nguyên Khai không chỉ đẹp mà ở một số bức còn mang nét man mác buồn của tình hoài hương / Nostalgia. Cho dù đang đi giữa những tòa nhà chọc trời của New York, Nguyên Khai vẫn nhìn thấy đâu đó ẩn hiện một nóc Nhà thờ Đức Bà của Sài Gòn trong trí tưởng ngày nào. *(Cũng có Nhà thờ Đức Bà ở New York 2009)*

Nếu nhà trên ngăn nắp bao nhiêu, thì nơi đây trong xưởng vẽ chỉ có ngổn ngang những khung tranh, ống màu và các cây cọ hoặc còn

Tình hoài hương trong tranh Nguyên Khai: *"Cũng có Nhà thờ Đức Bà ở New York"*, 2009

ướt hay đã khô cứng còn vấy màu lem luốc; tất cả như không chừa chỗ cho có một lối đi. Rồi cả chồng những bức tranh cũ mới xếp bên nhau. Có những bức đã xem, có đôi bức tranh mới, và cả một bức tranh dở dang còn đứng trên giá vẽ.

Nguyên Khai thì bao giờ cũng thú vị khi nói về bức tranh đang hình thành. Ý niệm của bước kết thúc ra sao, có thể còn có những bất ngờ đẹp hơn mà có lẽ người họa sĩ cũng chưa được biết rõ. Tình cờ trong hội họa có lẽ cũng thú vị như sự đột biến trong các bước cấu trúc của một tác phẩm văn chương.

Sau garage tranh ấy là khu vườn nhỏ, một khoảng không gian yên tĩnh khác mà tôi muốn lui tới. Diện tích mảnh vườn rất nhỏ thôi, ngoài mấy chậu Bonsai do chính tay Nguyên Khai chăm sóc cắt tỉa, khoảnh đất còn lại có đủ hoa trái bốn mùa: ổi, hồng giòn, cam chanh bưởi, một giàn lựu đỏ trĩu trái bên tường và rất hiếm là có cả một cây khế chua sai trái. Cũng phải tin là Nguyên Khai có tay trồng cây; cũng cây ấy trồng ở một nơi khác nhiều năm không ra trái, nhưng khi đưa về đây, chỉ năm sau cây trái đã lại sum suê.

Tranh số 24 Nguyên Khai 1967, mới tìm thấy trong sưu tập của một gallery ở Arizona

Trong garage, một bức tranh dở dang còn treo trên giá vẽ

Được xem tranh, ngắm mấy cụm Bonsai, và màu sắc cây trái thật sự là những phút thư giãn. Trời đổ tối, bước vào nhà bao giờ cũng là bữa ăn ngon, khi ra về không bao giờ tay không, nếu không là một túi cây trái tự hái, thì cũng là một gói xôi vò - món thuần Bắc, chắc chắn không phải là do "Mệ Bửu Khải" trổ tài nội trợ.

MỘT NÉT VĂN HÓA LITTLE SAIGON

Gia đình Nguyên Khai từ nhiều năm sống êm ả trong một căn nhà nhỏ nơi vùng Tustin. Khi lần đầu tiên tới thăm, Trịnh Cung đã thốt lên: đó là căn nhà của mơ ước.

Nhớ lại khi Mai Thảo vừa mất, Đỗ Ngọc Yến có ý tưởng lập một giải văn chương Mai Thảo. Tôi nói với Yến, trước khi nói tới một giải văn chương mang tên Mai Thảo, việc nên làm ngay là giữ lại chiếc bàn viết lữ thứ của anh ấy, như một nét văn hóa của Little Saigon. Khó có thể tưởng tượng cảnh sống đạm bạc của Mai Thảo trên đất Mỹ. Chỉ

Chim và Nguyệt Thực, tranh sơn mài Nguyên Khai

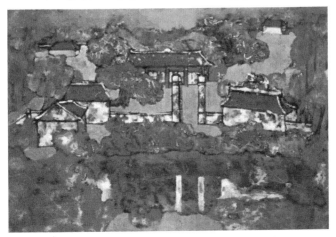

Hoàng Thành, tranh sơn mài Nguyên Khai 1987

Tranh Ngựa Nguyên Khai 1993

Trà Sớm Trà Muộn, tranh tĩnh vật Nguyên Khai 2001. *Với bộ đồ trà của mẹ, tưởng nhớ ngày mẹ mất*, tranh tĩnh vật Nguyên Khai 2001

"Thời hiện đại và computer" 1992, "Mạch Dẫn" 1995 chất liệu hỗn hợp mixed media

Nụ cười Đức Phật 2006, phù điêu /
bas-relief Nguyên Khai: (sưu tập Đỗ
Hoàng, Newport Beach)

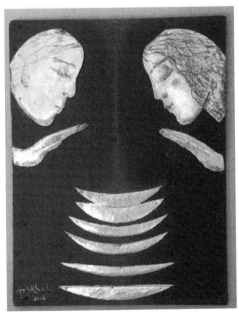

Nguyệt Thực, Nguyên Khai 2016 trong cuộc triển lãm 55 Năm Hội Họa
Nguyên Khai 1961-2016

Từ Saigon 1975 tới Houston 2005, bảy thành viên "Hội Họa Sĩ Trẻ" hội ngộ 30 năm sau. Từ trái: Đinh Cường, Nguyễn Phước, Nguyên Khai, Nguyễn Lâm, Nguyễn Trung, Hồ Hữu Thủ, Trịnh Cung

Triển lãm tranh Nguyên Khai 2016. Từ trái: vợ chồng Nguyên Khai - Lan Phương, Ngô Thế Vinh và Trịnh Cung

Triển lãm tranh Nguyên Khai 2016. Từ phải: Nguyên Khai và Ngô Thế Vinh

là một căn phòng rất nhỏ trên lầu 2 của một chung cư dành cho người cao niên ngay phía sau nhà hàng Song Long. Chỉ có một bàn viết, chiếc giường đơn, một kệ sách, và trên vách là tấm hình Mai Thảo ngồi với Vũ Hoàng Chương trên bậc thềm nhà. Nhưng rồi cả không gian sống của Mai Thảo, cuối cùng chỉ đủ xếp vào hai chiếc thùng giấy. Và đã không còn đâu dấu vết chiếc bàn viết lữ thứ của một nhà văn lưu vong có tên Mai Thảo.

Người Việt phiêu bạt từ khắp năm châu, khi hành hương tới thủ đô tỵ nạn không lẽ chỉ để thấy một khu Phước Lộc Thọ, chỉ có một tiệm sách Văn Khoa thì nay cũng không còn nữa. Một người bạn cùng gia đình và đàn con thế hệ thứ hai đến từ xứ tuyết Toronto, nhận định là tới Little Saigon không lẽ chỉ để dẫn chúng nó vào những tiệm phở, ngắm bảng hiệu mấy văn phòng bác sĩ hay luật sư. Anh ấy muốn nói tới một *Công Viên Văn Hóa Việt Nam.*

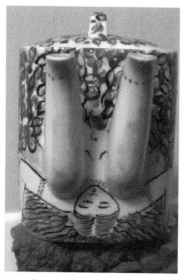

Vẽ bằng men sứ trên bình trà hai vòi   Nghệ thuật Bonsai Nguyên Khai

Đầu tường lựu đỏ, hồng, khế, bưởi, bốn mùa cây trái trong vườn sau nhà Nguyên Khai

Mong ước, rồi ra ngoài một Gallery Nguyên Khai trên không gian ảo *www.nguyenkhaiart.com*, căn nhà nhỏ mơ ước của Nguyên Khai - *chữ của Trịnh Cung* - nơi thị trấn Tustin, Orange County California và một số tranh tượng ấy sẽ được giữ lại như thêm một nét văn hóa Việt nơi thủ đô tỵ nạn của một thế hệ di dân thứ nhất.

Tustin, California 10.06.2016

THÁNG BA GÃY SÚNG, MỘT CAO XUÂN HUY KHÁC

Cao Xuân Huy, ngoài đời thường
(tư liệu Trịnh Y Thư)

Nhà văn Cao Xuân Huy mất ngày 12 tháng 11 năm 2010; vậy mà cũng đã 6 năm rồi. Sau đây là bài viết kết hợp của Ngô Thế Vinh, Nguyễn Xuân Hoàng, Trịnh Y Thư để tưởng niệm tác giả *Tháng Ba Gãy Súng*, nhân ngày giỗ thứ 6 của Anh.

TIỂU SỬ CAO XUÂN HUY

09-1947 năm sinh, quê nội Bắc Ninh, quê ngoại Hà Nam, Bắc Việt.

10-1954 di cư vào Nam với mẹ.
02-1968 đi lính Thủy Quân Lục Chiến, VNCH.
03-1975 bị bắt làm tù binh.
09-1979 ra tù.
12-1982 vượt biên.
10-1983 đến Mỹ.
1984 định cư tại Nam California.
2005 chủ biên tạp chí Văn Học tới 04-2008.
11-2010 mất tại Lake Forest, Nam California.

Tác phẩm:

Tháng Ba Gãy Súng, 1985
Vài Mẩu Chuyện, 2010

TỰ SỰ CAO XUÂN HUY
VỚI THÁNG BA GÃY SÚNG

Tôi không phải là một nhà văn, mà tôi chỉ là một người lính, lính tác chiến đúng nghĩa của danh từ, và những điều tôi viết trong quyển sách này chỉ là một câu chuyện, câu chuyện thật một trăm phần trăm được kể lại bằng chữ. Tôi viết những điều mà những thằng lính chúng tôi đã trực tiếp tham dự nhưng không ai viết lại, trong khi nhiều người đã viết về những chuyện chiến trường thì hình như chẳng có ai dự.

Trong lứa tuổi của tôi, lứa tuổi dưới mười khi theo gia đình di cư từ Bắc vào Nam, ngoại trừ những người có thân nhân ruột thịt bị giết bởi Việt Cộng, còn hầu hết, có bao nhiêu người thực sự căm thù Việt Cộng đâu, vì rõ rệt một điều là từ lứa tuổi tôi trở xuống, có đứa nào biết Việt Cộng là cái gì đâu. Cũng y như lứa tuổi dưới mười khi theo cha mẹ qua Mỹ từ năm 1975 ở đây bây giờ. Cũng thù ghét Việt Cộng vậy, nhưng chỉ là cái thù gia truyền, cha mẹ thù ghét thì mình cũng thù ghét theo thế thôi, chứ chẳng có gì là sâu đậm cả. Cho đến khi lớn lên, đầu óc đã tạm đủ để suy xét thì khổ một nỗi, hệ thống tuyên truyền của Việt Nam Cộng Hòa lại có giá trị phản tuyên truyền nhiều hơn là tuyên truyền. Cho nên khi vào quân đội, tôi tình nguyện vào đơn vị tác chiến thứ thiệt vì căm thù kẻ địch thì ít mà vì cái máu ngông nghênh của tuổi trẻ, vì bị kích thích bởi những cảm giác mạnh của chiến trường thì nhiều.

Tuy nhiên, vì ở một đơn vị thường xuyên tác chiến, cùng gian nguy, cùng sống chết với nhau nên tôi đã gắn bó với bạn bè, đồng đội trong đơn vị như với anh em ruột thịt. Tôi yêu đơn vị tôi, tôi yêu màu mũ, màu áo tôi, tôi yêu thuộc cấp tôi và tôi kính trọng thượng cấp tôi. Tôi bình thản chấp nhận mọi thói hư tật xấu của thượng cấp và thuộc cấp, và chính tôi cũng có quá nhiều thói hư tật xấu.

Nhưng, khi hai ông xếp lớn của tôi là đại tá lữ đoàn trưởng và trung tá lữ đoàn phó bỏ lữ đoàn gồm bốn tiểu đoàn tác chiến và các đơn vị phụ thuộc tổng cộng vào khoảng trên dưới bốn ngàn người trong cơn quẫn bách để chạy lấy thân thì lòng căm hận của tôi đột nhiên bùng dậy. Tôi giết Việt Cộng không gớm tay nhưng không bởi lòng căm thù vì giữa chúng tôi và Việt Cộng đã có lằn ranh rõ rệt, hai bên chiến tuyến hẳn hòi, hễ cứ thấy mặt nhau là giết, dùng mọi mưu mọi cách để giết nhau. Còn đằng này, vừa mất niềm tin vừa tủi nhục vì những người mình vừa kính trọng vừa phải tuân lệnh một cách tuyệt đối.

Làm thuyền trưởng thì phải sống chết theo tàu, làm đơn vị trưởng thì phải sống chết theo đơn vị. Tôi muốn nói đến tinh thần trách nhiệm của người chỉ huy. Người có quyền hành mà không có trách nhiệm nào có khác gì kẻ phản bội. Chúng ta thua không phải vì kẻ địch mạnh mà vì trong hàng ngũ chúng ta có quá nhiều kẻ phản bội và hèn nhát. Chính vì lòng thù hận sự hèn nhát và vô trách nhiệm của cấp chỉ huy nên hình ảnh và diễn tiến những ngày cuối cùng trước khi cả lữ đoàn tan rã và bị bắt bởi khoảng hơn một đại đội du kích Việt Cộng vào nửa cuối tháng Ba năm 1975 đã như một cuốn phim nằm in trong trí nhớ của tôi, chỉ cần một cái ấn nút là được chiếu lại một cách rõ nét với đầy đủ những suy nghĩ và phản ứng của tôi, với từng diễn tiến nhỏ mà tôi đã phải trải qua.

Tôi ôm cái kỷ niệm đau đớn và tủi nhục này cả chục năm nay, qua những năm tù đày, qua những ngày tháng lang thang ở trại tỵ nạn, qua đến Mỹ, tôi đọc được lời tuyên bố của một ông tướng cũ nào đó trên báo đại khái: "Để mất nước là tội chung của mọi người, làm lớn thì tội lớn, làm bé thì tội bé". Tôi nghĩ ngay đến một điều là những thằng đâm sau lưng chiến sĩ có tội, và những thằng chiến sĩ đưa lưng cho xếp của mình đâm cũng có tội luôn. Điều này đã là cái ấn nút để tôi kể lại câu chuyện này.

Điều tôi muốn nói trong quyển sách này là không ai là không quay lại nhìn chỗ mình vừa ngã, và cũng không ai là không quay lại nhìn đống phân mình vừa thải. Ngã là lỗi của chính mình, và phân có thối cũng là phân của mình, vậy mà tại sao cả chục năm nay vẫn không thấy ai dám quay nhìn lại cái lỗi đã làm cho mình ngã lên ngay trên đống phân của mình, mà chỉ có toàn những lời chửi bới và đổ lỗi cho người khác, can đảm lắm cũng chỉ dám nhận một cái lỗi chung chung "lớn lỗi lớn, bé lỗi bé" đúng theo cái kiểu "Quốc gia hưng vong thất phu hữu trách". Thằng thất phu còn có lỗi thì còn ai mà không có lỗi, tôi cũng đành có lỗi vậy.

Tôi không nhớ câu này của ai: *"Cái đám quân thần của triều đình cũ chẳng có gì phải ngại cả, vì khi có quân có quyền trong tay họ còn chẳng làm được trò trống gì, thì bây giờ, chỉ còn trơ lại có mỗi cái thân giá áo túi cơm, hỏi rằng họ sẽ làm được gì hơn ngoài cái giá và cái túi".*

Đâu phải đất nước ta là một bàn cờ để hễ đánh thua ván này, xóa đi xếp quân làm lại bàn khác mà tướng vẫn là tướng, quân vẫn là quân. Đâu phải những con xe, con mã, con chốt đã chết đi đều có thể dựng đầu dậy để làm lại một trận mới.

Trí đã không mà dũng cũng không, chỉ có mỗi cái tài dở dở ương ương là sử dụng một cách bừa bãi cái dũng của người khác đến nỗi phải bỏ cả đất nước mà chạy, đánh lừa để bỏ hàng triệu thằng dám chiến đấu tới cùng vào trong những trại tù đỏ, vậy mà vẫn còn dám chường mặt ra đòi tiếp tục làm cha mẹ dân thì quả là quá lắm lắm. Cái dĩ vãng thối tha và hèn nhát thì dù cho người đương thời có thể bỏ qua, nhưng lịch sử đâu có tha thứ. Vẫn cái chính danh là chống Cộng nhưng cái ngôn của các ông trước kia làm xếp lớn đã không thuận rồi, bây giờ phải để cho lớp người mới. Với tư thế mới, họ mới là những người thuận ngôn. Danh chính ngôn thuận mới có thể thắng được Việt

Tháng Ba Gãy Súng, Văn Khoa xuất
bản lần đầu tiên 1986, Văn Học tái
bản 2004, mẫu bìa Khánh Trường.
Đây là một bút ký chiến tranh được
tái bản nhiều lần nhất ở hải ngoại.

Cộng, khôi phục lại được đất nước. Những con chốt thấp cổ bé miệng,
những thằng bị đè đầu sai khiến ngày xưa và những người mới lớn bây
giờ mới có quyền nói và mới là người có tư cách làm.

Quyển sách này không hề là một tiểu thuyết mà là một hồi ký.
Bởi vì tôi chưa từng là một người cầm bút và tôi cũng không biết cách
sắp xếp câu chuyện như thế nào. Tháng Ba thì mọi người đã rõ, còn
Gãy Súng, tôi muốn nói lên một điều đau lòng cho những thằng lính
cầm súng, khẩu súng mà không có đạn thì giá trị không bằng một
khúc củi mục, chính tôi đã dẫn đại đội xung phong lên chiếm mục
tiêu mà chỉ bắn bằng mồm. Súng của chúng tôi có phải là đã bị bẻ gãy
không khi mà vẫn có thể tiếp tế đạn cho chúng tôi để chúng tôi chiến

đấu? Ai đã bẻ gãy súng của chúng tôi? Tôi đặt chữ Gãy Súng cho quyển sách này là như vậy.

Và tôi gọi Tháng Ba Gãy Súng là hồi ký vì tôi chịu hoàn toàn trách nhiệm về những điều tôi viết, tất cả những địa danh, những tên người, tên đơn vị, tất cả những diễn tiến đều là thật, thật một trăm phần trăm. Tôi không lồng vào đấy bất cứ một hư cấu nhỏ nào, chắc chắn là tôi đã quên khá nhiều chi tiết, và với cấp bậc và chức vụ thấp kém của tôi, chắc chắn là có rất nhiều dữ kiện mà tôi đã không được biết. Tôi viết lại hoàn toàn sự thật những điều mắt thấy, tai nghe, những điều tôi đã nhận lệnh và đã thi hành.

Nếu Tháng Ba Gãy Súng là tiểu thuyết thì tôi lại phải thêm một câu màu mè đại khái "những nhân vật và những sự việc đều do sự tưởng tượng của tác giả, mọi sự trùng hợp chỉ là ngẫu nhiên ngoài ý muốn...", trong khi tôi chỉ có một điều ngoài ý muốn là tôi đã không đủ khả năng để viết tất cả những điều tôi phải viết. *Cao Xuân Huy.*

NGUYỄN XUÂN HOÀNG ĐỌC CAO XUÂN HUY

Tháng Ba Gãy Súng. Hình như tên gọi của truyện kể là điều trước tiên lôi cuốn tôi. Tựa đề của một cuốn sách vốn đơn giản. Tháng Ba Gãy Súng là sự đơn giản quyến rũ. Tháng Ba là tháng thọ nạn của miền Trung, khi cơn lốc đỏ từ miền Bắc lao xuống. Phải một thời gian sau nữa nó mới đổ ập tới Sài Gòn yêu dấu cái Tháng Tư Đen hãi hùng và thống khổ. Cao Xuân Huy đặt câu hỏi: Ai đã bẻ gãy súng của quân đội ta, những người lính dũng cảm, có thừa mưu trí và kinh nghiệm chiến trường? Ai đã làm cho người lính chúng ta bó tay, khi súng còn đó mà đạn đã hết ở trong nòng?

Tác giả cho thấy bên dưới những người và việc là sự mất niềm tin của người lính trận trước một số cấp chỉ huy, những đàn anh "khả kính" đã dứt bỏ hàng ngũ trong cơn quần bách để chạy lấy thân, còn thì sống chết mặc bay!

Tháng Ba Gãy Súng vẽ lại cơn hồng thủy của một cuộc chiến không thương tiếc, phủ chụp lên số phận của cả một dân tộc. Trên bờ cát lạnh lẽo của biến cố, người ta nghe thấy tiếng động của những vòng xích sắt nghiến lạo xạo trên sọ người.

Đó là cuốn sách chứa rất ít nụ cười nhưng rất nhiều máu và nước mắt; niềm vui thì khô cằn mà đau thương và bất hạnh thì màu mỡ phì nhiêu; tàn bạo và căm hờn là bình thường nhưng dịu dàng và thuận thảo là điều xa lạ.

Chữ nghĩa trong Tháng Ba Gãy Súng giản dị, tự nhiên và trong sáng. Nhưng người đọc biết rõ một cách mười mươi rằng để có được những dòng chữ tưởng chừng như dễ dàng đó, Cao Xuân Huy đã phải trả một giá khá đắt: sự thách đố của anh với tử thần trong những đường tơ kẽ tóc để đổi lấy phẩm giá làm người. Có thể nói Tháng Ba Gãy Súng đã được viết bằng một trái tim nóng bỏng trước khi được gọt giũa và trau chuốt bằng một bút pháp nghề nghiệp. Nhưng điều này không hề làm hạn chế sức sống của tác phẩm.

Những ai ham đọc sách đều biết rằng các nhà văn lừng danh trên thế giới như Flaubert, Hemingway, Dickens, Tolstoy,... đều đã viết bằng một thứ ngôn từ tự nhiên và giản dị.

Trong một lần gặp gỡ tác giả, tôi hỏi anh tại sao lại xếp Tháng Ba Gãy Súng vào thể loại Hồi Ký mà không là Truyện Kể hay Truyện Ký, Cao Xuân Huy trả lời: "Bởi vì tôi đã không lồng vào đấy bất cứ một hư cấu nhỏ nào. Tôi viết lại hoàn toàn sự thật những điều mắt thấy tai nghe. Chỉ tiếc một điều là tôi đã không đủ khả năng để viết được tất cả những gì tôi cần phải viết".

Thật vậy, văn chương vốn cần hư cấu, nhưng hiện thực tự nó cũng thừa sự lớn lao và sâu sắc mà một trí tưởng tượng khiêm tốn đôi khi còn nghèo nàn và nông cạn hơn. Nói cách khác, hư cấu trong một tác phẩm tuy cần thiết, nhưng hiện thực bao giờ cũng là nền tảng để từ đó hư cấu có thể thành hình và đứng vững.

Chính cái hiện thực này đã khiến cho ngòi bút của Cao Xuân Huy có được cái vẻ sắc sảo đặc biệt, đồng thời cũng làm cho Tháng Ba Gãy Súng giữ được cái vẻ tươi mát nóng bỏng mà mọi thứ hư cấu rắc rối không sao đạt được.

Và nghệ thuật của Cao Xuân Huy nằm ở chỗ làm cho tác phẩm của anh có được sức thuyết phục mạnh mẽ hơn cái nó vốn có trong thực tế.

Thích nhất là những mẩu đối thoại trong Tháng Ba Gãy Súng. Nó nguyên chất, nhưng không dư thừa và tầm thường. Nó chưa bị chảy qua cái máy lọc "văn chương triết lý" nào. Nó sống và chát. Và rất gần với chúng ta.

Trả lời câu hỏi động cơ nào khiến anh viết Tháng Ba Gãy Súng, Cao Xuân Huy nói: "Không ai là không quay lại nhìn chỗ mình vừa ngã, và cũng không ai là không quay lại nhìn đống phân mình vừa thải. Ngã là lỗi của chính mình và phân có thối cũng là phân của mình. Vậy mà tại sao cả chục năm nay vẫn không thấy ai dám quay lại nhìn cái lỗi đã làm cho mình ngã ngay trên đống phân của mình, ngoài những lời chửi bới và đổ lỗi cho người khác".

Tất nhiên câu nói của anh còn có chỗ phải bàn thảo lại, suy nghĩ thêm, nhưng ở đây trong khung cảnh đặc biệt của Tháng Ba Gãy Súng, câu nói đó có cách lý giải riêng của nó.

Trước khi cầm bút viết lại những ngày tháng của lịch sử một trận chiến mà mình là một chứng nhân, Cao Xuân Huy đã là một sĩ quan chiến đấu thuộc một binh chủng lừng danh chiến trường mà mọi người chúng ta đều nghe tiếng: Thủy Quân Lục Chiến.

Chiến trường, sống và viết, Cao Xuân Huy có đủ những yếu tố đó để viết những trang văn xuôi nóng bỏng của mình.

Cao Xuân Huy nói: "Đất nước ta đâu phải là một bàn cờ mà hễ đánh thua ván này thì xóa đi xếp quân làm lại bàn khác, mà tướng vẫn là tướng, quân vẫn là quân, đâu phải những con xe, con mã, con chốt đã chết đều có thể dựng đầu dậy để làm lại một trận đấu mới!"

Những suy nghĩ đó của anh không hề có ý định dừng lại ở chỗ chỉ là những điều viết ra để ngẫm nghĩ.

Khi trang cuối của Tháng Ba Gãy Súng được gấp lại, người đọc hình như vẫn cảm thấy còn một điều gì đó chưa xong chưa hết. Cái dấu chấm hết của mệnh đề sau cùng vẫn còn là một lời hứa hẹn sẽ mở ra một trang sách khác.

Dù sao những hình ảnh tàn nhẫn và khủng khiếp, những nỗi lo âu và hãi hùng vẫn còn đọng lại trong ta.

Vẫn còn đọng lại trong ta những địa danh, địa hình, địa điểm quen thuộc của một vùng đất quê hương khô cằn, cả thời tiết của đất trời mà da thịt ta vốn từng chịu đựng, và nhất là vẫn còn đọng lại trong ta hình ảnh những con người – trong đó có chúng ta – với số phận hẩm hiu cô quạnh bị bủa vây trong cơn cuồng nộ của những biến cố bạo tàn…

Tất cả những người và việc ấy chừng như mới xảy ra ngày hôm qua, vẫn còn luẩn quẩn đâu đây…

Với Tháng Ba Gãy Súng, Cao Xuân Huy đã viết được "những trang văn xuôi lương thiện và giản dị về con người", điều mà Ernest Hemingway gọi là "trên đời này thật không có gì khó khăn hơn".

Nguyễn Xuân Hoàng
Santa Ana, tháng Tư 1986
(Nguồn: Talawas http://talawas.org/talaDB/showFile. php?res=536&rb=0102)

Cũng được cho biết *Tháng Ba Gãy Súng* đã được tái bản đến 14 lần, và sách đã có mặt trong các thư viện lớn trên thế giới. Có lẽ chưa một cuốn sách nào ở hải ngoại được tái bản nhiều lần và được tìm đọc nhiều đến như vậy. Cuốn sách cũng được đưa nguyên vẹn vào bộ trường thiên tiểu thuyết "Mùa Biển Động" của nhà văn Nguyễn Mộng Giác như một chương kết.

MỘT CAO XUÂN HUY KHÁC

Trong tình bằng hữu nhiều năm với Huy, được sự đồng ý của chị Cao Xuân Huy và hai cháu Chúc Dung & Xuân Dung, bài viết thiên về khía cạnh y khoa này, nói về một Cao Xuân Huy khác, người bệnh Cao Xuân Huy chênh vênh trên con dốc của tử sinh, đã can trường

Vài Mẩu Chuyện, tập truyện ngắn Cao Xuân Huy do Văn Học xuất bản 2010. Hình dưới, Cao Xuân Huy cười vui trong suốt buổi ký tặng sách bạn hữu tại hội trường nhật báo Việt Herald 10.07.2010 tại Little Saigon

chống chỏi với bệnh tật cho tới những ngày và giờ phút cuối cùng và đã ra đi với tất cả "phẩm giá".

Melanoma là loại ung thư phát triển từ những *tế bào sản xuất sắc tố melanin / melanocytes,* yếu tố định hình màu da của mỗi chủng tộc. Thông thường melanoma là loại ung thư da / *melanoma skin cancer*, nhưng mắt cũng có thể là nơi phát triển loại ung thư này, tuy khá hiếm. Ung thư sắc tố melanoma trong mắt thì không dễ phát hiện như ở ngoài da. Khi phát hiện thường là đã trễ. Đó là trường hợp Cao Xuân Huy, rất tình cờ, khi Huy nheo một bên mắt thì mắt kia không thấy gì. Huy báo tin cho tôi biết.

Khi đột ngột mất thị giác một mắt, phải nghĩ tới những nguyên nhân khẩn cấp khác (như bong võng mạc / retinal detachment, tai biến mạch máu não / stroke, thiên đầu thống / migraine, cao áp nhãn / glaucoma…) thay vì nghĩ ngay tới ung thư mắt. Một bác sĩ nhãn khoa Việt Nam đã khám ngay cho Huy, chẩn đoán lâm sàng đầu tiên cho đây có thể là do một loại nấm khá hiếm mọc trên võng mô / retina. Nhưng cũng rất sớm, những ngày sau đó, UCLA đã có một chẩn đoán chính xác cho Huy: *ung thư sắc tố mắt / ocular melanoma*. Từ đây, trong suốt bài này chỉ đơn giản gọi là *"melanoma-mắt."*

Không rõ nguyên nhân, nhưng số người mắc bệnh *melanoma-mắt* thì cao hơn ở nhóm người da trắng, mắt xanh (không phải Huy), hoặc cũng có thể vì *"hiệu ứng gây ung thư / oncogenic effects"* do *phơi ngoài nắng lâu dài;* riêng đặc tính này thì Huy được xem như *"overqualified"*, do những năm dài lính tráng hành quân khắp bốn vùng chiến thuật và sau đó là thêm những năm lao động khổ sai tù đày ở một xứ sở nhiệt đới như Việt Nam. Nói thêm, theo thuật ngữ y khoa, thì đây có thể là do *"sai lầm của gene biến thể / mutated gene"* đã ra lệnh hoảng cho các *tế bào sản xuất melanin* tiếp tục phát triển thay vì bình thường theo chu kỳ lão hóa và rồi chết đi. Y khoa bước đầu cũng đã tìm ra những *"dấu ấn phân tử / molecular markers"* trong nhiễm sắc thể / chromosome để phát hiện rất sớm các di căn.

Melanoma-mắt là loại ung thư hiếm, rất thầm lặng và khi phát hiện thường là trễ với hơn 50% đã có di căn, nên tuổi thọ / life expectancy của những bệnh nhân này rất là ngắn, còn khoảng từ 2 tới 7 tháng; chỉ có khoảng 15% bệnh nhân là sống lâu hơn 12 tháng. Lý do chính là melanoma mắt với di căn tới gan, hầu như kháng lại mọi điều trị.

Melanoma-mắt có thể hoàn toàn không có triệu chứng gì ban đầu, khi có triệu chứng cũng không đặc thù như lóa mắt / flashing lights, mờ mắt / blurred vision hay với triệu chứng nhức mắt do tăng nhãn áp / glaucoma hoặc mất thị giác / vision loss (trường hợp của Huy), và diễn tiến lâm sàng thì rất bất định về thời gian trước khi có di căn tới các bộ phận khác ngoài xa mắt như gan, phổi, não và xương.

Các xét nghiệm và phương pháp chẩn đoán bao gồm: thử máu chức năng gan, siêu âm mắt để phát hiện bướu trong mắt, chụp mạch máu mắt với chất cản quang, và có thể cần tới *sinh thiết / biopsy* vùng bướu trong mắt để xác định loại ung thư. Tiếp theo là theo dõi định kỳ, cũng với xét nghiệm máu, hình phổi, CT scan thay MRI để phát hiện sớm vùng bị di căn. UCLA đã cung ứng cho Cao Xuân Huy gần như đầy đủ những "tiêu chuẩn" như vậy.

Nhưng yếu tố thời gian vẫn là tiên quyết. Thử chức năng gan đôi khi vẫn bình thường nhưng có thể ung thư đã lan tới gan, với những *di căn rất nhỏ / micrometastases.*

Nụ cười Cao Xuân Huy

Melanoma-da và *melanoma-mắt*, tuy cùng tên gọi nhưng lại là hai loài *"dã thú"* khác nhau. *"Hóa trị / chemotherapy"* có thể hiệu quả với melanoma-da nhưng lại gần như "bất trị" đối với trường hợp thứ hai. Kinh nghiệm điều trị di căn / metastases gan từ *melanoma-mắt* không nhiều. Hiệu quả điều trị được định nghĩa như bướu di căn thu nhỏ lại 50% hay hơn. Nếu đáp ứng chỉ được 15% không khác với hiệu ứng placebo / giả được thì việc tiếp tục điều trị thêm nữa chỉ làm người bệnh thống khổ thêm trong những tháng ngày ngắn ngủi còn lại.

Cao Xuân Huy không là con bệnh của phẫu thuật / surgical candidate. Khởi đầu, Huy được xạ trị / radiation therapy trên vùng mắt bệnh hay từ chuyên môn còn gọi là *brachytherapy*, như một loại kim phóng xạ / radioactive seeds.

Sau bước điều trị ấy, Huy vẫn được UCLA thường xuyên theo dõi. Do chỉ còn nhìn được với một mắt nên tầm thị giác của Huy bị giảm đáng kể, mất khả năng *lượng giá chiều sâu / depth perception*, nhưng Huy thì vẫn thản nhiên sinh hoạt bình thường, hàng ngày lái xe khá xa từ nhà ở Lake Forest đi làm trên Little Saigon, khi lái xe về nhà ban đêm Huy đã thấy khó khăn hơn.

Hóa trị liệu được dùng trong điều trị melanoma da và mắt. Thuốc cho qua đường tĩnh mạch, theo đường dẫn của máu tới vùng ung thư nhằm nhanh chóng giết chết các "tế bào ác". Cũng không tránh được thuốc ấy giết hại cả những tế bào lành. Và dĩ nhiên có vô số những *biến chứng phụ / side effects* do thuốc, khiến không ít số bệnh nhân phải bỏ cuộc, bao gồm: trầm cảm, mỏi mệt, nôn mửa xuống cân, thiếu máu, giảm bạch cầu nghiêm trọng / neutropenia làm mất khả năng đề kháng dễ bị nhiễm trùng nặng gây tử vong… Tiến bộ của y khoa đã có những thuốc mới làm giảm thiểu các phản ứng phụ này. Chỉ khoảng 20% bệnh nhân melanoma-da có đáp ứng điều trị. Chưa có hóa trị liệu nào chứng tỏ có hiệu quả đối với *di căn melanoma-mắt xuống gan*, như trường hợp Cao Xuân Huy.

Bướu di căn của loại melanoma này không phải chỉ có một, do có nhiều bướu nhỏ trong gan, nên phẫu thuật cắt bỏ / resection không có chỉ định trong trường hợp này.

Người lính Cao Xuân Huy 2007 và Mẹ già *(tài liệu TQLC, Úc Châu)*

Cao Xuân Huy 2007 và vợ *(tư liệu gia đình Cao Xuân Huy)*

Vợ chồng Cao Xuân Huy và 2 con gái Chúc Dung, Xuân Dung. *(tư liệu gia đình Cao Xuân Huy)*

Mũ Xanh Cao Xuân Huy từ trái, hội ngộ cùng các chiến hữu Thủy Quân Lục Chiến VNCH.
(tư liệu TQLC VNCH)

Nói chung, một số loại ung thư có thể chữa lành, nhưng *melanoma-mắt với di căn gan* thì không có hay đúng hơn là chưa có trong danh sách ấy, nó thuộc loại rất "ác tính" vẫn còn là một thách đố với tiến bộ của y khoa trong thế kỷ 21.

Cũng như khi cầm bút, Huy viết về cái xấu cái tốt của mình một cách thản nhiên, thì nay nói về bệnh ung thư mắt của mình cũng với một sự thản nhiên như vậy, trong khi người nghe thì không tránh được nỗi xúc động hay cả hốt hoảng. Một người bạn thân sau khi gặp Huy đã phát biểu: *"Huy bệnh ngặt nghèo như vậy mà chính mình lại như được nó an ủi."*

Theo dõi Huy, mới thấy Huy là người bệnh khá mẫu mực, dứt bỏ rượu dễ dàng, rất kỷ luật trong từng giai đoạn điều trị, Huy cũng đã nhận được những chăm sóc y khoa tiên tiến nhất mà anh rất xứng đáng được hưởng. Đổi lại, Huy đã cống hiến cho y khoa một *"case study"* tốt nhất trong cuộc chiến đấu khuất phục loại ung thư mắt dữ dằn này.

Huy đã can đảm chịu đựng, vượt lên trên những thống khổ do hậu quả của các bước điều trị mà ngay từ bước đầu đã không có một hứa hẹn thắng lợi nào. Anh cũng được báo trước rằng khi chấp nhận điều trị, phẩm chất những tháng ngày còn lại của anh có thể sẽ bị ảnh hưởng, không những thế quỹ thời gian của Huy còn có thể bị rút ngắn hơn. Huy đã can đảm chấp nhận tất cả.

Huy và tôi, qua cell vẫn liên lạc với nhau hàng tuần, thường là thứ Năm sau ngày tái khám ở UCLA về. Thường là tôi phone cho Huy, nhưng lần này Huy gọi tôi báo tin cho biết CT scan mới phát hiện có bướu nhỏ trong gan. Nhiều phần có thể là do di căn từ ung thư mắt nhưng cũng có thể là một bướu gan tiên khởi / primary tumor không có liên hệ gì tới *melanoma-mắt*, khi mà tỉ lệ ung thư gan do viêm gan siêu vi B của người Việt Nam hay các sắc dân Á châu nói chung khá cao. Dù trường hợp nào thì điều trị cũng là rất khó khăn.

Tuần lễ sau đó, con gái Huy đưa bố vào UCLA làm biopsy / sinh thiết gan, và chưa bao giờ nghe Huy mở miệng than đau. Kết quả sinh thiết gan xác định bướu gan là do di căn từ ung thư mắt. Không thể giải quyết bằng phẫu thuật, mà xạ trị / radiation therapy hay hóa trị / chemotherapy đều không có hiệu quả với loại di căn này. Cuộc chiến đấu sắp tới của Huy có phần gay go hơn. Huy rất biết có một *dự hậu / prognosis* không sáng sủa như vậy nhưng vẫn chấp nhận *"một vòng / cycle hóa trị liệu"* đầu tiên, mỗi tuần vào ngày thứ Tư trong 6 tuần lễ. Huy vượt qua vòng đầu một cách dễ dàng, dĩ nhiên cũng phải trải qua tất cả những biến chứng phụ do thuốc. Thời gian này, Huy vẫn tự lái xe đi làm và cả cuối tuần thì gặp gỡ các bằng hữu. Tái lượng giá sau vòng 1 hóa trị, vùng di căn ổn định, không lớn ra hay phát tán thêm. Như một chút ánh sáng cuối đường hầm, nhưng không thể nói điều trị đã có hiệu quả. Trong cuộc chiến rất không cân xứng ấy, thắng lợi đầu tiên không phải là diệt mà là "cầm chân địch". Và Huy chấp nhận thêm một *"vòng hóa trị thứ hai"*, cũng mỗi tuần trong 6 tuần lễ nữa.

Không biết bên địch tổn thất bao nhiêu, nhưng rõ ràng Huy bắt đầu phải trả giá. Tuần lễ đầu tiên, sau lần hóa trị của vòng 2, Huy cho biết, ngoài các phản ứng phụ đã trải qua như ở vòng đầu, thì lần này khắp mình mẩy thêm cái *"đau như xé thịt"* – chữ của Cao Xuân Huy. Huy chưa bao giờ biết than đau, có nghĩa là *ngưỡng chịu đau / pain threshold* của Huy rất cao, cái đau 10/10 vẫn không khiến Huy có ý định bỏ cuộc. Tuần lễ thứ hai, với sự dè dặt của toán điều trị, nhưng Huy vẫn yêu cầu tiếp tục bước thứ hai. Vẫn cái *"đau xé thịt"* ấy nhưng cường độ thì lớn hơn và kéo dài hơn mấy ngày sau khiến Huy phải cần thuốc giảm đau. Đây là một khúc rẽ quan trọng, do sức người có hạn, Huy không thể đi những bước tiếp theo, theo lượng định của toán điều trị chứ không phải do Huy. Sự can trường với sức mạnh tinh thần vốn có của Huy đã không tỉ lệ với thể trạng của Huy bây giờ. Huy cần một *"thời gian dưỡng thương"* trước khi có thể hoạch định một bước điều trị khác.

Rồi bước tái lượng giá tiếp theo, Huy được báo cho biết bướu di căn cũ thì đã lớn hơn và có thêm những di căn mới trong gan. Riêng Huy cũng cảm thấy vùng gan bây giờ không chỉ cứng hơn mà còn lớn hơn và ăn uống thì khó khăn. Từ đây Huy xuống sắc, xuống cân và yếu đi rất nhanh, duy tinh thần thì vẫn vững vàng. Như từ bao giờ, Huy vẫn với thái độ rất thản nhiên, và như không có gì để hối tiếc.

Có lần gặp Huy đã quá yếu, không còn đứng vững trên hai chân, sắp ngã quỵ mà Huy vẫn không muốn vịn trên cánh tay người bạn đứng bên mình.

Như vậy UCLA cũng đã bó tay, và gửi trả Huy về với bác sĩ gia đình. Thay vì đưa vào *hospice / nơi chăm sóc người cận tử*, thì Huy vẫn sống với sự chăm sóc đầy ắp thương yêu của gia đình với vợ và hai con.

Chủ Nhật 07/11/2010, lễ hứa hôn con gái thứ hai của Huy (cháu Xuân Dung) được tổ chức sớm hơn trong gia đình cho Huy vui và Huy đã thực sự vui với ngày vui ấy của con gái. Sau này tôi khám phá ra một điều, một Cao Xuân Huy tuy cứng cỏi nhưng cũng biết sợ, rất sợ đứa con gái thứ hai. Huy có thể không nghe đôi lời khuyên của tôi, nhưng những gì nhắn qua Xuân Dung, như mệnh lệnh của trái tim, tôi biết chắc Huy sẽ làm.

Những ngày sau đó, các cơn đau khiến người Huy co lại nhưng Huy vẫn không muốn dùng nhiều thuốc giảm đau. Cuối cùng thì phải cần tới morphine với liều lượng càng ngày càng tăng mỗi hai tiếng và cũng chỉ phần nào giảm các cơn đau đổ ập tới. Huy thì vẫn khắc kỷ

Cao Xuân Huy và bạn hữu, từ phải: Hoàng Khởi Phong, Hoàng Chính Nghĩa, Cao Xuân Huy, Ngô Thế Vinh. (*photo by Phạm Bích Hoan 2006*)

Từ phải: Cao Xuân Huy, Hoàng Khởi Phong, Hoàng Chính Nghĩa, Khánh Trường, Phan Nhật Nam. (*tư liệu Khánh Trường*)

chịu đựng, không rên siết hay một lời than đau và vẫn không thiếu nụ cười hiền với người thân và các bằng hữu rất quý Huy tới thăm.

Năm ngày sau, 4 giờ 53 chiều thứ Sáu 12-11-2010, Huy đã yên tĩnh và mãn nguyện ra đi vẫn bên sự chăm sóc thương yêu của vợ con và có thêm hai người bạn vô cùng thân thiết: một từ thuở thơ ấu, Bs Nguyễn Đức mới tới từ Florida, một từ thời quân ngũ TQLC, anh Trần Như Hùng đã đến kịp từ Úc Châu.

Bước trên con dốc chênh vênh của tử sinh, trong cuộc chiến không cân sức ấy, Cao Xuân Huy như một người bệnh mẫu mực, đã can trường hoàn tất cuộc chiến đấu cuối cùng của đời mình, *với tất cả sức mạnh tinh thần và đã ra đi với nguyên vẹn phẩm giá / with dignity.*

BÀI THƠ THÁNG BA TRỊNH Y THƯ

eMail Trịnh Y Thư 12 tháng 11, 2016, cũng là ngày giỗ thứ 6 của Cao Xuân Huy. Bài thơ TYT làm ngay tối hôm CXH trút hơi thở cuối cùng. Bức ảnh trong bài thơ do TYT chụp lúc tro CXH thả xuống biển Laguna Beach 100 ngày sau.

Lễ thả tro Cao Xuân Huy xuống biển Laguna Beach 100 ngày sau khi Huy mất. *(photo by Trịnh Y Thư)*

THÁNG BA, HÃY TRÔI ĐI

Tháng ba đỉnh trời toác máu
lũ kên kên chao chiêng mùi tử khí trào dâng
tháng ba xác trẻ và người già
Nằm bên nhau thanh thản nghe gió vi vu
bờ lau Cửa Việt sóng bủa lớn
nuốt chửng –
Thành phố lạ, biển đen không đâu là nhà
tên tuổi lãng quên như râu tóc
bản nháp cuộc đời viết mãi chưa xong
Đêm trổ mưa, đi về như cơn mộng
rượu đỏ máu bầm cũng thế thôi
ngan ngát hoàng lan chờ bên khung cửa
Chua xót viên đạn cũ còn sưng vết thương
tháng ba trở về bờ cát đỏ
tháng ba trôi đi như ngàn sương
Lạ thổ ngơi lạ cả tình
bên kia núi còn nghe đồng vọng
u uất đêm trăng –
Chờ ngày hóa thân
cõi lạ vừa nằm xuống đã thấy biển xưa
cát trắng mái nhà nâu hàng dừa
Hãy trôi đi tháng ba.

(Trịnh Y Thư, 12.11.2010)

California, 16.11.2010 - 12.11.2016

PHÙNG NGUYỄN
NHƯ CHƯA HỀ GIÃ BIỆT

The only certainty in this life is uncertainty
Chỉ có thường hằng trong đời này chính là sự vô thường

Gửi Các Bạn Anh Phùng Nguyễn

Phùng Nguyễn, California, May 2015
(photo by Ngô Thế Vinh)

TIỂU SỬ PHÙNG NGUYỄN

Nhà văn Phùng Nguyễn, tên thật Nguyễn Đức Phùng, sinh năm 1950 tại Quảng Nam, là anh cả trong một gia đình đông anh em. Học xong tiểu học trong một làng quê, năm 1961 cậu học sinh Nguyễn Đức Phùng thi đậu vào lớp Đệ Thất trường trung học Trần Quý Cáp, Hội An. Ba năm sau đó, 1964, Phùng theo gia đình vào Sài Gòn.

Có một giai đoạn rất quan trọng mà Phùng Nguyễn đã không ghi trong phần tiểu sử của mình, đó là Phùng đi lính năm 1968, lúc ấy mới 18 tuổi và là một thương phế binh giải ngũ trước 1975. Theo người viết, những năm tháng mặc áo lính tuy ngắn nhưng đã có ảnh hưởng sâu đậm tới bước hình thành phong cách của cả văn nghiệp Phùng Nguyễn về sau này.

Phần tiểu sử chính thức mà Phùng Nguyễn tự soạn cho mình chỉ ghi khoảng thời gian từ 1984 khi anh đặt chân tới Hoa Kỳ:

- *Sinh quán Quảng Nam, Việt Nam.*
- *Định cư ở Hoa Kỳ từ tháng 5 năm 1984.*
- *Tốt nghiệp Cử nhân summa cum laude ngành Quản trị kinh doanh và tin học năm 1990 và Thạc sĩ Quản Trị Kinh Doanh (MBA) năm 1992 tại California State University (Bakersfield, California).*
- *Làm việc trong ngành tin học từ năm 1990. Chức vụ sau cùng: Director of Information System (Jaco Oil Company, California).*
- *Có nhiều sáng tác văn học và tiểu luận xuất hiện trong các tạp chí Văn (USA), Văn Học (USA), Hợp Lưu (USA), Việt (AUS), Thế Kỷ 21 (USA) và các báo mạng như talawas.org, tienve.org, damau.org*
- *Đề xuất, thiết kế, xây dựng, và bảo trì ấn bản mạng cho các tạp chí Văn Học, Văn, Hợp Lưu, và Việt từ năm 1997 cho đến 2002.*
- *Từng đảm nhiệm chức vụ Chủ bút của tạp chí văn học Hợp Lưu (California, USA) từ tháng 6 năm 2002 cho đến tháng 4 năm 2003.*
- *Đồng sáng lập tạp chí văn chương mạng Da Màu (tháng 7 năm 2006) cùng với nhà văn Đặng Thơ Thơ & nhà thơ Đỗ Lê Anh Đào.*
- *Biên tập viên và đồng thời phụ trách phần kỹ thuật cho tạp chí Da Màu từ 2006 cho đến nay.*
- *Sáng lập và xây dựng Thư viện Kệ Sách eBook (kesach.org). Đưa kesach.org vào sinh hoạt từ tháng 5, 2008. Cho đến nay đã xuất bản và ấn hành miễn phí hơn 150 tác phẩm văn chương tiếng Việt trong dạng ebooks trên các hệ thống ấn hành ebook Scribd.com và Smashwords.com*

- Phụ trách Blog Phùng Nguyễn: Rừng và Cây trên VOA (Đài Tiếng Nói Hoa Kỳ).

Sách đã xuất bản:

- Tháp Ký Úc, tập truyện ngắn. Nxb Văn 1988 (California, USA)

- Đêm Oakland và Những Truyện Khác, tập truyện ngắn. Nxb Văn 2001 (California, USA)

Sách dự định xuất bản trong năm 2015:

- Tuyển tập truyện ngắn

- Tiểu luận Phùng Nguyễn

(hết trích dẫn)

Blog *Rừng & Cây* của Phùng Nguyễn trên VOA (Đài Tiếng Nói Hoa Kỳ) phân tích các sự kiện văn hóa đáng chú ý của Việt Nam và thế giới, cũng là nơi góp mặt của một số các ngòi bút thân hữu trong và ngoài nước. Bài đầu tiên trên blog là của Phùng Nguyễn: *Văn đoàn độc lập Việt Nam: Sự kiện hay Cước chú?* posted ngày 16-07-2015, và bài viết cuối cùng *Mệnh Trời* cũng của Phùng Nguyễn như một di cảo posted ngày 20-11-2015, nhưng anh đã mất 3 ngày trước đó. VOA đã viết một *chapeau* dẫn nhập thật cảm động cho *Mệnh Trời*:

"Chủ nhật 22 tháng 11 là ngày phát tang nhà văn Phùng Nguyễn. Nhân dịp này VOA Tiếng Việt xin trân trọng giới thiệu với quý độc giả một di cảo của nhà văn vừa tạ thế như một lời vĩnh biệt của ông với bạn đọc, bằng hữu cùng những người ngưỡng mộ ông. Đây là blog cuối cùng của ông, nhưng chúng tôi tin rằng những lý tưởng và giá trị nhân bản mà ông và các thi văn hữu của ông bảo vệ và cổ súy qua cột blog do ông chủ xướng sẽ không bao giờ bị mai một, cho dù Mệnh Trời có như thế nào đi nữa."

Trước sự ra đi đột ngột của nhà văn Phùng Nguyễn, VOA cũng đã có lời phân ưu:

"Nhà văn Phùng Nguyễn, người phụ trách cột blog "Rừng & Cây" trên VOA Tiếng Việt, vừa đột ngột qua đời ngày 17 tháng 11, 2015 tại bang Maryland, Hoa Kỳ. Tuy thời gian hợp tác với VOA Tiếng Việt chưa lâu, những bài viết nghiêm túc, độc đáo và đặc sắc của nhà văn Phùng Nguyễn cũng như của những thi văn hữu được ông mời cộng tác về đề tài văn học-nghệ thuật cùng những vấn đề liên

quan đã thu hút sự chú ý và được đánh giá cao bởi đông đảo bạn đọc tại Việt Nam cũng như ở nước ngoài. Sự ra đi quá sớm của Ông là một thiệt thòi khó bù đắp không những cho giới văn học mà còn cho những người đọc yêu mến Ông qua cột blog "Rừng & Cây". Ban Việt ngữ xin thành thực chia buồn cùng tang quyến Nhà văn Phùng Nguyễn trước sự mất mát to lớn này. Sự đóng góp quý báu của Ông sẽ được VOA Tiếng Việt luôn trân trọng."

Chân dung Phùng Nguyễn trên Blog
Rừng và Cây *(nguồn: VOA)*

Tính ra Blog *Rừng & Cây* chỉ hoạt động vỏn vẹn được đúng 4 tháng với tổng số 35 bài viết, riêng Phùng Nguyễn viết 16 bài nhưng trước đó anh cũng đã viết nhiều bài tiểu luận rất sắc sảo đăng trên các tạp chí Văn, Văn Học, Hợp Lưu, Việt, Thế Kỷ 21 và các báo mạng như talawas.org, tienve.org, damau.org…

CHÂN DUNG NGƯỜI LÍNH PHÙNG NGUYỄN

Trong bài Vĩnh biệt Phùng Nguyễn, nhà văn Trần Hoài Thư đã phác họa chân dung Phùng Nguyễn: *"Từ Ô Thước rồi đến Talawas rồi Da Màu, những diễn đàn văn học luôn luôn thấy bóng Phùng Nguyễn. Ngày xưa Phùng Nguyễn mang súng thì bây giờ Phùng Nguyễn mang laptop đến mọi nơi mọi chốn. Tôi theo dõi người lữ hành ấy và cảm phục vô ngần."*

Trần Hoài Thư viết tiếp: *"Tôi và Phùng Nguyễn dù chỉ gặp nhau một đôi lần nhưng xem như thân thiết trên cuộc hành trình cùng văn chương chữ nghĩa, và cả cuộc sống. Thứ nhất là chúng tôi cùng là dân IT (Information Technology). Thứ hai, chúng tôi cùng có mặt trong bộ đồng phục trước 1975. Thứ ba, chúng tôi cùng viết chung con đường yêu mến văn chương chữ nghĩa."*

Tối Thứ Bảy, ngày 21 tháng 11, 2015 cũng là ngày phát tang Phùng Nguyễn bên Maryland, tôi eMail cho Trần Hoài Thư:

"Phùng Nguyễn rất ít khi nói về thời gian quân ngũ của mình, nhưng theo tôi biết, Phùng Nguyễn nhập ngũ sau Tết Mậu Thân 68, và sau đó là một thương phế binh phải nằm nhiều tháng trong Tổng Y viện Cộng Hòa cho tới khi giải ngũ, anh Trần Hoài Thư có biết thêm chi tiết gì về giai đoạn người lính sau đó là thương phế binh Phùng Nguyễn không? Tôi đang viết một bài về Phùng Nguyễn."

Trần Hoài Thư trả lời tôi ngay trong đêm: *"Anh Ngô Thế Vinh thân, tôi không biết. Chỉ đọc tiểu sử. Anh gắng truy tầm thử xem. Phùng Nguyễn nhập ngũ năm 18 tuổi, lúc là học sinh Trung học..."*

Gặp Phùng Nguyễn mới đây thôi, anh có dáng khỏe mạnh của một tráng niên, trẻ hơn tuổi, da sậm nắng, khuôn mặt vuông, trán cao, nói cười chừng mực. Có lần sánh vai cùng đi bộ nhanh với Phùng trên bãi biển Huntington Beach, do có phone của Đinh Cường tôi bị bỏ rơi về phía sau. Phùng Nguyễn có ý vừa đi vừa chờ; và tôi chợt nhận ra dáng đi của Phùng hơi lệch về bên phải. Suy đoán, có lẽ Phùng bị polio / sốt bại liệt nhẹ từ hồi nhỏ, một dịch bệnh rất thông thường ở Việt Nam. Chỉ nghĩ vậy thôi nhưng tôi không hỏi thêm. Ở một khi khác cũng đi bộ nhưng lần này trên bãi biển Laguna Beach, trời nắng ấm Phùng mặc quần short, thấy chân phải anh không bị teo nhưng lại có các vết sẹo mổ. Tôi hỏi Phùng, anh chỉ kể rất vắn tắt về một cuộc hành quân vùng sình lầy, tiểu đội anh đạp phải mìn, vài đồng đội chết, riêng Phùng bị thương, gẫy nát hai xương chân bên phải, vết thương khá nặng phải đưa về Tổng Y Viện Cộng Hòa để được *phẫu thuật chấn thương chỉnh hình (reconstructive surgery)* và bó bột, nhưng không may sau đó vết thương nhiễm trùng và kháng thuốc trụ sinh.

Phùng phải chịu mổ lại nhiều lần với tháp xương ghép da. Phải nằm lâu nhiều tháng trong bệnh viện, đau đớn vật vã quá mức chịu đựng, đã có lần Phùng xin được cắt chân nhưng bác sĩ không cho. Phùng còn nhớ tên người bác sĩ điều trị "lạnh lùng hầu như vô cảm" ấy trước những cơn đau của anh, bác sĩ ấy tên Thái nhưng cũng chính ông đã cứu giữ được chân của Phùng để không bị tàn phế, và rồi những năm về sau này Phùng cho biết không bao giờ được gặp lại người bác sĩ ân nhân ấy.

Vẫn muốn có thêm tin về người lính Phùng Nguyễn, tôi eMail hỏi Khánh Trường, người Họa sĩ Vỉa hè New York (chữ của Mai Thảo), người sáng lập và điều hành tạp chí Hợp Lưu trong 12 năm, trước khi giao chức chủ bút cho Phùng Nguyễn (2002). Khánh Trường sinh năm 1948 có thể coi là cùng trang lứa với Phùng Nguyễn sinh năm 1950, lại cùng gốc Quảng Nam; Khánh Trường có một quá khứ lính tráng trong binh chủng Dù và hơn một lần bị thương trước khi giải ngũ. Khánh Trường chắc hẳn biết về giai đoạn người lính Phùng Nguyễn. Nhưng không, Khánh Trường trả lời tôi ngay: *"Không nghe Phùng Nguyễn nói gì chuyện cũ. Hình như có đi lính, bị thương ở chân, giờ đi không bình thường, để ý lắm mới thấy chàng bước không đều... Bất ngờ quá. Hôm đi viếng Võ Phiến về Phùng Nguyễn có ghé thăm tôi. Rất bình thường. Vậy mà!"*

Qua gợi ý của nhà thơ Thành Tôn, tôi liên lạc với anh Trần Trung Đạo bên Boston, tác giả bài thơ *Đổi Cả Thiên Thu Tiếng Mẹ Cười*, anh cũng là cựu học sinh trường Trần Quý Cáp, và được hồi âm ngay: *"Anh Phùng Nguyễn rất ít nói về thời gian anh ở Sài Gòn. Thời ở Trần Quý Cáp, anh Phùng viết khá rõ và đã in trong Tháp Ký Ức. Để tôi tìm hỏi các bạn Trần Quý Cáp của ảnh thử có biết gì không, tôi sẽ thông báo cho anh biết."*

Chưa dừng lại ở đó, qua chị Diệu Chi Nguyễn Mộng Giác, tôi liên lạc được với một người bạn khác của Phùng Nguyễn, anh Huy Văn Trương Văn Hùng, người đã cùng với Phùng Nguyễn tới thăm anh Tạ Chí Đại Trường vào ngày phát tang nhà văn Võ Phiến. Huy Văn đã chụp bức hình Tạ Chí Đại Trường và Phùng Nguyễn bằng chiếc iPhone của Phùng. Hy vọng sẽ còn tìm lại được. Trao đổi với

Huy Văn, anh xác nhận một số thông tin mà tôi có về Phùng Nguyễn nhưng vẫn có một khoảng trống 20 năm 1964 - 1984, thời gian Phùng sống ở Sài Gòn.

Được biết anh Huy Văn, cũng là dân IT một thảo chương viên điện toán đồng trang lứa với Phùng Nguyễn, cùng viết cho tạp chí Văn Học và rất thân với gia đình Phùng Nguyễn. Tôi điện thoại hẹn với Huy Văn để cùng tới thăm Mẹ Phùng Nguyễn, hai ngày sau Thanksgiving. Không có địa chỉ, qua hướng dẫn của Hồ Như, khó khăn mới tìm ra ngôi nhà em gái Phùng Nguyễn trong một khu mà các con đường toàn mang tên cá như *Bluefin, Stingray, Carp* thuộc thành phố Huntington Beach, cũng là nơi bà Mẹ Phùng Nguyễn thường về chơi với con gái. Nhưng rồi cả nhà đều đi vắng.

Mấy ngày sau, qua số điện thoại của Đặng Thơ Thơ cho, tôi được nghe chuyện qua giọng nói nghẹn ngào của người em gái Phùng Nguyễn, và bỗng chốc khoảng trống 20 năm ấy được phần nào lấp đầy.

1964, không sống được trong vùng xôi đậu cộng thêm trận lụt khủng khiếp ở Miền Trung năm đó, bà Mẹ Phùng quyết định đưa đàn con vào Nam tìm kế sinh nhai. Phùng là con trai cả mới 14 tuổi đã phải ra đời sớm giúp mẹ nuôi đàn em, ban ngày làm phụ thợ hồ hay trong xưởng mộc, ban đêm cắp sách đi học ở một trường tư thục.

1968, chưa xong trung học tới tuổi 18, Phùng bị động viên vào Trung tâm Huấn luyện Quang Trung, ra trường là lính truyền tin. Bị thương do mìn bẫy trong một cuộc hành quân năm 1971, phải nằm lâu dài trong Tổng Y Viện Cộng Hòa cho tới khi đứng lại được trên đôi nạng xuất viện về nhà và được giải ngũ sau đó.

1975, bị kẹt lại sau 75 thương phế binh "Ngụy" Phùng Nguyễn đã sống vất vưởng thêm 9 năm nữa, làm đủ nghề để kiếm sống cho đến khi cả gia đình được người em gái bảo lãnh sang Mỹ năm 1984 theo diện di dân. Mấy năm đầu Phùng cũng phải đi làm đủ nghề để mưu sinh: ra đồng thu hoạch bóc hành, phụ bếp nhào bột rửa mâm cho tiệm pizza, buổi tối mới tới trường đi học.

Cây bút phê bình văn học Nguyễn Vy Khanh, cách đây 14 năm đã ghi nhận tính tự truyện / *autofiction* trong hai tác phẩm xuất bản của Phùng Nguyễn. Qua những trang sách tự truyện ấy có thể biết thêm về người lính, người thương binh Phùng Nguyễn.

"Anh còn trẻ lắm. Lúc đó anh đang nằm điều trị ở Quân Y Viện Cộng Hòa. Người ta đang cố gắng chữa cái chân gẫy nát của anh bằng cách hành hạ nó đủ điều, và anh đau đớn đến nỗi cứ van xin họ cắt nó liệng đi cho rồi. Cũng may mà họ không thèm nghe lời anh! Anh nằm chịu trận trên chiếc giường sắt, chân mang khúc bột cứng đờ, tay cắm đầy những mũi kim to tướng nối liền với những ống nhựa lòng thòng, bất lực và tuyệt vọng chờ đợi những cơn đau khủng khiếp sẽ đến với mình ngày hai lần, sáng và chiều, khi những người y tá đến rửa và thay băng cho vết thương. Ngoài việc nằm dài ra đó để nguyền rủa những cơn đau nhức."

Nếu Phan Nhật Nam viết phóng sự chiến trường với máu, mồ hôi và nước mắt, thì có thể nói Phùng Nguyễn đã viết về những mảnh bom mảnh đạn để lại vương vãi trên các trận địa ấy. Phùng Nguyễn viết về những người lính đồng đội thương phế binh quanh anh. Trích đoạn:

"Anh chỉ có việc để giết thì giờ, đánh cờ tướng. Anh có những đối thủ rất đáng gờm, từ hình dạng cho đến tên tuổi. Một tên có tước hiệu Độc Nhãn Hắc Thần, đen trùi trũi và chỉ có một mắt. Điều làm anh ngại nhất không phải là ngón pháo đầu dồn dập khi hắn ra quân mà chính là vì hắn cứ thỉnh thoảng móc con mắt trái bằng đá ra lau chùi ngắm nghía như của gia bảo, cái hốc mắt sâu hoắm đỏ bầm nhìn anh chế giễu trông gớm chết. Còn nhiều biệt hiệu quái đản khác nữa cho những người bạn cờ kỳ dị của anh, những thằng lính trẻ sứt tay gẫy gọng tụ họp ở đây sau khi bị đốn gục trên một chiến trường nào đó, anh không làm sao nhớ hết! Nhưng đáng gờm nhất vẫn là Độc Cô Cầu Bại, một ông Thượng sĩ đứng tuổi không có chân! Ông ngồi bình thản trên chiếc xe lăn cạnh giường bệnh của anh, chiếc mền nhà binh màu cứt ngựa phủ kín hai khúc đùi cụt, khoan thai tấn công anh bằng những nước cờ thâm trầm hiểm ác. Anh thua tối tăm mặt mũi, cho đến một lần hiếm hoi sau đó anh mới có cơ hội để thắng ông. Vậy mà anh để cơ hội ấy trôi qua một cách đáng tiếc khi nhìn thấy những giọt mồ hôi ứa ra từ chân tóc, những ngón tay sần sùi bứt rứt không yên trên

chiếc mền nhà binh, và cặp mắt có những tia máu đỏ li ti trên tròng mắt vàng ệch chỉ còn phát ra những tia bồn chồn tội nghiệp. Anh nhấc quân cờ, đi một nước... hở hênh. Độc Cô Cầu Bại lại thắng anh ván đó, và anh không bao giờ có một cơ hội nào khác. " (Đêm Oakland và những chuyện khác; *Cháy Lên Những Ngọn Cỏ Khô.* Tr. 31-32)

Phùng Nguyễn ra ngoài nước rồi, anh đã nhìn lại cuộc Chiến tranh Việt Nam ấy ra sao? Trích đoạn:

"Hắn (tên Đức người bạn trẻ của Phùng Nguyễn, ghi chú của người viết) sống một mình, không thực sự có trách nhiệm với ai, đi nhiều và đi lúc nào cũng được. Chỉ riêng điều ấy cũng làm tôi ganh tị quá đỗi." (tôi, là Phùng Nguyễn đang nói về người bạn trẻ của mình). Phùng Nguyễn viết tiếp: *"Đối lại, tôi lớn tuổi hơn Đức, đủ lớn để giết người và để bị người giết một cách hợp pháp trước khi Đức có cơ hội tham dự vào cái trò chơi lớn có tên gọi là chiến tranh. Ngoài ra, chỉ việc tôi sinh ra và lớn lên ở một làng quê nghèo nàn và đầy rẫy những vết tích của đạn bom cũng đủ làm hắn xốn xang. Ở phía trong bức tường cao của căn biệt thự sang trọng và được tách ra khỏi những nỗi hiểm nghèo đang xảy ra bên ngoài, người ta có quyền có những nhu cầu tinh thần vô cùng xa xỉ. Chẳng hạn như những suy nghĩ phức tạp của mình về chiến tranh... Hoặc người ta thực sự sống với, hoặc người ta suy tưởng về một điều gì đó.*" (Đêm Oakland. Câu hỏi. Tr. 13)

"Nếu phải tự mô tả mình với cuộc chiến tranh đã qua, tôi thường nghĩ đến một gã thua cạn láng ở ván cờ cuối cùng, lúng túng không biết phải làm gì. Người thắng cuộc thì không chịu xóa bàn làm lại, có ngẩn ngơ đứng đó càu nhàu cũng chẳng ích gì. Thôi thì bỏ đi, tự an ủi mình dù sao cũng đã đánh xong ván cờ, cho dù một cách dở tệ."

Cũng ít người biết rằng, khi tham dự ván cờ chiến tranh ấy, có phần xương máu của người lính trẻ truyền tin Phùng Nguyễn.

BƯỚC CHÂN VÀO DÒNG CHÍNH

Tới Mỹ theo diện di dân / immigrants, không được hưởng một thứ trợ cấp nào như những người tị nạn / refugees, Phùng và cả gia đình đã phải xả thân ngay đi làm với những đồng lương tối thiểu.

Ở tuổi 34 trắng tay, đặt chân tới một tân lục địa, Phùng mới lại bắt đầu cắp sách tới trường. Cậu học sinh trường làng chưa xong bậc trung học, cũng là thương phế binh ấy đã chứng tỏ ngay là một sinh viên xuất sắc. Phùng đã đi những bước vững vàng vào dòng chính với đầy đủ học vị chỉ trong vòng 6 năm: tốt nghiệp cử nhân với hạng tối ưu ngành Tin học và Quản trị Kinh doanh 1990, hai năm sau, Phùng tốt nghiệp Cao học Quản Trị Kinh Doanh / MBA.

Làm việc trong ngành tin học từ 1990, sau hơn 20 năm, Phùng đã bước lên vị trí Giám đốc Hệ thống Điện toán của Công ty Jaco Oil Company, California.

Bước qua tuổi 60 *lục thập nhi nhĩ thuận* / đạt đến mức độ hoàn-hảo về tri-hành, và kinh-nghiệm sống, Phùng Nguyễn đứng trước hai lựa chọn: hoặc tiếp tục bước đường sự nghiệp của anh trong dòng chính, hoặc chọn hạnh phúc một gia đình mới mà anh muốn xây dựng. Con người cứng cỏi và đa cảm ấy đã chọn *commitment* thứ hai / chữ của Phùng Nguyễn.

Anh chấm dứt hợp đồng với công ty Jaco ở Bakersfield mà anh đã gắn bó hơn 20 năm cùng với bao nhiêu những benefits đang có để về sống ở Miền Đông. Phùng Nguyễn tìm được hạnh phúc gia đình với quây quần những bạn bè thân thiết nhưng cũng với cái giá mà cá nhân anh phải trả: cái khoảng trống của một chuyên gia còn đầy sinh lực khi bước ra khỏi dòng chính, sống với cái lạnh rất khắc nghiệt không hợp với sức khỏe của anh và cả những trải nghiệm bất ưng của anh với người bác sĩ tim mạch mới mà anh không mấy tin tưởng. Phùng Nguyễn tâm sự anh không thể cùng một lúc có cả hai chọn lựa và anh chưa bao giờ có một ý nghĩ khác về một chọn lựa dứt khoát ấy.

PHÙNG NGUYỄN NHÀ VĂN

Nguyễn Xuân Hoàng trong lời tựa cho cuốn *Tháp Ký Ức*, tác phẩm đầu tay của Phùng Nguyễn, đã viết: "*Tháp Ký Ức là tập hợp những câu chuyện về số phận của một con người, những khắc họa về một mảnh đời thường, chuyện tình yêu, chuyện tuổi thơ, chuyện quê nhà, chuyện quê người. Quá khứ và hiện tại của một lớp tuổi khi rời Sài Gòn ra đi chỉ mới vừa bước qua hai mươi. Truyện của Phùng Nguyễn nhẹ nhàng, thở cái hơi thở bình dị của một cuộc sống vốn không bình an, và được viết bằng một bút pháp đơn giản mà lôi cuốn. Cái đẹp, theo ý nghĩa của văn chương, tràn ngập trên những trang chữ của anh.''*

Nguyễn Mộng Giác trong lời bạt cho cuốn *Tháp Ký Ức*, cũng đã nhận xét: *"Truyện ngắn đầu tay của Phùng Nguyễn vượt lên trên những sáng tác của những người ra đi tỵ nạn cộng sản từ Miền Nam thuộc thế hệ trước anh hay cùng thế hệ của anh, những sáng tác làm nòng cốt cho văn chương hải ngoại. Phùng Nguyễn ôn chuyện cũ như một kỷ niệm đẹp, nhưng anh không dừng ở đó. Anh nâng tấm ảnh cũ lên thành một suy niệm về nhân sinh."*

Tháp Ký Ức, truyện ngắn đầu tiên của Phùng Nguyễn được chủ bút Nguyễn Mộng Giác và tổng thư ký Thạch Hãn Lê Thọ Giáo chọn

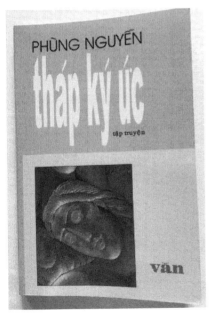

Tháp Ký Ức, tập truyện, nxb Văn, 1998 gồm 15 truyện, ngoài phần tựa của Nguyễn-Xuân Hoàng và bạt của Nguyễn Mộng Giác.

Đêm Oakland và Những Truyện Khác, tập truyện, nxb Văn 2001 không có lời tựa hay bạt, gồm 16 truyện.

đăng trên tạp chí Văn Học số Tết Ất Hợi 1995, đã gây ngay sự chú ý với một dư luận xôn xao. *Tháp Ký Ức* có thể coi như tự truyện của Phùng Nguyễn, với nhân vật xưng "tôi" cũng là tác giả. Đáng chú ý nhất là câu hỏi đầu đời của cậu bé học trò mới 11 tuổi "tranh luận" với cô giáo Tố Quyên của anh, khi cô *nói rằng "Hy vọng luôn luôn hướng về tương lai. Nhưng chúng tôi vẫn khăng khăng cho rằng hy vọng có tính cách hai chiều, không phải một chiều như cô đã khẳng định. Nếu quả thật hy vọng chỉ hướng về tương lai thì cuộc sống này buồn quá."* Đó cũng là điều mà nhiều năm sau, Phùng Nguyễn vẫn muốn có dịp gặp lại cô giáo của anh một lần nữa để hỏi cô: "Phải chăng hy vọng chỉ hướng về tương lai? Hay cả hai?"

Trong buổi tiệc tất niên tại tòa soạn Văn Học tại nhà riêng Nguyễn Mộng Giác năm đó, các nhà văn Võ Phiến, Nghiêm Xuân Hồng, Nguyễn-Xuân Hoàng và nhiều bạn văn khác đều có câu hỏi về cô giáo Tố Quyên với tác giả *Tháp Ký Ức*.

Câu hỏi đó, có lẽ, Phùng Nguyễn vẫn mang theo suốt đời mình chỉ với ước mong làm sao *"vượt qua cái khoảng trống ghê rợn nằm giữa một điều đã thực sự qua đi và một điều hãy còn chưa tới."*

Viết về lớp người trẻ, thế hệ 20 - 30 sống ở hải ngoại, Phùng Nguyễn viết: *"Bất kể những khác biệt lớn về tuổi thơ và kinh nghiệm chiến tranh, tôi cho rằng Đức và tôi cùng thuộc về nhóm những kẻ đứng chông chênh trên hai mảnh ván trôi ngược chiều nhau, cố giữ thăng bằng để không rơi vào cái vực đen ngòm của hoang mang bên dưới. Thực ra, cái mảnh ván cứ kéo giật tôi về quá khứ có nhiều cơ hội thành công hơn. Có những điều nằm ở đó sẽ theo đuổi tôi cho đến hết đời. Trong nhiều năm, tôi cứ đi giật lùi nhiều hơn là đi tới."* (Trích dẫn Đêm Oakland. Câu hỏi.)

Chim Gáy Sau Vườn, vượt qua tính tự truyện là một truyện ngắn đặc sắc cảm động và đầy tính nhân bản của Phùng Nguyễn với hồi ức về những vết thương kinh hoàng nhất của cuộc chiến vừa qua. Một cuộc chiến tranh vô cùng nghiệt ngã nhân danh các chủ nghĩa ngoại lai, đã dìm cả dân tộc vào tấn thảm kịch nồi da xáo thịt.

Trong hoang tàn đổ nát của *Chim Gáy Sau Vườn* cũng là nơi chớm nở tình yêu ngang trái của người con gái tên Xuyến, với những người anh em thân thiết như Thuận và Tấn bị đẩy sang hai phía đối nghịch khiến họ phải giết nhau. Một hầm chông phía sau vườn của phe Thuận nhằm bẫy giết Tấn trong ngày về giỗ mẹ nhưng thảm kịch lại là cái chết của Xuyến em gái Tấn cũng là người yêu của Thuận - cũng là thân phận những người dân vô tội kẹt giữa hai chiến tuyến. (*Đêm Oakland và những chuyện khác*, tr. 51)

Nhà văn Thảo Trường đã có lần phát biểu: *"Tôi có tham vọng làm sao nhét cả một cuộc chiến tranh vào trong một truyện ngắn, làm sao đưa được cả một thời đại mình đang sống vào trong một truyện ngắn. Tôi vẫn hằng mong muốn làm được như vậy."* Đọc *Chim Gáy Sau Vườn*, tôi không thể không liên tưởng tới câu phát biểu ấy của nhà văn Thảo Trường cho dù biết rằng khi viết *Chim Gáy Sau Vườn*, Phùng Nguyễn chưa hề có một tham vọng như vậy.

Tại sao viết? Đó là câu hỏi đặt ra cho mỗi người cầm bút.

Phùng Nguyễn viết: *"Sau này tôi nghiệm ra chính cái nhu cầu cần được chia sẻ là động cơ thúc đẩy tôi đến gần với văn chương thay vì với những điều khác. Phải chăng ở giữa một điều đã qua và một điều còn chưa tới là nỗi sợ không thể vượt qua? Trong khi chờ đợi câu trả lời cho những nghi vấn của mình, tôi hoang mang vô cùng."*

Phùng Nguyễn rất kỳ vọng ở văn chương: *"Và từ giữa tro tàn, biết đâu sẽ bước ra rực rỡ và mới tinh khôi con phượng hoàng với đôi cánh đủ dài để vượt qua cái khoảng trống ghê rợn nằm giữa một điều đã thực sự qua đi và một điều hãy còn chưa tới."* (Nhà văn, 11/1999)

PHÙNG NGUYỄN NHÀ BỈNH BÚT

Tháp Ký Ức trên báo Văn Học của Nguyễn Mộng Giác là truyện ngắn đầu tiên tôi được đọc và bắt đầu làm quen với một bút danh mới mẻ Phùng Nguyễn, nhà văn.

Nỗi loay hoay của Lữ Phương trên trang mạng Talawas là bài

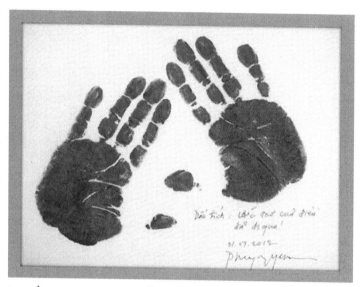

In dấu tay Phùng Nguyễn, với bút tích: *"Ước mơ của điều
đã đi qua!"* Phùng Nguyễn, 01-17-2012 *(nguồn: Emprunt
Empreinte)*

phân tích phê bình sắc sảo đầu tiên tôi được đọc với cùng bút danh
Phùng Nguyễn, nhưng là cây bút chính luận.

Cả hai thể loại văn học và phê bình của Phùng Nguyễn đều để
lại nơi tôi ấn tượng mạnh mẽ.

Mới đây được đọc trước một bài viết sẽ post trên Blog's *Rừng và
Cây* trên VOA, khi đề cập tới sự phục tùng của ông TT Hun Sen đối
với Bắc Kinh, đối chiếu với sự trung thành của Đảng Cộng Sản Việt
Nam với Tàu, Phùng Nguyễn viết: *"như vậy từ nay, xem ra về mặt
cúc cung tận tụy với thiên triều, đảng CSVN nay đã có một đối thủ
đáng gờm"*, tôi trích dẫn câu đó trong eMail với tiêu đề *Quote of the
Week*, như một tán thưởng đồng thời báo cho Phùng biết tôi đã đọc bài
viết mới của anh. Có lẽ đây là eMail cuối cùng trao đổi với Phùng mà
không có hồi âm. Cũng sáng ngày 17 tháng 11 hôm đó, tôi phone cho
Phùng Nguyễn qua Cell chỉ có lời nhắn, nghĩ rằng thời điểm đó trong
thời tiết Thu của Maryland, Phùng đang đi bộ quanh bờ hồ chứ không
nghĩ là Phùng đang nằm trong bệnh viện.

PHÙNG NGUYỄN MỘT NHÂN CÁCH

Hạnh phúc có được một người bạn như Phùng Nguyễn, khi mới gặp đã có ngay trực giác về sự tin cậy. Ở Phùng toát ra một nhân cách, anh có cách đối xử rất đôn hậu và tận tụy với bằng hữu.

Phùng Nguyễn và Tạ Chí Đại Trường quen nhau qua thời kỳ làm báo Văn Học. Sáng thứ Bảy 11/10/2015 Phùng Nguyễn đã hẹn gặp tôi trong ngày phát tang nhà văn Võ Phiến, nhưng mấy giờ trước đó Phùng được chị Diệu Chi vợ Nguyễn Mộng Giác báo tin anh Tạ Chí Đại Trường mới đến nói lời vĩnh biệt chị và tối nay anh lên máy bay về Sài Gòn. Tạ Chí Đại Trường đang ở giai đoạn cuối của bệnh ung thư gan, anh chọn về chết ở Việt Nam. Nghe vậy, Phùng cho biết bằng mọi giá phải tới gặp Tạ Chí Đại Trường mà anh nghĩ là lần gặp cuối cùng. Cho dù đã biết Tạ Chí Đại Trường không ăn uống được gì, Phùng và người bạn thiết Huy Văn vẫn mua đem tới món gỏi cuốn Brodard mà Tạ Chí Đại Trường thích.

Tối hôm đó Tạ Chí Đại Trường lên chuyến máy bay "quy cố hương"; cũng được biết, Tạ Chí Đại Trường có giao cho Phùng

Bức hình cuối cùng của Phùng Nguyễn và Tạ Chí Đại Trường, Garden Grove, Nam California, thứ Bảy 11/10/2015 *(tư liệu gia đình Phùng Nguyễn)*

Từ phải: Phùng Nguyễn và Huy Văn là hai cây bút trẻ xuất hiện đồng thời trên tạp chí Văn Học của Nguyễn Mộng Giác *(tư liệu của Huy Văn, 1998)*

Từ trái: Lê Thánh Thư, Trần Thị NgH, Phùng Nguyễn, Dương Nghiễm Mậu, Sài Gòn 2014 *(tư liệu Phan Nguyên)*

Phùng Nguyễn và Trịnh Cung tại nhà em Phùng Nguyễn, Huntington Beach *(photo by Ngô Thế Vinh)*

Buổi họp mặt với Đinh Cường tại Saigon Quán, Maryland 16.06.2015, từ phải: Phùng Nguyễn, Lữ Quỳnh, Phạm Cao Hoàng, Nguyễn Quang Chơn, Đinh Cường, Duyên, Tùng, Lãm Thúy, Nguyễn Minh Nữu *(nguồn: blog Phạm Cao Hoàng)*

Thời đại internet liên lạc qua emails, hiếm để có một thư tay với thủ bút và chữ ký của Phùng Nguyễn, thời gian anh còn sống và làm việc tại Bakersfield, California 2011. *(tư liệu Ngô Thế Vinh)*

Nguyễn giữ mấy bài viết với dặn dò chỉ cho phổ biến sau khi anh mất. Nay thì Phùng Nguyễn lại bất ngờ ra đi trước. Hy vọng chị Quỳnh Loan vợ anh Phùng Nguyễn sẽ tìm ra được bản thảo mấy bài viết ấy và không bị thất lạc.

Hồi cuối tháng Năm 2015, trong dịp bay về California thăm mẹ, gặp Phùng Nguyễn, anh cho biết sắp nhận một Blog trên VOA với tên *Rừng & Cây* và anh ngỏ ý mời tôi tham dự trên sân chơi của anh, với lý lẽ thuyết phục: sức quảng bá của các bài viết trên VOA rất rộng rãi đối với độc giả ở trong nước. Tôi nghĩ rằng với uy tín và sự quảng giao của Phùng Nguyễn, Blog *Rừng và Cây* sẽ quy tụ được nhiều văn hữu cộng tác. Tôi hứa phần tôi sẽ gửi tới Blog của anh một bài mỗi tháng.

Phùng Nguyễn rất cởi mở và hòa nhã trong tranh luận nhưng cũng cứng cỏi trên nguyên tắc. Nếu người ta đồng ý với anh là do nơi khả năng thuyết phục chứ không vì một lý do khiên cưỡng nào khác. Trong các buổi họp mặt với những ý kiến hết sức khác biệt, kể cả đối nghịch nhưng anh có khả năng điều hợp, tạo một không khí sinh hoạt dân chủ, và thường anh là người có tiếng nói cuối cùng. Có thể gọi đó là *khả năng lãnh đạo / leadership* mà Phùng Nguyễn đã thấm nhuần trong những năm *sinh hoạt dòng chính / mainstream.*

Cùng sinh hoạt trong Da Màu, Trịnh Cung viết về Phùng Nguyễn: *"Phùng đối với tôi là một tấm gương về tự do tư tưởng, về dân chủ và chống lại chủ nghĩa phân biệt. Tôi mới quen Phùng chỉ vài năm gần đây nhưng rất gần gũi về các vấn đề văn học và chính trị theo hướng tự do và văn minh. Đặc biệt Phùng rất tôn trọng quyền tự do chọn lựa quan điểm chính trị của người khác nhưng cũng rất sòng phẳng giữa tội ác và nhân bản vốn là mục đích của nhà văn chân chính trước khi được đánh giá về tài năng văn chương."*

Những bài bình luận của Phùng Nguyễn về các vấn đề trong nước, đã được Diễn đàn Văn Việt nhận xét là anh có *"sự hiểu biết hiếm có từ một góc nhìn hải ngoại."*

MỘT CHÚT RIÊNG TƯ

Tâm niệm khi viết về chân dung các văn nghệ sĩ, điều tối kỵ là viết về mình. Nhưng khi phải đưa *"chút riêng tư"* vào bài viết này, vì tính cách một tư liệu liên quan tới người bạn văn Phùng Nguyễn.

Gần bốn tháng trước, Phùng Nguyễn gửi cho tôi ba câu hỏi và mới đây thôi, Phùng còn nhắc *"anh Vinh còn nợ tôi ba câu hỏi".* Ghi lại mấy câu hỏi đó như một di cảo của Phùng Nguyễn, và cũng buồn rầu mà nghĩ rằng sẽ chẳng bao giờ tôi có cơ hội trả được anh món nợ chữ nghĩa ấy.

Ba câu hỏi cho Ngô Thế Vinh của Phùng Nguyễn:
Sông Mekong, mối tình lớn.
Ra tòa vì "Mặt trận ở Sài Gòn" năm 1972.
Chân dung văn nghệ sĩ

Anh Phùng Nguyễn thân, tôi chẳng bao giờ nghĩ là sẽ có một bài viết về anh sớm đến như vậy. Mới gặp anh đó, anh mới ra đi mà đi tìm những thông tin về anh đã rất khó khăn, nhất là ở suốt một giai đoạn mà anh đã không muốn nhắc tới. Anh mất đi, sinh hoạt văn học và phê bình hải ngoại vừa mất đi một kiện tướng. Sự ra đi vô cùng bất ngờ của anh khiến tôi chợt nhớ một câu trích dẫn ở đâu đó, không còn nhớ nguồn: *"điều chắc chắn duy nhất trên đời, đó là sự bất trắc / the only certainty in this life is uncertainty."*

MỘT PHÙNG NGUYỄN RẤT MÊ BIỂN

Không rõ bắt đầu từ bao giờ, Phùng Nguyễn rất mê biển. Những năm sống và làm việc ở Bakersfield tương đối xa biển nhưng những ngày cuối tuần Phùng đều lái xe 1-2 tiếng đồng hồ tới những khúc biển đẹp mà anh ưa thích. Những ngày ngắn ngủi từ Miền Đông sang California thăm mẹ, mỗi sáng rất sớm, Phùng đều ra bãi biển đi bộ từ 4 tới 5 miles khi một mình khi cùng hai cô em gái. Phùng thích đi bộ sớm vì lúc đó khí trời tinh khiết và còn vắng bóng người; phải có một trái tim khỏe mạnh Phùng mới đi được bấy nhiêu xa với tốc độ nhanh. Riêng tôi, chỉ có được hai ngày cuối tuần là có thể đi bộ với Phùng, điểm hẹn là trên Pier Huntington Beach mà tôi vẫn gọi đùa là nơi *"đầu cầu biên giới"*.

Mới tháng Mười đây thôi, cùng ngồi ăn sáng nơi một quán Đức *Cafe Heidelberg* trên đường PCH Laguna Beach có thể nhìn ra một góc biển, hai anh em còn hẹn nhau lần tới sẽ trở lại đây nhưng là trên một *Rooftop Lounge* để từ trên cao có thể nhìn bao quát biển Pacific nổi tiếng là tuyệt đẹp lúc hoàng hôn với bờ bên kia là quê nhà. Và lần này Phùng Nguyễn đã không giữ được lời hứa ấy với tôi cho dù anh luôn luôn là người đúng hẹn.

Ngày thứ Bảy, một tuần lễ sau tôi và Huy Văn cũng tới thăm được bà Mẹ Phùng Nguyễn, tuổi cụ đã ngoài 90, cụ bà họ Phan cùng một nhà thờ họ với gia đình cụ Phan Khôi và cùng quê Điện Bàn, Quảng Nam. Cụ kể chuyện về cả một thời kỳ thơ ấu cơ cực của Phùng với nhiều nước mắt của một người mẹ vừa mất con. Hộp tro cốt của Phùng được đặt ngay trên đầu giường cụ, mỗi tối cụ niệm Phật và con gái cụ cho biết cụ vẫn thủ thỉ một mình nói chuyện với Phùng. Cụ bật khóc khi nhắc tới câu nói của Phùng ở lần gặp mẹ cuối cùng: *"Mẹ có biết là con thương mẹ lắm không?"* Trong tuần lễ tới, hộp tro cốt của Phùng lại được đưa trở về Miền Đông. Cô em gái Phùng cho biết, ý nguyện của Phùng rồi ra tro cốt sẽ được rải trên biển, nhưng là biển Thái Bình với bờ bên kia là quê nhà.

Bài viết này với nỗi xúc động, như một chia sẻ với những người bạn thân thiết của Phùng Nguyễn trong nỗi mất mát chung vô cùng lớn lao này.

TRẢ LỜI BA CÂU HỎI CỦA PHÙNG NGUYỄN

Phùng Nguyễn mất ngày 17 tháng 11 năm 2015. Bàng hoàng với cái chết đột ngột của Phùng Nguyễn ở cái tuổi đang sung mãn nhất về sinh hoạt trí tuệ và sáng tạo, tôi đã viết bài tưởng niệm "Phùng Nguyễn, Như Chưa Hề Giã Biệt" (1), nay nhớ tới Anh, có dịp đọc lại bài viết, mới nhận ra là còn nợ Anh "Ba Câu Hỏi", mang món nợ ấy cũng đã hai năm, nay là lúc tôi phải trang trải, và cũng là thay cho nén nhang tưởng nhớ Phùng Nguyễn.

Phùng Nguyễn và Ngô Thế Vinh, Huntington Beach Pier Oct 4, 2015

Phùng Nguyễn đứng trước Huntington Beach Mural Oct 4, 2015
(photo by Ngô Thế Vinh)

Phùng Nguyễn và Ngô Thế Vinh trên bãi biển Laguna Beach Oct 11, 2015

1. PHÙNG NGUYỄN: SÔNG MÊ KÔNG, MỐI TÌNH LỚN

Sẽ không xa lắm với sự thật nếu cho rằng ai cũng có một mối tình lớn. Nhà văn Ngô Thế Vinh cũng không ngoại lệ. Người tình của nhà văn đến từ một vùng hẻo lánh của cao nguyên Tây Tạng (Tibetan plateau) với một độ cao hơn 5000 mét tính từ mặt biển. Bắt đầu bằng những bước dò dẫm từ vùng núi non thuộc tỉnh Thanh Hải, nàng lượn lờ suốt chiều dài tỉnh Vân Nam miền Nam Trung Quốc trước khi lần lượt băng qua biên giới các quốc gia Miến Điện, Lào, Thái Lan, Cambodia, và cuối cùng Việt Nam, nơi nàng kết thúc cuộc hành trình dài hơn 4800 km và hòa nhập vào Biển Đông ở các cửa Sông Tiền và Sông Hậu. Nàng được gọi bằng nhiều cái tên, Dza Chu, Lan Thương, Mae Nam Khong, Tonle Thom, Cửu Long... Tuy nhiên nàng được biết đến nhiều nhất dưới cái tên Mekong.

Sông Mekong là nguồn cảm hứng của tiểu thuyết dữ kiện nổi tiếng "Cửu Long Cạn Dòng, Biển Đông Dậy Sóng" và ký sự "Mekong Dòng Sông Nghẽn Mạch" cũng như hàng chục bài biên khảo, nghiên cứu giá trị về những biến đổi của hệ sinh thái của Sông Mekong trong những thập niên vừa qua của nhà văn Ngô Thế Vinh. Nguồn cảm hứng này đã, qua năm tháng, biến nhà văn Ngô Thế Vinh thành một chuyên gia về dòng sông quan trọng bậc nhất của vùng Đông Nam Á.

Bởi vì giá trị kinh tế cũng như những nội hàm nghiêm trọng của những biến đổi hệ sinh thái của dòng Sông Mekong dọc con đường ra biển lớn, quan hệ ngoại giao giữa các quốc gia liên hệ trở nên rối rắm hơn, đặc biệt khi những con đập thủy điện lớn nhỏ được dựng lên ở thượng nguồn lẫn hạ lưu Sông Mekong. Việt Nam gặp nhiều khó khăn về các mặt kinh tế và ngoại giao hơn bất cứ quốc gia nào khác trong vùng khi phải đối phó với những vấn đề nhức đầu liên quan đến những thay đổi bất lợi của hệ sinh thái Sông Mekong và trong cùng lúc, âm mưu bành trướng của Bắc Kinh ở Biển Đông.

Thưa nhà văn Ngô Thế Vinh, điều gì ở dòng Mekong đã làm anh say đắm? Ở vị trí của một người am hiểu tình hình, anh có thể chia sẻ với người đọc viễn kiến của anh về những thay đổi hệ sinh thái của sông Mekong và hậu quả của chúng trong một tương lai có thể nhìn thấy được?

1. NGÔ THẾ VINH

Năm 1995, tôi có kỷ niệm về một ngày rất khó quên với nhà báo Như Phong Lê Văn Tiến nơi thủ đô tỵ nạn Little Saigon. Đó vào sáng thứ Bảy của một ngày tiết Thu nắng đẹp miền Nam California, anh Như Phong hôm ấy rủ tôi tới gặp mấy người bạn trẻ thuộc *Nhóm Bạn Cửu Long* mà tôi chưa hề quen biết nhân có buổi mạn đàm đầu tiên tại Phòng Sinh Hoạt nhật báo Người Việt. Trên bàn thuyết trình hôm đó có kỹ sư Phạm Phan Long, tiến sĩ Phạm Văn Hải và nhà báo Đỗ Quý Toàn. KS Phạm Phan Long có thể nói là người đầu tiên ở hải ngoại lên tiếng báo động về những hiểm họa sắp xảy đến cho dòng Sông Mekong khi Trung Quốc có kế hoạch xây một chuỗi những con đập Bậc thềm Vân Nam; tuy lúc đó chỉ mới có một con đập dòng chính đầu tiên Manwan / Mạn Loan 1500 MW vừa được xây xong (1993) trên sông Lancang -- tên Trung Quốc của con Sông Mekong.

Ngày hôm ấy với tôi quả là mối "duyên khởi" bởi vì đây cũng là lần đầu tiên tôi tiếp cận với một vấn nạn mới mẻ của đất nước: đó là những bước phát triển *"không bền vững/ non-sustainable development"* của con Sông Mekong mà Việt Nam / Đồng Bằng Sông Cửu Long (ĐBSCL) là quốc gia cuối nguồn. Cũng từ đó tôi được làm quen với những người bạn mới như KS Phạm Phan Long, KS Ngô Minh Triết, KS Nguyễn Hữu Chung và rồi thêm những người bạn khác của Mekong Forum, tiền thân của Hội Sinh Thái Việt/ Viet Ecology Foundation về sau này.

Rồi phải kể tới một bài báo đăng trên tờ báo Tuổi Trẻ trong nước số Chủ Nhật (03-11-1996): *"Khai thác sông Mekong: nhìn từ góc độ Việt Nam"* tuy đứng tên Phạm Phan Long nhưng là do 4 người viết, họ đều là những chuyên gia từ hải ngoại: TS Phạm Văn Hải (Mỹ), KS Nguyễn Hữu Chung (Canada), TS Bình An Sơn (Úc), KS Phạm Phan Long (Mỹ). Nội dung bài viết ấy cho tới nay vẫn còn nguyên tính thời sự. Và riêng tôi, ý thức ngay được đây là một vấn đề nghiêm trọng, lâu dài liên quan tới con Sông Mekong, ĐBSCL cũng là vựa lúa của cả nước.

Năm 1999, một Hội nghị Mekong mở rộng do Mekong Forum và Vietnamese American Science & Technology Society đồng tổ chức tại Nam California với chủ đề: *"Hội thảo về Sông Mekong trước Nguy cơ, Ảnh hưởng Phát triển trên Dòng sông, Đồng Bằng Sông Cửu Long và Cư dân"* với sự tham dự của liên hội Tiền Giang và Hậu Giang, TS Sin Meng Srun Hội người Cam Bốt tại Mỹ, và Aviva Imhof thuộc tổ chức Mạng lưới Sông Quốc tế / International Rivers Network. Kết thúc hội nghị là một bản Tuyên Cáo "The 1999 Mekong River Declaration" được gửi tới Ủy Hội Sông Mekong /MRC/Mekong River Commission và nhiều tổ chức liên hệ khác.

Nhà báo Như Phong, cho đến ngày anh mất, vẫn cùng chúng tôi tham gia sinh hoạt của Nhóm Bạn Cửu Long với tầm nhìn "địa dư chính trị/ geopolitics" rộng mở trước những nan đề của Sông Mekong gắn liền với vận mệnh của đất nước.

Cũng trong khoảng thời gian ấy, tôi đã thực hiện những chuyến đi quan sát thực địa từ Vân Nam (Trung Quốc) xuống các quốc gia Lào, Thái Lan, Cam Bốt và ĐBSCL Việt Nam. Qua các chuyến đi ấy, cũng để thấy rằng sự suy thoái của con Sông Mekong là hậu quả dây chuyền của những bước khai thác tự hủy, tàn phá sinh cảnh, làm cạn kiệt nguồn tài nguyên, gây ô nhiễm môi trường…, tất cả những hiện tượng tiêu cực ấy đã và đang diễn ra nhanh hơn dự kiến của nhiều người.

Và cho tới nay 1995-2017, cũng đã 22 trôi năm qua rồi, tôi vẫn là người bạn đồng hành bền bỉ với *Nhóm Bạn Cửu Long*, như những con chim "báo bão" về những bước khai thác hủy hoại từ các quốc gia thượng nguồn Sông Mekong mà con chủ bài thực sự vẫn là nước lớn Trung Quốc.

Cũng để thấy rằng cho đến nay, nói chung ngót 20 triệu dân sống nơi ĐBSCL thì vẫn "mù thông tin", vẫn không nghĩ rằng họ có quyền có tiếng nói bảo vệ những dòng sông lớn nhỏ như mạch sống của mình, nếu không muốn nói là phó mặc hay buông xuôi.

Theo lượng giá 2010 của Toán Đặc Nhiệm Lượng Giá Môi Sinh Chiến Lược / Strategic Environmental Assessment thuộc International Center for Environmental Management / ICEM (Úc) thì ngoài những con đập Bậc thềm Vân Nam, những con đập dòng chính Hạ lưu sẽ gây ra những tác hại dây chuyền nghiêm trọng như: (1) Làm biến đổi dòng chảy; (2) Gây nguy hại tới nguồn cá và an toàn thực phẩm; (3) Đe dọa tính đa dạng của hệ thủy sinh; (4) Thay đổi toàn hệ sinh thái của dòng sông; (5) Giảm trữ lượng phù sa làm mất cân bằng dòng chảy, gây sạt lở bờ sông, các vùng ven biển; (6) Ảnh hưởng sút giảm trong sản xuất nông nghiệp nhất là cho hai vùng châu thổ Tonlé Sap, ĐBSCL; (7) Làm tổn hại vĩnh viễn nếp sống văn hóa cổ truyền dân cư Mekong trong vòng mấy thập niên tới.

Không phải chỉ có sự hủy hoại từ những con đập thủy điện, còn phải kể tới kế hoạch chuyển dòng lấy nước từ Sông Mekong của Thái Lan, kế hoạch đặt mìn phá đá các khúc ghềnh thác của con Sông Mekong của Trung Quốc và Thái Lan để mở rộng thủy lộ giao thông... Với thời gian đó là những bước hủy hoại tích lũy không thể đảo nghịch.

Có thể nhắc lại vài hậu quả nhãn tiền: những năm gần đây, ngay cả Mùa Mưa, con Sông Tonlé Sap không còn đủ sức tiếp nước cho Biển Hồ -- như trái tim của Cam Bốt thì đang cạn dần; năm 2016 vừa qua ĐBSCL đã không còn Mùa Nước Nổi và bị hạn hán khốc liệt... Sự kiện Thủ tướng Việt Nam ông Nguyễn Tấn Dũng phải kêu gọi Trung Quốc xả nước từ hồ chứa con đập Cảnh Hồng/ Jinhong để cứu hạn cho ĐBSCL đã là một tín hiệu rất bi đát.

Điều gì đáng lo ngại nhất hiện nay? Rõ ràng Việt Nam đã mất cảnh giác và thiếu chuẩn bị trong cuộc chiến môi sinh "không tuyên chiến" của Trung Quốc. Lẽ ra giới lãnh đạo phải tiên liệu nguy cơ này từ nhiều năm trước. Nay lại thêm 9 dự án đập dòng chính hạ lưu của Lào và 2 của Cam Bốt sẽ khiến bài toán cứu nguy ĐBSCL khó khăn và phức tạp hơn nhiều, mà Việt Nam thì chưa có một chiến lược đối phó.

Với tầm nhìn địa dư chính trị trên toàn vùng, chúng ta đang phải chứng kiến một con Sông Mekong-Cửu Long cạn dòng, một Biển Đông đang dậy sóng, mạch sống của dân tộc đang bị chiếm đoạt và vắt kiệt do một Trung Quốc rất hung hăng và không ngừng tham vọng bành trướng.

SarDesai khi nghiên cứu về Việt Nam đã nhận định rất đúng là trong suốt dòng lịch sử, hai yếu tố vừa phá hủy vừa tạo dựng xã hội Việt Nam đó là: vừa phải đối đầu với cường địch phương Bắc và vừa chống chọi với khắc nghiệt của thiên nhiên và thay đổi khí hậu/ climate change như hiện nay; Việt Nam thì vẫn kẹt cứng trong vòng kim cô ấy.

Việt Nam khi bị mất Hoàng Sa, Giáo sư Hoàng Xuân Hãn đã viết trên tạp chí Sử Địa 1974: *"Một gương sáng lịch sử là mỗi khi thế nước suy hèn vì chia rẽ và nội loạn thì mỗi khi lân bang lấn cõi... Ngày nay vụ Hoàng Sa, (14 năm sau, 1988 thêm vụ Trường Sa, ghi chú của người viết) bị chiếm là triệu chứng cụ thể gây nên bởi sự bất hòa của dân ta... tuy rằng nhiều chứng xưa nay, trong ngoài bảo rằng đó là đất Việt."* Và cũng để thấy rằng, nguyên nhân của một thế nước suy hèn và chia rẽ dân tộc hiện nay là do đảng Cộng sản Việt Nam rất lệ thuộc Trung Quốc.

Chỉ có dân chủ hóa đất nước mới có cơ hội đoàn kết và phục hồi nội lực của dân tộc; như yếu tố thiết yếu để sống còn.

2. PHÙNG NGUYỄN: RA TÒA VÌ "MẶT TRẬN Ở SÀI GÒN" NĂM 1972

Năm 1972, tạp chí Bách Khoa Sài Gòn thực hiện buổi phỏng vấn nhà văn Ngô Thế Vinh nhân việc tác giả "Mặt trận ở Sài Gòn" phải ra hầu tòa. Trong Lời Tòa soạn, tạp chí Bách Khoa giới thiệu tác giả và sự kiện như sau:

Nhà văn Ngô Thế Vinh, tác giả truyện dài Vòng Đai Xanh vừa nhận được giải thưởng bộ môn Văn trong Giải Văn học Nghệ thuật Toàn quốc 1971 trước Tết, thì sau Tết lại nhận được trát gọi ra tòa về bài "Mặt trận ở Sài Gòn" trên tạp chí Trình Bầy số 34, có "luận điệu phương hại trật tự công cộng và làm suy giảm kỷ luật, tinh thần chiến đấu của quân đội." Nếu giải Văn trao cho Vòng Đai Xanh không gây dư luận sôi nổi như giải Thơ thì trái lại vụ án Ngô Thế Vinh đã là đề tài cho rất nhiều anh em cầm bút trên các nhật báo cũng như tuần báo, tạp chí, trên báo dân sự cũng như báo quân đội và dư luận đã nhất trí bênh vực nhà văn quân đội mà ngày lĩnh giải thưởng văn chương vẫn còn lận đận hành quân ở Cao nguyên. Do đó mà có cuộc đàm thoại sau đây để độc giả Bách Khoa biết rõ tác phẩm trúng giải Vòng Đai Xanh đã được thai nghén hình thành ra sao, và tác giả Vòng Đai Xanh đã quan niệm vụ án của anh thế nào.

Cũng xin ghi lại: Ngô Thế Vinh sinh năm 1941 ở Thanh Hóa, Anh đã là chủ bút báo Tình Thương, cơ quan tranh đấu văn hóa xã hội của Sinh viên Y khoa 63-67. Tốt nghiệp y khoa năm 1968, anh gia nhập quân y, phục vụ tại Lực lượng Đặc biệt và đã giữ chức vụ y sĩ trưởng Liên đoàn 81 Biệt Cách Dù. Tác phẩm đã xuất bản: các tiểu thuyết Mây Bão (1963), Bóng Đêm (1964), Gió Mùa (1965) và Vòng Đai Xanh (1970).

Trong bài phỏng vấn nói trên, nhà văn Ngô Thế Vinh thảo luận về một loạt các vấn đề mà xã hội Miền Nam phải đối diện trong những năm đầu tiên của thập kỷ 1970, từ phong trào đòi tự trị của đồng bào thiểu số ở Tây Nguyên cho đến chế độ kiểm duyệt áp đặt lên báo chí và tác phẩm văn học. Để có một cái nhìn rõ hơn về những khía cạnh được nhà văn Ngô Thế Vinh đề cập, mời các bạn đọc toàn bộ bài phỏng vấn của tạp chí Bách Khoa ở đây. (2)

Thưa anh Ngô Thế Vinh, vụ án "Mặt trận ở Sài Gòn" cho thấy chế độ kiểm duyệt ở miền Nam vào thời điểm phiên tòa diễn ra cũng khắc nghiệt không kém gì chế độ kiểm duyệt của chính quyền CS Hà nội. Cũng tịch thu, cũng đục bỏ, cũng trừng phạt, thậm chí đưa người viết ra tòa. Là người trong cuộc, anh có những nhận xét nào về chế độ kiểm duyệt ở hai miền? Có công bằng hay không khi cho rằng chế độ kiểm duyệt của miền Nam "tốt" hơn hoặc "tử tế" hơn của miền Bắc?

2. NGÔ THẾ VINH

Trước khi đi vào cuộc thảo luận chi tiết, tôi có thể trả lời ngay anh Phùng Nguyễn rằng, về "bản chất" chế độ chính trị hai miền Nam Bắc hoàn toàn khác nhau, nên khi nói về "chế độ kiểm duyệt" bất cứ một so sánh nào cũng khập khễnh và khiên cưỡng vì đã không có cùng một hệ thống giá trị quy chiếu.

Với đảng cộng sản, bản chất là chuyên chính; không có tự do tư tưởng, không có tự do học thuật; sự tàn nhẫn của đối với trí thức và văn nghệ sĩ Miền Bắc là một chính sách nhất quán: đó là sự cưỡng chế thô bạo, bắt họ phải khuất phục và trở thành công cụ vô điều kiện của đảng. Nếu không thế, họ đương nhiên trở thành kẻ thù của đảng, nhưng với vỏ bọc là kẻ thù của nhân dân. Họ, hoặc bị tiêu diệt bằng khổ sai tù đày mà không bao giờ được công khai xét xử, hoặc nếu không thì cũng bị cô lập, đầy đọa đói khát và vô hiệu hóa cho đến chết, chưa nói tới gia đình người thân của họ cũng bị trù dập và liên lụy.

Miền Bắc chính thức "không có bộ phận kiểm duyệt" nhưng tinh vi hơn thế nữa là do cả một guồng máy đàn áp đưa tới sự khiếp sợ khiến "kiểm duyệt" đã nằm ngay trong đầu mỗi nhà văn nhà báo và trở thành một thứ quán tính trong phản xạ vô thức, họ đã khắt khe "tự kiểm duyệt trong khi viết", chính sách ấy hiểm độc và tàn ác hơn nhiều vì nó đã phá hủy con người và triệt tiêu mọi tiềm năng sáng tạo. Vụ án Nhân văn Giai phẩm như một điển hình nhưng cũng để thấy rằng đó chỉ là phần nổi thấy được của khối băng hà / Tip of the Iceberg trải dài trong suốt hơn 70 năm lịch sử chuyên chính của đảng cộng sản Việt Nam.

Trở lại với Văn học Miền Nam 54-75, phải nói ngay rằng không có văn nghệ sĩ sáng tạo nào mà không có "dị ứng" khi nói tới kiểm duyệt. Không bênh vực nó nhưng chúng ta cần đặt mình trong bối cảnh đất nước lúc đó, với cuộc chiến quốc cộng đang diễn ra khốc liệt, cộng sản nằm vùng hiện diện cùng khắp, họ cũng nhân danh tranh đấu cho tự do dân chủ nhưng thực chất là cố tạo một hậu phương mất ổn định, cả gây rối loạn làm suy yếu nền Cộng Hòa non trẻ của Miền Nam mới bước ra từ một chế độ phong kiến. Và đó cũng là lý do tồn tại một hệ thống kiểm duyệt nhằm ngăn chặn xâm nhập của cộng sản.

Rồi còn phải kể tới sự cần thiết của một mặt trận chống *gian thương văn hóa* từ giới Ba Tàu Chợ Lớn rất vô luân, ngụy trang số kiểm duyệt in lậu và phát hành tràn lan các sách khiêu dâm đồi trụy và nguy hại hơn nữa là in các sách báo nhi đồng nhảm nhí với hậu quả là đầu độc giới trẻ thanh thiếu niên. (5)

Hồi tưởng lại bối cảnh sinh hoạt ở hậu phương Miền Nam lúc đó, điển hình là hai thành phố lớn Sài Gòn và Huế. Trong lúc khắp chiến trường đang sôi động thì ngay tại các thành phố cũng không hề có yên tĩnh và đang diễn ra một cuộc chiến tranh khác. Riêng tại Sài Gòn, tôi muốn đề cập các vụ ám sát sinh viên, giáo sư và nhà báo do Thành đoàn Cộng sản chủ trương. Khi ấy tôi đang là sinh viên, trong ban biên tập rồi là Chủ bút Nguyệt san Tình Thương của sinh viên Y khoa Sài Gòn (1964-1967), tôi có thể nói như là một trong những nhân chứng sống của giai đoạn sôi động này:

"Cũng nên ghi lại một số sự kiện nay đã thuộc về lịch sử: chỉ riêng với trường Y khoa, đã có hai giáo sư bị sát hại (Gs Trần Anh, Cơ Thể học và Gs Lê Minh Trí chuyên khoa Tai Mũi Họng), rồi đến sinh viên Y khoa II Trần Quốc Chương (con của Thẩm phán Trần Thúc Linh) có một giai đoạn vào bưng, sau trở về học lại thì bị trói tay bịt miệng ném từ lầu ba xuống đất ngay trong vòng thành trường Y khoa trên đường Hồng Bàng, một cái chết rất thảm khốc. Sinh viên Luật khoa Lê Khắc Sinh Nhật cũng bị bắn chết. Hai sinh viên khác bên Văn Khoa cũng bị nhóm Biệt Động Thành bắn trọng thương nhưng may mắn sống sót là Ngô Vương Toại, Bùi Hồng Sĩ, hai anh ấy hiện đang sống ở Mỹ. (Ngô Vương Toại đã mất ở Mỹ 03.04.2014)

Riêng tôi, khi ấy đang là sinh viên Y khoa, trong Ban Đại Diện trường Y khoa và cũng là chủ bút báo Sinh viên Tình Thương cùng các bạn đồng môn tranh đấu cho nền tự trị đại học, cả với nỗ lực ngăn chặn sự xâm nhập của cộng sản nên cũng đã bị Thành đoàn CS ghi vào "sổ bìa đen" của đội quyết tử cảnh cáo cùng với 17 sinh viên thuộc các phân khoa khác. (4)

Rõ ràng có một cái giá phải trả của giới làm báo kể cả làm báo sinh viên trong suốt giai đoạn đó (nói tới sinh hoạt báo chí của Miền Nam 1954-1975, không thể không nhắc tới sự hy sinh của các nhà báo như Từ Chung, ký giả nhật báo Chính Luận (1965); một nạn nhân nổi tiếng khác bị ám sát nhưng thoát chết là nhà văn Chu Tử, chủ nhiệm nhật báo Sống (1966)." (3)

Sau khi ra trường, tôi tình nguyện về binh chủng Lực Lượng Đặc

Biệt, phục vụ tại Liên đoàn 81 Biệt Cách Dù; với địa bàn hoạt động chủ yếu là Tây Nguyên, tôi vẫn tiếp tục viết như một người lính: *Vòng Đai Xanh* (1970) và *Mặt Trận Ở Sài Gòn* (1972) được hoàn tất trong giai đoạn quân ngũ này. Nay nếu nhìn lại, phải nói rằng hệ thống kiểm duyệt ở Miền Nam lúc đó khá cục bộ và cũng do trình độ yếu kém của bộ phận kiểm duyệt, nên dẫn tới cấm đoán một vài tác phẩm giá trị của những tác giả sáng tác trong tự do nhưng rồi mỗi tác giả ấy vẫn có cơ hội để đối thoại với Sở Phối hợp Văn học Nghệ thuật của Bộ Thông Tin.

Và khi làm báo Sinh viên Tình Thương, cho dù đôi lần phải đối đầu với tướng an ninh quân đội Nguyễn Ngọc Loan nhưng sau đó đã không có trù dập theo dõi của bộ phận cảnh sát hay an ninh quân đội chỉ vì tờ báo có quan điểm đối lập hay do các tác phẩm bị cấm kỵ. Tưởng cũng nên nhắc lại ở đây là trong giai đoạn 54-75, vẫn có những cây bút được biết là nằm vùng như Vũ Hạnh, Nguyễn Ngọc Lương vẫn được công khai hoạt động viết sách và cả ra báo.

Tôi cũng muốn ghi lại ở đây một số kinh nghiệm bản thân như một người viết ở Miền Nam trong giai đoạn đó: cuốn tiểu thuyết đầu tay *Mây Bão* (1963), ban đầu không được giấy phép của hội đồng kiểm duyệt. Tôi lên Bộ Thông Tin để khiếu nại, năm ấy tôi đang là sinh viên Y khoa mới 22 tuổi. Tôi đã được ông Giám Đốc Thông Tin Phạm Xuân Thái tiếp, ông ấy rất trí tuệ và hòa nhã. Ông cho biết chưa đọc cuốn sách nhưng theo tường trình của ban kiểm duyệt thì cuốn sách có nội dung phản ánh quá nhiều nét tiêu cực của xã hội lúc bấy giờ. Ông trao đổi với tôi về quan niệm thiên chức của nhà văn: cần phản ánh cả phần chính diện của xã hội thay vì chỉ có phản diện; và rồi theo yêu cầu của tôi, ông đồng ý giao cho một nhân viên khác trong hội đồng kiểm duyệt đọc lại *Mây Bão*. Người đọc thứ hai ấy là Nguyễn Thanh Đàm, không ai khác lại chính là nhà thơ Song Hồ. Anh ấy rất thích *Mây Bão* và nói rằng tác phẩm đầu tay của tôi có nét của một tác phẩm lớn trong tương lai. Sách được giấy phép xuất bản, nhà thơ Song Hồ trở thành bạn văn của tôi những năm sau này cho đến ngày anh mất ở Mỹ năm 2009.

Rồi tới cuốn *Vòng Đai Xanh* (1970), một tiểu thuyết tư liệu viết về cuộc chiến tranh bị lãng quên trong cuộc Chiến tranh Việt Nam đang diễn ra lúc đó. Các sắc dân Thượng nổi dậy với phong trào FULRO / *Front Unifié de Lutte des Races Opprimées* đòi quyền tự trị cho vùng Tây Nguyên. Vòng Đai Xanh cũng bị cấm đoán lúc ban đầu nhưng đã được nhà văn quân đội Thế Uyên, chủ trương Nhà xuất bản Thái Độ kiên trì đối thoại với Bộ Thông Tin, và sách được xuất bản và cả được trao giải văn học sau đó.

Hiện tượng "cũng tịch thu, cũng đục bỏ, cũng trừng phạt, thậm chí đưa người viết ra tòa" theo tôi đó chỉ là phản ứng theo hoàn cảnh, rất nhất thời, và cũng do trình độ nhận thức rất khác nhau của các thành phần nhân sự trong hội đồng kiểm duyệt. Các biện pháp chế tài trừng phạt, kể cả ra tòa mang nặng tính hình thức của trò chơi dân chủ, và những tình huống xem có vẻ như cực đoan ấy kết cục có thể so sánh với những *trận bão trong ly trà / storm in a teacup*, và để rồi sau đó mọi sự trở lại sinh hoạt gần như bình thường.

Thêm một ví dụ, năm 1972, khi ấy nhà văn Nguyễn-Xuân Hoàng đang ở Sài Gòn làm báo và dạy học, tôi thì theo đơn vị hành quân trên Tây Nguyên; nhưng cả hai cùng trải qua một kinh nghiệm tưởng cũng nên ghi lại. Do truyện ngắn *Mặt Trận Ở Sài Gòn* đăng trên tạp chí Trình Bầy tôi nhận được trát ra hầu tòa với tội danh *"dùng báo chí phổ biến luận điệu phương hại trật tự công cộng và làm suy giảm kỷ luật tinh thần chiến đấu của quân đội"*, mà chính tôi đang là một thành phần trong đó. Khi về Sài Gòn để ra hầu tòa, gặp Nguyễn-Xuân Hoàng tôi được biết anh cũng nhận được trát tòa vì truyện ngắn *Cha Và Anh* trên tờ báo Vấn Đề của nhà văn Vũ Khắc Khoan, trong đó Hoàng có nhắc tới bài hát *Bà Mẹ Gio Linh* của Phạm Duy.

Tôi và Hoàng đều ra tòa, đều có những luật sư bạn tình nguyện biện hộ. Kết thúc bằng hai bản án mang tính tượng trưng. Nguyễn-Xuân Hoàng sau đó vẫn trở lại dạy học và làm báo, riêng tôi thì trở về với đơn vị hành quân và không lâu sau đó vẫn được đi tu nghiệp chuyên môn ngành Y khoa Phục hồi ở San Francisco, Hoa Kỳ. Tôi và Hoàng vẫn có sách xuất bản. Và đời sống thì vẫn không ngừng chảy, nói theo ngôn từ Nguyễn-Xuân Hoàng. Đây là điều không thể nào

Từ phải: Phùng Nguyễn, Ngô Thế Vinh *at Duke's Huntington Beach* 05.2015

hiểu được đối với giới văn nghệ sĩ sống trong chế độ cộng sản ở Miền Bắc và rồi cả ở Miền Nam sau 1975.

Trong bối cảnh ngoài tiền tuyến thì đầy máu lửa, và một hậu phương cũng không kém sôi động nóng bỏng như thế, nhưng nói chung các văn nghệ sĩ Miền Nam trong một chừng mực nào đó vẫn có một không gian cho tự do sáng tác. Cứ nhìn lại số lượng đồ sộ và đa dạng của những tác phẩm của 20 năm Văn học Miền Nam 54-75 đã chứng minh điều đó.

Là người viết, chưa bao giờ lên tiếng bênh vực cho sự hiện hữu của một hệ thống kiểm duyệt nhưng rồi có khoảng cách thời gian để nhìn lại, có thể coi đây như những *tổn thất phụ/ collateral damages* trong cuộc đấu tranh quốc cộng mà văn hóa và truyền thông báo chí là một trận tuyến khác.

3. PHÙNG NGUYỄN: CHÂN DUNG VĂN NGHỆ SĨ

Tháng 11 năm 2010, tạp chí Da Màu ấn hành bài viết "Một Cao Xuân Huy Khác" của Ngô Thế Vinh để tưởng nhớ tác giả "Tháng Ba

Gãy Súng" trong một cách thế rất khác thường. Bài viết bắt đầu với phần giới thiệu và giải thích Melanoma, một căn bệnh ung thư hiếm hoi mà nhà văn Cao Xuân Huy đã bất hạnh vướng phải và đành chia tay với trần gian một cách vội vã. Tháng 6 năm 2014, cũng trên tạp chí Da Màu, nhà văn Ngô Thế Vinh gửi đến bạn đọc "Nguyễn-Xuân Hoàng trên con dốc Tử Sinh." Không giống như bài viết về Cao Xuân Huy, "Nguyễn Xuân Hoàng trên con dốc Tử Sinh" là một cái nhìn khá cân bằng của tác giả dành cho nhà văn Nguyễn-Xuân Hoàng về các mặt con người, văn chương, và bệnh lý. Theo người viết, chính là ở thời điểm này, nhà văn Ngô Thế Vinh bắt đầu song hành với bác sĩ Ngô Thế Vinh, cựu y sĩ trưởng Liên đoàn 81 Biệt Cách Dù, trên cuộc hành trình tạo dựng (lại) diện mạo của các nhà văn, nhà thơ, nghệ sĩ thân thuộc của ông. Sau Cao Xuân Huy, Nguyễn-Xuân Hoàng là Nghiêu Đề, Dương Nghiễm Mậu, Thanh Tâm Tuyền. Rồi Võ Phiến, Mặc Đỗ, Linh Bảo, Nguyễn Đình Toàn, Nhật Tiến. Và gần đây nhất,

Cụ bà Mẹ Phùng Nguyễn và Ngô Thế Vinh
(photo by Huy Văn, 5.12.2015)

Đinh Cường. Người viết, đồng thời là người đọc trung thành, ước mong nhà văn Ngô Thế Vinh tiếp tục cuộc hành trình kỳ thú này.

Một nhận xét được nhiều người chia sẻ: *Tuy thành phần văn nghệ sĩ được nhà văn Ngô Thế Vinh chọn để vẽ chân dung thì đa dạng, nhưng có một đặc điểm chung, họ hoặc đã qua đời, hoặc, trong vòng quay Sinh Lão Bệnh Tử, ở vào buổi chiều tà bóng xế của đời người.* Bạn đọc băn khoăn: *Liệu đây có phải là một trong những yếu tố quan trọng để nhà văn Ngô Thế Vinh chọn đưa vào loạt bài chân dung văn nghệ sĩ?*

Quá (sinh tử) quan này gánh chân dung
Nửa bầu y sĩ, nửa thùng văn gia!

Có bao nhiêu phần văn chương, bao nhiêu phần y học ở mỗi bức chân dung, thưa anh Ngô Thế Vinh?

3. NGÔ THẾ VINH

Loạt bài chân dung văn nghệ sĩ đến với tôi như một sự "tình cờ". Khởi đi từ một bài viết *"Nhớ về người bạn Tấm Cám Nghiêu Đề"*; họa sĩ Nghiêu Đề là một cố tri từ tuổi rất thanh xuân, sau bài viết đó, tôi nhận được *feedback* từ mấy người bạn cũ của Nghiêu Đề; trong số đó có Đinh Cường, tỏ ra rất tâm đắc với bài viết và đã đưa ra nhận định: không thể viết về Nghiêu Đề hay hơn Ngô Thế Vinh nên Đinh Cường có đề nghị sẽ đưa vào cuốn sách *Đi Vào Cõi Tạo Hình II* sắp xuất bản viết về những họa sĩ cùng thời từ 1957 đến 1966, năm thành lập Hội Họa Sĩ Trẻ Việt Nam. Với tôi, thì đề nghị của Đinh Cường là một niềm vui. Rồi phải kể tới những khích lệ của các bạn văn như anh Phạm Phú Minh Diễn Đàn Thế Kỷ, anh Phùng Nguyễn chủ biên Da Màu, nhà thơ Thành Tôn, mỗi khi đọc một bài mới chân dung văn nghệ sĩ.

Bác sĩ Hà Ngọc Thuần, một bạn đồng môn hiện sống ở Úc từng làm báo sinh viên Y khoa Tình Thương với tôi từ 1964 - 1967, được coi là một trong những *cây bút academic* của SVYK Sài Gòn lúc bấy giờ, trong một eMail mới đây, anh viết: *"Với những bài trên Web của Ngô Thế Vinh chúng ta đã đọc, anh thật-sự đã thành công trong loại essai biographique. Với những dòng ngắn gọn, những nét chấm phá, vài mẩu chuyện tâm tình, giới thiệu con người và tác phẩm của nghệ sĩ, với những chi tiết đặc biệt khiến cho người đọc làm quen và lập tức có cảm tình với người nghệ sĩ. Và muốn biết thêm nhiều hơn nữa. Với loại "web-essay" của thời đại tiến bộ kỹ thuật, chúng ta có những bài ngắn mà cô động hơn, nhiều hình ảnh hơn, và rất có thể, có những đoạn phim sống-động với tiếng nói và âm-nhạc. Như bài viết về Nguyễn Đình Toàn, chúng ta có thể nghe CD Nhạc Chủ Đề từ hơn nửa thế kỷ trước, về Hoàng Ngọc Biên, chúng ta có thể nghe bản nhạc Hồ Thu do ca sĩ Ngọc Mai hát và rất ít ai biết Hoàng Ngọc Biên còn là một nhạc sĩ. Với bài viết về các họa sĩ, chúng ta được thưởng thức nhiều những bức tranh full color mà với kỹ thuật ấn loát cổ điển rất khó mà có thể thực hiện được".*

Anh Phạm Phú Minh, tác giả *Hà Nội Trong Mắt Tôi*, chủ bút Diễn Đàn Thế Kỷ, một hôm bất chợt nói với tôi: *"Bây giờ thì tôi có một cái nhìn khác về anh Vinh"*, câu nói của anh khiến tôi hơi ngạc nhiên, anh Minh giải thích: "từ trước đến nay, tôi vẫn nghĩ anh là một người nghiên cứu về Sông Mekong, nhưng nay, anh Vinh là một ngòi bút viết về chân dung các văn nghệ sĩ Việt Nam ở hải ngoại."

Vẫn anh Phạm Phú Minh, trong một dịp phát biểu khác khi đọc bài viết *Những Năm Ảo Vọng*, GS Phạm Hoàng Hộ và bộ sách Cây Cỏ Việt Nam: *"Nếu tôi nói bài của anh Vinh viết về Phạm Hoàng Hộ là rất hay, thì hình như tôi chưa nói gì cả. Chữ "hay" thông thường ấy quá tổng quát, không nói lên được gì về tính chất các bài viết của anh. Phải nói một bài như bài này nó có tính chất bác học, rộng khắp. Mà lãnh vực nào anh cũng đạt tới trình độ rộng khắp như vậy: những tình cảm sâu xa của một nhà văn, vấn đề chuyên môn của một nhà khoa học, sự đe dọa tương lai của một dòng sông... đề tài nào anh cũng đề cập tới với tất cả các khía cạnh cần biểu đạt của nó."*

Nghiên cứu về Sông Mekong là một dự án tôi đã và đang theo đuổi hơn 20 năm qua, nhưng viết về chân dung các văn nghệ sĩ, thì tôi chưa hề có một dự án như vậy. Mỗi lần có dịp viết về một bạn văn nghệ, một khuôn mặt văn hóa, ghi lại một chặng đường, một đoạn đời của một thời kỳ từng sống và chia sẻ phải được kể là khoảnh khắc rất hạnh phúc.

Câu hỏi của anh Phùng Nguyễn, rằng yếu tố nào đã khiến tôi chọn nhân vật đưa vào loạt bài chân dung văn nghệ sĩ: rất tình cờ thôi. Không phải, như anh nói là vì họ *"đã qua đời, đã bước vào buổi chiều tà bóng xế của đời người hay đang lao đao trong vòng quay Sinh Lão Bệnh Tử"*, nhưng yếu tố quan trọng nhất là do tôi đã có mối liên hệ quen biết và thân thiết trước đó; và cũng từ đó tôi đã có thể dễ dàng tiếp cận với nguồn tư liệu cá nhân và cả những điều khá riêng tư.

Có lần tôi nói chuyện với Nguyễn Đình Toàn, khi ấy tôi chưa viết về anh, là như một nguyên tắc khi viết, trong đó có loạt bài chân dung văn học, tôi quan niệm là bài viết có thể thiếu nhưng phần tư liệu thì cần chính xác và không thể sai. Và rồi với câu hỏi, có bao nhiêu phần văn chương, bao nhiêu phần y học ở mỗi bức chân dung?

Không phải ở mỗi chân dung đương nhiên là có phần y học, phần y học chỉ là tình huống rất cá biệt, như trường hợp Cao Xuân Huy, Nguyễn-Xuân Hoàng, Đinh Cường. Làm sao không quan tâm tới phần y khoa khi chính bạn mình bị ngã bệnh và đang cheo leo trên con dốc tử sinh và cũng không phải người bệnh nào cũng dễ dàng chấp nhận thực trạng bệnh của mình. Và cũng không dễ dàng gì để mà đào sâu vào phần y học ấy khi niềm đau của bạn cũng như niềm đau của chính người viết.

Còn một khía cạnh nữa thuộc lãnh vực *medical ethics / đạo đức y khoa*, đó là quyền "riêng tư" của bệnh nhân mà người thầy thuốc phải tôn trọng. Do đó, không phải cứ sinh hoạt trong lãnh vực chuyên môn y khoa mà muốn viết gì thì viết và tôi đã rất tôn trọng nguyên tắc y đức ấy. Như với Cao Xuân Huy, người bạn văn đã mất, dù đã có tình bằng hữu nhiều năm với Huy, nhưng tôi chỉ có thể viết về khía cạnh y khoa căn bệnh của Huy khi có được sự đồng ý của chị Cao Xuân Huy và hai con gái đã trưởng thành của Anh.

Nếu là những người bạn còn sống, họ đều được đọc trước bản thảo và có toàn quyền chấp nhận hay không phần y khoa ấy. Nguyễn-Xuân Hoàng thì chấp nhận toàn bản thảo viết về tiến trình căn bệnh *sarcoma* mà anh vướng phải. Nguyễn Đình Toàn thì có bày tỏ: *"Vinh ơi, sáng nay đọc bài của bạn, thấy lạ, hình như là chuyện của một người nào khác, dù mọi điều đều gần đúng như sự thật, tựa coi lại một cuốn phim. Cũng may, những cái thật ấy nay đã thành giả rồi, (đã qua rồi) nên đỡ sợ."*

Riêng với Đinh Cường, ban đầu anh chấp nhận bản thảo bài viết nhưng sau đó cho biết: *"Đọc bài Vinh thấy sợ"* và yêu cầu tôi giản lược tối đa phần y khoa và cả thay thế tấm hình *autoportrait 04.2015* mà Đinh Cường gửi tặng tôi sau đợt hóa trị / chemo để cho bài viết được nhẹ nhàng hơn và dĩ nhiên tiếng nói cuối cùng vẫn là bạn mình và tôi tuyệt đối tôn trọng.

Với 18 chân dung văn học nghệ thuật và văn hóa đã hoàn tất, tôi nhận được nhiều gợi ý nên cho xuất bản như một tuyển tập, nếu có một cuốn sách *"tạo dựng (lại) diện mạo của các nhà văn, nhà thơ, nghệ sĩ"* như vậy, thì đây sẽ là trang sách riêng để tặng cho Phùng Nguyễn.

THAY CHO KẾT TỪ

Chỉ với ba câu hỏi của Phùng Nguyễn gửi Nhã Thuyên, Trần Mộng Tú, Hoàng Hưng... chứng tỏ Anh đã đọc rất kỹ và thấu tâm can của mỗi người mà Anh tiếp cận. Với nội dung từng câu hỏi tới phần trả lời của mỗi đối tượng, tôi thấy như manh nha cho dự án một tác phẩm văn học rất lạ và rất mới của Phùng Nguyễn mà tôi chưa biết Anh sẽ đặt tên là gì. Có lẽ đây là một trong những công trình dở dang như chính cuộc đời dở dang "đứt gánh giữa đường" của Phùng Nguyễn.

Tôi sẽ rất phụ Anh nếu chỉ trả lời sơ sài các câu hỏi. Với tôi, mỗi câu hỏi của Phùng Nguyễn có tính thách đố như đề cương cho một bài luận văn. Cho dù Anh không còn nữa, nhưng với lòng quý mến Phùng Nguyễn và với tất cả tâm cảm, tôi vẫn hoàn tất phần trả lời cả ba câu hỏi để gửi tới Anh, đồng thời cũng là gửi tới lớp người trẻ, các thế hệ sinh sau 1975, sau cuộc chiến tranh Việt Nam, như bước tìm lại một khoảng thời gian đã mất.

California 03.2015 - 03.2017

TÌM LẠI THỜI GIAN ĐÃ MẤT
TƯỞNG NHỚ MỘT VỊ DANH SƯ
GIÁO SƯ Y KHOA PHẠM BIỂU TÂM

Giáo sư Phạm Biểu Tâm
tại Bệnh viện Bình Dân (1960), mỗi buổi sáng cùng các
nội trú và sinh viên đi thăm trại bệnh trước khi vào phòng mổ.
(tư liệu gia đình Gs Phạm Biểu Tâm*)

Đây là bài mới bổ sung cho một bài viết khởi đầu chỉ là hồi tưởng và những kỷ niệm rất riêng tư với Giáo sư Phạm Biểu Tâm nhân dịp lễ tưởng niệm 100 năm ngày sinh của một vị danh sư đã để lại những dấu ấn lâu dài trong Ngành Y của Việt Nam từ thế kỷ trước.

ĐÔI DÒNG TIỂU SỬ

Giáo sư Phạm Biểu Tâm sinh ngày 13 tháng 12 năm 1913 tại Thừa Thiên, Huế; mất ngày 11 tháng 12 năm 1999 tại Hoa Kỳ, hưởng thọ 86 tuổi.

Vào cuối đời, thầy Tâm cho biết thực sự thầy gốc người Nam Bộ, sinh ra và lớn lên tại miền Trung. Sau đây là thông tin từ người em ruột Gs Phạm Biểu Tâm, Băng-Sĩ Phạm Hữu Nhơn nguyên là một tướng lãnh thuộc Bộ Tổng Tham Mưu Quân Lực VNCH từ Falls Church, Virginia gửi cho Bông, tức tên gọi ở nhà của Phạm Biểu Trung, trưởng nam của thầy Tâm:

"Bông thân mến, Cha cháu sinh ngày 13/12/1913. Quê quán làng Nam Trung, huyện Phú Vang, tỉnh Thừa Thiên, trong một gia đình khoa bảng. Cụ cố là Tổng binh Phạm Tấn, gốc miền Nam, quê quán làng Long Phú (Bến Lức, Gò Công), tỉnh Gia Định. Được vua Gia Long vời ra làm quan ngoài Bắc Hà (Ninh Bình và Nam Định). Cụ nội là Phạm Năng Tuần, tước hiệu Hàn Lâm Viên Đại Phu. Cụ khai khẩn và thành lập làng Nam Trung, tỉnh Thừa Thiên cho các quan gốc miền Nam ra Trung. Cụ thân sinh là Phạm Hữu Văn, thi đậu Tiến sĩ khoa Quý Sửu 1913. Làm quan tới chức Bố Chánh tỉnh Thanh Hóa, được thăng Thượng Thư Trị Sứ khi đã về hưu."

Giáo sư Phạm Biểu Tâm học tiểu học tại Huế, trung học phổ thông tại Vinh, rồi trường Quốc Học Huế, và trường Bưởi Hà Nội.

Suốt thời tuổi trẻ, Giáo sư Phạm Biểu Tâm đã là một hướng đạo sinh, rất hoạt động trong giai đoạn dầu sôi lửa bỏng của đất nước. Ông gia nhập tráng đoàn Lam Sơn của Hoàng Đạo Thúy, từ những năm 1930 từng tham dự khóa huấn luyện Tráng tại Bạch Mã, Huế. Có thể nói suốt cuộc đời, ông vẫn gắn bó với phong trào hướng đạo Việt Nam và vẫn cứ mãi là một tráng sinh lên đường. Không chỉ là nội trú lâu năm nhất ở Bệnh viện Phủ Doãn, theo Gs Trần Ngọc Ninh: *"Anh Tâm còn là Chủ tịch Hội Sinh viên Y khoa 1942, là cầu thủ Đội Bóng Rổ của Tổng Hội Sinh viên, đang là tuyển thủ hữu danh của Hội Thuyền Buồm Việt Nam."* (1)

Thầy Cô Phạm Biểu Tâm tại căn nhà
đường Ngô Thời Nhiệm (1970)
(tư liệu gia đình Gs Phạm Biểu Tâm)

Năm 1932, thầy Tâm theo học Trường Y Khoa Hà Nội, sau Bác
sĩ Tôn Thất Tùng một năm. Sau khi tốt nghiệp Y Khoa, vẫn tiếp tục
tình nguyện ở lại làm Nội Trú Bệnh Viện thêm 8 năm. Mãi tới năm
1947 mới trình luận án Tiến Sĩ Y Khoa với đề tài mang tính văn hóa:
*"Introduction de la Médecine Occidentale en Extrême-Orient / Sự Du
Nhập của Y học Tây Phương sang Viễn Đông"*.

Nói về đời sống gia đình, Giáo-Sư Phạm Biểu Tâm đã kết hôn
với Bà Công Tằng Tôn Nữ Tuyết Lê vào năm 1944, nguyên là nữ sinh
trường Đồng Khánh rất cấp tiến. Thầy Cô có năm người con, ba trai
hai gái theo thứ tự: Phạm Biểu Trung, Phạm Biểu Chí, Phạm Biểu
Kim Hoàn, Phạm Biểu Kim Liên và Phạm Biểu Tình nhưng tên gọi ở
nhà thì chỉ là tên các vật liệu trong phòng mổ: *Bông, Gạc, Băng, Kim,
Chỉ*. Thầy cô còn có thêm một dưỡng nữ Trần Thị Hồng.

Thầy Cô Phạm Biểu Tâm và 5 người con với tên gọi ở nhà: Bông, Gạc, Băng, Kim, Chỉ *(tư liệu gia đình Gs Phạm Biểu Tâm)*

Năm 1948, Giáo Sư Phạm Biểu Tâm trúng tuyển kỳ thi Thạc Sĩ Y Khoa (Professeur Agrégé des Universités) tại Paris, đồng thời với Giáo sư Trần Quang Đệ cũng là một bác sĩ phẫu thuật lừng danh tại Bệnh viện Chợ Rẫy sau này. Trở về nước, thầy Tâm tiếp tục giảng dạy tại Đại Học Y Khoa Hà Nội kiêm Giám Đốc Bệnh Viện Yersin hay còn gọi là Nhà Thương Phủ Doãn cho đến ngày ký kết Hiệp định Genève 1954 phân đôi đất nước.

Năm 1950, Quân đội Quốc gia Việt Nam được thành lập, cũng khởi đầu ngành Quân Y Việt Nam 1951, Gs Phạm Biểu Tâm có thời gian đảm trách chức vụ Phó Giám Đốc Trường Quân Y với cấp bậc Trung Tá.

Năm 1954, Giáo-Sư Phạm Biểu Tâm đã cùng gia đình di cư vào Nam, được đề cử làm Giám Đốc Bệnh Viện Bình Dân mới xây cất xong trên đường Phan Thanh Giản (Sài Gòn), đồng thời cũng là Trưởng Khu Ngoại Khoa tại bệnh viện này. Đa số nhân viên y tế từ nhà thương Phủ Doãn di cư vào Nam đều trở lại làm việc tại bệnh viện Bình Dân. Đây cũng là một bệnh viện giảng huấn trực thuộc trường Đại Học Y Nha Dược duy nhất của Miền Nam Việt Nam thời bấy giờ.

Gs Phạm Biểu Tâm (trái) và Bs chuyên khoa Ung thư
Nguyễn Xuân Chữ đi dự Tuần lễ Ung Thư / Semaine Du
Cancer (1950) tại Pháp, phía sau là tấm poster tiếng Việt
với slogan: Ung thư càng để lâu bao nhiêu càng kém hy
vọng khỏi bấy nhiêu. Hãy đến khám tại Cơ quan Trung
ương Việt Nam Trừ Ung thư tại Bệnh Viện Yersin Hà Nội.
(tư liệu gia đình Gs Phạm Biểu Tâm)

Khi Đại Học Hỗn Hợp Pháp Việt được người Pháp trao trả lại
cho Việt Nam (11.05.1955), Giáo-Sư Phạm Biểu Tâm được đề cử làm
Khoa Trưởng, và là vị Khoa Trưởng đầu tiên của Trường Đại Học Y
Dược Sài Gòn (Faculté Mixte de Médecine et Pharmacie).

Năm 1962, Hiệp Hội Y Khoa Hoa Kỳ / American Medical
Association (AMA) đã viện trợ một ngân khoản lớn cho Việt Nam để
xây cất một Trung Tâm Giáo Dục Y Khoa với tiêu chuẩn hiện đại tại
đường Hồng Bàng, Chợ Lớn, gồm một Trường Y Khoa (giai đoạn I)
và một Bệnh Viện thực tập (giai đoạn II). Lễ đặt viên đá đầu tiên do
Tổng Thống Ngô Đình Diệm chủ tọa.

Sau biến cố 1963, Gs Phạm Biểu Tâm tiếp tục ở lại với Trường
Y Khoa cho đến tháng 3 năm 1967, khi tướng Nguyễn Cao Kỳ, lúc
đó là Chủ tịch Ủy ban Hành pháp Trung ương đã đơn phương ký sắc

Buổi trình luận án tại Đại học Y Khoa Hà Nội (1952) của
Bs tân khoa Nguyễn Tấn Hồng, với Giáo sư Phạm Biểu
Tâm trong Hội đồng Giám khảo.
(tư liệu gia đình Gs Phạm Biểu Tâm)

Sau buổi trình luận án của 2 Bs
tân khoa: Nguyễn Khắc Minh,
Đào Hữu Anh tại Đại học Y
Khoa Sài Gòn (1960); với Hội
đồng Giám khảo, hàng trước
từ trái: Giáo sư Nguyễn Hữu,
Giáo sư Phạm Biểu Tâm, Giáo
sư Trần Đình Đệ, Giáo sư Trịnh
Văn Tuất. (Bs Nguyễn Khắc
Minh, Bs Đào Hữu Anh, cả hai
đều trở thành giáo sư của trường
Y Khoa sau này). *(tư liệu của Gs
Nguyễn Khắc Minh)*

Hội Đồng Khoa, với một số giáo sư trong Ban Giảng Huấn Đại Học Y Khoa Sài Gòn: từ trái, Gs Trần Ngọc Ninh, Gs Trịnh Văn Tuất, Gs Trần Vỹ, Gs Caubet, Gs Phạm Biểu Tâm, Gs Huard, Gs Trần Đình Đệ, Gs Nguyễn Đình Cát, Gs Nguyễn Hữu, Gs Ngô Gia Hy *(tư liệu gia đình Gs Phạm Biểu Tâm)*

Giáo sư Phạm Biểu Tâm Khoa Trưởng Y Khoa Sài Gòn (trái) và Linh Mục Cao Văn Luận Viện Trưởng sáng lập của Viện Đại Học Huế từ 1957, đi dự một Hội nghị Quốc tế về Giáo Dục *(tư liệu gia đình Gs Phạm Biểu Tâm)*

Lễ đặt viên đá đầu tiên (1962) xây cất Trung Tâm Giáo Dục Y Khoa tại đường Hồng Bàng, Chợ Lớn; từ trái: Gs Khoa Trưởng Phạm Biểu Tâm, Tổng Thống Ngô Đình Diệm, Gs Nguyễn Quang Trình, Gs Lê Văn Thới; đứng phía sau là Đại sứ Mỹ Frederick E. Nolting, Jr.

Hàng trước từ trái: Gs Phạm Biểu Tâm, Tổng Thống Ngô Đình Diệm, Kiến trúc sư Ngô Viết Thụ, Gs Nguyễn Quang Trình, Viện trưởng Viện Đại học Sài Gòn. Trung Tâm Giáo Dục Y Khoa được khánh thành 3 năm sau 1966 *(tư liệu gia đình Gs Phạm Biểu Tâm)*

lệnh giải nhiệm chức vụ Khoa Trưởng của Gs Phạm Biểu Tâm để thay thế bằng một Ủy ban 5 người. Đây cũng là lần đầu tiên ở miền Nam chính trị can thiệp vào nền tự trị đại học. Từ nhiệm chức Khoa Trưởng, thầy Tâm vẫn cứ ẩn nhẫn, tiếp tục công việc của một Giáo sư Giải phẫu, giảng dạy và điều trị mổ xẻ tại Khu Ngoại Khoa B Bệnh viện Bình Dân.

Cùng lúc với Dự án của Hiệp Hội Y khoa Hoa Kỳ / AMA Project, kết hợp với trường Y khoa Sài Gòn để cải tiến các bộ môn từ khoa học cơ bản tới các khoa lâm sàng như nội khoa, sản phụ khoa, nhi khoa, giải phẫu, gây mê, quang tuyến... với kế hoạch vừa huấn luyện tại chỗ vừa gửi nhân viên giảng huấn sang tu nghiệp tại các Đại học Hoa Kỳ. Đây là giai đoạn thầy Tâm đã bỏ ra rất nhiều công sức để phát triển chương trình đào tạo thêm nhân viên giảng huấn Khoa Giải phẫu cho trường Y khoa.

Sự hợp tác giữa giáo sư Henry T. Bahnson danh tiếng từ Đại học Pittsburgh và Gs Phạm Biểu Tâm tại Bệnh viện Bình Dân được coi là thành công nhất trong số những chương trình được AMA bảo trợ.

Tưởng cũng nên ghi lại ở đây tên của một học viên, Bs Nghiêm Đạo Đại sau này đã trở thành một giáo sư phẫu thuật lừng danh trong chuyên khoa thay ghép / transplant tụy tạng-gan-thận ở Đại học MCP Hahnemann / Drexel, Pittsburgh, nhưng anh Đại thì trước sau vẫn không quên ơn thầy. Anh viết: *"Tôi đã thấm nhập những điều dạy dỗ của "lò Bình Dân". Quả như vậy, sau khi vào ban giảng huấn Đại học Iowa bảy năm, trường Medical College of Pennsylvania / Hahnemann / Drexel Pittsburgh hơn hai thập niên, tôi đã cảm nhận được là mình có phước rất lớn được học những tinh túy của các Thầy ở bệnh viện Bình Dân. Các Thầy đã trao cho tôi một hành trang đầy đủ để sử dụng trong suốt cuộc đời đi dạy học."* (2)

Sau biến cố 1975, mặc dù phải sinh hoạt trong những điều kiện cực kỳ khó khăn, phải sống với bên thắng cuộc chỉ biết chuộng *"hồng hơn chuyên"*, Giáo sư Phạm Biểu Tâm vẫn sống hết lòng cho y nghiệp, thương mến chăm sóc bệnh nhân không phân biệt giàu nghèo, hay màu sắc chính trị nào. Thầy Tâm tiếp tục công việc dìu dắt giảng

Trung Tâm Giáo Dục Y Khoa trên đường Hồng Bàng, Chợ
Lớn hoàn tất 3 năm sau (giai đoạn I); việc xây dựng một
Bệnh viện Thực Tập hiện đại (giai đoạn II) phải ngưng vì
những biến động chính trị cho tới 1975 *(nguồn: internet)*

dạy nhiều thế hệ sinh viên Y khoa. Như từ bao giờ, thầy Tâm thâm
trầm, nhưng cương nghị, làm nhiều và ít nói. Trong nghịch cảnh, thầy
không bao giờ biểu lộ sự giận dữ, vẫn nhỏ nhẹ nhưng thâm thúy và sâu
sắc, câu nói giản dị của thầy vẫn cứ mãi được truyền tụng trong đám
môn sinh: *"cố gắng làm việc, lấy chăm sóc bệnh nhân làm nhiệm vụ
trước mắt của người thầy thuốc."*

Vẫn với kinh nghiệm của giới trí thức Hà Nội sau 1954, thuộc
chế độ cũ, trước sau họ chỉ là thành phần được "lưu dung - không có

Giáo sư Phạm Biểu Tâm tới thăm một Trung Tâm Y Khoa tại Minnesota (1960s), như bước khởi đầu hòa nhập hai hệ giáo dục Y khoa Pháp và Mỹ *(tư liệu gia đình Gs Phạm Biểu Tâm)*

Tiếp tân tại tư gia thầy Tâm cho buổi học Hậu Đại học Khóa 1972 từ trái: Bs Steven Reeder, Gs Phạm Biểu Tâm, Văn Kỳ Chương, Nguyễn Hữu Chí, Phan Văn Tường, Gs Anatolio Cruz, Gs Norman Hoover, Gs Đào Đức Hoành, Gs Phan Ngọc Dương, Văn Kỳ Nam, Lê Quang Dũng, Nguyễn Khắc Lân, Nguyễn Tiến Dy, Văn Tần, Nguyễn Đỗ Duy *(tư liệu gia đình Gs Phạm Biểu Tâm)*

dấu nặng" và không hề được tin cậy. Kinh nghiệm sau 1975 mà Giáo sư Phạm Hoàng Hộ đã từng trải qua, đó thực sự là một chặng đường đau khổ mà Giáo sư Hộ gọi đó là *"những năm ảo vọng."*

Năm 1984, Giáo sư Phạm Biểu Tâm buộc phải nghỉ hưu ở tuổi 71 sau một cơn tai biến mạch máu não/ stroke với liệt nửa người trái. Không có cơ hội hồi phục, năm 1989 Giáo sư Phạm Biểu Tâm đã phải rời bỏ quê hương yêu dấu, nơi mà Giáo sư đã dâng hiến gần trọn cuộc đời cho người bệnh, cho nền y học Việt Nam, để sang đoàn tụ với các con tại Hoa Kỳ.

MỘT CHÚT RIÊNG TƯ

Những dòng chữ này được viết cách đây 4 năm nhân dịp kỷ niệm 100 năm ngày sinh của Gs Phạm Biểu Tâm. Đây chỉ là hồi tưởng, ghi lại những kỷ niệm rất riêng tư với Gs Phạm Biểu Tâm – không phải từ trong các giảng đường hay bệnh viện mà là với một thầy Tâm ngoài đời thường. Trong suốt học trình y khoa, tôi chưa từng được là môn sinh gần gũi của Thầy nhưng lại cảm thấy rất thân thiết với Thầy trong các năm học và cả những năm đã rời xa trường Y khoa về sau này. Chỉ đảm nhiệm chức vụ Khoa Trưởng 12 năm (1955-1967), nhưng dấu ấn ảnh hưởng của thầy Tâm trên các thế hệ môn sinh thì lâu dài hơn nhiều, kể cả những người chưa được học hay không biết mặt Thầy. (5)

Chỉ còn 2 ngày nữa là kỷ niệm 100 năm ngày sinh của giáo sư Phạm Biểu Tâm (13/12/1913). Hôm nay ngày 11 tháng 12, 2013 là ngày giỗ của Thầy, vậy mà cũng đã 14 năm rồi (11/12/1999), và khi thầy Tâm mất, gặp Cô để phân ưu, thì được Cô nhắc là anh Vinh có thể có một bài viết về Thầy. Vậy mà chưa làm được điều ấy thì Cô nay cũng đã mất.

Tiểu sử giáo sư Phạm Biểu Tâm đã được bạn đồng môn Hà Ngọc Thuần từ Úc Châu tường trình khá đầy đủ – tưởng cũng nên ghi lại là anh Hà Ngọc Thuần đã cùng với anh Nghiêm Sỹ Tuấn từng là hai cây bút chủ lực của báo Y khoa Tình Thương, cùng biên soạn một công trình giá trị *"Lịch Sử Y Khoa"* với bút hiệu chung Hà Hợp Nghiêm, đăng từng kỳ trên Tình Thương cho tới khi báo đình bản 1967. (3)

Rất khác với vẻ uy nghi cao lớn của Gs Trần Quang Đệ, cũng là một nhà phẫu thuật lừng danh khác của Việt Nam, cùng trúng tuyển kỳ thi Thạc sĩ Y khoa tại Paris năm 1948, thầy Tâm có dáng nhỏ nhắn của một thư sinh, vẻ nhanh nhẹn của một tráng sinh, nét mặt thầy không đẹp nhưng ngời thông minh và có thể lột tả – theo ngôn từ của bạn đồng môn Đường Thiện Đồng thì "thầy có những nét của một quý tướng."

Trước khi bước vào trường Y khoa, đã được biết tiếng về tài năng và đức độ của Gs Phạm Biểu Tâm, được nghe nhiều giai thoại về Thầy ngoài đời thường. Thầy là một trong những tráng sinh đầu tiên của ngành Hướng đạo Việt Nam từ những năm 1930 như biểu tượng của một thế hệ dấn thân. Tuy không là cầu thủ nhưng Thầy lại rất hâm mộ môn bóng đá; bạn bè trong Đại học xá Minh Mạng kể lại, Thầy thường có mặt nơi khán đài bình dân trong sân banh Tao Đàn, như mọi người Thầy cũng tung nón hò hét sôi nổi để ủng hộ cho đội banh nhà.

Đến khi được gặp, thì thấy thầy Tâm là một con người rất giản dị, tạo ngay được cảm giác gần gũi và tin cậy với người đối diện

Gs Phạm Biểu Tâm nói chuyện với SVYK trong một giảng đường ở 28 Trần Quý Cáp Sài Gòn sau vụ Thầy bị bắt trước biến cố 1963 *(nguồn: Life Magazine 1963)*

nhưng vẫn luôn có đó một khoảng cách dành cho sự kính trọng. Kỷ niệm của người viết với thầy Tâm như là những khúc phim đứt đoạn.

Từ 1963 tới 1967 là một giai đoạn cực kỳ xáo trộn ở miền Nam với liên tiếp những cuộc biểu tình xuống đường và bãi khóa của sinh viên mà phân khoa đầu não là Y khoa, lúc ấy vẫn còn tọa lạc nơi ngôi trường cũ 28 Trần Quý Cáp, Sài Gòn. Ở cương vị Khoa Trưởng lúc đó thật khó khăn: thầy Tâm vừa phải duy trì sinh hoạt bình thường trong giảng đường và các bệnh viện mà vẫn tôn trọng tinh thần "tự trị đại học." Thầy luôn luôn bao dung chấp nhận đối thoại và cũng do lòng kính trọng Thầy, các nhóm sinh viên Y khoa tranh đấu lúc đó đã hành xử có trách nhiệm, trừ số rất ít cộng sản nằm vùng thì manh động theo chỉ thị của Thành ủy. Tình trạng thăng trầm của trường Y khoa trong cơn lốc chính trị với cả đổ máu ám sát tiếp tục kéo dài cho tới tháng Tư 1975.

Khi tờ báo Sinh viên Y khoa Tình Thương ra đời đầu năm 1964, ở cương vị Khoa Trưởng, Gs Phạm Biểu Tâm tỏ ra tâm đắc với

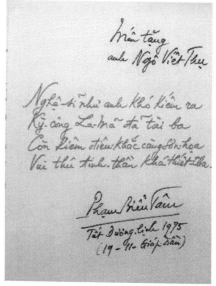

Bìa Nguyệt san Tình Thương của Sinh Viên Y Khoa, số 1 ra mắt tháng 01.1964 và bị đình bản cuối 1967 với 30 số báo (tư liệu Trần Hoài Thư; Thư Quán Bản Thảo)

Bài thơ với thủ bút của Gs Phạm Biểu Tâm tặng Kiến trúc sư Ngô Viết Thụ (1975), người thiết kế Dinh Độc Lập và Trung Tâm Giáo Dục Y Khoa (1962)

manchette của tờ báo mang tên "Tình Thương" mà thầy cho rằng ý nghĩa rất phù hợp với chức năng của những người Áo Trắng và thầy có viết một bài *éditorial* trên Tình Thương để giới thiệu tờ báo. Không nhiều biểu lộ nhưng chúng tôi hiểu rằng báo Tình Thương luôn luôn được hỗ trợ tinh thần của Gs Khoa Trưởng. Tình Thương không chỉ là tờ báo của những cây bút sinh viên mà khá thường xuyên còn có bài viết của các giáo sư Y khoa như Trần Ngọc Ninh, Trần Văn Bảng, Nguyễn Đình Cát, Ngô Gia Hy và Vũ Thị Thoa…

Sinh viên Y khoa tới ngày tốt nghiệp ra trường, dân y hay quân y thì đều phục vụ trong quân đội, với các binh chủng chọn lựa hay được chỉ định. Là những bác sĩ trong thời chiến nên trước sau đã có một số đồng nghiệp hy sinh như các anh Đoàn Mạnh Hoạch, Trương Bá Hân, Đỗ Vinh, Trần Ngọc Minh, Phạm Bá Lương, Nguyễn Văn Nhứt, Trần Thái, Lê Hữu Sanh, Nghiêm Sỹ Tuấn, Phạm Đình Bách… chưa kể một số bị chết trong các trại tù cải tạo từ Nam ra Bắc, hay trên đường vượt biên sau này.

Riêng những người chết hay mất tích khi vượt trại tù, ít nhất có hai bạn mà tôi quen biết: bác sĩ Nguyễn Hữu Ân (Nha Kỹ Thuật) cũng là dân Đại học xá Minh Mạng, cùng với bác sĩ Vũ Văn Quynh (binh chủng Nhảy Dù) là anh ruột của bác sĩ Vũ Văn Dzi hiện ở Oklahoma.

Rất riêng tư, tôi không thể không nhắc tới một Trần Ngọc Minh, anh sống khá trầm lặng những năm sinh viên trong Đại học xá Minh Mạng, không những cùng dãy 7 mà còn ở ngay cạnh phòng tôi trong nhiều năm. Ra trường anh là một y sĩ Thủy quân Lục chiến, đã hy sinh trong một trận đánh khốc liệt tại thung lũng Việt An, tỉnh Quảng Tín 1965. Ít năm sau đó, một quân y viện mới trên đường Nguyễn Tri Phương ngay cạnh Trường Quân Y được khánh thành và mang tên anh.

Xúc động nhất là cái chết của Nghiêm Sỹ Tuấn, mà tôi được sinh hoạt gần gũi với anh trong tòa soạn báo sinh viên Tình Thương. Ra trường, sự kiện Nghiêm Sỹ Tuấn chọn binh chủng Nhảy Dù, theo người bạn thân của anh là Đặng Vũ Vương nhận định, đó là một chọn lựa "thử thách cá nhân". Anh đã hơn một lần bị thương sau đó vẫn tình nguyện trở lại trận địa và đã hy sinh trên chiến trường Khe Sanh 1968 khi đang cấp cứu một đồng đội…

Do mối quan tâm tới các sắc dân Thượng từ thời làm báo sinh viên, ra trường tôi chọn phục vụ một đơn vị Lực Lượng Đặc Biệt với địa bàn hoạt động chủ yếu là vùng Tây nguyên; cũng trong khoảng thời gian này tôi có thêm chất liệu sống để hoàn tất tác phẩm Vòng Đai Xanh. Mỗi khi có dịp về Sài Gòn, tôi đều tìm cách đến thăm thầy Phạm Biểu Tâm. Trường Y khoa thì nay đã di chuyển sang một cơ sở mới có tên là Trung Tâm Giáo dục Y khoa trên đường Hồng Bàng, Chợ Lớn. Cũng để thấy rằng, tuy ở Sài Gòn nhưng Thầy luôn theo dõi và biết khá rõ cuộc sống quân ngũ của những học trò của Thầy ra sao.

Sau 1975, trừ một số ít đã được di tản trước đó, số bác sĩ còn ở lại trước sau đều bị tập trung vào các trại tù cải tạo. Từng hoàn cảnh cá nhân tuy có khác nhau nhưng tất cả hầu như đồng một cảnh ngộ: bị giam giữ trong đói khát, với lao động khổ sai và học tập tẩy não. Những bao gạo in nhãn "Đại Mễ" đầy mối mọt viện trợ của Trung Quốc được đưa vào nuôi tù cải tạo trong giai đoạn này. Không khác với các trang sách viết của Solzhenitsyn về Gulag Archipelago nhưng là *Made in Vietnam*, tinh vi hơn với phần học thêm được cái ác từ Trung Quốc.

Trường Đại học Y khoa cũ, 28 Trần Quý Cáp Sài Gòn, nơi từng đào tạo bao thế hệ bác sĩ, sau 1975 biến thành khu triển lãm "Tội ác Mỹ Ngụy" *(nguồn: internet)*

Cũng thật trớ trêu, trại giam đầu tiên của tôi lại là Suối Máu, nơi từng là trung tâm huấn luyện của Liên đoàn 81 Biệt Cách Dù, một đơn vị mà tôi đã từng phục vụ. Như một chính sách rập khuôn, không giam giữ lâu ở một nơi, cứ sau một thời gian, các tù nhân lại bị tách ra, di chuyển đi các trại khác. Từ Suối Máu, tôi lần lượt trải qua các trại Trảng Lớn Tây Ninh, Đồng Ban và trại cuối cùng là Phước Long Bù Gia Mập. Một số khác thì bị đưa ra Bắc, sau này được biết là điều kiện tù đày khắc nghiệt hơn rất nhiều.

Ra tù ba năm sau, trở về một Sài Gòn đã thật sự hoàn toàn đổi khác. Ngôi trường cũ 28 Trần Quý Cáp góc đường Lê Quý Đôn rợp bóng cây xanh thì nay biến thành khu triển lãm "Tội ác Mỹ Ngụy", không phải chỉ có trưng bày vũ khí súng đạn giết người, chuồng cọp với đủ dụng cụ tra tấn mà còn có cả sách báo nọc độc (sic) tàn dư văn hóa của "chủ nghĩa thực dân mới" trong đó có cuốn Vòng Đai Xanh.

Một hôm, tình cờ thấy Thầy Tâm đang đi bộ rảo bước trên khúc đường Trương Minh Giảng gần Tòa Tổng Giám Mục nơi góc đường Phan Đình Phùng. Dừng chiếc xe đạp cũ kỹ bên lề đường, tôi chạy tới chào Thầy. Thầy trò gặp nhau không nói gì nhiều nhưng tôi thì đọc được những xúc cảm trong ánh mắt của Thầy. Rất ngắn ngủi khi chia tay Thầy chỉ nhắc tôi hai điều: Vinh nên đi chụp một hình phổi và ra ngoài rồi cũng ráng ăn thêm một chút thịt. Đôi điều dặn dò ấy chứng tỏ Thầy Tâm biết rất rõ cảnh sống của các học trò Thầy trong trại tù cải tạo.

Khoảng đầu năm 1981, mấy ngày trước Tết Tân Dậu thầy trò còn ở lại có buổi họp mặt tất niên, bao gồm nhiều khóa, đông nhất là Y Khoa 68. Có được hai giáo sư Hoàng Tiến Bảo và Phạm Biểu Tâm tới dự. Tâm trạng của mọi người ngổn ngang lúc đó nên *"vui là vui gượng kẻo là"*. Thầy Tâm không uống rượu nhưng lại mang rượu tới để chung vui. Thầy giơ cao chai rượu trước mặt các học trò và nói đại ý: *"Lần này thì các anh thực sự yên tâm, đây không phải là rượu giả vì là chai rượu lễ của một Cha mới biểu tôi."* Trước sau, Thầy Tâm vẫn có một lối nói chuyện gián tiếp với *"ý tại ngôn ngoại"* như vậy. Không ai là không hiểu ý Thầy, muốn nói về một *"thời kỳ giả dối"* mà cả miền Nam đang phải trải qua.

Sau biến cố 1975, thầy Tâm tuy vẫn có được sự kính trọng và vị nể của chế độ mới vì đức độ tài năng và nhân cách đặc biệt của Thầy, Thầy thì cứ như một nhà nông biết là thời tiết không thuận lợi, nhưng vẫn cứ cắm cúi vun xới thửa đất để cấy trồng. Trước sau, chưa bao giờ Thầy có phòng mạch tư, cuộc sống của Thầy rất thanh bạch. Hàng ngày toàn thời gian Thầy tới nhà thương Bình Dân khám bệnh, mổ xẻ và hết lòng chăm sóc người bệnh cùng với công việc giảng dạy cho các thế hệ môn sinh. Chế độ mới cần tới uy tín Thầy nhưng họ vẫn không bao giờ tin nơi Thầy. Bằng cớ là căn nhà của thầy Tâm trên đường Ngô Thời Nhiệm ít nhất đã hai lần bị công an thành phố xông vào lục xét. Và cứ sau một lần như vậy, không phát hiện được gì thì Thành Ủy đã lại đứng ra xin lỗi coi đó chỉ là hành động sai trái của thuộc cấp. Sự giải thích ấy thật ra chỉ là hai bản mặt của chế độ.

Tới năm 1984, đã ngoài tuổi 70, sau hơn 40 năm cầm dao mổ, sống tận tụy với người bệnh và các thế hệ môn sinh, thầy Tâm đột ngột phải nghỉ hưu vì một cơn tai biến mạch máu não. Lúc ấy tôi đã qua Mỹ, đoàn tụ với gia đình xa cách đã tám năm. Vừa chữa bệnh lao phổi vừa chuẩn bị đi học lại. Như truyền thống tốt đẹp của gia đình y khoa, các bạn bè qua trước đã đem tới cho tôi những thùng sách và cả textbooks; các bạn ấy đều đã đậu các kỳ thi, có người trước đó 3-4 năm nhưng vẫn chờ để được nhận vào chương trình nội trú trước khi có thể lấy lại bằng hành nghề.

Tôi đã phạm một lầm lẫn lúc đó, vội vàng học rồi thi FLEX/ ECFMG tuy đậu nhưng với số điểm không cao, có nghĩa là vào giai đoạn "đóng cửa" ấy rất ít hy vọng được nhận vào bất cứ một chương trình thực tập bệnh viện nào. Con đường trở lại y nghiệp xa vời vợi. Một giáo sư UCLA giới thiệu tôi vào chương trình MPH/ Master of Public Health, đây có thể là một cánh cửa khác, với cấp bằng Y Tế Công Cộng, tôi hy vọng có thể làm việc với WHO / Tổ chức Y tế Thế giới của Liên Hiệp Quốc tại các nước vùng Đông Nam Á hoặc Phi Châu.

Cũng lúc đó tôi được gặp lại giáo sư Hoàng Tiến Bảo và luôn luôn được thầy Bảo khuyến khích nên trở lại với y nghiệp. Thầy Bảo sáng nào cũng từ nhà đi xe bus tới nhà thờ dự lễ trước khi tới USC/ University of Southern California. Mỗi ngày hai thầy trò đều đặn vào

Norris Medical Library, trên đường Zonal ngồi học, chờ ngày thi lại; cùng với Thầy đi làm *clinical fellow* không lương ở Department of Medicine / Hypertension Service với các Gs DeQuattro, Gs Barndt – không gì hơn để có được *letters of recommendation* của các giáo sư Mỹ, đồng thời làm quen thêm với môi trường bệnh viện bên này. Cho dù trước 1975 Thầy Bảo cũng đã du học về Orthopaedics ở Mỹ và tôi thì cũng đã có một thời gian tu nghiệp về Rehab ở San Francisco.

Hệ thống Y khoa Mỹ lạnh lùng và tàn nhẫn với bất cứ một bác sĩ ngoại quốc nào tới Mỹ theo diện di dân muốn hành nghề trở lại, cách đối xử khác xa với thành phần du học nếu sau đó trở về nước. Nhưng cũng có một nhận định khác cho rằng đó là sự tuyển chọn rất công bằng chỉ có ở nước Mỹ. Không là ngoại lệ, cả hai thầy trò phải đi lại từ bước đầu; trong khi đó ai cũng biết Thầy Bảo xứng đáng ở cương vị một giáo sư chỉnh trực giỏi của một trường đại học Y khoa. Sau này, có thời gian làm việc tại các bệnh viện New York, tôi cũng đã chứng kiến hoàn cảnh vị giáo sư ObGyn đáng kính người Ba Lan phải đi làm EKG technician, rồi một bác sĩ giải phẫu người Nga thì làm công việc của một respiratory therapist. Họ là thế hệ thứ nhất tới Mỹ với tuổi tác không thể đi học lại từ đầu nên chấp nhận hy sinh lót đường cho thế hệ thứ hai vươn lên.

Thầy Bảo chỉ chú tâm lo cho học trò nhiều hơn là cho chính Thầy. Thầy đã từng đích thân đi xe bus tới nhà khuyên một học trò của Thầy nên tiếp tục học thay vì bỏ cuộc. Cho dù sắp tới ngày thi cử, thầy Bảo cũng vẫn dẫn một phái đoàn lên Medical Board trên Sacramento tranh đấu cho các học trò của Thầy ra trường sau 1975 được công nhận là tương đương và quyền trở lại y nghiệp.

Rồi cũng là một kết thúc có hậu. Thầy Bảo thi đậu dễ dàng rồi hoàn tất năm nội trú và có bằng hành nghề trở lại ở California. Riêng tôi thì phải khá vất vả thi lại hai ngày FMGEMS với score phải khá hơn trên 80 để có thể được các chương trình Residency nhận đơn và cho phỏng vấn. Vào tháng Ba 1988 qua ngả *National Resident Matching Program/ NRMP*, tôi được nhận vào một chương trình nội khoa của các bệnh viện Đại học ở New York. Cũng thầy Bảo là người đầu tiên chia vui với tin tưởng là học trò của Thầy cũng sẽ qua được chặng đường thử thách 3 năm trước mặt. Thầy Hoàng Tiến Bảo thì nay cũng đã mất (20/01/2008), tôi và cả rất nhiều học trò khác không bao giờ quên ơn và nhớ mãi tấm gương sáng với tấm lòng quảng đại và đầy nhân hậu của Thầy Bảo.

GẶP LẠI THẦY CŨ GIÁO SƯ PHẠM BIỂU TÂM

Trở lại làm nội trú bệnh viện muộn màng ở cái tuổi 47, từ New York qua bạn đồng môn Đường Thiện Đồng, tôi được tin thầy Phạm Biểu Tâm mới cùng gia đình đi đoàn tụ và sống với các con ở Mỹ 1989 – cũng đã 5 năm kể từ ngày Thầy bị tai biến mạch máu não. Có được địa chỉ của Thầy ở Santa Ana, California, tôi viết thơ thăm thầy Tâm và được Thầy hồi âm bằng lá thư viết tay. Nét chữ của Thầy còn rất đẹp. Tôi nhớ là thầy Tâm thuận tay phải và đoán chừng Thầy chỉ bị liệt nửa người bên trái.

(1) Santa Ana, 25-8-1989. Anh Vinh, tôi đã nhận được thiếp bưu điện anh gửi thăm tôi và gia đình. Thấy lại nét chữ lại nhớ lại hình ảnh của anh từ lúc anh còn ở Saigon. Sau này tôi có dịp trở lại chỗ anh làm việc cũ mà anh không ngờ, đó là Trung tâm Chỉnh Hình ở

Gs Hoàng Tiến Bảo (phải) tới thăm Gs Phạm Biểu Tâm tại Tustin, Quận Cam, Nam California *(tư liệu TSYS Canada)*

Bà Huyện Thanh Quan và Hiền Vương vì lúc ấy tôi đã sang giai đoạn vật lý trị liệu đều đều vì bệnh mới của tôi. Các cô tập cho tôi ở đây hỏi tôi có biết BS Vinh không? Tôi đã giả lời "Biết lắm chứ!" Rồi tôi nhớ lại tập sách anh viết và gởi cho xem lúc anh còn ở trong quân đội một thời gian…

Khoảng 1971-72 tôi có cơ duyên được đi học về Rehabilitation Medicine ở Letterman General Hospital, Presidio San Francisco, nên sau này với chuyên môn ấy, tôi có một thời gian giảng dạy và làm việc ở Trung tâm Y khoa Phục Hồi, 70 Bà Huyện Thanh Quan, Sài Gòn. Một số các cô chuyên viên Vật Lý Trị Liệu được tôi đào tạo trong các khóa học này. Và thật không thể ngờ, ở một tình huống quá đặc biệt, trong nghiệp vụ thường nhật, các cô học trò cũ ấy lại được vinh dự chăm sóc một vị danh sư và cũng chính là bậc thầy của "thầy dạy các cô".

Hình như Gs Phạm Biểu Tâm và Gs Nguyễn Hữu đã sang thăm đất nước Mỹ rất sớm. Khi nhận được một Postcard tôi gửi từ New York, thầy Tâm viết: *"Anh Vinh làm tôi nhớ lại lần đầu tiên tôi đã đặt chân xuống thành phố New York năm 1951 cách đây non một nửa thế kỷ rồi! Lúc ấy còn là thời kỳ đi xem Empire State Building và Rockefeller Center là lúc thấy cái nào cũng ngẩng cổ lên mà đếm từng lầu. Cũng chả đếm hết được, rồi cảm giác đi "Ascenseur Tàu Suốt" một mạch được luôn mấy từng. Bây giờ đỡ thèm đi trở lại nhiều – thời nào cũng có cái thú của thời ấy."*

Qua một năm nội trú, từ New York với mùa đông giá lạnh ngập tuyết bước sang mùa hè nóng ẩm quá độ, nay tôi mới lại có dịp trở về vùng California nắng ấm để thăm thầy Tâm. Trong cảnh tha hương, cảm động và mừng tủi biết bao nhiêu khi được gặp lại Thầy, trên một lục địa mới ở một nơi xa quê nhà hơn nửa vòng trái đất. Được cầm bàn tay ấm áp và mềm mại của thầy Tâm trong bàn tay mình, rồi như từ trong tiềm thức của một hướng đạo sinh ngày nào, tôi siết nhẹ bàn tay trái của Thầy và chỉ có thể nói với Thầy một câu thật bâng khuâng *"… đôi bàn tay này Thầy đã cứu sống biết bao nhiêu người."* *"Có gì đâu Vinh."* Thầy xúc động và nghẹn ngào nói thêm một câu gì đó mà

Gs Phạm Biểu Tâm và môn sinh Ngô
Thế Vinh tại nhà riêng của Thầy, thành
phố Tustin, Santa Ana 1990 *(photo by
Đường Thiện Đồng)*

tôi không nghe rõ. Tôi hiểu rằng sau tai biến mạch máu não, người
bệnh đều ít nhiều trải qua những biến đổi sâu xa về mọi phương diện
ngoài thương tật thể chất, còn có những thay đổi về xúc động tình cảm
và tâm lý. Và tôi nhận thấy được sự thay đổi nơi Thầy, từ một con
người rất trầm tĩnh nay trở thành dễ bị xúc động về sau này.

MỘT DỰ ÁN LỊCH SỬ Y KHOA DỞ DANG

Thầy Tâm còn rất minh mẫn, trí nhớ hầu như nguyên vẹn khi
Thầy nhắc về những ngày ở bệnh viện Phủ Doãn Hà Nội cho tới bệnh
viện Bình Dân và trường Y Nha Dược ở Sài Gòn. Hồi ức ấy nếu được
ghi lại, đây sẽ là những trang tài liệu vô giá nếu không muốn nói là độc
nhất vô nhị cho bộ sách Lịch sử Trường Y Khoa Hà Nội - Sài Gòn.

Tôi mạn phép đề nghị đem tới Thầy một *tape recorder* thật gọn
nhẹ để được Thầy đọc và ghi âm về những điều Thầy còn nhớ về

Trường Y Khoa và sau đó tôi hứa sẽ làm công việc transcript. Nhưng tôi được thầy Tâm trấn an ngay: *"Vinh đừng lo, công việc ấy đã có anh Nguyễn Đức Nguyên đảm trách và anh ấy sẽ làm chu đáo."* Tôi cảm thấy yên tâm vì được biết anh Nguyên trước đó cũng đã hoàn tất bộ sách rất công phu: *Bibliographie des Thèses de Médecine (Tome I: Hanoi 1935-1954, Saigon 1947-1970; Tome II: Saigon 1971-1972, Hue 1967-1972).*

Khi tôi trở lại New York, Thầy còn viết thư để tôi có thể liên lạc với anh Nguyễn Đức Nguyên, lúc ấy đang sống ở tiểu bang Maryland.

(2) Santa Ana 12-8-1990. Anh Vinh, cảm ơn anh đã dành thì giờ và tìm đến thăm tôi và cũng để cho tôi thăm lại anh. Trước hết xin phép trả nợ đã. Chép cho anh địa chỉ anh Nguyên như sau:

N. D. NGUYÊN c/o Kathy Nguyên
11616 Stewart Lane Apt # 302
Silver Spring, MD 20904

Thế là khỏi quên. Mong anh sẽ gặp lại được người làm đúng cái

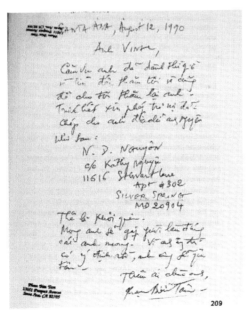

Thủ bút Gs Phạm Biểu Tâm viết từ Santa Ana 12.08.1990 *(tư liệu Ngô Thế Vinh)*

anh mong. Vì anh ấy đã có ý định rồi, anh cũng sẽ yên tâm. Thân ái chào anh, Phạm Biểu Tâm.

Giã từ New York sau 3 năm "cải tạo tự nguyện" – đây là ngôn từ của Vũ Văn Dzi, hành nghề ở Oklahoma VA là bạn đồng môn đã qua Mỹ trước từ 1979. Tôi trở về California năm 1991, làm việc trong một bệnh viện VA ở Long Beach mà bệnh nhân đa số là các cựu chiến binh Mỹ trở về từ Việt Nam. Thời gian này, tôi vẫn giữ liên lạc khá thường xuyên với anh Nguyễn Đức Nguyên và được theo dõi từng bước về công trình của anh.

(3) Silver Spring, Feb 11, 1994. Anh Vinh thân mến, Anh có nhắc "Lịch sử Trường Y khoa Hà Nội – Sài Gòn" ở trang đề tựa khiến tôi thích thú bội phần; tôi vẫn nhớ anh khuyến khích tôi viết tập sách này từ lâu. Có thể nói phần đầu tới 1945 coi là xong rồi; phần Trường Y về ta tới 1954 và đến khi vào Sài Gòn cho tới khi có Hoa Kỳ giúp chính phủ Ngô Đình Diệm cải tổ giáo dục – nhất là giáo dục y khoa – thì còn thiếu một số tài liệu cần thiết: tôi đã nhờ một cô Mỹ trước làm với USOM Sài Gòn kiếm giùm; tôi cũng viết thư cho mấy người bác sĩ Hoa Kỳ trước kia cộng tác với Chương trình Trung tâm Y khoa để mượn tài liệu và hình ảnh. Archives của State Department rộng mênh mông, phải có chuyên viên mới tìm được. Sau khi AMA ký contract năm 1966-67 thì đã có cuốn sách "Saigon Medical School: An Experiment in International Medical Education" của các ông Ruhe, Singer & Hoover viết khá đầy đủ, chắc anh đã đọc rồi chứ? Sở dĩ lâu là vì chờ tài liệu và hình ảnh để bổ túc và cho sách thêm phần hấp dẫn; nếu chỉ có chữ không thì ít người muốn đọc…

Trong một thư khác, anh Nguyên viết:

(4) Silver Spring, Dec 28, 1995. Cảm ơn anh đã hỏi thăm về tập Lịch sử Trường Y. Tài liệu thu thập đầy đủ cho phần đầu (Hà Nội – 1954). Còn phần thứ hai (Sài Gòn – 1975) đang tìm thêm ở Bộ Ngoại Giao / State Department cho đủ viết từ thời kỳ có viện trợ Mỹ. Tiện đây tôi muốn hỏi anh về việc liên quan tới xuất bản sách ở bên này: nhà xuất bản lo từ đầu tới cuối và mình sẽ hưởng tác quyền như thế nào? Nếu mình trình bày bằng "computer" và chỉ cần đưa in thì họ sẽ tính thế nào? Tôi dự tính sang chơi California trước Tết ta, nếu đi

được sẽ tin để anh biết và có thể hẹn gặp nhau ở đâu nói chuyện dài về sách vở. Thân, Nguyễn Đức Nguyên.

Khi được anh Nguyên hỏi về việc xuất bản sách ở hải ngoại, tôi lạc quan nghĩ rằng tác phẩm *"Lịch sử Trường Y khoa Hà Nội – Sài Gòn"* của anh đã bước vào giai đoạn hoàn tất. Anh Nguyên thì cầu toàn, muốn có một tác phẩm thật ưng ý mới cho ra mắt. Riêng tôi thì lại có mối quan tâm khác. Bởi vì anh Nguyên cũng đã bước qua khá xa tuổi "cổ lai hy" và điều gì cũng có thể xảy ra. Tôi nhớ đã có lần bày tỏ với anh Nguyên là chờ một tác phẩm toàn hảo thì không biết đến bao giờ và đề nghị với anh cứ cho xuất bản những gì anh đã hoàn tất, sau đó anh vẫn có thời gian và cơ hội để hoàn chỉnh.

Nhưng rồi rất tiếc là sau đó tôi mất liên lạc với anh Nguyễn Đức Nguyên, anh đã đổi địa chỉ, số phone và cả email. Được biết Anh Nguyên cũng gần tuổi với Gs Trần Ngọc Ninh (1923), cũng bước qua tuổi thượng thọ 90 rồi. Tôi cầu mong công trình của anh sẽ không bị thất lạc, rồi ra tác phẩm sẽ được ra mắt như sự tin cậy và mong đợi của giáo sư Phạm Biểu Tâm từ mấy thập niên của thế kỷ trước.

TRĂM NĂM CÒN LẠI TẤM LÒNG TỪ BI

Ngày 13 tháng 12 năm 2013, nhân 100 năm ngày sinh của giáo sư Phạm Biểu Tâm 1913-2013, các thế hệ sau nhìn lại để thấy rằng

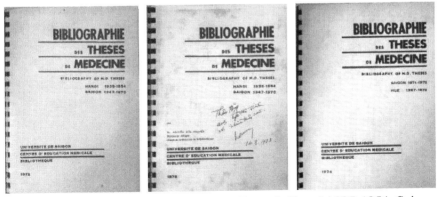

Bibliographie des Thèses de Médecine; Tome I: Hanoi 1935-1954, Saigon 1947-1970; Tome II: Saigon 1971-1972, Hue 1967-1972
(tư liệu Ngô Thế Vinh)

thầy Tâm là người đã dày công xây dựng một trường Đại học Y khoa có truyền thống, cùng với một ban giảng huấn đầy khả năng và thành phần sinh viên được tuyển chọn công bằng và nghiêm khắc, dù trong chiến tranh, ngôi trường ấy vẫn có tiềm lực vươn tới một Trung tâm Y Khoa hiện đại với *đẳng cấp thế giới / world-class;* vậy mà từ sau 1975 cả một nền tảng tốt đẹp ấy đã bị chế độ cộng sản hoàn toàn làm cho băng hoại.

Nhớ lại khoảng thời gian được gần gũi với Thầy Tâm, với tôi, Thầy như một biểu tượng sống động cho lời thề Hippocrates, luôn luôn là tấm gương sáng cho các thế hệ y khoa, không chỉ về tài năng chuyên môn mà cả về đạo đức nghề nghiệp; Thầy vẫn cứ mãi mãi là hình ảnh "sẵn sàng dấn thân" của một Tráng Sinh Bạch Mã Lên Đường.

Giáo sư Phạm Biểu Tâm mất tại Hoa Kỳ ngày 11 tháng 12 năm 1999 trong sự thương tiếc của gia đình, các môn sinh và toàn thể y giới Việt Nam tại hải ngoại và cả trong nước, thương tiếc một vị danh sư đã để lại những dấu ấn lâu dài trong Ngành Y của Việt Nam từ thế kỷ trước.

Nhớ Thầy Phạm Biểu Tâm, đọc lại bài thơ thiền của Thầy, để tìm được nguồn an ủi:

Trăm năm trước thì ta chưa có
Trăm năm sau có cũng như không
Cuộc đời sắc sắc không không
Trăm năm còn lại tấm lòng từ bi…

California, 20.07.2017

NHỮNG NĂM ẢO VỌNG
GIÁO SƯ PHẠM HOÀNG HỘ
VÀ BỘ SÁCH CÂY CỎ VIỆT NAM

Chân dung Giáo Sư Phạm Hoàng Hộ
(nguồn: Bìa lưng bộ sách Cây Cỏ Việt Nam)

Peter Shaw Ashton, Giáo Sư Charles Bullard, ngành Lâm Học, Đại Học Harvard, viết:

"*Với những ghi chú bằng tiếng Anh, cùng với những nét minh họa tinh vi của hơn 10.500 chủng loại, bộ sách Họa Hình Cây Cỏ Việt Nam / Illustrated Flora of Vietnam của Giáo sư Phạm Hoàng Hộ đã cung cấp cho giới độc giả tiếng Anh lần đầu tiên và cập nhật một tài liệu tham khảo thấu đáo mà chúng tôi ít biết đến. Công trình này sẽ đứng như một tượng đài của sự quyết tâm, cống hiến, và uyên bác với lòng can đảm của tác giả. Giáo sư Phạm Hoàng Hộ hầu như đơn độc hình thành một công trình sinh học thực vật có tầm vóc hàn lâm/ academic tại Đại Học Sài Gòn giữa những năm tháng khó khăn. Trong hoàn cảnh cực kỳ thử thách ấy, giáo sư Hộ đã sưu tập được những chất liệu cho bộ sách đặc sắc này và cả những chuyến du khảo nhằm thu thập những mẫu vật để minh họa. Và nay công trình được xuất bản, đó sẽ là nguồn khích lệ cho các nhà sinh học trẻ ở Việt Nam và cả ở hải ngoại.*

"Cây cỏ Việt Nam có thể lên tới 12.000 chủng loại. Bởi vì xứ sở này nằm sát bờ Thái Bình Dương Á Châu nhiệt đới, đó là hành lang cho những chuyển dịch theo chu kỳ bắc-nam / periodic north-south migration của thảm thực vật vô cùng phong phú từ phía nam Trung Hoa và phong phú hơn nữa là thảm thực vật xích đạo Mã Lai / equatorial flora of Malaysia. Trên các rặng núi vẫn còn lưu lại những chủng loại tùng bách / conifer và thực vật có hoa / angiosperm taxa có tầm quan trọng vô song, trong khi các vùng bình nguyên mang dấu ấn của quá khứ có liên hệ tới các vùng hải đảo Phi Luật Tân và Borneo Nam Dương. Đến nay sự phong phú này hầu như tiêu vong. Những nỗ lực của chính phủ Việt Nam trong chiến lược trồng cây tái sinh và bảo tồn sẽ được hỗ trợ bởi công trình của Giáo sư Phạm Hoàng Hộ như một hồ sơ theo dõi các thảm thực vật đến nay còn tồn tại."

TIỂU SỬ:

GS Phạm Hoàng Hộ, trên giấy tờ ngày sinh là 3 tháng 8 năm 1931 tại An Bình, Cần Thơ. Nhưng theo cáo phó mới đây của gia đình, GS Hộ sinh năm Kỷ Tỵ 1929, mất ngày 29 tháng Giêng năm 2017 tại Montréal, Canada hưởng thọ 89 tuổi. Anh Phạm Hoàng Dũng, con trai GS Phạm Hoàng Hộ xác nhận là "Ba tôi sinh năm Kỷ Tỵ 1929, nhưng theo lệ ngày xưa thì lâu sau đó mới khai sinh, là năm 1931".

Văn Bằng:

-- 1953: Cử nhân Khoa học, Thủ khoa Thực vật học, Paris

-- 1955: Cao học Vạn vật học, Paris
-- 1956: Thạc sĩ / Agrégé Vạn vật học
-- 1962: Tiến sĩ Khoa học / Vạn vật học, Paris

Chức Vụ:

-- 1957-1984: Trưởng phòng Thực vật Đại học Khoa học Sài Gòn
-- 1965-1984: Giáo sư Thực vật học Đại học Khoa học Sài Gòn
-- 1962-1966: Giám đốc Hải học viện Nha Trang
-- 1963-1963: Khoa trưởng Đại học Sư phạm Sài Gòn
-- 1963: Tổng trưởng Quốc gia Giáo dục
-- 1966-1970: Viện trưởng sáng lập Viện Đại học Cần Thơ
-- 1978-1984: Chủ bút tuần báo Khoa học Phổ thông Sài Gòn
-- 1984-1989: Giáo sư Khảo cứu tại Viện bảo tàng Thiên nhiên Quốc gia Paris

Hội Viên Khoa Học:

-- 1956: Hội viên Hội Thực vật học Pháp
-- 1963: Hội viên Hội Tảo học Quốc tế (International Phycological Society)
-- 1964: Hội viên Sáng lập Hội Sinh học Việt Nam
-- 1965: Phó Chủ tịch Ủy ban Danh từ Việt Nam
-- 1967: Hội viên Hội Viện trưởng Đại học Quốc tế (APU)
-- 1969: Sáng lập viên Niên san Đại học Cần Thơ
-- 1971: Hội viên Ủy ban Thẩm định hậu quả chất Da cam tại Nam Việt Nam, Viện Hàn lâm Khoa học Quốc gia, Hoa Kỳ.
-- 1973: Cố vấn Môi sinh Ủy ban Quốc Tế Sông Mekong (MRC)

Ấn Phẩm:

-- 1960: *Cây Cỏ Miền Nam Việt Nam* (Flore Illustrée du Sud Vietnam)
Bộ Giáo dục Việt Nam: 1 vol., 803 pp., 275 pls.
-- 1964: *Sinh Học Thực Vật*
Bộ Giáo dục Việt Nam: 1 vol., 861 pp., nhiều hình
-- 1968: *Hiển Hoa Bí Tử*

Trung tâm Học liệu, Bộ Giáo dục Việt Nam: 506 pp., 264 pls.

-- 1969: *Rong Biển Việt Nam*

Trung tâm Học liệu, Bộ Giáo dục Việt Nam: 558 pp., 493 figs.

-- 1970: *Cây Cỏ Miền Nam Việt Nam*, in kỳ 2, quyển I

Trung tâm Học liệu, Bộ Giáo dục Việt Nam: 1115 pp., figs. 2787

-- 1972: *Cây Cỏ Miền Nam Việt Nam*, in kỳ 2, quyển II

Trung tâm Học liệu, Bộ Giáo dục Việt Nam: 1139 pp., figs. 5272

Cây cỏ Việt Nam: An illustrated Flora of Vietnam

-- 1991, Tập 1 Quyển I: Khuyết Thực Vật. Lõa Tử. Hoa-cánh-rời đến Tiliaceae.

-- 1992, Tập 1 Quyển II: Hoa-cánh-rời từ Elaeagnaceae đến Apiaceae

-- 1993, Tập 1 Quyển III: Từ Smilacaceae... Cyperaceae... Poaceae... đến Orchidaceae.

-- 1991, Tập 2 Quyển I: Hoa-cánh-rời từ Sterculiaceae đến Fabaceae.

-- 1993, Tập 2 Quyển II: Từ Daphniphyllum ... Fagaceae... Apocynaceae... đến Scrophulariaceae

-- 1993, Tập 2 Quyển III: Từ Smilacaceae... Cyperaceae... Poaceae... đến Orchidaceae

-- 1998: *Cây cỏ có vị thuốc ở Việt Nam*

Nxb Trẻ, TP Hồ Chí Minh: 860 pp.,

Mô tả 2149 loài có vị thuốc gặp ở Việt Nam

Vẫn trong bản Tóm lược sự nghiệp Khoa học, GS Phạm Hoàng Hộ tâm sự: *"Có lẽ vì lúc còn rất nhỏ tôi đã sống ở nơi vườn tược, ruộng đồng xanh um vùng châu thổ sông Cửu Long, nên từ nhỏ tôi đã thích cây cỏ. Tôi không bao giờ quên được hình ảnh của bông Súng ở ruộng hay ao, lộng lẫy dưới ánh mặt trời ban mai, hay hình ảnh của bông Nhãn lồng phơi mình dựa bờ ruộng. Nên Thực vật học và Sinh học Nhiệt đới đã hấp dẫn tôi lúc đi du học. Và lúc học ở Đại học Khoa học Paris, tôi đã bắt đầu tìm hiểu Cây cỏ Đông Dương. Tiếp xúc đầu tiên một cách khoa học với Cây cỏ ấy, tôi thực hiện ở Viện Bảo tàng Thiên nhiên Quốc gia Paris. Lúc mới học Vạn vật, tôi đã vào nhà kiếng của Viện này để tìm coi có loại nào ở nước nhà hay không. Và một số loài đã được vẽ từ lúc ấy! Tôi nhớ một số Lan đã được vẽ từ năm 1950, trong nhà kiếng ấy. Đó là những hình "xưa" nhất của bộ Cây cỏ của tôi. Sau này khi làm luận án Cao học, cũng ở Viện ấy, tôi mới có dịp vào Thảo Tập, và nhiều hình, nhất là của giống Ficus, khó, vì chưa nhiều loài đã được vẽ vì ngại sự khó khăn ấy về sau khi về bên nhà mà tài liệu thật là khó kiếm. Thật ra lúc ấy tham vọng của tôi vô cùng khiêm tốn, là sau này được biết các loại Ficus Việt Nam mà thôi! Cũng đã quá sung sướng rồi.*

Sau khi thi đậu Thạc sĩ / Agrégation hạng sáu, trên 300 thí sinh, và chỉ có 30 đậu, năm 1956 tôi về nước.

(* Ghi chú của người viết: cần phân biệt với bằng Thạc sĩ hiện nay ở Việt Nam tương đương với cao học / master, trong khi Thạc sĩ / Agrégé ở Pháp là học vị về sư phạm, trải qua kỳ thi tuyển khó khăn, nếu thi đậu sẽ trở thành giáo sư thực thụ / professeur titulaire từ bậc trung học / lycée tới các trường cao đẳng / enseignement supérieur thuộc các ngành Khoa học, Y dược, Luật khoa)

Giáo sư Hộ viết tiếp: "Lúc ấy tham vọng của tôi chỉ là về dạy học ở một trường Trung học, và lúc rảnh rang sẽ tìm hiểu cây cỏ của vùng Lục tỉnh mà thôi, nhưng Viện Đại học Sài Gòn và Hải học viện Nha Trang "kéo" tôi về giảng dạy và trông nom Hải học viện. Khi làm việc ở Nha Trang tôi khảo cứu Rong biển, như là một phận sự. Và sau vài năm khảo cứu dưới sự hướng dẫn của Giáo sư J. Feldmann, tôi hoàn thành luận án Tiến sĩ mà tôi trình ở Đại học Paris, năm 1961. Công trình này được đăng trong Niên san Khoa học Đại học đường Sài Gòn, và trong quyển Rong biển Việt Nam, *cũng như một số ấn phẩm trong vài tạp chí khoa học.*

Ở Sài Gòn, phận sự chính của tôi là giảng dạy Thực vật và Sinh học Thực vật (thay thế Giáo sư Pháp Roger, một nhà chuyên môn về nấm gây bệnh cây) cho sinh viên dự bị và chuyên khoa. Chính vì muốn giảng dạy tốt, thích nghi vào điều kiện nhiệt đới Việt Nam, các môn ấy mà tôi lục lạo và sau đó cho ra đời công trình mà sau này sẽ là công trình của đời tôi là Cây cỏ Việt Nam. *(trích dẫn tư liệu gia đình GS.* Phạm Hoàng Hộ: *Văn Bằng, Sự Nghiệp Khoa Học của Phạm Hoàng Hộ, Giáo sư Thực vật học).*

1959-1960, tôi / người viết bài này mới chỉ là sinh viên lớp dự bị Y khoa PCB / *Physique Chimie Biologie* tại Đại học Khoa học Sài Gòn và được học Thầy Hộ mới tốt nghiệp Thạc sĩ ở Pháp về, dạy môn Sinh Học Thực vật. Tuy chỉ được học Thầy một năm, nhưng Thầy đã để lại cho đám sinh viên và riêng tôi một niềm cảm hứng với những dấu ấn rất khó phai mờ. Vào trường Y khoa rồi, không còn được học Thầy Hộ nhưng tôi vẫn mang lòng ngưỡng mộ và cả theo dõi những bước đi và sưu tập những bộ sách công trình nghiên cứu khoa học của Thầy.

Bộ sách *Cây Cỏ Miền Nam Việt Nam* gồm 2 quyển, do Trung tâm Học Liệu, Bộ Giáo Dục VNCH xuất bản 1970 *(nguồn: internet Sách Xưa)*

Vào đầu thập niên 1990, giới khoa học trong nước và hải ngoại rất đỗi vui mừng khi bộ sách *Cây Cỏ Việt Nam* của GS. Phạm Hoàng Hộ được lần lượt xuất bản. Theo GS Thái Công Tụng, hiện định cư tại Montréal thì các sách của GS. Phạm Hoàng Hộ hiện có đầy đủ ở Bibliothèque Jardin Botanique Montréal, Canada, và dĩ nhiên là có trong nhiều thư viện lớn trên thế giới.

Trọn bộ *Cây Cỏ Việt Nam* gồm hai Tập, mỗi Tập 3 Quyển, tổng cộng khoảng 3600 trang, chưa kể Phần Từ Vựng tên Việt Nam và Từ Vựng tên Khoa học các Giống (Chi) bao gồm thêm cả công trình của những năm tháng giáo sư rời quê hương Việt Nam sang Pháp, vẫn tiếp tục cặm cụi làm việc.

Riêng tôi / người viết đã sớm có được trọn bộ 6 Quyển *Cây Cỏ Việt Nam* xuất bản ở hải ngoại do bác sĩ Phạm Văn Hoàng, bào đệ của GS Phạm Hoàng Hộ, nguyên Giám đốc Trung Tâm Phục Hồi Cần Thơ, một đàn anh trong Y khoa gửi tặng.

Tưởng cũng nên ghi lại ở đây, là trước 1975, Giáo sư Phạm Hoàng Hộ đã từng là *Cố vấn Môi sinh Ủy ban Sông Mekong / Mekong River Committee* và khoảng năm 1974 hai Giáo sư Phạm Hoàng Hộ và Thái Công Tụng đã có một nghiên cứu chung về Môi sinh Đồng Bằng Sông Cửu Long: *The Mekong Delta, Its environment, Its Problems;* (do Bộ Canh Nông VNCH xuất bản, Sài Gòn 1974); khi tìm kiếm tới tài liệu có tính cách lịch sử ấy, tôi được GS Thái Công Tụng bùi ngùi cho biết là đã mất hết sau cơn binh lửa...

Để tìm hiểu thêm tại sao các tác phẩm khoa học của Giáo Sư Phạm Hoàng Hộ lại được ưu tiên xuất bản bằng tiếng Việt cho dù ngôn ngữ chính thông thạo của GS. Hộ trong suốt quá trình đào tạo và giảng dạy là tiếng Pháp.

Trong lời mở đầu quyển Rong Biển Việt Nam *xuất bản năm 1969, GS. Phạm Hoàng Hộ viết: "Lúc đầu, quyển sách này được thảo bằng ngoại ngữ, khi làm việc ở Hải học viện Nha Trang và ở Museum, và tôi có hoài bão được xuất bản trong ngoại ngữ ấy để công bố công trình khảo cứu của mình ra bốn phương, như lời hứa ngầm lúc trình luận án.*

Song nay tôi đã đổi ý và cho xuất bản bằng tiếng Việt Nam. Đó là để chứng minh rằng ngôn ngữ nào, miễn được chăm sóc, đều có thể diễn tả kiến thức ở mọi trình độ. Tôi biết có nhiều người cho rằng không ấn hành trong một ngôn ngữ quốc tế là phí công, giới khảo cứu làm sao biết đến. Nhưng tôi thấy chẳng cần đến việc ấy. Được mấy mươi triệu người Việt Nam biết và dùng, có giá trị hơn là được vài ngàn học giả chuyên môn thưởng thức. Tôi đã bỏ cái tự hào sai là tranh đua cùng người ngoài để tự tạo lấy thanh danh, "làm thơm lây dân Việt". Tôi tin rằng cái tự hào ấy không thực tế, vì một người Việt Nam hay, không bằng nhiều người Việt Nam khá: cầm đuốc soi thành phố người có vẻ không thức thời trong khi nước nhà còn u ám. Cái tự hào trên thật ra chỉ để che đậy sự trốn trách nhiệm, sự bỏ phận sự trước con cháu chúng ta một cách không tha thứ được.

Phạm-hoàng Hộ, sanh năm 1931 tại Anbình, Cầntho, Thạcsĩ Vạnvậthọc, Tiếnsĩ Khoahọc (Paris), Giáosư thậttho tại trường Đạihọc Khoahọc Sàigòn, Việntrưởng sánglậpviên Đạihọc Cầntho, cựu Tổngtrưởng Quốcgia Giáodục Việtnam Cộnghòa, nguyên Giáosư khảocứu tại Viện Bảotàng Thiênnhiên Quốcgia Paris, hộiviên nhiều Hội Khoahọc Quốctế. Là tácgiả của nhiều ănphẩm về thựcvậthọc Việtnam: Rong biển Việtnam (1969), Táohọc (1972) Sinhhọc Thựcvật (in kỳ tư 1973), Hiểnhoa Bítử (in kỳ nhì 1975)...

"By providing annotations on each species in English, as well as the fine line drawings for every one of the c. 10,500 species, the Illustrated Flora of Vietnam provides the English speaking reader with the first, as well as a fully up to date and comprehensive reference for a flora hitherto little known to us. This work will stand as a monument to the determination, dedication, scholarship and even courage of its author. Professor Pham hoang Ho almost single-handedly upheld standards of academic excellence in biology at the University of Saigon during its most difficult years. Under extraordinarily difficult circumstances, Professor Ho was able to gather the materials for this remarkable series and even to visit the field to gather fresh material for illustration. It is symptomatic of our times that he is now publishing this work, which will be such a stimulus to young biologists in Vietnam, privately overseas.

"The flora of Vietnam may finally contain more than 12,000 phanerogams. This is because the country, pressed against the Pacific edge of the Asian tropics, has been a corridor for the periodic north-south migration of the very rich subtropical flora of South China and even richer equatorial flora of Malaysia. Her mountains still harbor conifer and angiosperm taxa of exceptional importance, while the lowlands bear evidence of past connections with the Philippines and Borneo. All this wealth is now perilously close to extinction. The valient efforts of the current government of the Republic of Vietnam to plan and implement a comprehensive conservation strategy will be critically assisted by this manual, which will also stand as a record of the flora as it now exists.

Peter Shaw Ashton
Charles Bullard Professor of Forestry
Harvard university

Mấy dòng tiểu sử của GS. Phạm Hoàng Hộ cùng với Lời Tựa của Peter Shaw Ashton, nhà sinh học gốc Anh, Tiến sĩ Đại Học Cambridge, Giáo Sư Charles Bullard ngành Lâm Học, Đại Học Harvard nơi bìa sau của bộ sách *Cây Cỏ Việt Nam* (Quyển II, Tập 2) xuất bản tại Montréal 1993

Tạo ra cho chúng ta một nền văn chương khoa học là một công trình rất bao la. Vì thấy nó quá to tát nên nhiều học giả chấp nhận giải pháp dễ nhất: học ngay trong văn chương khoa học ngoại ngữ vô cùng phong phú, dồi dào. Cái học như vậy sẽ cho ta những người giỏi, nhưng ta không quên rằng nền văn minh bây giờ là văn minh của đại chúng chứ không phải của vài người được nữa. Ta đừng để cho sự phong phú của văn hóa nước ngoài đè bẹp ta. Người Nhật, cách đây một thế kỷ, há đã không hoảng sợ trước sự hùng mạnh của khoa học nước ngoài sao? Mà nay họ đã tự tạo được một nền văn chương khoa học riêng biệt đã đến lúc gần hay hơn cả những nước ấy!

Hơn lúc nào hết, câu của Nguyễn Văn Vĩnh vẫn còn vẳng bên tai: "Nước Việt Nam ta sau này hay hay dở là ở chữ quốc ngữ". Trong thế giới tương lai, sự lệ thuộc về văn hóa, nhất là về văn hóa khoa học sẽ là sự lệ thuộc chánh." (Lời Mở Đầu của quyển *Rong Biển Việt Nam*; Trung Tâm Học Liệu, Bộ Giáo Dục xuất bản 1969)

Một số hình bìa bộ sách đồ sộ *Cây Cỏ Việt Nam* gồm 6 Quyển 2 Tập của Giáo Sư Phạm Hoàng Hộ xuất bản tại hải ngoại *(nguồn: Ngô Thế Vinh)*

CHẶNG ĐƯỜNG ĐAU KHỔ

Hình ảnh một Giáo sư Phạm Hoàng Hộ những năm sau 1975, là một tấm gương và cũng là một trải nghiệm đau đớn cho cả một thế hệ trí thức Miền Nam mà Giáo sư Phạm Hoàng Hộ là một biểu tượng.

Theo Giáo sư Phạm Hoàng Hộ thì bộ sách *Cây Cỏ Việt Nam* đã được thực hiện qua 4 giai đoạn:

-- *Nghiên cứu giai đoạn một*: Hợp tác với GS Nguyễn Văn Dương về phần dược tính, *Cây Cỏ Miền Nam Việt Nam*, do Bộ Quốc gia Giáo dục ấn hành năm 1960 mô tả 1650 loài thông thường của Miền Nam, "Đó là giai đoạn còn mò mẫm, học hỏi một thực-vật-chúng chưa quen thuộc đối với một sinh viên vừa tốt nghiệp từ vùng xa lạ mới về.

-- *Nghiên cứu giai đoạn hai*: Kỳ tái bản lần hai 1970 bộ *Cây Cỏ Miền Nam Việt Nam,* số loài lên được 5328. "Đó là giai đoạn mà tôi xem như vàng son của một nhà thực vật học Việt Nam chúng ta. So với bây giờ, lúc ấy tôi yên ổn làm việc, có nhiều phương tiện cá nhân cũng như của non nước và nhất là được sự khuyến khích của mọi giới, bạn bè cũng như chính quyền.

-- *Nghiên cứu giai đoạn ba*: Tiếp tục công việc nghiên cứu sau 1975, đưa thêm được vào bộ sách *Cây Cỏ Miền Nam Việt Nam* 2500 loài và bộ được nối rộng cho toàn cõi Việt Nam.

Sau biến cố 1975, Giáo sư Phạm Hoàng Hộ cũng như người bạn đồng hành trí tuệ của ông là Giáo sư Nguyễn Duy Xuân đã cùng chọn ở lại để xây dựng đất nước sau chiến tranh và thống nhất, nhưng với cái giá rất đắt mà sau này được GS Hộ ghi lại là: *"thời kỳ sống trong ảo vọng là sẽ thấy đất nước đi lên. Giai đoạn đi xe đạp, ăn gạo hẩm, tưởng hoa sẽ nở trên đường Quê hương."*

Tuy Giáo sư Phạm Hoàng Hộ vẫn còn chức danh là Hiệu phó (phó Khoa trưởng) Đại học Khoa học, nhưng chính quyền mới chỉ sử dụng trí thức cũ như ông chủ yếu là "làm kiểng", không có vai trò tương xứng trong giáo dục. Vì không là đảng viên, nên khi có vấn đề gì thì Đảng bộ họp riêng và quyết định, có việc ông không bao giờ được biết. Năm 1977 sau trải nghiệm những ngày học chính trị, một lớp học kéo dài mười tám tháng về "Chủ nghĩa xã hội khoa học" dành riêng cho các trí thức Miền Nam tổ chức tại TP Hồ Chí Minh; từ rất sớm, Giáo sư Phạm Hoàng Hộ đã phản đối cách đào tạo đưa thời gian học chính trị quá nhiều vào chương trình. Ông cảnh báo: "*Nếu chính trị can dự quá mạnh, các nhà khoa học sẽ mất căn bản.*" *(Huy Đức, Bên Thắng Cuộc)*

Rồi phải chứng kiến một thiểu số trí thức cũ xu thời, mau chóng hợp tác toàn diện với chế độ mới, bất chấp sự liêm khiết, sẵn sàng cống hiến những công trình mệnh danh khoa học theo phong trào để mừng các ngày lễ hội 3-2 hay 19-5 như các bài báo chứng minh "ăn mấy ký khoai mì bổ bằng một ký thịt bò" hoặc là "ăn bo bo nhiều dinh dưỡng hơn cả gạo"... những công trình "giả khoa học / pseudoscience" ấy đã mau chóng trở thành giai thoại đầy mỉa mai được lan truyền trong các trại tù cải tạo, nơi mà đám tù nhân Miền Nam đang bị thiếu ăn suy dinh dưỡng với thực phẩm cung cấp chủ yếu là gạo hẩm "đại mễ" của Trung Quốc cùng với với bo bo và khoai mì / ngoài Bắc gọi là sắn.

Giáo sư Phạm Hoàng Hộ, cũng như số trí thức cũ khẳng khái của Miền Nam còn ở lại, thấy không thể tiếp tục sống trong một xã hội giả dối và suy đồi đến như thế, việc ông đi tới quyết định phải chấm dứt những năm "ảo vọng" và lãng phí ấy, là điều không thể tránh. Và rồi dịp ấy đã tới, năm 1984 khi được chính phủ Pháp mời sang làm giáo sư thỉnh giảng, Giáo sư Phạm Hoàng Hộ đã quyết định chọn cuộc sống lưu vong và ở lại Pháp.

-- *Nghiên cứu giai đoạn bốn*: Một giai đoạn mà giáo sư Phạm Hoàng Hộ gọi là "*vừa hiếm có vừa đau khổ nhất.*" Giáo sư Hộ viết tiếp: "*Đau khổ vì rời quê hương mà không hy vọng trở lại. Đau khổ vì xa gia đình thân yêu, vĩnh biệt mẹ hiền đã trọn đời hy sinh cho các con. Đau khổ vì thấy đất nước thân yêu đang ở trong một nỗi khổ khôn lường, một sự nghèo khôn tả, một sự tuyệt vọng thương tâm.*"

Nhưng rồi với hùng tâm, ông cũng vượt lên trên sự khổ đau khôn lường ấy. Giáo sư Hộ đã kiên nhẫn đắm mình trong Viện Bảo Tàng Thiên nhiên Quốc gia Paris, cật lực làm việc ròng rã suốt sáu năm. Viện Bảo Tàng Thiên nhiên Quốc gia ở Paris / *Muséum National d'Histoire Naturelle* (MNHN) thuộc hệ thống Đại học Sorbonne, bên tả ngạn Sông Seine, được thành lập từ thế kỷ XVIII thời kỳ Cách Mạng Pháp.

Giáo sư Phạm Hoàng Hộ cho rằng: *"Hiếm có một nhà Thực vật học, nhất là người Việt Nam, đã lục lạo cây cỏ ở nước nhà, lại được ở lại nghiên cứu tại Viện Bảo Tàng Thiên nhiên Quốc gia Pháp, chứa một thảo tập phong phú vào bậc nhất thế giới, với 8 tới 10 triệu mẫu vật cây cỏ. Ít nhất cho Việt Nam, nó là kho tàng duy nhất, vì chứa hơn 10 ngàn loài thu được ở nước ta. Trong sáu năm làm việc ở Viện ấy, không một ngày nào mà khi chiều ra về, dù trời đông âm u lạnh lẽo, hay chiều hè vắng vẻ nóng khô, mà tôi không thốt ra câu "Thật là một ngày tuyệt"* vì đã biết thêm cho Việt Nam ít nhất là một loài hiếm, lạ hay mới!" Trong giai đoạn chót này, ông bổ túc thêm cho bộ Cây Cỏ được trên 3000 loài. Số loài mô tả khoảng 10.500.

Viện Bảo Tàng Thiên nhiên Quốc gia Pháp, Paris nơi Giáo sư Phạm Hoàng Hộ đơn độc làm việc ròng rã suốt sáu năm để hoàn tất bộ sách *Cây Cỏ Việt Nam. (nguồn: internet)*

Tại Pháp khi gặp lại người học trò cũ, nay đã là thành viên trong ban giảng huấn Đại học Khoa học Sài Gòn, cũng đang làm việc tại Viện Bảo Tàng Thiên nhiên Quốc gia Pháp nghiên cứu về Cá / Laboratoire d'Ichtyologie, Giáo sư Phạm Hoàng Hộ đã tâm sự:

"Tôi ráng làm càng nhiều càng tốt. Bộ sưu tập của Pháp rất dồi dào, đúng phương pháp khoa học. Do được sưu tập từ mấy mươi năm trước, các mẫu vật đã cũ, mình không làm gấp e sẽ hư hỏng thì uổng quá... Nhiều người Trung Quốc từ đại lục và cả từ Đài Loan, Singapore đã đến tìm học các bộ sưu tập thực vật Đông Dương của Pháp. Tôi không biết họ có chủ trương gì đó không. Tài nguyên nước mình, mình phải biết. Mình không biết mà người ta biết thì người ta xài hết của dân mình. Lãnh vực nào cũng vậy riết rồi người ta áp chế mình, ăn trên ngồi trước còn mình cắm đầu dưới đất, tiếng là có độc lập mà còn thua hồi thuộc Pháp!" (4)

Sau khi hoàn tất bộ sách *Cây Cỏ Việt Nam*, Giáo sư Phạm Hoàng Hộ đã bày tỏ lòng tri ân sâu xa đối với Viện Bảo Tàng Thiên nhiên Quốc gia Paris và các bạn đồng sự Pháp, ông đã rất chân thành tâm sự: *"thực hiện những điều mà lúc nhỏ dù điên rồ tới đâu tôi cũng không dám mơ ước: nô lệ của một thuộc địa, học ở một trường thường, ở một tỉnh nhỏ, bao giờ dám nghĩ đến tạo một quyển sách dù nhỏ bé, mê cây cỏ xung quanh nhưng bao giờ nghĩ đến biết cây cỏ cả nước!"*

Người "trí thức đau khổ" Phạm Hoàng Hộ đã vươn lên và hoàn tất được "giấc mơ điên rồ" tưởng như không thể được ấy và trở thành cây "đại thụ" trong Khoa học Thực vật của Việt Nam và cả thế giới.

CHÚT GIAI THOẠI VĂN HỌC

Trong cuốn *Bông Hồng Tạ Ơn*, khi viết về bộ sách của Giáo sư Phạm Hoàng Hộ, nhà văn Nguyễn Đình Toàn nhớ lại: "Các năm trước 1975, bộ sách của giáo sư Phạm Hoàng Hộ còn mang tên là *Cây Cỏ Miền Nam*. Cuộc chia cắt đất nước đã giới hạn tầm mức của cuốn sách. Thế nhưng công trình của giáo sư Phạm Hoàng Hộ không phải chỉ được coi là quý đối với các nhà chuyên môn về thực vật học, mà theo nhà văn Võ Phiến có kể lại trong bộ sách Văn Học Miền Nam soạn thảo tại hải ngoại sau 75, thì đã có nhiều nhà văn, (trong số đó có Nguyễn Đình Toàn) đã tìm đọc cuốn *Cây Cỏ Miền Nam* để biết thêm về một vài loại cây cỏ quanh mình, để khi cần, có thể đưa vào tác phẩm". Giai thoại văn học này có lẽ chính Giáo sư Phạm Hoàng Hộ không hề biết tới.

SÁNG LẬP VIỆN ĐẠI HỌC CẦN THƠ

Khoảng thập niên 1960s, do sự vận động của các nhân sĩ trí thức Cần Thơ, với hai tên tuổi hàng đầu là Giáo sư Phạm Hoàng Hộ và bác sĩ Lê Văn Thuấn, Viện Đại học Cần Thơ được phép thành lập vào ngày 31.03.1966 và cũng là Đại học đầu tiên của vùng Đồng Bằng Sông Cửu Long (ĐBSCL). Giáo sư Phạm Hoàng Hộ là Viện trưởng đầu tiên của Đại học Cần Thơ từ 1966 tới 1970.

Với uy tín lớn về thành tích khoa học và cả về nhân cách, Giáo sư Phạm Hoàng Hộ đã quy tụ được rất nhiều "chất xám" tinh hoa của Miền Nam thời bấy giờ; chỉ riêng trong lãnh vực Nông Nghiệp có thể kể tới sự hợp tác của những tên tuổi như GS Tôn Thất Trình, GS Thái Công Tụng, TS Nguyễn Viết Trương, TS Trần Đăng Hồng với công lao bước đầu đưa giống Lúa Thần Nông/ HYV / High Yield Variety vào ĐBSCL.

Rồi phải kể tới một đội ngũ giảng huấn đầy khả năng khiến Đại Học Cần Thơ mau chóng trở thành một trung tâm giáo dục và khoa học có tầm cỡ, đáp ứng nhu cầu trí tuệ của một vùng châu thổ rộng lớn rất giàu nguồn tài nguyên thiên nhiên nhưng chưa được khai thác. Để có thể thấy được thành quả bước đầu của Viện Đại học Cần Thơ, đó là các lớp sinh viên đầu tiên trưởng thành và tốt nghiệp 4 năm sau đó.

Giáo sư Đỗ Bá Khê trong "think tank" của Giáo sư Phạm Hoàng Hộ, cũng đến từ Đại học Khoa học Sài Gòn, cách đây 47 năm, trong bài diễn văn "xuất trường" của Viện Đại Học Cần Thơ, đã có một tầm nhìn rất xa về vai trò của Viện Đại Học này đối với tương lai vùng Đồng Bằng Châu Thổ:

"Ngày nay (19/12/1970) trong Thời Đại Khoa Học Kỹ Thuật, các tỉnh ĐBSCL đang trông chờ nơi ánh sáng soi đường của Viện Đại

Học Cần Thơ và ước mơ một chân trời mới, tô điểm bằng những cành lúa vàng nặng trĩu, những mảnh vườn hoa quả oằn cây, dân cư thơ thới, một cộng đồng trù phú trong một xã hội công bằng."

NGƯỜI BẠN ĐỒNG HÀNH
GS NGUYỄN DUY XUÂN

Đến năm 1970, bước đầu xây dựng được một Đại học Cần Thơ vững vàng, để có thể trở về Sài Gòn tiếp tục các công trình nghiên cứu khoa học và giảng dạy, Giáo sư Phạm Hoàng Hộ chính thức mời Giáo sư Nguyễn Duy Xuân về thay ông, làm Viện trưởng thứ hai của Viện Đại Học Cần Thơ.

Giáo sư Nguyễn Duy Xuân cũng là người Cần Thơ, sinh năm 1925 hơn Giáo sư Phạm Hoàng Hộ 4 tuổi, tốt nghiệp Tiến sĩ Kinh tế tại Đại học Vanderbilt Hoa Kỳ, trở về Việt Nam 1963, giáo sư Luật. Nhận chức Viện trưởng từ Giáo sư Phạm Hoàng Hộ, Giáo sư Nguyễn Duy Xuân đã nỗ lực phát triển Viện Đại học Cần Thơ trên mọi lãnh vực từ chương trình giảng dạy, đào tạo ban giảng huấn, xây cất thêm giảng đường, phòng thí nghiệm, thiết lập ký túc xá như hệ thống campus cho sinh viên đến từ các tỉnh xa Miền Tây. Ông là người tiên phong thực hiện giáo dục đại học theo tín chỉ/ credits (thay vì chứng chỉ, certificat như trước đây); giống như mô hình hệ thống Đại học Hoa Kỳ. Ông còn gửi cả một đội ngũ giảng viên trẻ đi du học, điển hình như anh Trần Phước Đường đi Mỹ tốt nghiệp tiến sĩ tại Đại học Michigan, sau đó trở về trường phục vụ ngành Sinh học. Giáo sư Trần Phước Đường sau này trở thành Viện trưởng Đại học Cần Thơ từ 1989 tới 1997.

Năm 1972, ông cũng đích thân mời nhà nông học trẻ Võ Tòng Xuân khi ấy đang công tác ở Viện Nghiên cứu Lúa gạo Quốc tế Los Banos Philippines về trường giảng dạy. Sau này anh Võ Tòng Xuân kể lại, khi nhận được thư của GS Nguyễn Duy Xuân: "Anh Nguyễn Duy Xuân nói ĐBSCL là cái vựa của lúa gạo nên rất cần những nhà khoa học về nông nghiệp. Chiến tranh rồi có ngày hòa bình, đất nước sẽ cần những người như tôi. Đó là một trong những lý do tôi về công tác ở Đại học Cần Thơ." TS Võ Tòng Xuân sau này trở thành một

Giáo sư Nông học danh tiếng, *"Doctor Rice"*, tên tuổi anh VTX gắn liền với sự phát triển của cây Lúa Thần Nông và sau đó anh là Viện trưởng Đại học An Giang là Đại học lớn thứ hai của ĐBSCL sau Viện Đại học Cần Thơ.

Chỉ trong vòng 9 năm (1966 - 1975) với công lao xây dựng của hai Viện trưởng tiền nhiệm: GS Phạm Hoàng Hộ, GS Nguyễn Duy Xuân, Viện Đại Học Cần Thơ như một Ngọn Hải Đăng Miền Tây, trở thành một trung tâm đào tạo và nghiên cứu khoa học, đặc biệt bước đầu ưu tiên phát triển hai lãnh vực Sư phạm và Nông nghiệp, vững vàng sánh bước với các Viện Đại học lâu đời khác của Miền Nam, đóng góp cho sự thăng tiến của vùng ĐBSCL.

TỪ ẢO VỌNG TỚI THẢM KỊCH

Chỉ mấy ngày trước biến cố 30 tháng 4, 1975, cũng như GS Phạm Hoàng Hộ, GS Nguyễn Duy Xuân như một trí thức dấn thân, quyết định ở lại và giữa cảnh dầu sôi lửa bỏng, ông vẫn can đảm nhận chức Tổng trưởng Bộ Văn hóa Giáo dục cuối cùng của Việt Nam Cộng Hòa. Giữ chức vụ đó chưa đầy một tuần lễ thì chính quyền Miền Nam sụp đổ, TT Dương Văn Minh tuyên bố đầu hàng.

GS Nguyễn Duy Xuân bị đưa vào trại tù cải tạo, sau đó bị đưa ra Bắc, giam trong trại tù Hà Nam Ninh, hầu như không có ngày về. Vẫn theo anh Võ Tòng Xuân (VTX), năm 1983, trong một lần ra Hà Nội dự họp, anh đã vô trại Ba Sao để thăm lại vị Viện trưởng của mình khi còn ở Viện Đại học Cần Thơ. Gặp lại đồng nghiệp, GS Nguyễn Duy Xuân rất mừng, và dù đang trong nghịch cảnh tù đày, ông vẫn đau đáu quan tâm hỏi han tới hiện trạng của Đại học Cần Thơ, nơi mà ông và GS Phạm Hoàng Hộ đã dầy công xây dựng.

Tôi, người viết bài này, không thể không tự hỏi nếu không có 11 năm giam hãm đầy đọa độc ác và vô ích của những người Cộng sản thắng cuộc, nếu GS Nguyễn Duy Xuân, một Tiến sĩ Kinh tế tài ba và giàu lòng yêu nước, vẫn tiếp tục ở lại xây dựng Viện Đại học Cần Thơ với nhịp độ 1966-1975, không biết Viện Đại học Cần Thơ sẽ tiến xa tới đâu?

Năm 1983 là lần gặp gỡ đầu tiên của hai Giáo sư cùng tên Xuân sau 1975 ở trại Ba Sao và cũng là cuối cùng GS VTX được gặp lại GS Nguyễn Duy Xuân. Tiếp tục bị đầy ải thêm 3 năm nữa tổng cộng 11 năm, GS Nguyễn Duy Xuân đã chết trong tù cải tạo Hà Nam Ninh ngày 10 tháng 11 năm 1986 trong đói khát và bệnh tật không thuốc men. Xác của ông được vùi nông trong nghĩa địa tù cải tạo trên triền núi phía sau trại tù Ba Sao.

Trại tù Ba Sao Hà Nam Ninh, Miền Bắc Việt Nam, nơi triền núi phía sau trại tù là nghĩa địa chôn vùi xác nhiều tù nhân cải tạo có gốc từ Miền Nam sau 1975.

Phải mãi đến tháng 4 năm 2015, gần 30 năm sau, di cốt của GS Nguyễn Duy Xuân, mới được người con gái là bà Nguyễn Thị Nguyệt Nga từ Pháp về bốc mộ đưa từ nghĩa địa trại tù Ba Sao Hà Nam Ninh về Chùa Thiên Hưng, Quận Bình Thạnh, Sài Gòn để lưu giữ tại đây. (5) Trong buổi lễ cầu siêu, ngoài các thành viên của gia đình cố Viện trưởng Nguyễn Duy Xuân, còn có một số cựu giảng huấn và các cựu sinh viên tốt nghiệp Đại học Cần Thơ trước 1975 như GS Võ Tòng Xuân, TS Nguyễn Tăng Tôn (cựu SV), TS Nguyễn Văn Mận (Cựu SV), KS Minh (Cựu SV), Ông Hòa (nhân viên hành chánh), đến tham dự buổi lễ.

Từ trái, GS Võ Tòng Xuân, bà Nguyễn Thị Nguyệt Nga
con gái GS Nguyễn Duy Xuân, ôm bình tro cốt của cha,
bạn trai Alan và một thân hữu *(tư liệu Võ Tòng Xuân)*

VIỆN ĐẠI HỌC CẦN THƠ SAU 1975

Thay thế Giáo sư Viện trưởng Nguyễn Duy Xuân là ông Phạm Sơn Khai, gốc Miền Nam tập kết là đảng viên Cộng sản, với học vị *"Chuyên Ngành Lịch Sử Đảng"*, ông Khai được đề cử giữ chức Viện trưởng và lãnh đạo Đại học Cần Thơ trong suốt 13 năm từ 1976 tới 1989.

Kể từ sau 1975, chính quyền mới với chủ trương một nền giáo dục "hồng hơn chuyên" nên học trình của Đại học Cần Thơ, cũng như toàn hệ thống các Đại học Miền Nam đã có thêm môn học chính trị cưỡng bách *"Chủ nghĩa Mác Lê và Tư Tưởng Hồ Chí Minh"*, một môn học mà "thầy không muốn dạy, trò không muốn học" nhưng vẫn cứ được duy trì cho đến ngày hôm nay. Ngót nửa thế kỷ, 42 năm sau ngày thống nhất đất nước, trên toàn cõi Việt Nam vẫn chưa có được một nền "tự trị đại học". Quá sớm để nói tới dân chủ hóa đất nước, khi mà các Đại Học như những "Think Tank" vẫn còn bị chi phối lãnh đạo bởi những Chi bộ Đảng Cộng Sản.

Qua một eMail, anh Võ Tòng Xuân kể lại: "Tôi nhớ mãi GS Hộ trong chuyến đi đó, ông rất kỹ về vấn đề ăn uống, đem theo đồ ăn và bình ton đựng nước uống riêng".

GS Võ Tòng Xuân mời GS Phạm Hoàng Hộ tham gia chuyến khảo sát Đồng Tháp Mười của Đại học Cần Thơ, tháng 3, 1981. Từ trái: TS Trần Thượng Tuấn, TS Nguyễn Thị Thu Cúc (bị che), ThS Đỗ Thanh Ren, GS Võ-Tòng Xuân, GS Trần Phước Đường, một cán bộ Phân Viện Quy Hoạch, GS Phạm Hoàng Hộ, một cán bộ tỉnh Đồng Tháp.
(tư liệu Võ Tòng Xuân)

Những Hiệu trưởng Viện Đại học Cần Thơ từ ngày thành lập tới nay; từ trái: 1. GS Phạm Hoàng Hộ, 1966-1970; 2. GS Nguyễn Duy Xuân, 1970-1975; 3. Ông Phạm Sơn Khai, 1976-1989; 4. GS Trần Phước Đường, 1989-1997; 5. TS Trần Thượng Tuấn, 1997-2002; 6. TS Lê Quang Minh, 2002-2006; 7. GS Nguyễn Anh Tuấn, 2007-2012; 8. TS Hà Thanh Toàn, 2013 đến nay.
(tư liệu Lê Anh Tuấn)

GS. Phạm Hoàng Hộ bên bức tượng bán thân do một điêu khắc gia người Canada là bác sĩ Megerditch Tarakdjian thực hiện nhân dịp sinh nhật thứ 80 do một số môn sinh tổ chức tại Montréal, Canada.

GS PHẠM HOÀNG HỘ SINH NHẬT 80

Tháng 7 năm 2009, một số môn sinh đã tổ chức tại Montréal một lễ mừng sinh nhật 80 tuổi của GS Phạm Hoàng Hộ, cùng với một bức tượng được đem tới tặng Thầy với phát biểu đầy xúc động của một môn sinh: *"Bức tượng không phải chỉ là hình ảnh của một giáo sư Thực Vật đáng kính mà còn là biểu tượng của người trí thức Miền Nam, đã hiến trọn đời mình cho khoa học, hết sức khiêm tốn so với tài năng của mình và nhất là hết lòng yêu quê hương đất nước."*

Cũng rất ý nghĩa, trong buổi họp sinh nhật ấy, bác sĩ Tăng Quang Kiệt đã đọc lời chúc của Giáo sư Phùng Trung Ngân, định cư tại California, người sáng lập ra Bộ Môn Sinh Môi Học/ Ecology Department cũng là Khoa trưởng Đại Học Khoa Học Saigon từ 1973-1975, là bạn đồng môn và cùng tuổi với GS Phạm Hoàng Hộ:

"Anh Hộ thân mến, Tôi thành thật cám ơn Anh Chị và gia đình đã cho phép tôi gởi bài phát biểu trong buổi lễ long trọng này. Với 80 tuổi đời, Anh đã đóng góp một công trình đồ sộ về Cây Cỏ Việt Nam đồng thời với việc hướng dẫn sinh viên yêu Thực vật và Thiên nhiên Việt Nam. Là người cộng tác gần gũi với Anh trong công tác giáo dục

sinh vật cho lớp trẻ VN tôi đã thấy sự tận tụy với nghề nghiệp của Anh và lòng hăng say nghiên cứu của Anh. Kết quả là công trình nghiên cứu vĩ đại về Cây Cỏ Nam Việt Nam và nhứt là công trình bổ sung đầy đủ Cây cỏ toàn bộ VN với các mẫu cây quý báu đang bị bỏ quên trong Viện Thảo Tập ở Paris. Trước năm 1975 Anh và tôi thường dẫn sinh viên đi thực tập ở Lâm Đồng-Đà Lạt, cho các em leo lên đỉnh Lâm Viên, một trong những ngọn núi cao khoảng 2000m ở miền Nam, chúng ta thường ước mong khi hòa bình trở lại sẽ cùng nhau ra miền Bắc khảo sát Cây cỏ Đỉnh Fan Xi Pan cao hơn 3000m ở Hoàng Liên Sơn. Rất tiếc đến ngày hôm nay ước mong của chúng ta chắc không bao giờ thực hiện được. Tuy nhiên Anh đã tự mình tiếp xúc với đỉnh Fan Xi Pan qua các mẫu cây còn lưu trữ tại Viện Thảo Tập Paris và cũng từ đó hình thành bộ công trình Cây Cỏ Việt Nam *cho Khoa học. Tôi rất may mắn là cộng tác viên thân cận của Anh trong nhiều năm nên đã học được tính chu đáo trong nghiên cứu, sự tận tụy trong giảng dạy và lòng say mê nghiên cứu Thiên nhiên Việt Nam." (3)*

DI CHÚC GIỮ XANH ĐẤT MẸ

Trong Quyển cuối cùng của bộ sách *Cây Cỏ Việt Nam* (Quyển III, Tập 2) xuất bản tại Montréal 1993, chỉ với hai trang *Thay Lời Tựa*, GS Phạm Hoàng Hộ đã để lại một Thông điệp; cũng có thể coi như một Di Chúc cho Việt Nam.

"Thực-vật-chúng Việt Nam có lẽ gồm vào 12.000 loài. Đó là chỉ kể các cây có mạch, nghĩa là không kể các Rong, Rêu, Nấm.

Đó là một trong những thực-vật-chúng phong phú nhất thế giới. Sự phong phú ấy là một diễm phúc cho dân tộc Việt Nam. Vì như tôi đã viết từ 1968, Hiển hoa là ân nhân vô giá của loài người. Hiển hoa cho ta nguồn thức ăn căn bản hàng ngày; Hiển hoa cung cấp cho ta, nhất là người Việt Nam, nơi sinh sống an khang. Biết bao cuộc tình duyên êm đẹp khởi đầu bằng một miếng Trầu, một miếng Cau. Bao nhiêu chúng ta đã không chào đời bằng một mảnh Tre để cắt rún, rời nhau? Lúc đẩy nguồn sống, lúc nhàn rỗi, chính Hiển hoa cung cấp cho loài Người thức uống ngon lành để say sưa cùng vũ trụ. Lúc ốm đau, cũng chính Cây cỏ giúp cho ta dược thảo hiệu linh.

Các điều ấy rất đúng hơn với chúng ta, người Việt Nam, mà ở rất nhiều nơi còn sống với một nền văn minh dựa trên thực vật.

Nhưng ân nhân ấy của chúng ta đang bị hiểm họa biến mất, tuyệt chủng, vì rừng nước ta đã bị đẩy lùi dưới mức độ an toàn, đất màu mỡ đã bị xoi mòn mất ở một diện tích lớn, và cảnh sa mạc đang bành trướng mau lẹ. Đã đến lúc, theo tiếng nhạc của một bài ca, ta có thể hát: "Thần dân nghe chăng? Sơn hà nguy biến. Rừng dày nào còn, Xoi mòn đang tiến... Đâu còn muôn cây làm êm ấm núi sông." (Ghi chú của người viết: bài ca Hội nghị Diên Hồng, nhạc của Lưu Hữu Phước, lời: Huỳnh Văn Tiểng - Mai Văn Bộ - Lưu Hữu Phước).

Kho tàng thực vật ấy chúng ta có phận sự bảo tồn. Sự bảo tồn và phục hồi thiên nhiên ở nước ta rất là cấp bách. Chúng ta có thể tự thực hiện, vì mỗi người của chúng ta, dù lớn dù nhỏ đều có thể góp phần vào sự bảo tồn ấy. Bằng những cử chỉ nhỏ nhặt hàng ngày, sự đóng góp của chúng ta quan trọng không kém.

Không quăng bậy một tia lửa, một tàn thuốc, là ta góp phần tránh nạn cháy rừng. Không đốn bậy một cây, là ta bảo vệ thiên nhiên của ta. Trồng cây là phận sự của chính quyền hay của các Công ty gầy rừng. Nhưng quanh nhà chúng ta, chúng ta có thể tìm trồng một cây lạ, đặc biệt, hiếm của vùng hay chỉ có ở Việt Nam. Dân ta yêu cây hoa-kiểng, nhưng những ai nhàn rỗi có thể trồng cây lạ, đặc biệt, cũng là một thú tiêu khiển không kém hay đẹp. Các thị xã nên có một công viên hay vườn bách thảo, không lớn thì nhỏ để khoe các cây hay của vùng, không bắt buộc là cây hữu ích hay đẹp. Cây Dó đâu có gì lạ? Nhưng nó là niềm tự hào cho dân tộc vì từ Hồng Bàng, dân ta đã biết lấy trầm từ nó. Cả ngàn loài cây khác chỉ có ở Việt Nam mà thôi! Các cây này có thể trồng như cây che bóng mát dựa lộ. Các làng, các quận, các tỉnh nên tạo phong trào trồng nhiều loài lý thú như vậy. Ta không cần đợi các lâm viên, khu dự trữ để bảo vệ tài nguyên quý báu cho thế hệ sau, mà ta cũng có thể chính mình góp phần vào sự bảo vệ ấy. Trồng các cây lạ, đặc biệt ấy còn là một yếu tố quyến (chữ GS Phạm Hoàng Hộ theo cái nghĩa quyến rũ) du khách quan trọng: Lan Thủy tiên hường (Dendrobium amabile) của ta, chỉ có một Vườn Bách *thảo ngoại quốc trồng được và họ tự hào đến đỗi đã ghi trong "Sách ghi quán quân thế giới 1988."*

Hàng năm ta có thể tuyên dương nhà nào đã trồng cây hay, lạ. Tất nhiên là công với nước nhà mới trông không bằng những ai đã đem Rhizobium vào để tăng năng suất đậu nành, đã trồng được cây Dó tạo trầm, đã du nhập lúa Thần nông hay Nho. Nhưng nếu cả ngàn người, cả triệu người đóng góp cho non nước những "nhỏ-nhen" (chữ GS Phạm Hoàng Hộ theo cái nghĩa nhỏ nhặt), cả triệu cái nhỏ-nhen chắc chắn trở nên một khối đồ sộ.

Đóng góp lớn, tôi vẫn cho là việc khó. Tôi quý các đóng góp nhỏ, hằng ngày mà ai cũng làm được. Nó hay hơn. Kẻ sĩ, theo tôi, không phải chỉ là những kẻ đã làm được những chuyện lớn. Đóng góp những chuyện nhỏ hàng ngày cũng là hành động của một kẻ sĩ, kẻ sĩ vô danh. Kẻ sĩ vô danh cao quý không kém. Với những đóng góp nhỏ ấy, chắc chắn bạn không làm buồn lòng cho Tổ Quốc và không thẹn với Non Sông. (Lược dẫn Thay Lời Tựa, bộ sách *Cây Cỏ Việt Nam*; Quyển III, Tập 2)

Qua "Di Chúc" ấy của GS Phạm Hoàng Hộ, từ nay môn Sinh Học Thực Vật không còn là lý thuyết mà đã đi vào đời sống; *Giữ Xanh Đất Mẹ* phải là kim chỉ nam cho mọi trình độ giáo dục từ Tiểu học tới Đại học, cả trong công dân giáo dục, là giá trị phổ quát và xuyên suốt cho mọi thể chế chính trị và cả trên tầm vóc toàn cầu là *Giữ Xanh Trái Đất* này / Keep This Planet Green.

THAY CHO MỘT KẾT TỪ

Giáo sư Phạm Hoàng Hộ đã xem bộ sách *"Cây Cỏ Việt Nam là công trình của đời tôi"* và Giáo sư đã để tặng toàn sự nghiệp ấy cho:

"Những ai còn sống hay đã chết trong tù vì tháng Tư năm 1975 đã quyết định ở lại để tiếp tục dâng góp cho đất nước.

Tặng giáo sư Nguyễn Duy Xuân, nguyên viện trưởng Đại Học Cần Thơ, mất ngày 10/XI/1986 tại trại Cải Tạo Hà-Nam-Ninh.

Tặng hương hồn những ai trên biển Đông đã chết nghẹn ngào."

Xin gửi tới hương linh Giáo sư Phạm Hoàng Hộ, một nhà khoa học lớn, một nhân cách lớn, một kẻ sĩ khí phách biểu tượng của trí thức đã đi hết chặng đường đau khổ với trọn đời cống hiến trong một giai đoạn vô cùng đen tối của đất nước. Bài viết ngắn vội này trong nỗi xúc động, như một nén nhang của một môn sinh tưởng nhớ Thầy với câu thơ của thi hào Nguyễn Du: *Thác là thể phách còn là tinh anh.* Và cũng với ước mong một ngày nào đó *"hoa sẽ nở trên đường quê hương,"* sẽ có một tượng đài của Thầy trên đỉnh Fan Xi Pan cao hơn 3000m ở Hoàng Liên Sơn để các thế hệ môn sinh tiếp tục được Thầy hướng dẫn tới đó khảo sát Cây Cỏ và hoàn tất *Giấc Mơ Việt Nam* của Thầy.

California, ngày 05 tháng 02 năm 2017

THAY KẾT TỪ

Đây là một công trình mang tính *anthology* hay 'hợp tuyển tác giả' vừa công phu vừa mang tính sử của nhà văn Ngô Thế Vinh. Mười sáu văn nghệ sĩ và hai nhà văn hóa được giới thiệu trong sách là những nhân vật lừng danh trong nền văn học và văn hóa miền Nam trước 1975 và ở hải ngoại sau năm 1975. Qua công trình này, bạn đọc sẽ "gặp" những tác giả nổi tiếng, những người đã có những đóng góp mang tính định hình cho nền văn học miền Nam trước 1975. Công trình này, tự nó, là một đóng góp quan trọng và có ý nghĩa vào công việc lâu dài nhằm gìn giữ những tinh hoa của văn học nghệ thuật miền Nam cho các thế hệ mai sau.

Mặc dù nhà văn Ngô Thế Vinh sắp xếp tác giả theo năm sinh, nhưng tôi nghĩ cuộc đời, những tác phẩm, và hành trình sáng tác của các tác giả trong hợp tuyển này phác họa một trình tự khác. Đó là trình tự theo dòng lịch sử gồm 4 giai đoạn: *bối cảnh văn học miền Nam trước 1975, tù đày, vượt biển,* và *sống sót.*

Về bối cảnh văn nghệ trước 1975, tôi chắc rằng cuốn sách của tác giả sẽ làm cho bạn đọc cảm thấy tiếc nuối cho một thời văn học được hình thành trong một chế độ chính trị chỉ tồn tại vỏn vẹn 20 năm. Đó là một môi trường văn học tự do, phóng khoáng và giàu tính nhân văn. Rất nhiều tác phẩm có giá trị cùng những quan điểm nhân sinh được giới thiệu, trình bày và quảng bá ngay trong những năm chiến tranh. Nhiều phong trào văn học nở rộ, như nhóm *Văn Hóa Ngày Nay* của Nhất Linh, nhóm *Quan Điểm* của Mặc Đỗ, nhóm *Sáng Tạo* của Mai Thảo, nhóm *Tiểu Thuyết Mới*... Những phong trào văn học không chỉ cho ra đời những sáng tác để đời nhưng còn có những tác phẩm dịch thuật mà ngày nay chúng ta vẫn còn đọc. Nhà văn Võ Phiến nhận xét rằng *"Trước và sau thời 1954-1975, không thấy ở nơi nào khác trên đất nước ta, văn học được phát triển trong tinh thần tự do và cởi mở như vậy."* Nhiều người, kể cả người viết bài này, sống trong môi trường như thế không thấy trân quý nó cho đến khi đánh mất nó sau một cơn biến động lịch sử.

Có lẽ môi trường tự do học thuật và phóng khoáng đó đã phát hiện và phát huy những văn tài sáng giá. Chính phủ Trần Trọng Kim tồn tại chưa tròn nửa năm, nhưng đã để lại một di sản giáo dục mà chúng ta còn sử dụng mãi đến ngày hôm nay. Việt Nam Cộng Hòa (VNCH) tồn tại được 20 năm, nhưng các thiết chế văn hóa thời đó đã tạo dựng được một cộng đồng văn học nghệ thuật với một gia tài đồ sộ mà ngày nay những bậc thức giả nhìn lại cảm thấy luyến tiếc. Chỉ hai mươi năm sau 1954, miền Nam đã có được một cộng đồng tác giả thuộc nhiều lĩnh vực như văn, thơ, kịch, ký, họa. Tuy nhiên, sau cơn tai biến lịch sử năm 1975, họ trở thành những nạn nhân của một cuộc đổi đời. Họ biến mất khỏi văn đàn Việt Nam. Nhưng cùng thời gian đó một cộng đồng văn học được hình thành ở hải ngoại với những văn nghệ sĩ mới.

Qua cuốn sách, bạn đọc sẽ "gặp" những văn nghệ sĩ lừng danh như Võ Phiến, Mai Thảo, Dương Nghiễm Mậu, Nhật Tiến, Nguyễn Đình Toàn, Thanh Tâm Tuyền, Mặc Đỗ, Linh Bảo... Bạn đọc sẽ biết đến những đóng góp của những người trẻ tuổi hơn sau 1975 ở hải ngoại như Cao Xuân Huy và Phùng Nguyễn. Nhưng qua những văn nghệ sĩ này, bạn đọc còn "gặp" những Phạm Duy, Vũ Hoàng Chương, Trần Ngọc Ninh, Cung Trầm Tưởng, Tô Thùy Yên, Nguyên Sa, Cung Tiến, Trần Phong Giao, Lê Ngộ Châu, Nguyễn Ngu Í, Nguyễn Mộng Giác, Tạ Chí Đại Trường, v.v... Có thể nói đó là những tinh hoa trong các thiết chế văn hóa - xã hội - giáo dục miền Nam.

Hai nhà giáo và cũng là nhà văn hóa được nhắc đến trong sách là Giáo sư Phạm Biểu Tâm và Giáo sư Phạm Hoàng Hộ. Có lẽ đối với đa số sinh viên ngày nay, lịch sử trường Y Sài Gòn bắt đầu từ năm 1975, nhưng qua chương viết về Giáo sư Phạm Biểu Tâm, một danh y của Việt Nam, các bạn ấy sẽ biết rằng trường Y Sài Gòn có một bề dày lịch sử từ trước 1955 tức hơn nửa thế kỷ trước. Nhờ vào chương trình đào tạo tiên tiến, ngôi trường đó đã đào tạo rất nhiều bác sĩ tài ba, khi ra hải ngoại họ dễ dàng trở thành bác sĩ trong dòng chính ở Bắc Mỹ, Úc Châu, Pháp và có người đã trở thành giáo sư y khoa danh tiếng ở Mỹ. Qua chương viết về Giáo sư Phạm Hoàng Hộ, bạn đọc cũng sẽ biết thêm về bối cảnh và hành trình gian nan để thành lập Đại học Cần Thơ, nơi áp dụng hệ thống tín chỉ đầu tiên ở Việt Nam. Ngày nay, các giới chức giáo dục Việt Nam hay bàn đến vấn đề làm thế nào để nền giáo dục Việt Nam hội nhập quốc tế, nhưng họ có lẽ quên rằng nửa thế kỷ trước, hệ thống giáo dục miền Nam đã hòa nhập vào cộng đồng giáo dục thế giới.

Nhưng biến cố lịch sử 1975 đã làm thay đổi tất cả. Các văn nghệ sĩ là nạn nhân trực tiếp và đầu tiên của biến cố đó. Trong khi các văn nghệ sĩ bị đi tù "cải tạo", thì các tác phẩm của họ bị săn lùng, thu hồi, hủy diệt, kể cả đốt sách. Trong quyển hợp tuyển này, bạn đọc sẽ đọc được những trải nghiệm đau khổ của thi sĩ Thanh Tâm Tuyền trong trại cải tạo và suy tư của ông:

"Họ đưa chúng tôi ra Bắc, tới những cánh rừng già cô lập với thế giới bên ngoài, bỏ mặc tôi với thiên nhiên, tự do với "mục tiêu đi đốn gỗ mỗi ngày," tôi đã tập leo và trượt núi chờ cơ hội đào thoát. Nhưng rồi mỗi ngày tôi chỉ tìm thấy con đường trở về trại.

[...]

Làm thơ trong trại tù cải tạo, cũng là trở về với thi ca truyền thống dân gian. Chế độ làm việc trong trại là một ngày căng thẳng tám tiếng, không có cuối tuần; mỗi tù nhân có một vũ trụ riêng: một manh chiếu, năm sáu chục tù nhân trên dưới hai tầng giường, khoảng hơn trăm người trong một lán dưới một mái che. Viết là một xa xỉ: một chỗ ngồi, thời gian viết. Với nhịp độ áp đặt trên đám tù nhân trong rét lạnh, đói... ai còn dám nghĩ tới sáng tạo? Ngay cả một thiên tài, một năng lực siêu nhiên cũng không thể vượt qua được những 'ức chế' như vậy."

Những trải nghiệm như thế không phải là đặc thù, mà là một nét chung của tù cải tạo đã được các văn nghệ sĩ khác thuật lại. Một trong những nhà văn cũng từng ở tù cải tạo là nhà văn Cao Xuân Huy, tác giả của cuốn hồi ký nổi tiếng *"Tháng Ba Gãy Súng"*. Nhà văn Nguyễn-Xuân Hoàng nhận xét rằng qua *Tháng Ba Gãy Súng* Cao Xuân Huy đã *"vẽ lại cơn hồng thủy của một cuộc chiến không thương tiếc, phủ chụp lên số phận của cả một dân tộc."*

Trong cơn hồng thủy đó, có nhiều người đã bỏ mạng trong tù đày, đã vùi xác trong các trại cải tạo ở rừng sâu nước độc. Một trong những người đó là Giáo sư Nguyễn Duy Xuân, Viện trưởng thứ hai của Đại học Cần Thơ. Trong chương viết về Giáo sư Phạm Hoàng Hộ (một nhà thực vật học nổi tiếng và tác giả của bộ sách để đời *"Cây Cỏ Miền Nam"*), chúng ta được biết Giáo sư Nguyễn Duy Xuân đã bị giam cầm trong trại cải tạo Hà Nam Ninh suốt 11 năm, và ông đã chết trong trại sau những ngày tháng đói khát, bệnh tật, và khổ sai.

Và, cũng có người may mắn sống sót. Hai trong số những người may mắn đó là thi sĩ Thanh Tâm Tuyền và nhà báo kỳ cựu Như Phong Lê Văn Tiến sau này định cư ở Mỹ. Khi ra tù, tuyệt đại đa số văn nghệ sĩ không thể nào sáng tác dưới chế độ mới, và cũng như hàng triệu người dân miền Nam, họ đi tìm tự do, một số cũng trở thành "*Thuyền Nhân*".

Hiện tượng "Thuyền Nhân" sau 1975 là một thực tế lịch sử, nhưng chưa bao giờ được "chính sử" Việt Nam ở trong nước ghi nhận đúng đắn. Trong hợp tuyển này, bạn đọc sẽ chia sẻ cùng các tác giả "Thuyền Nhân" trong hành trình vượt biển. Nhà văn Mai Thảo, phải trải qua hai lần vượt biên mới thoát khỏi Việt Nam. Thời gian ông tìm đường vượt biển cũng là lúc thân phụ ông qua đời, và ông chỉ có thể đến thăm mộ vào lúc ban đêm. Mai Thảo kể:

"Trên biển cả, tôi có cảm giác được phóng thả. Tôi đã là một con người tự do. Đó là một đêm tối đen không trăng. Chúng tôi ra được biển khơi nhưng lại có một cơn bão thổi tới từ Phi Luật Tân, vật

vã con tàu nhỏ, bắt buộc chúng tôi phải quay lại bờ. Vài ngày sau tôi được tin cha tôi chết ở tuổi 82. [...] May mắn là tôi đã bí mật tới thăm mộ cha tôi, đọc lời nguyện tỏ lòng tưởng nhớ và điều ấy đã làm dịu nỗi đau.

[...]

Trên tàu gồm những người tỵ nạn chính trị, sinh viên học sinh, người già, các gia đình với trẻ thơ. Chúng tôi trải qua 6 ngày đêm. Mọi người đều đói và khát, một số ngã bệnh. Khi chúng tôi tới gần Mã Lai, biển lặng, trời trong, và mọi người bắt đầu cất tiếng hát. Họ yêu cầu tôi ngâm một bài thơ. Tôi đọc bài thơ của một người bạn nói về một người đàn ông rời nhà ra đi mà không có một ai tới nói lời giã từ."

Một nhà văn lớn khác của miền Nam là Nhật Tiến cũng từng trải qua những ngày tháng kinh hoàng trên đảo Koh Kra, nơi có hàng trăm người Việt tị nạn đã bị bạo hành và chết dưới tay những tên hải tặc Thái Lan. Sau khi đến trại tị nạn Songkhla, nhà văn Nhật Tiến cùng hai nhà báo Dương Phục và Vũ Thanh Thủy soạn một bản cáo trạng về thảm cảnh trên Biển Đông, và bản cáo trạng đã làm cho cả thế giới bàng hoàng về thảm nạn của người tị nạn Việt Nam. Đóng góp của Nhật Tiến đã làm tiền đề cho sự hình thành *Ủy Ban Báo Nguy Giúp Người Vượt Biển* ở San Diego, California.

Đối với giới quan sát thế giới, người Việt Nam là một "dân tộc sống sót" (survival people), với hàm ý rằng người Việt có thể vươn lên từ nghịch cảnh. Một trong những người sống sót tiêu biểu đó là nhà văn Phùng Nguyễn. Anh là một tác giả đặc biệt và đáng nể. Phùng Nguyễn đến Mỹ năm 1984, và lúc đó anh đã 34 tuổi. Người gốc Quảng Nam này, 18 tuổi đã nhập ngũ và bị thương, chưa từng tốt nghiệp trung học ở Việt Nam, nhưng chỉ một thời gian ngắn ở Mỹ, anh đã trở thành một sinh viên xuất sắc, tốt nghiệp cử nhân ngành khoa học máy tính với hạng tối ưu. Sau đó, anh lại tốt nghiệp Cao học Quản trị Kinh Doanh (MBA) và trở thành giám đốc IT cho một công ty dầu khí ở California. Nhưng nghề IT chỉ là cái "xác", chứ từ tâm tưởng thì Phùng Nguyễn chọn nghiệp văn chương. Anh trở thành nhà văn và trước khi đột ngột qua đời năm 2015, Phùng Nguyễn đã để lại vài tác phẩm đặc sắc được các nhà văn khen hết lời. Nhà văn Nguyễn Mộng Giác nhận xét về tác phẩm *"Tháp Ký Ức"* như sau: *"Truyện ngắn đầu tay của Phùng Nguyễn vượt lên trên những sáng tác của những người ra đi tị nạn cộng sản từ Miền Nam thuộc thế hệ trước anh hay cùng thế hệ của anh, những sáng tác làm nòng cốt cho văn chương hải ngoại. Phùng Nguyễn ôn chuyện cũ như một kỷ niệm đẹp, nhưng anh không dừng ở đó. Anh nâng tấm ảnh cũ lên thành một suy niệm về nhân sinh."* Phùng Nguyễn là một trường hợp tiêu biểu những tác giả trẻ ở hải ngoại. Họ là những chuyên gia khoa học và công nghệ trong xã hội, nhưng cũng là những nhà văn trên văn đàn Việt.

Không chỉ sống sót trên quê người, họ còn có công gìn giữ và phát huy nền văn học miền Nam ở hải ngoại trong điều kiện thiếu thốn. Ít ai biết rằng một nhà văn như Võ Phiến khi sang Mỹ ông làm công chức văn phòng cho quận hạt Los Angeles, và ông soạn bộ sách *Văn học Miền Nam* trong thời gian này tại một căn nhà chật hẹp. Bạn đọc sẽ kinh ngạc và cảm phục sự dấn thân của nhà văn Mai Thảo, người chủ trương tạp chí *Văn* trong nhiều năm liền nơi một căn gác nhỏ phía sau nhà hàng Song Long ở khu Little Saigon, California.

Đã chọn nghiệp văn chương thì ở đâu cũng "vương vấn" văn nghiệp. Đó là trường hợp của nhà văn Linh Bảo, một trong những nhà văn nữ hiếm hoi trong cộng đồng văn học miền Nam. Bà đã thành danh từ thập niên 1950s, sống và làm việc ở Hồng Kông và sau này ở Mỹ. Tác phẩm *Gió Bấc* của bà đã nhận được nhiều lời khen tặng từ các nhà văn kỳ cựu như Nhất Linh, Bình Nguyên Lộc, Võ Phiến. Võ Phiến nhận xét rằng nhà văn gốc Huế này là một cây bút *"có tài quan sát, lại có tài diễn tả một cách thông minh những điều mình quan sát."*

Nhưng cuộc đời lưu vong thường buồn. Đọc những dòng tâm sự của Mai Thảo về cuộc sống ở Mỹ dù được tự do nhưng mất phần hồn, và những hy vọng mà ông không bao giờ thực hiện được làm cho chúng ta ngậm ngùi: *"Có lẽ một ngày nào đó Việt Nam sẽ tự do và tôi có thể trở về. Tôi đang hạnh phúc ở đây nhưng nội tâm thì rất buồn bã. Buồn cho dân tộc tôi. Tôi không biết liệu chúng tôi có còn một tương lai. Xa rời quê hương, thật khó mà duy trì truyền thống của chúng tôi. Chúng tôi cảm thấy như bị đánh mất phần hồn."*

Trong hợp tuyển này, bạn đọc sẽ tìm thấy những ưu tư, những trăn trở của các nhân vật được phác họa qua một văn phong nghiêm chỉnh và cẩn trọng. Bạn đọc sẽ ngạc nhiên biết được những thói quen rất độc đáo của các nhà văn như Mai Thảo và Mặc Đỗ. Nhà văn Mai Thảo cho đến những năm trong thế kỷ 21 vẫn không dùng máy điện toán; ông vẫn cần mẫn viết tay tất cả thư từ và bài vở đến các tác giả. Ngay cả địa chỉ trên bao thư tạp chí Văn gửi cho bạn đọc ông cũng viết bằng tay! Một nhân vật độc đáo khác là nhà văn Mặc Đỗ, ông chỉ dùng máy đánh chữ cổ điển để viết văn, chứ không dùng máy vi *tính*!

Để biên soạn cuốn hợp tuyển tác giả này, nhà văn Ngô Thế Vinh đã bỏ ra nhiều năm và công sức. Tác giả là một người rất thận trọng với dữ liệu và chữ nghĩa. Người viết bài này có cơ duyên quen biết với tác giả hơn 15 năm qua, và đã ra công làm cầu nối cho những bài viết của tác giả trên không gian mạng. Có những bài viết anh liên tục chỉnh sửa chăm chút đến từng chi tiết, thái độ và cách làm đó thể hiện một sự tôn trọng độc giả rất cao.

Bạn đọc không chỉ gặp những nhân vật tài hoa với từng nhân cách đặc biệt, mà còn có dịp điểm qua những chứng từ quý hiếm mà tác giả đã dày công sưu tập. Mỗi chương sách, tính trung bình, có khoảng 12 hình ảnh, và 18 chương sách có hơn 200 hình ảnh và hiện vật. Bạn đọc sẽ chiêm ngưỡng những thủ bút, hiện vật, những bìa sách cách đây gần nửa thế kỷ. Mỗi nhân vật được tác giả phác họa bằng một tiểu sử, những tác phẩm, thành tựu của họ, và những tâm tình đằng sau những tác phẩm. Bạn đọc sẽ biết những nhân vật chính trong những sáng tác của Nguyễn Đình Toàn *"không phải là những nhân vật được nhắc tới trong trang sách mà chính là Thành phố Hà Nội."* Bạn đọc sẽ cảm thấy xúc động khi biết họa sĩ Nghiêu Đề, người mà tác giả gọi là "người bạn tấm cám", vẽ bức tranh sơn dầu về con gái út Bé Sài Gòn khi ông đang nằm trên giường bệnh và qua đời khi tác phẩm còn dang dở.

Quyển hợp tuyển này là một đóng góp có ý nghĩa cho sự gìn giữ một nền văn học tự do, phóng khoáng và giàu tính nhân văn. Ngày nay, nếu hỏi ngẫu nhiên một sinh viên đại học hay thậm chí hỏi một giáo sư đại học, về những tác giả nổi danh trong nền văn học miền Nam trước 1975, xác suất rất cao là họ không biết hay chưa nghe đến. Điều này cũng dễ hiểu, bởi vì nền văn học đó chưa được ghi nhận một cách đứng đắn, và những tác giả thời đó cũng chưa được giới thiệu một cách có hệ thống trong các đại học và văn đàn sau 1975. Tình trạng này đã được nhà văn Võ Phiến nhận xét từ những hai thập niên trước: *"Nền văn học 1954-75 ở Miền Nam Việt Nam trong thời gian qua bị ém giấu, xuyên tạc. Nó gặp một chủ trương hủy hoại, gặp những bỉ báng hồ đồ. Nó chưa được mấy ai lưu tâm tìm hiểu, phán đoán cách đứng đắn, tử tế."* Cuốn hợp tuyển này sẽ giúp bạn đọc tìm lại một mảng văn học bị lãng quên, và có tư liệu để đánh giá nền văn học đó. Nếu các bạn muốn có những dữ liệu mới và đáng tin cậy cho việc khảo cứu nền văn học miền Nam trước 1975 thì quyển hợp tuyển này là một nguồn tham khảo cần thiết.

GS NGUYỄN VĂN TUẤN
Sydney, Australia 08.2017

ĐIỂM SÁCH

Trịnh Y Thư, nhà thơ

Mười sáu chân dung văn học nghệ thuật và hai chân dung văn hóa, qua giọng văn đầy thân ái và nhân hậu của nhà văn Ngô Thế Vinh, là một công trình biên soạn phong phú tư liệu, một tập hợp quý hiếm quy tụ những khuôn mặt văn nghệ và văn hóa tiêu biểu của một thời đại vốn được xem là nhiễu nhương nhất của dân tộc, suốt nửa sau thế kỷ XX cho đến nay. Ngô Thế Vinh không khoác áo nhà phê bình, ông không làm kẻ đứng trên bục giảng nghiêm khắc phê phán tác phẩm hay sự nghiệp của mỗi văn nghệ sĩ được nhắc đến. Ông không làm thế, bởi họ chẳng phải ai xa lạ mà chính là những bằng hữu văn nghệ, những vóc dáng tài năng, gần như trọn đời người, đã cùng ông dấn thân trên những chặng đường trắc trở nhất, trong những điều kiện ngặt nghèo nhất, để xây dựng một nền văn nghệ nhân bản đích thực và có giá trị nghệ thuật cao cho dân tộc. Ông mượn tác phẩm của họ như cái cớ để ngồi xuống nhẩn nha lần giở từng trang ký ức bộn bề, len lỏi vào từng ngõ ngách tâm hồn dưới lớp bụi dày thời gian, cố tìm lại những cung bậc hoài niệm mù tăm để làm nên những trang viết thật đẹp, thật ấm áp tình bằng hữu, thật chan chứa tình người. Tất cả những gì ông viết trong cuốn sách gần như chỉ là những nét phác họa đại cương về con người, khung cảnh sống, hoàn cảnh sáng tạo của những văn nghệ sĩ, mà chính ông cũng là một thành viên. Đan xen vào đấy là những không gian và thời gian kỷ niệm, đầy ắp kỷ niệm, kỷ niệm nào cũng được nâng niu, trân quý như món bảo vật khó tìm. Tuy thế, đọc kỹ hơn, chúng ta có thể cảm nhận ra một điều, là bên dưới lớp sắc màu tương đối hiền hòa, dịu êm ấy là niềm xác tín chắc nịch, một cái nhìn quả quyết cộng thêm chút tự hào, về một nền văn nghệ, văn hóa miền Nam Việt Nam tự do thời kỳ 54-75 và, trong chừng mực nào đó, vẫn tiếp nối ở hải ngoại, mà sự đột phá về các mặt tư tưởng, nghệ thuật, nhân sinh, tưởng như chưa thời nào qua mặt nổi.

Phạm Phú Minh, nhà văn

Thời gian bắt đầu thế kỷ 21, tác giả Long Ân trong một bài nhận định về cuốn sách mới nhất của Ngô Thế Vinh hồi đó, đã viết:

"Ở cuốn sách mới nhất của anh 'Cửu Long Cạn Dòng Biển Đông Dậy Sóng', người đọc đã thấy những hóa thân Ngô Thế Vinh biến thái liên tục theo từng trang mở rộng. Ngô Thế Vinh con người xanh của môi sinh, Ngô Thế Vinh con người chính trị nhân bản, Ngô Thế Vinh con người phiêu lưu trong khu rừng già địa lý chính trị, Ngô Thế Vinh con người tiên tri lịch sử..."

Đây là một nhận định rất tinh tế và chính xác về con người viết lách của bác sĩ Ngô Thế Vinh, cho đến thời điểm 2001. Mười sáu năm sau, 2017, chúng ta có thể thêm vào các dòng chữ trên: *Ngô Thế Vinh con người của văn học nghệ thuật và tình cảm bạn hữu.* Ít ra, đây sẽ là những đặc tính mà người đọc sẽ tìm thấy khi đọc cuốn sách mới nhất của anh: Tuyển Tập Chân Dung Văn Học Nghệ Thuật & Văn Hóa.

Năm 2001, nhà văn Long Ân đã nhìn thấy một Ngô Thế Vinh trên "tầm vóc vĩ mô" của những vấn đề lớn như địa lý chính trị, số phận của một dòng sông dài chảy qua nhiều nước, những vận động đa quốc gia để giữ gìn sinh thái cho cả một vùng Đông Nam Á v.v... với một tài năng sắc bén, một hùng tâm không bao giờ lùi bước và một tấm lòng thiết tha không lay chuyển. Năm 2017, với tác phẩm mới nhất của mình, có thể nói Ngô Thế Vinh đã lần đầu tiên đưa ngòi bút vào lãnh vực "vi mô": chân dung văn học nghệ thuật và văn hóa của từng con người cụ thể với tất cả các nét tế vi của lãnh vực này. Đây là một cuốn sách nghiên cứu nghiêm túc, nhưng cũng là một cuốn truyện kể đầy nghệ thuật; thể loại viết này tôi cho là rất mới, giúp bạn đọc nhìn rõ "chân dung" của một số nhân vật, tô đậm nét quyến rũ của những tư liệu quý hiếm mà Ngô Thế Vinh có được.

Hà Ngọc Thuần, bác sĩ

Bỗng nhiên tôi được Bạn Ngô Thế Vinh gửi tặng một món quà rất quý. Một món quà thơm ngát tình quê và mặn nồng tình bạn. Bỗng nhiên tôi thấy tôi đương ở nơi đất nước mình, đất nước Việt Nam yêu dấu. Tuy xa cách đã nhiều năm nhưng tôi không chút nào thấy xa lạ. Tôi thấy tôi đương dạo chơi trên đường phố Sài Gòn. Tuy xa cách đã nhiều năm nhưng không lạc lối. Tôi đương sống giữa những người Việt, với những người Việt, như tôi vẫn là người Việt.

Đây là một cuộc viếng thăm những người Bạn của Ngô Thế Vinh, những người viết văn, làm thơ, vẽ tranh mà Ngô Thế Vinh đã cùng sống, cùng chia sẻ những tâm tư những hoài bão những vinh lụy trong năm mươi năm cuộc đời với văn nghiệp. Những người thuộc lớp trước, thuộc lớp sau, tất cả đã đem tâm huyết và tâm tình - có khi cả tâm sự riêng tư - để sáng tạo, cho người Việt Nam, cho tiếng Việt Nam, và cho nước Việt Nam.

Cuối năm 1963 khi Miền Nam đã có một đổi thay về chính trị, có một chút đổi mới, có những nhận thức mới, có những niềm hy vọng mới, một nhóm anh em sinh viên Y khoa đã tụ họp để chủ trương một tờ báo sinh viên. Tờ báo lấy tên là "Tình Thương", xuất bản và phát hành hàng tháng, được sự chấp-nhận và đón nhận của các Thầy, các bạn trong trường, các bạn thuộc các phân khoa khác và có lẽ một thành phần nào đó của đại chúng, của chính quyền và chính giới trong nước. Tôi được quen biết Ngô Thế Vinh từ những ngày tháng đó. Từ những ngày đó, có thể là từ trước đó, Ngô Thế Vinh đã khoác thêm sứ mạng văn nghệ cùng với y nghiệp, và đã được biết đến như một nhà văn.

Ngô Thế Vinh giới thiệu với chúng ta trong Tuyển Tập này mười sáu người Bạn đã quen biết trong cuộc đời, những người Anh đã có những quan hệ đặc biệt hay là có những kỷ niệm thật là đáng ghi nhớ. Cho đến năm 1954 "Văn Học Miền Nam" xuất hiện và trưởng thành, và tạm gián đoạn năm 1975. Sau 1975 văn học Việt Nam tại hải ngoại cũng đã thật là phong phú với hơn bốn mươi năm tích lũy. Tuyển tập của Anh có nhuốm một chút trang trọng, một chút bùi ngùi, như Đông Hồ trong một bài đề từ đã viết:

> *"Dâu chìm bể nổi đã đời phen*
> *Ngọc sót vàng rơi giở trước đèn..."*

Đỗ Hồng Ngọc, bác sĩ

Ngô Thế Vinh là một thầy thuốc, một bác sĩ y khoa. Nên dù là một nhà văn, nhà báo, nổi tiếng với nhiều tác phẩm, đặc biệt những cuốn sách viết về Mekong gần đây của anh, thì người ta vẫn thấy thấp thoáng bóng blouse trắng. Anh luôn nhìn con người như một tổng thể, thân tâm nhất như. Cho nên những bài viết của anh về các văn nghệ sĩ và các nhà văn hóa trong cuốn tuyển tập này luôn có những chi tiết, những góc nhìn của người thầy thuốc, lấp lánh *tình người*. Tài "chẩn đoán" của Ngô Thế Vinh hẳn là chính xác: một Võ Phiến "nhà văn lưu đày", một Đinh Cường "đốn ngộ"...

Những ai từng đọc Võ Phiến, từng đọc "Đất nước quê hương" của ông với nào áo dài, bánh tráng, tô cháo, chén chè, rụp rụp... thì coi bộ khi phải rời xa những thứ quấn quít đó của quê nhà, Võ Phiến đã khốn khổ thế nào! *Xưa từng có xóm có làng / Bà con cô bác họ hàng gần xa / Con trâu, con chó, con gà / Đàn cò, lũ sẻ, đều là cố tri...* rồi bây giờ: *Thân tàn đất lạ chơi vơi / Trông lên chỉ gặp bầu trời là quen.* (Mộc Mạc, Võ Phiến). Một người như thế thì đúng là một kẻ bị lưu đày. Lưu đày tự trong tâm khảm. Cho nên Ngô Thế Vinh chính xác, chỉ cần với một dấu chứng (sign): "... *bữa ăn ở nhà ông bà Võ Phiến với bánh tráng thuần túy Bình Định nhúng nước, chấm nước mắm nhỉ chanh ớt đỏ au...*" Rồi anh cho biết thêm: chanh, ớt đều hái ở vườn nhà, ngay tại Mỹ quốc!

Còn về Đinh Cường, Ngô Thế Vinh cho biết có lúc Đinh Cường muốn loại bỏ mô thể / forme của sự vật để chỉ còn giữ lại cái chất liệu

/ matière thuần túy của sơn dầu nhưng rồi cuối cùng anh vẫn trở về với hội họa tạo hình! *Sắc tức thị không / không tức thị sắc* rồi đó thôi! Ngô Thế Vinh nói đúng: giờ đây không cần ký tên dưới bức tranh, người ta vẫn nhận ra tranh Đinh Cường. Huỳnh Hữu Ủy cũng từng nhận xét về tranh Đinh Cường*: "Không rực rỡ, không lạc điệu, một chất màu ủ và quánh mà vẫn nhẹ nhàng và reo ca như vàng kim. Một thứ dạ kim với bao nhiêu hào quang quay trở vào bên trong".* Quay trở vào bên trong: một Đinh Cường *đốn ngộ!*

Về "Người bạn tấm cám," Ngô Thế Vinh cho biết: đó là *"một người bạn không ham muốn sở hữu một thứ gì. Sự nghiệp của anh chỉ là những dấu chân chim trên cát, mau chóng bị xóa nhòa bởi lớp sóng thời gian".* Cho nên bài viết của Ngô Thế Vinh không chỉ đầy đủ tiểu sử, quan niệm sống, quan niệm sáng tác mà còn sưu tập được một số hình ảnh tranh, mẫu bìa sách, bìa báo quý giá của Nghiêu Đề.

Tôi thật sự giật mình khi được xem bức Bố Cục Sen của Nghiêu Đề, vẽ năm 1986 khi anh đến Mỹ. Sen chỉ là cái cớ. Từ những làn sóng cuồn cuộn xô bồ vươn lên những búp sen e ấp rồi đột ngột tách ra, vút lên trời cao, một đóa sen vừa nở: *thiếu nữ!* Nhưng thiếu nữ cũng chẳng phải thiếu nữ. Đôi mắt to để nhìn rõ nhân gian, một tay nâng cành dương liễu, một tay rưới giọt cam lồ: Quán Thế Âm Bồ-tát đó!

Khi viết về người Thầy của chúng tôi ở Y khoa đại học Saigon thời đó, Giáo sư Phạm Biểu Tâm - anh đã vẽ nên nhân cách của vị thầy, một trí thức chân chính, bằng những hồi ức cảm động. Viết về Thầy nhưng cũng là đoạn hồi ký của chính anh, chính tôi, những ngày gian khó dưới mái trường Y uy nghiêm và lý tưởng.

Chân dung Văn học nghệ thuật & Văn hóa là một Tuyển tập viết hay. Tư liệu phong phú. Nhận *định* sắc bén mà *đầy* ắp tình người. *Đúng* là Ngô Thế Vinh.

Trịnh Cung, họa sĩ

Sau khi đọc 18 bài viết về 18 khuôn mặt văn nghệ sĩ và văn hóa Việt Nam do Ngô Thế Vinh, tác giả từng nổi tiếng với tiểu thuyết

"Vòng Đai Xanh" trước 1975 và hiện là tác giả vừa đoạt giải của Văn Đoàn Độc Lập với hai tác phẩm viết về thảm họa môi trường cho Việt Nam, "Cửu Long Cạn Dòng, Biển Đông Dậy Sóng" và "Mekong - Dòng Sông Nghẽn Mạch", tôi phải cám ơn anh thật nhiều về những thông tin quý giá trong mỗi bài viết về từng tác giả, những nhà văn và nghệ sĩ rất tài năng mà tôi từng ngưỡng mộ, trong số họ có cả những bạn thân của tôi.

Dù hiển nhiên đây là một sự chọn lựa có nhiều phần thuộc về tình cảm, thân hữu, nhưng cách viết, cách nhìn của anh về từng nhân vật là rất tinh tế và rất đáng tin cậy, nói đúng hơn là nó có giá trị lịch sử. Đây là chỗ rất khó vì ai trong số họ đều là *người của công chúng*, nên những dữ liệu phải thật xác đáng, những thông tin phải đáng được tin cậy, điều này tôi đã nhận được sự bổ sung rất nhiều giúp cho việc lấp đi những lỗ trống hiểu biết từ lâu nay về một số nhân vật như Linh Bảo, Như Phong, Mặc Đỗ...

Mặc khác, với tôi, đây là một việc làm hiếm hoi, công việc của người vén màn lịch sử văn học và nghệ thuật của một đất nước đã bị xóa sổ, một hiện tượng "Mekong" đối với những gì đang xảy ra cho nền văn hóa Việt Nam Cộng Hòa.

Riêng về giới cầm cọ, cá nhân tôi xin cám ơn nhà văn Ngô Thế Vinh đã có một tình bạn thân thiết mà anh đã dành cho hội họa từ thủa còn rất trẻ, những người bạn "tấm cám", nhất là vào lúc này.

THAM KHẢO CHÂN DUNG

MẶC ĐỖ

1/ Con Đường Mặc Đỗ, từ Hà Nội Sài Gòn tới Trưa Trên Đảo San Hô. Ngô Thế Vinh. Diễn Đàn Thế Kỷ http://www.diendantheky. net/2015/06/ngo-vinh-con-uong-mac-o-tu-ha-noi-sai.html#more

2/ Tưởng Niệm Ngày Giỗ Đầu Nhà Văn Mặc Đỗ. Ngô Thế Vinh. Diễn Đàn Thế Kỷ http://www.diendantheky.net/2016/09/ngo-vinh-tuong-niem-ngay-gio-au-nha-van.html#more

VÕ PHIẾN

1/ Văn Học Miền Nam Tổng Quan. Lời Nói đầu. Võ Phiến. Nxb Văn Nghệ 1986. http://www.tienve.org/home/literature/viewLiterature.do? action=viewArtwork&artworkId=3056

2/ Lần trò chuyện cuối cùng với Mai Thảo. Thụy Khuê 07/1997 http:// hopluu.net/a1153/noi-chuyen-voi-nha-van-mai-thao-va-tran-vu

3/ Lê Thị Huệ. Võ Phiến, Văn Chương Mất Trí Nhớ. 11-2012 http:// www.gio-o.com/Chung/LeThiHueVoPhien.htm

4/ Lê Quỳnh Mai phỏng vấn nhà văn Võ Phiến. Tác giả, với chúng ta. Nxb Khôi Nguyên, Montréal, Canada 2004.

5/ Ngô Thế Vinh, Bốn Mươi Năm Dương Nghiễm Mậu và Tự Truyện Nguyễn Du http://damau.org/archives/35745

6/ John C. Schafer. Võ Phiến and the sadness of exile. Southeast Asia Publications, Center for Southeast Asian Studies, Northern Illinois University, Mar 1, 2006

7/ Johann Wolfgang von Goethe. All theory, dear friend, is gray, but the golden tree of life springs evergreen. Faust pt.1 (1808) 'Studierzimmer'

** *Ghi chú: anh chị Võ Phiến ở căn nhà đường Baltimore, L.A. 23 năm (1980-2003), trước khi dọn về Santa Ana, sống tại đây 12 năm cho tới khi anh mất 25.09.2015.*

MAI THẢO

1/ Jane Katz, Artists in Exile, American Odyssey; Stein & Day Publishers, NY 1983

2/ Nguyễn Xuân-Hoàng, Nhớ Mai Thảo; Văn số đặc biệt Tưởng Mộ Mai Thảo, 2/1998

3/ Mai Thảo, Chân dung mười lăm nhà văn nhà thơ Việt Nam, Nxb Văn Khoa 1985

4/ Nguyễn Đăng Khánh, Mai Thảo Anh Tôi; Văn số đặc biệt Tưởng Mộ Mai Thảo, 2/1998

5/ Nguyễn Hưng Quốc, Vài ghi nhận về Mai Thảo; VOA 12.01.2011 http://www.voatiengviet.com/a/ghi-nhan-ve-mai-thao-2-01-12-2011-113379499/892744.html

6/ Phạm Trọng Lệ, Bảng Thư Mục Tác Phẩm của Mai Thảo; Văn số đặc biệt Tưởng Mộ Mai Thảo, tháng 2/1998

THANH TÂM TUYỀN

1/ 003708225: La part d'exil (Texte imprimé): littérature vietnamienne / textes réunis et traduits par Le Huu Khoa; préface de Geneviève Mouillaud-Fraisse; posface de Trinh Van Thao / Aix-en-Provence: Publication de l'Université de Provence, 1995

2/ Nguyễn-Xuân Hoàng; Văn bộ mới số đặc biệt Tưởng niệm Thanh Tâm Tuyền 1936-2006: số đôi 113 & 114 tháng Năm & Sáu, 2006. California

3/ Đặng Tiến: Thanh Tâm Tuyền http://elib.quancoconline.com/ui/viewcontent.aspx?g=42728

4/ Giai phẩm Văn chủ đề Thanh Tâm Tuyền, tháng 10 năm 1973 Phụ bản đặc biệt của Thư Quán Bản Thảo, Trần Hoài Thư tranhoaithu16@gmail.com

5/ Ngô Thế Vinh, Bốn Mươi Năm Dương Nghiễm Mậu và Tự Truyện Nguyễn Du; http://damau.org/archives/35745

6/ Jane Katz Phỏng vấn nhà văn Mai Thảo; Bản tiếng Việt của Tâm Bình Artists in Exile, American Odyssey; Stein and Day Publishers, NY 1983 http://hopluu.net/p131a2396/mai-thao-jane-katz

NGUYỄN XUÂN HOÀNG

1/ Nguyễn-Xuân Hoàng trên con dốc Tử Sinh. Ngô Thế Vinh. Diễn Đàn Thế Kỷ 16.06.2014 http://www.diendantheky.net/2014/06/ngo-vinh-nguyen-xuan-hoang-tren-con-doc.html,

2/ Tanaka Aki - nhà văn Nguyễn-Xuân Hoàng. Diễn Đàn Thế Kỷ 13.09.2015 http://www.diendantheky.net/2015/09/tanaka-aki-nha-van-nguyen-xuan-hoang.html

3/ Nguyễn-Xuân Hoàng. Đời sống vẫn không ngừng chảy. Phan Nhiên Hạo thực hiện. Talawas 27.04.2005 http://talawas.org/talaDB/showFile.php?res=4371&rb=0307

4/ Ngô Thế Vinh. Tạp chí Bách Khoa đàm thoại với Ngô Thế Vinh: từ Vòng Đai Xanh tới Mặt Trận ở Sài Gòn. Talawas 01.12.2007 http://talawas.org/talaDB/showFile.php?res=11606&rb=0105

PHÙNG NGUYỄN

1/ Phùng Nguyễn, Như Chưa hề Giã Biệt, Ngô Thế Vinh. Diễn Đàn Thế Kỷ http://www.diendantheky.net/2015/12/ngo-vinh-phung-nguyen-nhu-chua-he-gia.html#more

2/ Lê Ngộ Châu. Tạp chí Bách Khoa đàm thoại với Ngô Thế Vinh: từ Vòng Đai Xanh tới Mặt trận ở Sài Gòn. http://www.talawas.org/talaDB/showFile.php?res=11606&rb=0102

3/ Ngô Thế Vinh. Nguyệt San Tình Thương 1963 - 1967; Một Thời Nhân Bản. Tập san Y Sĩ, số 184, 01.2010. Diễn đàn Cựu Sinh viên Quân Y. http://www.svqy.org

4/ Nguyễn Văn Trung. Đôi điều trao đổi với nhà văn Mai Kim Ngọc. Văn Học số 124, Hoa Kỳ, trang 68; Gs. Nguyễn Văn Trung kể lại: "Tôi vẫn còn giữ một danh sách của đội quyết tử cảnh cáo một số sinh viên thuộc các phân khoa như Ngô Thế Vinh, Y khoa".

PHẠM BIỂU TÂM

1/ Trần Ngọc Ninh. Một Hình Bóng, Một Con Người, Giáo Sư Bác Sĩ Phạm Biểu Tâm. Tập San Y Sĩ, số 201, 05.2014

2/ Nghiêm Đạo Đại. Nhìn Lại Trường Y Khoa Đại Học Sài Gòn với Giáo

Sư Phạm Biểu Tâm. Tập San Y Sĩ, số 201, 05.2014

3/ Hà Ngọc Thuần. Tiểu sử Giáo sư Phạm Biểu Tâm (1913-1999). Tập San Y Sĩ, số 201, 05.2014

4/ Thân Trọng An. Giáo Sư Phạm Biểu Tâm, Biểu Tượng của Y Đạo, Y Học, Y Thuật. Tập San Y Sĩ, số 201, 05.2014

5/ Ngô Thế Vinh. Tìm Lại Thời Gian Đã Mất, Tưởng Nhớ Thầy Phạm Biểu Tâm. Tập San Y Sĩ, số 201, 05.2014

* Ghi Chú: Một số hình ảnh hiếm quý trong bài viết được trích từ Album gia đình Giáo Sư Phạm Biểu Tâm. Cám ơn Anh Phạm Biểu Trung, đã scan các hình ảnh và gửi cho chúng tôi.

PHẠM HOÀNG HỘ

1/ GS. Phạm Hoàng Hộ & GS. Nguyễn Duy Xuân đối với việc hình thành và phát triển Viện Đại học Cần Thơ (1966 - 1975); Phạm Đức Thuận; Tập San Xưa và Nay số 439 tháng 11 năm 2013. http://www. cantholib.org.vn/Database/Content/1188.pdf

2/ Vị Tổng Trưởng quyết không rời Quê hương. Trung Hiếu; Báo Thanh Niên 28.04.2015; http://thanhnien.vn/thoi-su/giu-huyet-mach-cho-hon-ngoc-vien-dong-ky-6-vi-tong-truong-quyet-khong-roi-que-huong-556577.html

3/ Anh Chị Thủy - Thu Vân thăm Thầy Phạm Hoàng Hộ http://truongxuabancu.fpb.yuku.com/topic/118/Anh-Ch-ThuThu-Vn-thm-Thy-Phm-Hong-H#.WJNVUxTcdwg

4/ Giáo sư Phạm Hoàng Hộ, một người thầy của tôi. Lê Học Lãnh Vân; Một Thế Giới.VN 02.02.2017 http://motthegioi.vn/giao-duc-c-69/cau-chuyen-giao-duc-c-108/giao-su-pham-hoang-ho-mot-nguoi-thay-cua-toi-55462.html

SÁCH DẪN

Made in the USA
Middletown, DE
25 August 2022

71439250R00286